द

मिरॅकल मॉर्निंग

हॅल एलरॉड

‘मिरॅकल मॉर्निंग’चा नित्यक्रम आचरणात आणणाऱ्यांच्या
जीवनात झालेल्या कायापालटाच्या सत्य जीवनकथा

तुमच्यासाठीही काय घडू शकतं, याचा अंदाज येण्यासाठी त्यांच्यापैकी फक्त थोड्याच कथा इथे देत आहे.

‘‘मिरॅकल मॉर्निंग’नं माझ्या जीवनात संपूर्ण परिवर्तन घडवून आणलं. मला पहाटे उठण्याचा अतिशय कंटाळा होता. खरं तर तिरस्कारच वाटत होता म्हणा ना! माझ्या दृष्टीनं पहाट हा दिवसाचा अत्यंत वाईट भाग होता. त्यानंतर माझ्या बहिणीनं मला या पुस्तकाविषयी सांगितलं आणि माझ्या लक्षात आलं की, मला सारं काही बदलून टाकण्याची संधी मिळाली आहे. मी पहाटेच्या चमत्काराच्या आचरणांचं ३० दिवसांचं आव्हान स्वीकारलं आणि पूर्ण केलं...त्यानंतर आता रोज सकाळी मी अतिशय आनंदी असते आणि माझ्या जीवनातील जवळजवळ सगळ्याच गोष्टींविषयी अतिशय सक्षम, सक्रिय आणि समाधानी आहे.’

–जेन बावरोवा (गेली ३ वर्षं पहाटेच्या चमत्काराच्या आचरणांचा सराव सुरू.)

‘माझी पत्नी चाळीस वर्षांची असताना, तिचा कर्करोगानं मृत्यू झाला. माझ्या समोर अंधकार पसरला होता. मला भविष्याविषयी कसलीच आशा नव्हती. मला काहीच सुचत नव्हतं. परंतु ‘द मिरॅकल मॉर्निंग’नं आणि एस.ए.व्ही.ई.आर.एस.नी (सेव्हर्सनी) माझ्या जीवनाचा कायापालट घडवून आणला. स्वतःची कणव वाटणं, स्वतःविषयी दुःख करत राहणं आणि भूतकाळातच रमणं, तिथेच जगत राहणं, या सगळ्यांतून मी बाहेर पडलो. मी जीवनाला नव्यानं सुरुवात करण्याकडे वळलो. आज पहाटेच्या चमत्काराच्या आचरणांचा माझा २५५वा दिवस आहे आणि आता मी आजची व उद्याची उत्कंठेनं वाट पाहत आहे. म्हणून हे करून पाहा. त्यात तुम्हीही जिंकाल आणि विजेते व्हाल.’

–डॅन कोपलीन (गेले १० महिने पहाटेच्या चमत्काराच्या आचरणांचा सराव सुरू.)

‘मी पाच मुलांची आई आहे. मला अतिशय थकून गेल्यासारखं आणि माझ्या क्षमतेचा मी पुरेपूर उपयोग करत नाही, असं सारखं वाटत होतं. त्यानंतर कोणीतरी मला ‘द मिरॅकल मॉर्निंग’ वाच, असं सुचवलं. मी ते वाचलं आणि त्या संदर्भातील अनुबोधपटही (डॉक्युमेंटरी) पाहिला. मी त्याकडे एकदम आकृष्ट झाले. ती माझं आयुष्य बदलवून टाकणारी गोष्ट होती. त्यात सांगण्यात आलेल्या सगळ्या गोष्टींविषयी मी अतिशय कृतज्ञ आहे. मी स्वतःचा व्यवसाय सुरू केला. आता माझं पुस्तकही

मी प्रकाशित करणार आहे. माझ्या मुलांबरोबर मी अतिशय समजूतदारपणानं वागत आहे. मी त्यांनाही बरीचशी एस.ए.व्ही.ई.आर.एस. करायला लावत आहे. पहाटेच्या चमत्काराच्या आचरणांवर माझं निरतिशय प्रेम आहे.'

–जॅकी एम्मेट (पहाटेच्या चमत्काराच्या आचरणांचा दोन वर्षं सराव सुरू.)

'मी गेले सहा महिने पहाटेच्या चमत्काराच्या आचरणांचा सराव सुरू केला आहे. मला दोन मुलं आहेत. मी पूर्ण वेळ अभियंता म्हणून काम करतो. अनेक वर्षांपासून मी निशाचर असल्यासारखाच वागत होतो. हे पुस्तक वाचल्यानंतर मी जाणीवपूर्वक बदल घडवून आणण्याचा निश्चय केला. आता इतर सगळे उठण्याच्या आधी मी सकाळी भरपूर प्रमाणात काम पूर्ण केलेलं असतं. रोज वाचन करण्यास प्राधान्य दिल्यामुळे अल्पावधीतच माझ्या ज्ञानात मोठीच भर पडली आहे. त्याविषयी मी सातत्यानं टिपणं तयार करत आहे. त्यामुळे अधिकाधिक स्पष्टता येण्यास आणि माझ्या सगळ्या विचारांना, कल्पनांना प्रत्यक्षात उतरवण्यास मला मदत होत आहे. 'द मिरॅकल मॉर्निंग' हे पूर्णपणे मनोरचना बदलून टाकणारं पुस्तक आहे!'

–चार्ली युस्सरी (गेले ६ महिने पहाटेच्या चमत्काराच्या आचरणांचा सराव सुरू.)

'आज पहाटेच्या चमत्काराच्या आचरणांचा सराव करण्याचा माझा साठावा दिवस आहे. मी कोणत्याही सवयीचं कधीही सलग ६० दिवस पालन केलं नव्हतं. त्यामुळे, इतके दिवस या सवयीचं पालन करणं हेच माझ्यासाठी एक प्रकारचं यश आहे. इथे मी या सवयीचे फक्त थोडेच फायदे देत आहे :

१. ध्यानधारणा आणि त्या वेळचं मौन व शांतता यांमुळे, माझं मन आधी कधीही नव्हतं, इतकं शांत झालं आहे. माझ्या भावनांची मला अधिकाधिक जाणीव होत आहे.
२. मी २००हून अधिक किलोमीटर इतकं अंतर सायकलवरून पार करत असल्यामुळे माझ्या शारीरिक तंदुरुस्तीत सुधारणा झाली आहे.
३. मी अधिक संघटितपणे माझं दैनंदिन कामकाज करत आहे आणि अनावश्यक कामांना दूर सारत आहे.
४. मी कुटुंबीयांसमवेत अधिक वेळ व्यतीत करत आहे आणि माझ्या पत्नीला व मुलांनाही मी पहाटेच्या चमत्काराच्या आचरणांसाठी प्रवृत्त केलं आहे.

हे विलक्षण सुंदर पुस्तक लिहिल्याबद्दल मी हॅल यांचा आभारी आहे.'

–दयानाथ वरुण (गेल्या २ महिन्यांपासून पहाटेच्या चमत्काराच्या आचरणांचा सराव सुरू.)

'मी सातहून अधिक वर्षांपासून पहाटेच्या चमत्काराच्या आचरणांचा सराव करत आहे. वंध्यत्वाच्या समस्येवर उपचार घेत असताना मनात निर्माण झालेलं नैराश्य आणि चिंताग्रस्तता, यांच्यातून बाहेर पडण्यासाठी उपयुक्त ठरणारी मार्गदर्शक शक्ती म्हणून या सरावानं माझ्यासाठी काम केलं आहे. गेली पाच वर्षं मला उद्ध्वस्त करणाऱ्या बिकट परिस्थितींच्या काळात मी सकारात्मक मनोरचना कशी जपली, असं लोक मला विचारतात, त्या वेळी मी त्यांना एकच उत्तर देते : 'द मिरॅकल मॉर्निंग.' जर हे पुस्तक नसतं आणि ही आचरणं मी पार पाडली नसती तर मी केव्हाच माझा तोल गमावून बसले असते.'

–जेसिका गूडीन (गेली ७ वर्षं पहाटेच्या चमत्काराच्या आचरणांचा सराव सुरू.)

'पहाटेच्या चमत्काराच्या आचरणांनी मला मुळापासून बदलवून टाकलं. मी कधीही लवकर उठत नव्हते किंवा कोणत्याही गोष्टीत मला सातत्य राखता येत नव्हतं. मला शंभर वेळा तरी डुलक्या काढण्याची सवय होती. परंतु पहाटेच्या चमत्काराच्या आचरणांमुळे मला दिवसाचा वेळ वाया घालवण्याची बिलकूल इच्छा होत नाही, कारण तसं केलं तर मी मागे पडेन अशी मला भीती वाटते. मी आता स्वतःला ओळखते आणि मला हेही माहीत आहे की, मी जर पहाटेच्या चमत्काराच्या आचरणांचा सराव रोजच्या रोज केला नाही, तर मी ते पुढे सुरू ठेवू शकणार नाही. आता मला यशस्वी झाल्यासारखं वाटतं. खूप उत्पादक असल्यासारखं वाटतं. मी १५०हून अधिक दिवस पहाटेच्या चमत्काराच्या आचरणांचा सराव केला आहे, हे सांगताना मला अतिशय अभिमान वाटतो. मला रोजच सकाळी अतिशय उत्साह वाटतो.'

–एलेनी ब्रुक्स (पहाटेच्या चमत्काराच्या आचरणांचा १५० दिवसांपासून सराव सुरू.)

'मी सकाळी लवकर उठू शकत नाही, असं मी ठरवूनच टाकलं होतं. 'द मिरॅकल मॉर्निंग' वाचल्यानंतर आणि त्याप्रमाणे आचरण सुरू केल्यानंतर आता मला रोज कधी एकदा सकाळ होईल, असं होत आहे. आता मी स्वतःला एक तास देऊ शकतो. माझ्यातील सगळे सकारात्मक गुणधर्म वाढीस लागले आहेत. मी अधिक उत्साही, ऊर्जावान, दक्ष झालो आहे आणि आणखीही बरेच चांगले गुणधर्म जोपासत आहे. मी अधिक चांगला पिता, अधिक चांगला पती, अधिक चांगला मित्र आणि अधिक चांगला सहकारी झालो आहे. मी फक्त चारच आठवड्यांपूर्वी याची सुरुवात केली आहे आणि आतापर्यंत मला इतके सगळे लाभ झाले आहेत. माझा आणखीही विकास होईल आणि आयुष्याबरोबर निष्क्रियपणे पुढे जात राहण्याऐवजी माझ्या आयुष्याचं नेतृत्व करून मी त्याला पुढे नेईन, हे आता मला माहीत आहे.'

–बास बोस्का (गेले ३० दिवस पहाटेच्या चमत्काराच्या आचरणांचा सराव सुरू.)

‘द मिरॅकल मॉर्निंग’ वाचेपर्यंत मी कधीही सकाळी लवकर उठत नव्हते. हे पुस्तक वाचत असताना मलाही अशीच स्फूर्ती कशी मिळेल आणि रोजच अधिकाधिक चांगली व्यक्ती होऊन जगण्यास मी कशी प्रवृत्त होईन, याचा विचार मी करत होते, हे मला आठवतं. त्या वेळी माझ्या दिनचर्येला कसलीही शिस्त नव्हती. मी अनियमितपणे, बेशिस्तपणे वागत होतो. माझ्या सवयींमध्येही सातत्य नव्हतं. त्यामुळे मला सतत नैराश्य जाणवत होतं आणि मी सतत अधिकाधिक प्रमाणात खचत चालल्यासारखं मला वाटत होतं. पण ज्या वेळी मी एस.ए.व्ही.ई.आर.एस.ची सुरुवात केली त्या वेळी हे सगळंच बदललं. आता दीड वर्षांनंतर मी रोज सकाळी सव्वापाच–साडेपाचच्या सुमारास उठते. याला आठवडाअखेरीचे दिवसही अपवाद नाहीत. चार गोष्टींमध्ये मला १० क्रमांकाच्या सर्वोत्कृष्ट पातळीपर्यंत पोहोचण्याची तळमळ आहे : आरोग्य, संपत्ती, स्वतःविषयीचं वर्तन आणि इतरांविषयीचं वर्तन, या त्या चार गोष्टी आहेत. हे आचरण जीवन बदलवून टाकणारं आहे. माझं ३३ पाऊंड वजन उतरलं आहे आणि मी दोन क्रेडिट कार्डांचं देणं चुकतं केलं आहे. आता सहजपणे केलेल्या दयाळू कृतींनी इतरांच्या जीवनावर कसा परिणाम करता येईल, याचा मी रोज शोध घेते. इतरांना काही देणं, त्यांच्या बाबतीत औदार्यानं वागणं यातच खरा आनंद असतो! मी विश्वास ठेवून एक झेप घेतली आणि पहाटेच्या चमत्काराच्या आचरणांना व एस.ए.व्ही.ई.आर.एस. यांना माझ्या जीवनात स्थान दिलं याबद्दल माझ्या मनात कृतज्ञता आहे.’

–कॅथी बिंगॅमन (गेले १८ महिने पहाटेच्या चमत्काराच्या आचरणांचा सराव सुरू.)

'द मिरॅकल मॉर्निंग'विषयीची प्रशंसा

'मिरॅकल मॉर्निंग हे फक्त एक पुस्तकच नाही, तर ते बरंच काही आहे. तुमच्या क्षमतेला परिपूर्ण करणं आणि तुम्हाला नेहमीच हव्या असलेल्या जीवनाची निर्मिती करणं यासाठीची ही सिद्ध झालेली पद्धती आहे.'

–मेल रॉबिन्स, न्यू यॉर्क टाइम्स बेस्ट सेलिंग ऑथरचा सन्मान प्राप्त झालेल्या 'द हाय ५ हॅबिट' या पुस्तकाचे लेखक आणि पारितोषिक विजेत्या 'द मेल रॉबिन्स' पॉडकास्टचे होस्ट.

'सातत्यानं अत्यंत विलक्षणपणे दिवस व्यतीत करण्याच्या पहाटेच्या नित्यक्रमांच्या शक्तीची माहिती सांगणारं तितकंच विलक्षण सुंदर पुस्तक. अशा नित्यक्रमामुळे जीवन खरोखरच अतिशय विस्मयजनक होतं.'

–रॉबिन शर्मा, #१ 'द मंक हू सोल्ड हिज फेरारी' आणि 'द ५ एएम क्लब' या जागतिक स्तरावरच्या उत्तम खपाच्या पुस्तकांचे लेखक.

'हॅल एल्रॉड बुद्धिमान आहेत आणि 'द मिरॅकल मॉर्निंग' या त्यांच्या पुस्तकाने माझ्या जीवनावर जादू केली. हॅलनी तयार केलेल्या एस.ए.व्ही.ई.आर.एस. या आद्याक्षरांनी तयार होणाऱ्या 'सेव्हर्स' या संक्षिप्त शब्दातून उत्तम आचरणांचा बोध होतो. मानवी जाणिवेच्या कित्येक शतकांच्या विकासातून ही आचरणं विकसित झाली आहेत आणि त्यांच्यातून उत्तमातील उत्तम आचरणं सकाळच्या दैनंदिन विधीतून देण्यात आली आहेत. आता हे विधी माझ्या दिवसाचा एक भाग आहेत.'

–रॉबर्ट कियोसाकी, 'रिच डॅड, पुअर डॅड' या उत्तम खपाच्या आणि वैयक्तिक वित्तविषयक सार्वकालिक अव्वल क्रमांकाच्या पुस्तकाचे लेखक.

'आई, उद्योजिका आणि व्यावसायिक खेळाडू यांपैकी कोणतीही भूमिका पार पाडताना, पहाटेच्या चमत्काराच्या आचरणांच्या या एका नित्यक्रमानं रोजच माझ्यातील उत्तम गोष्ट पाहण्यास मला सक्षम केलं आहे.'

–ललिता अली, १८ वेळा जागतिक पातळीवरची अजिंक्य चॅम्पियन मुष्टियोद्धा (बॉक्सर) आणि अमेरिकन टेलिव्हिजनवरचं प्रसिद्ध व्यक्तिमत्त्व.

'हॅल एल्रॉल्ड ज्या प्रकारचं जीवन जगले, तसं जीवन जगताना बहुतांश लोक कोलमडून गेले असते. मात्र कसं कोण जाणे, पण आपल्या वैयक्तिक आणि व्यावसायिक अशा दोन्ही जीवनांमधील सर्व प्रकारच्या शोकांतिकांना त्यांनी अत्यंत

यशस्वी दृष्टिकोनात परिवर्तित केले. आपल्याला काम करण्याची इच्छा असेल तर अगदी सगळ्या गोष्टी आपल्याला प्रतिकूल असल्या तरी, आपण खरोखरची महानता प्राप्त करून घेऊ शकतो याची आठवण करून देणारं एक उदाहरण म्हणूनच त्यांच्याकडे पाहिलं पाहिजे.'

–टॉम बिल्यू, नावीन्यपूर्ण कल्पना लढवणारे उद्योजक, इम्पॅक्ट थिअरीचे होस्ट आणि निर्माते, मार्गदर्शक, वक्ते आणि पारितोषिकप्राप्त स्क्रीनरायटर.

'तुम्हाला खरोखरच हवं असलेलं आयुष्य निर्माण करण्यासाठी तुम्ही ज्या प्रकारची व्यक्ती होणं आवश्यक असतं तशी व्यक्ती होण्यासाठी 'द मिरॅकल मॉर्निंग' वाचा.'

–जेजे व्हर्जिन, 'द व्हर्जिन डाएट' या उत्तम खपाच्या पुस्तकाचे न्यू यॉर्क टाइम्स बेस्ट सेलिंग ऑथर आणि 'वेल बिआँड ४० विथ जेजे व्हर्जिन' पॉडकास्टचे होस्ट.

'मी हॅलला अनेक वर्षांपासून ओळखतो. अनेक प्रसंगी जवळजवळ मृत्यूच्या दाढेत पोहोचलेल्या अवस्थेपर्यंत जाऊन परतलेल्या हॅलनी त्यांच्या पुस्तकाच्या माध्यमातून लाखो लोकांच्या जीवनाचा कायापालट घडवून आणण्यास मदत केली आहे. आपण सगळ्या आव्हानांवर मात करून आपल्याला हवं तसं आयुष्य घडवू शकतो आणि जगावर आपल्याला हवा असलेला प्रभाव टाकू शकतो, हे दाखवून देणारं हॅल हे जिवंत उदाहरण आहे. हे कसं घडू शकतं हे या पुस्तकातून समजतं.'

–ल्युईस हॉवेस, 'द ग्रेटनेस माइंडसेट' या उत्तम खपाच्या पुस्तकाचे न्यू यॉर्क टाइम्स बेस्टसेलर ऑथर म्हणून गौरवले गेलेले लेखक.

'हॅलना इतर लोकांविषयी वाटणारी आत्यंतिक कळकळ ही मला आवडणारी त्यांची एक गोष्ट आहे. 'द मिरॅकल मॉर्निंग' हे पुस्तक त्यांच्या याच भूतदयेतून आणि समरसतेतून निर्माण झालं आहे. हे पुस्तक हॅल यांच्या अंतःकरणातून जन्मलं आहे, हेच या पुस्तकाचं एका चळवळीत रूपांतर झालं त्यामागचं खरं कारण आहे. अद्याप हे पुस्तक न वाचलेल्यांपैकी तुम्हीही असाल, तर तुम्ही कशाची वाट पाहत आहात? ते फक्त तुमच्या सकाळींनाच बदलून टाकणार नाही, तर इतरही अनेक गोष्टी बदलेल. खरं तर ते तुमचं संपूर्ण जीवनच बदलून टाकेल.'

–जो पोलिश, 'जीनियस नेटवर्क'चे संस्थापक आणि 'व्हॉट्स इन इट फॉर देम' या उत्तम खपाच्या पुस्तकाचे लेखक. वॉल स्ट्रीट जर्नल बेस्ट सेलिंग ऑथर.

'हॅल एल्रॉडहून अधिक दयाळू, अधिक भूतदयावादी, समरसतापूर्ण व्यक्ती मला माहीत नाही. या पुस्तकाच्या पाना-पानातून ही समरसता चमकत राहते. 'द मिरॅकल

मॉर्निंग' ही एक प्रक्रिया झाली आहे. हे फक्त हॅल यांच्या व्यवहार्य दृष्टिकोनामुळेच घडलेलं नाही, तर त्यांच्या मोहिमेतील प्रामाणिकपणामुळेही घडलं आहे. तुमच्या सकाळी आणि तुमचं जीवन तुम्हाला आश्चर्यजनक, चमत्कृतिपूर्ण करायचं असेल तर हे पुस्तक जरूर वाचा!'

–ॲना डेव्हीड, 'द मिरॅकल मॉर्निंग फॉर ॲडिक्शन रिकव्हरी' या पुस्तकासह उत्तम खपाच्या आठ पुस्तकांच्या लेखिका. न्यू यॉर्क टाइम्स बेस्टसेलिंग ऑथर.

'पहाटेच्या चमत्काराची आचरणं पार पाडणं ही वैयक्तिक कायापालटाची सिद्धहस्त पद्धती आहे. माझ्या आयुष्यात मी तिचा उपयोग केला आहेच, शिवाय माझ्या विद्यार्थ्यांना हॅल यांच्या अध्यापनाचा लाभही मिळवून दिला आहे. हे पुस्तक जरूर वाचा. त्यानंतर तुमच्या जीवनाच्या प्रत्येक पैलूचा कमाल विकास करवून घेण्याची क्षमता तुम्हाला प्राप्त होईल.'

–डॉ. बेंजामिन हार्डी, मानसशास्त्रज्ञ आणि 'बी युवर फ्युचर सेल्फ नाऊ' या पुस्तकाचे लेखक.

'तुमच्या आरोग्यात सुधारणा करण्यासाठी तुमच्या सकाळच्या नित्यक्रमवर प्रभुत्व मिळवणं हे तुम्ही उचललेलं एक अत्यंत महान पाऊल असेल. सूर्योदयापूर्वी तुमच्या जीवनाचा कायापालट घडवून आणण्यासाठी आचरणात आणावयाची प्रभावी प्रक्रिया टप्प्याटप्प्यानं शिकण्यासाठी सगळ्यांनाच मी या पुस्तकाचा अभ्यास करण्यास सुचवते. मला हॅल यांचं अंतःकरण, त्यांचं उद्दिष्ट, त्यांनी हाती घेतलेली मोहीम आणि एका वेळी एका सकाळच्या साहाय्यानं जगातील दुःख दूर करण्याची त्यांची इच्छा, या गोष्टी आवडल्या.'

–डॉ. मिंडी पेल्झ, 'फास्ट लाईक अ गर्ल' आणि 'मेनोपॉज रिसेट' या आंतरराष्ट्रीय स्तरावरील उत्तम खपाच्या पुस्तकांच्या लेखिका.

'तुम्हाला जर चमत्कारांविषयीचं एखाद्याचं म्हणणं ऐकायचं असेल तर तुम्ही हॅल एल्रॉडचं म्हणणं ऐका.'

–डेव ॲस्प्रे, 'बुलेटप्रूफ कॉफी'चे संस्थापक. 'द बुलेटप्रूफ डाएट' व 'सुपर ह्यूमन' या पुस्तकांसह आठ वेळा न्यू यॉर्क टाइम्स बेस्टसेलिंग ऑथरनं सन्मानित.

'हॅल एल्रॉड यांनी 'द मिरॅकल मॉर्निंग'च्या लेखनाला सुरुवात केल्यापासूनच मी त्यांच्या शब्दांचं, त्यांच्या जीवनाचं, त्यांच्या स्फूर्तीचं अनुसरण करत आहे. माझ्या स्वतःच्या जीवनासह लाखो लोकांच्या जीवनांचा कायापालट घडवून आणल्यानंतर

आता ही नवीन आणि विस्तारित आवृत्ती लिहून हॅल यांनी आपल्याला खरोखरच एक अनमोल भेट दिली आहे. 'मिरॅकल मॉर्निंग'नं माझं जीवन बदलवून टाकलं.'

–जेम्स अल्तुशर, 'चूज मायसेल्फ' या पुस्तकाचे वॉल स्ट्रीट जर्नल बेस्ट ऑथर आणि 'द जेम्स अल्तुशर शो'चे होस्ट.

'तुमच्या जीवनात ज्या यशाची निर्मिती करण्याची तुमची इच्छा असते, त्याचा पाया पहाटेच्या किंवा अगदी सकाळच्या वेळीसुद्धा केलेल्या आचरणांच्या या सरावातून घातला जाऊ शकतो. तुमच्या दृष्टिकोनानुसार तुम्ही जगत असताना, ज्या सवयींवर अवलंबून राहता येईल अशा सवयी विकसित करण्यास पहाटेच्या चमत्काराच्या या आचरणांमुळे तुम्ही सक्षम व्हाल.'

–ऑनरी कॉर्डर, प्रकाशन व्यूहरचनाकार, 'राइट युवर फर्स्ट नॉनफिक्शन बुक' या पुस्तकासह ५०हून अधिक पुस्तकांच्या लेखिका.

'माझा पहाटेच्या चमत्काराच्या आचरणांचा' नित्यक्रम ही माझ्या रोजच्या कार्यक्रमांमधील पहिली गोष्ट असते. या दैनंदिन विधीमुळे माझ्या जीवनात किती परिवर्तन घडून आलं आहे, ते मी तुम्हाला शब्दांत सांगूच शकणार नाही. हा साधा विधी आहे. तो विज्ञानाधारित आहे आणि त्याचे परिणामच त्याच्या प्रभावीपणाविषयी भाष्य करतात. तुमच्या जीवनावर तुम्हाला नियंत्रण मिळवायचं असेल आणि तुम्हाला हवी असलेलीच तुमची जीवनकथा लिहायची असेल, तर त्यासाठीची विस्तृत रूपरेषा म्हणून, 'द मिरॅकल मॉर्निंग' आहेच.'

–शॉन स्टिव्हेन्सन, 'ईट स्मार्टर अँड स्लीप स्मार्टर' या उत्तम खपाच्या पुस्तकाचे लेखक.

'हॅल एल्रॉड हे 'बोले तैसा चाले' ही उक्ती जगणारी एक व्यक्ती आहेत. त्यांनी अशक्य कोटीतील अनेक आव्हानांवर मात केली आहे. तुम्हीही हे करू शकता आणि तुमच्या स्वप्नातील जीवन जगू शकता, हे त्यांनी सिद्ध करून दाखवलं आहे. 'द मिरॅकल मॉर्निंग' हे पुस्तक स्वतःलाच भेट म्हणून द्या. ते वाचा आणि तुम्हाला हव्या असलेल्या जीवनाची निर्मिती करा.'

–नेका पास्कल, 'अर्बन रेमेडी'च्या संस्थापिका आणि मुख्य उत्पादन अधिकारी.

'मानवतेच्या जाणीवजागृतीच्या उत्थानासाठी आपलं जीवन समर्पित केलेल्या व्यक्तीविषयी भाष्य करण्यास मला ज्ञानाच्या अनुयायी साधकांनी परवानगी दिली आहे. हॅल एल्रॉड यांनी अनेक सुंदर, प्रभावी पुस्तकांचं लेखन केलं आहे, परंतु

त्यांचं अगदी अलीकडचं पुस्तक हा त्यांच्या लेखनप्रवासातील मैलाचा दगड ठरला आहे. हॅल जणू काही तुमच्याशी संभाषण करत असल्याप्रमाणे लिहितात, ही गोष्ट मला सर्वाधिक भावली. जणू काही आपण सगळे जण एकत्र बसलो आहोत आणि चहाचा वाफाळता कप हातात घेऊन गप्पा मारत आहोत, अशी भावना त्यांचं पुस्तक वाचताना निर्माण होते. मी त्यांना विचारलं होतं की, माझ्या जीवनाचा कायापालट मला कसा करून घेता येईल? मित्रांनो, हे पुस्तक म्हणजे या प्रश्नाचं त्यांनी दिलेलं उत्तर आहे. या पुस्तकाच्या पानांमध्ये– तुमच्या खरोखरच्या स्वत्वाचा मार्ग प्रकाशमान करून तुमच्या खरोखरच्या क्षमता खुल्या करण्याच्या आणि तुमच्या इच्छित जीवनाची निर्मिती करण्याच्या मार्गाचा नकाशा आहे. लाखो लोकांना त्यांच्या शिकवणुकींच्या माध्यमातून आपल्या अंतर्यामीच्या शक्तीचा उपयोग करण्याची आणि रोजच्या रोज आपल्या जाणिवेचा उत्कर्ष करून घेण्याची क्षमता लाभली आहे. हॅल एल्रॉड हे या जगातील प्रकाशाचा दीपस्तंभ आहेत. ते आपल्याला सगळ्यांना अधिक तेजस्वी भवितव्याच्या दिशेनं जाण्यासाठी मार्गदर्शन करत आहेत. या पवित्र ग्रंथातील विद्वत्ता आत्मसात करा आणि तुमच्या खऱ्या क्षमतेला खुली करा. ज्याप्रमाणे या क्षमतेनं माझ्या जीवनाचा कायापालट घडवून आणला, त्याप्रमाणेच तिला तुमच्याही जीवनाचा कायापालट घडवून आणू द्या.'

–ड्र्यू कॅनोल, 'ऑरगॅनिफी'चे संस्थापक आणि सीईओ.

'द मिरॅकल मॉर्निंग' हे महत्त्वाचं पुस्तक आहे, कारण प्रत्येकाची सकाळ महत्त्वाची असते आणि त्याच वेळी ती नेहमीच सगळ्यांना महत्त्वाची वाटतेच असं नाही. हॅलनी त्यामागचं शास्त्र तपासलं आहे. काही शोध लावले आहेत आणि त्यांच्या झोपेत सुधारणा घडवून आणण्यासाठी त्यांनी माझ्याबरोबर काम केलं आहे. या आश्चर्यकारक, सुरेख, सुधारित आवृत्तीतून ते सगळं दिसून येत आहे. एक आघाडीचा निद्रातज्ज्ञ म्हणून मी प्रत्येकाच्या सर्वांगीण आरोग्यातील एक महत्त्वपूर्ण पाऊल म्हणून याकडे पाहतो. एका वेळी एका सकाळी जाणिवेला उन्नत करणं, याविषयीचा नवीन विभाग पाहून मी खरोखरच रोमांचित झालो आहे. अशाच प्रकारे स्वप्नं सत्यात उतरतात आणि निद्रेचा डॉक्टर म्हणून मला हे माहीत आहेच.'

–मायकेल जे. ब्रुस, पीएच.डी. thesleepdoctor.com
(दस्लीपडॉक्टरडॉटकॉम)चे संस्थापक.

'हॅल एल्रॉड यांचं एखादं पुस्तक वाचणं ही त्यांना वैयक्तिकरीत्या समजून घेण्यातील पुढची पायरी असते. 'द मिरॅकल मॉर्निंग'चं वाचन करताना हॅल तुमच्या बाजूला बसून तुमच्या जीवनाचा कायापालट करत असल्यासारखं वाटत राहतं.'

–कॉडी सँचेझ, 'कॉन्ट्रारिअन थिंकिंग'चे संस्थापक

‘आपण सकाळी लवकर उठू शकणार नाही असं तुम्ही समजत असलात तरीही, तुमच्या वैयक्तिक विकासासाठी तुम्हाला एक साधी, सिद्ध करण्यात आलेली चौकट देऊन ‘द मिरॅकल मॉर्निंग’ तुमच्या जीवनातील प्रत्येक क्षेत्रातील यशाकरिता तुम्हाला तयार करतं.’

–डॅन मार्टेल, ‘बाय बॅक युवर टाइम’ या पुस्तकाचे लेखक. या पुस्तकामुळे त्यांना डब्ल्यूएसजे बेस्टसेलिंग ऑथरचा सन्मान लाभला.

‘हे पुस्तक वाचल्यापासूनच, हॅलनी जे जे शिकवलं आहे, ते करण्यासाठी माझा सकाळचा वेळ मी वापरत आहे. ‘द मिरॅकल मॉर्निंग’ हे माझ्या दृष्टीनं कायापालट घडवून आणण्याचं काम करणाऱ्या गोष्टीहून कुठल्याही बाबतीत यत्किंचितही कमी नाही. तुमच्यासाठीही ते तसंच काम करेल. तुम्हाला गरज असलेल्या सगळ्या गोष्टी या पुस्तकात आहेत. तुमच्या उत्तम जीवनाची सुरुवात आता होत आहे.’

–माईक मिखालोविच, ‘प्रॉफिट फर्स्ट अँड ऑल इन’ या उत्तम खपाच्या पुस्तकाचे लेखक.

‘द मिरॅकल मॉर्निंग’ ही जीवनावर प्रेम करण्याची, तृप्ततेचा अनुभव घेण्याची माझी गुरुकिल्ली आहे. त्याबरोबरच कौशल्यं, आत्मजागृती आणि वैयक्तिक शक्ती विकसित करण्याचीही ती गुरुकिल्ली आहे. अशा प्रकारे माझ्या दिवसाची सुरुवात करून मी अधिक समृद्धीची निर्मिती केली आहे आणि अत्यंत अवघड परिस्थिती व वेळा हाताळल्या आहेत. माझं जीवन अधिक संपत्तीनं समृद्ध झालं आहे. त्याबद्दल मी ‘द मिरॅकल मॉर्निंग’चा आभारी आहे.’

–गॅरेट गुंडेनर्सन, न्यू यॉर्क टाइम्स आणि वॉल स्ट्रीट जर्नल बेस्ट सेलर ऑथर.

‘द मिरॅकल मॉर्निंग वाचून आधीच आपल्या जीवनांचा कायापालट घडवून आणलेल्या लाखो लोकांनी हे सिद्ध केलं आहे की, फक्त तुमच्या दिवसाची सुरुवात करण्यात बदल करून तुमच्या जीवनात तुम्ही परिवर्तन घडवून आणू शकता. हॅल जे काही करतात ते सगळंच कायापालट घडवून आणणारं असतं, कारण त्यांचं अंतःकरण तितकं विशुद्ध आणि चांगलं आहे.’

–कॅथी हेलर, ‘डोन्ट कीप युवर डे जॉब’ या उत्तम खपाच्या पुस्तकाच्या लेखिका आणि ‘द कॅथी हेलर’ पॉडकास्टच्या होस्ट.

‘मी नेहमीच निशाचर होतो. त्यामुळे पहाटे उठून, त्या वेळचा नित्यक्रम ठरवणं हा कधीही माझ्या समोर असलेला पर्याय नव्हता आणि मला त्याचं आकर्षणही नव्हतं.

माझ्या तत्कालीन वेळापत्रकानुसार वागूनही सगळ्या गोष्टी सुरळीतपणे सुरू होत्या. मग जर एखादी गोष्ट तुटली-फुटली नसेल तर अकारण तिला जोड देण्यात काय अर्थ होता? परंतु वैयक्तिक जीवनांमध्ये आणि व्यावसायिक यशांमध्ये लोकांचे सकाळचे नित्यक्रम किती मूल्यवान असतात, ते मी सातत्यानं ऐकत होतो. म्हणून मी 'द मिरॅकल मॉर्निंग'चा वापर करून पाहण्याची बांधिलकी पत्करली. आता गेल्या अनेक वर्षांपासून मी हा नित्यक्रम पार पाडत आहे आणि माझ्या एकाग्रतेवर, मनःस्थितीवर आणि माझ्या कार्यक्षमतेवर त्याचा खूप मोठा सकारात्मक परिणाम झाल्याचं मला आढळलं आहे.'

–पॅट फ्लिन, 'विल इट फ्लाय' या पुस्तकाचा वॉल स्ट्रीट जर्नल बेस्टसेलर ऑथर आणि 'स्मार्ट पॅसिव्ह इनकम' पॉडकास्टचा होस्ट.

'द मिरॅकल मॉर्निंग'च्या साहाय्यानं हॅलनी लाखो लोकांना मदत केली आहे. ज्या लोकांनी हे पुस्तक वाचलं त्यांच्यामध्ये परिवर्तन तर घडून आलंच, पण त्याबरोबरच वाचकांना त्यांच्या बाबतीत घडलेल्या उत्तम गोष्टी इतरांना दाखवण्याची संधी आणि क्षमताही प्राप्त झाली. तुमच्या जीवनातून सर्वाधिक गोष्टी मिळवण्यास हे एक पुस्तक तुम्हाला सक्षम करेल. त्याद्वारे तुम्ही प्रेम करत असलेल्या लोकांना तुम्ही मदत करू शकाल आणि त्यांना तुम्ही करत असलेल्या गोष्टी करण्यास प्रवृत्त करू शकाल.'

–कॅमेरॉन हेरॉल्ड, 'व्हिविड व्हिजन' आणि 'सेकंड इन कमांड' या पुस्तकांचे लेखक आणि 'द मिरॅकल मॉर्निंग फॉर आंत्रप्रेनर' या पुस्तकाचे सहलेखक.

'हॅल एल्रॉडनी मात करणं अशक्य असलेल्या अडथळ्यांना तोंड दिलं आणि तरीही त्या सर्वांवर मात करून असामान्य उद्दिष्टं साध्य केली. 'द मिरॅकल मॉर्निंग'मध्ये तुमच्या समोरच्या आव्हानांवर कशी मात करावी, ते तुम्हाला शिकता येईल आणि तुम्हाला जीवनात हवं असलेलं सारं काही साध्य करता येईल.'

–वासवी कुमार, व्हॉइसओव्हर कलाकार आणि 'से इट आउट लाउड'चे लेखक.

'तुम्ही जगातील सर्वाधिक यशस्वी लोकांचा अभ्यास केला तर तुमच्या असं लक्षात येईल की, त्या सर्वांनीच पहाटेच्या या जादूई रचनात्मक नित्यक्रमाला सुरुवात केली आहे आणि तो त्यांच्या यशाचा एक महत्त्वाचा घटक आहे. आपण पहाटे उठू शकत नाही असं तुम्हाला वाटत असलं तरी 'द मिरॅकल मॉर्निंग' तुम्हालाही यशस्वी लोकांप्रमाणेच यश मिळवण्यास सक्षम करेल.'

–रॉब डायल, 'माइंडसेट मेंटॉर' पॉडकास्टचे होस्ट आणि 'लेव्हल अप' या पुस्तकाचे लेखक.

‘वॉव! तुमच्या जीवनात सुधारणा घडवण्याचा विचार तुम्ही करत असाल तर तुम्ही हे पुस्तक वाचलंच पाहिजे. सकाळच्या आदर्श नित्यक्रमाचा पाया घालण्याची रूपरेषा आखण्याचं प्रभावी काम हॅलनी केलं आहे. हा नित्यक्रम आचरणात आणणं किती साधं आहे ते त्यांनी वाचकांना दाखवून दिलं आहे. माझ्यासाठी तर माझ्या आयुष्याची दिशाच बदलून गेली आणि तुमच्याही बाबतीत तसंच घडेल याविषयी माझी खात्रीच आहे.’

–डेव्हीड नर्स, जागतिक कीर्तीचे मनोरचनातज्ज्ञ, डब्ल्यूएसजे बेस्टसेलिंग ऑथर. महत्त्वाच्या सर्वोच्च श्रेणीतील ५० अव्वल व्याख्यात्यांपैकी एक. (खरोखरचे नेते.)

‘मी पहाटे उठत नव्हतो, परंतु अधिक चांगल्या सकाळींची उभारणी करून अधिक चांगल्या जीवनाची उभारणी करण्याचं माझ्याकडे नसलेलं साधन ‘द मिरॅकल मॉर्निंग’नं मला दिलं. तुम्हाला सकाळी लवकर उठण्याचा कंटाळा किंवा अगदी तिरस्कार वाटत असला तरीही हे पुस्तक वाचाच.’

–रायन डैस, उद्योजक, गुंतवणूकदार आणि थ्री इंक ५०० कंपनीजचे संस्थापक. यात डिजिटल मार्केटर डॉटकॉम आणि द स्केलेबल कंपनी यांचा समावेश आहे.

‘तुमच्याकडच्या धाडसी क्षमतेला सक्रिय करण्याची आणि रोज सकाळी ‘आजचा दिवस’ अत्यंत महत्त्वपूर्ण करण्यासाठी सज्ज होण्याची तुमची इच्छा आहे का? हॅल एल्रॉड हे तुम्हाला हे करण्यास मदत करणारे मार्गदर्शक आहेत. हॅल यांच्या या पुस्तकाच्या मूळ आवृत्तीनं माझं जीवन बदलवून टाकलं आणि माझ्या कामाला गाढ स्फूर्ती दिली. ही अद्ययावत करण्यात आलेली सुधारित आणि विस्तारित आवृत्ती आणखी अधिक प्रभावशाली आहे. हे पुस्तक घ्या, मिळवा. ते वाचा. त्याच्यातील विद्वत्तेचा वापर करा आणि त्यानुसार उद्याच सकाळपासून सुरुवात करून तुमचं जीवन बदलून टाका.’

–ब्रायन जॉन्सन, ‘हेरॉईक’चे संस्थापक आणि सीईओ, ‘एआरईटीई : ॲक्टिव्हेट युवर हेरॉईक पोटेन्शिअल’ या पुस्तकाचे लेखक.

‘मोठा होत असताना माझ्या मनात असामान्य महत्त्वाकांक्षा होत्या, परंतु माझी शाळेतील कामगिरी फारशी चांगली नव्हती. म्हणून मी सातत्यानं सुधारणा करण्याचे मार्ग शोधत होतो. अखेरीस मला यशाची चव चाखता आली असली तरी मी सातत्यानं अथकपणे आत्मसुधारणेचा पाठपुरावा करत होतो. आज अद्यापही ज्या ज्या ठिकाणी मी कमी पडत असल्याचं मला आढळतं त्या त्या ठिकाणी सुधारणा करण्यासाठी मी ‘द मिरॅकल मॉर्निंग’ नियमितपणे पुनःपुन्हा वाचतो. अशा प्रकारे

मी सातत्यानं पुनर्वाचन करत राहिलेल्या पुस्तकांची संख्या अल्प आहे. पण अशा पुस्तकांमध्ये 'द मिरॅकल मॉर्निंग'चा समावेश आहे. आपण सगळेच जण असं करत असू. मला जिथे जायचं आहे, तिथपर्यंत जाण्यासाठी मी काय करण्याची गरज आहे, याची आठवण करून घेण्यासाठी मी हे पुस्तक पुनःपुन्हा वाचतो.'

–डॅन काल्डवेल, 'ग्लोबल कॉम्बॅट स्पोर्ट्स ब्रँड टॅपआउट'चे सहसंस्थापक, 'द प्रेटी अँड पंक' पॉडकास्टचे होस्ट.

'द मिरॅकल मॉर्निंग हे चमत्कार वाटावा अशा जीवनाची निर्मिती करण्याचं एक सूत्र आहे. गेल्या १२हून अधिक वर्षांपासून मी हॅल यांच्या पहाटेच्या किंवा सकाळच्या प्रभावशाली आचरणांची माहिती माझ्या जगभरातील विद्यार्थ्यांना देत आहे. मला एस.ए.व्ही.ई.आर.एस. आवडतात. माझ्या स्वप्नांना सत्यात उतरवण्यास मदत करण्यात त्यांचा महत्त्वाचा वाटा आहे. हे पुस्तक वाचा, तुम्ही त्याच्यातून जे शिकाल त्याची अंमलबजावणी करा आणि मग तुमची सगळी स्वप्नं सत्यात उतरण्यास सुरुवात झाल्याचं पाहा. 'द मिरॅकल मॉर्निंग' ही खरोखरच सातत्यानं काही ना काही देत राहणारी एक भेट आहे.'

–दशामा, 'फ्लो स्टेट इन्स्टिट्यूट आणि ब्राइट माइंड फाउंडेशन'च्या संस्थापिका. 'जर्नी टू जॉयफुल'च्या लेखिका, ३०–डे योग चॅलेंज ™hच्या निर्मात्या.

'ज्या ज्या वेळी हॅल आणि त्यांच्या कुटुंबीयांसमवेत मी बाहेर जातो, त्या वेळी आनंदीपणा, यश आणि सुख यांनी भरलेल्या जीवनाची निर्मिती फक्त योगायोगानं होत नाही, याची मला नेहमीच आठवण होत राहते. तुम्ही अशा प्रकारच्या जीवनाची निर्मिती करण्यास तयार असाल तर ती कशी करावी हे दाखवणारा 'द मिरॅकल मॉर्निंग' हा एक प्रभावी, तज्ज्ञ मार्गदर्शक आहे.

–जेपी सिर्श, पती, पिता, लेखक आणि विनोदी अभिनेता.

'तुम्ही आतापर्यंत वाचलेल्या पुस्तकांपैकी हे सर्वाधिक प्रभावशाली पुस्तक असू शकेल, कारण ते तुम्हाला रोज जिंकण्यासाठी सज्ज करतं. एका वेळी एका सकाळीचा आणि एका दिवसाचा उपयोग करत राहून – अशाच प्रकारे तुम्ही असामान्य जीवनाची निर्मिती करू शकता.'

–जैरेक रॉबिन्स, 'लीव्ह इट!' या पुस्तकाचे लेखक आणि पारितोषिक विजेते कामगिरी मार्गदर्शक.

'हे पुस्तक वाचून आणि पहाटेचा चमत्कार कसा प्रत्यक्षात येतो याच्या हॅल एल्रॉडनी सांगितलेल्या रूपरेषेचा उपयोग करून तुमच्या जीवनात तुम्ही संपूर्ण परिवर्तन घडवून आणू शकता. 'द मिरॅकल मॉर्निंग' हा तुमच्या दिवसाची सुरुवात करण्याचा आवश्यक आणि हुशारीचा मार्ग तर आहेच, परंतु त्याखेरीज पूर्णपणे नवीन जीवनाची सुरुवात करण्याचा आणि तुमचं नूतनीकरण करण्याचाही तो मार्ग आहे.'

–मार्क ग्रोव्ह्ज, 'क्रिएट द लव्ह'चे संस्थापक, 'लिबरेटेड लव्ह'चे लेखक.

हॅल एल्रॉड यांची आणखी प्रकाशित पुस्तके

द मिरॅकल इक्वेशन

टेकिंग लाइफ हेड ऑन

द मिरॅकल मॉर्निंग मालिका

द मिरॅकल मॉर्निंग फॉर सेल्स पीपल

द मिरॅकल मॉर्निंग फॉर रिअल इस्टेट एजंट्स

द मिरॅकल मॉर्निंग फॉर नेटवर्क मार्केटर्स

द मिरॅकल मॉर्निंग फॉर पॅरेंट्स अँड फॅमिलीज

द मिरॅकल मॉर्निंग आर्ट ऑफ अॅफर्मेशन्स

द मिरॅकल मॉर्निंग फॉर आंत्रप्रेनर्स

द मिरॅकल मॉर्निंग मिल्यनेअर्स

द मिरॅकल मॉर्निंग फॉर अॅडिक्शन्स रिकव्हरी

द मिरॅकल मॉर्निंग फॉर कपल्स

द मिरॅकल मॉर्निंग फॉर ट्रान्सफॉर्मिंग युवर रिलेशनशिप

द मिरॅकल मॉर्निंग फॉर टीचर्स

द मिरॅकल मॉर्निंग फॉर कॉलेज स्टुडंट्स

द मिरॅकल मॉर्निंग जर्नल

द मिरॅकल मॉर्निंग कम्पॅनिअन प्लॅनर

द मिरॅकल मॉर्निंग

द मिरॅकल इव्हिनिंग आणि द मीरॅकल लाइफ या नवीन प्रकरणांसह विस्तारित अद्ययावत आवृत्ती!

पहाटे किंवा निदान सकाळी आठच्या आधी आचरणात आणलेल्या या ६ सवयींमुळे तुमच्या जीवनाचा नक्कीच कायापालट घडून येईल

हॅल एल्रॉड

अनुवाद : मीना शेटे-संभू

MANJUL

मंजुल पब्लिशिंग हाउस

First published in India by

MANJUL

Manjul Publishing House

Corporate and Editorial Office
•2nd Floor, Usha Preet Complex, 42 Malviya Nagar,
Bhopal 462 003 – India
Sales and Marketing Office
•C-16, Sector 3, Noida, Uttar Pradesh 201301, India
Website: www.manjulindia.com
Distribution Centres
Ahmedabad, Bengaluru, Bhopal, Kolkata, Chennai,
Hyderabad, Mumbai, New Delhi, Pune

Marathi translation of *The Miracle Morning* by *Hal Elrod*

The Miracle Morning First published by Hal Elrod in 2023

Marathi edition first published in 2024
by Manjul Publishing House Pvt. Ltd.

ISBN: 978-93-5543-398-5

Translation by: Meena Shete-Sambhu

Printed and bound in India by Repro India Limited

*माझी जीवनभराची सहचारिणी, माझी पत्नी,
माझी झ्यूस आणि मी ओळखत असलेल्या व्यक्तींपैकी
सर्वाधिक असामान्य व्यक्ती असलेल्या अर्सुलाला,
आणि सोफिया व हॅल्स्टेन यांना अर्पण.*

*सोफिया आणि हॅल्स्टेन यांचा पिता होणं ही माझ्या आयुष्यातील इतर
कुठल्याही गोष्टीपेक्षा अर्थपूर्ण बाब आहे. त्यामुळे माझ्यावर
ईश्वरी कृपा झाली आहे, असं मला वाटतं.*

अनुक्रमणिका

प्रस्तावना

हॅल एल्रॉड हे बुद्धिमान आहेत आणि 'द मिरॅकल मॉर्निंग' या त्यांच्या पुस्तकानं माझ्या जीवनात जादू घडवून आणली आहे.

मी सन १९७३पासून मानवी क्षमता/वैयक्तिक विकास चळवळीत काम करत आहे. त्या वेळी मी पहिलंच ईएसटी प्रशिक्षण पूर्ण केलं आणि माझ्या समोर शक्यतांचं नवीन जग खुलं झालं. तेव्हापासून मी विविध धर्म, प्रार्थना, ध्यानधारणा, योग, सकारात्मकता, मनःचक्षूंसमोर कल्पनाचित्र आणणं आणि एनएलपी (न्युरोलिंग्विस्टिक प्रोग्रॅमिंग) यांचा अभ्यास केला. मी आगीवरून चाललो आणि इतर अनेक अपारंपरिक तत्त्वज्ञानांचा धांडोळा घेतला. त्यांच्यापैकी काही तर इतकी टोकाची आहेत की, त्यांचा इथे उल्लेख करणंही शक्य होणार नाही.

हॅल यांनी कित्येक शतकांमधून मानवी जाणीव विकसित होत असताना तिच्याबरोबरच विकसित झालेल्या उत्तम आचरणांचा समावेश एस.ए.व्ही.ई.आर. एस. (सेव्हर्स) या आद्याक्षरांमध्ये केला आहे आणि सकाळच्या दैनंदिन विधींमध्ये 'उत्तमातील उत्तम' आचरणांचं सार दिलं आहे. हे विधी हा आता माझ्या दिवसाच्या नित्यक्रमाचा भाग आहे.

अनेक लोक एस.ए.व्ही.ई.आर.एस.पैकी एक गोष्ट रोज करतात. उदाहरणार्थ, अनेक लोक 'ई' करतात. 'ई' याचा अर्थ एक्सरसाइज म्हणजेच व्यायाम असा आहे. अनेक लोक रोज सकाळी व्यायाम करतात. इतर लोक 'एस' याचा अर्थ मौन (सायलेन्स) किंवा ध्यान असा घेतात किंवा 'एस' म्हणजे लेखन करणं (स्क्रायबिंग) असं समजून रोज सकाळी लेखन करतात. परंतु हॅलनी एस.ए.व्ही.ई.आर.एस.मध्ये या सर्व गोष्टींना एकत्रित करेपर्यंत कोणीही ही सर्व सहा प्राचीन उत्तम आचरणं रोज सकाळी एकत्रितपणे करत नव्हतं.

अत्यंत व्यग्र, यशस्वी लोकांसाठी 'पहाटेच्या चमत्काराच्या आचरणांचा' हा अतिशय परिपूर्ण विधी आहे. एस.ए.व्ही.ई.आर.एस.च्या माध्यमातून दिवसाची सुरुवात करणं हे प्रत्येक सकाळी दिवसाची सुरुवात करण्याच्या आधी शरीरात, मनात आणि आत्म्यात इंधन भरण्यासारखं आहे. उड्डाणापूर्वी क्षेपणास्त्रात जसं इंधन भरलं जातं तसंच हे आहे.

माझ्या श्रीमंत वडलांनी मला नेहमीच असं सांगितलं होतं की, 'मी नेहमीच आणखी एक डॉलर कमवू शकतो, त्या डॉलरची निर्मिती करू शकतो, परंतु मी कधीही तोच दिवस दुसऱ्यांदा कमवू शकत नाही किंवा निर्माण करू शकत नाही.' तुमच्या जीवनातील प्रत्येक दिवस तुम्हाला जास्तीतजास्त मोठा, महान करायचा असेल तर 'मिरॅकल मॉर्निंग' वाचा.

–रॉबर्ट कियोसाकी

रॉबर्ट कियोसाकी हे त्यांच्या 'रिच डॅड, पुअर डॅड' या वैयक्तिक वित्त व्यवस्थापनविषयक पुस्तकासाठी न्यू यॉर्क टाइम्स बेस्ट सेलिंग ऑथर म्हणून नावाजले गेले आहेत. ते 'रिच डॅड कंपनी' या वित्तीय शिक्षणाधारित कंपनीचे संस्थापक आहेत.

या आवृत्तीत नवीन काय आहे?

या विस्तारित आवृत्तीतील नाट्यमय सुधारणा

मी सन २००८च्या महामंदीच्या काळात पहाटेच्या आचरणांच्या विधीची निर्मिती करण्याचा निर्णय घेतला, कारण त्या वेळी मी अतिशय निराश झालो होतो. माझं निम्म्याहून अधिक उत्पन्न मी गमावून बसलो होतो आणि जीवनाच्या जवळजवळ प्रत्येक क्षेत्रातच मी संघर्ष करत होतो. मी त्याआधी कधीही सकाळी लवकर उठत नव्हतो आणि पुढे-मागे कधीतरी मी लवकर उठू शकेन, असंही मला कधीच वाटलं नव्हतं. माझ्या जीवनाला कलाटणी देण्याचे प्रयत्न करत असताना मी सकाळी लवकर उठण्यास सुरुवात केली आणि वैयक्तिक विकासाच्या सहा कालातीत, आधीच सिद्ध झालेल्या गोष्टी आचरणात आणू लागलो, त्याद्वारे लाखो लोकांना मदत करण्याची गोष्ट तर सोडूनच द्या, पण एखाद्या दिवशी याच्यातूनच एखादं पुस्तक तयार होईल, अशी साधी कल्पनाही माझ्या मनाला त्या वेळी कधीच शिवली नव्हती!

या पुस्तकातून मी पहाटे करावयाचे सहा विधी शिकवले आहेत. त्यांचं आचरण करण्यास मी सुरुवात केली, त्याचं हे सलग पंधरावं वर्ष आहे. (मी सात आचरणांना प्राधान्य देतो, परंतु आमच्या साप्ताहिक डेट्सच्या रात्रींच्या दरम्यान मला अधिक काळ अंथरुणातच ठेवण्यास माझी पत्नी प्राधान्य देते.) गेल्या दशकभराहून अधिक काळात मी मिरॅकल मॉर्निंग कम्युनिटीच्या सदस्यांशी अन्योन्यक्रिया करत आहे आणि त्यांच्याकडून शिकत आहे. या गोष्टीचाही मला अधिक लाभ झाला आहे. माझ्या जीवनाच्या जवळजवळ प्रत्येक पैलूला जास्तीतजास्त परिणामकारक करण्याविषयी मी काहीसा झपाटून गेलो होतो आणि त्यामुळे मूळ पुस्तक लिहिल्यानंतर मी 'खूप' काही शिकलो. ते सगळे धडे मी या आवृत्तीत समाविष्ट केले आहेत.

विविध ऑनलाइन व्यासपीठांवर मी या पुस्तकाची हजारो, खरं म्हणजे ५०,००० हून अधिक परीक्षणं वाचली. त्यात ॲमेझॉन, ऑडिबल आणि गुडरिड्स

यांचा समावेश होता. या परीक्षणांमधील सामाईक मध्यवर्ती कल्पना मी शोधत होतो. मला वाचकांच्या मनात कोणते पैलू निनादत राहतात, रुंजी घालतात आणि कोणते पैलू त्यांच्या मनाला भिडत नाहीत, हे जाणून घेण्याची नेहमीच इच्छा असते. त्यामुळे मी काही बाबी काढून टाकू शकतो आणि काही सुधारणा करू शकतो.

माझ्या वैयक्तिक विकासाचा परिणाम म्हणून आणि वाचकांच्या व मिरॅकल मॉर्निंगमधील आचरणांचा सराव करणाऱ्यांच्या प्रतिक्रियांचा, प्रतिसादांचा आणि विनंतींचा परिणाम म्हणून मी प्रत्येक प्रकरणात सुधारणा केली. अगदी या पुस्तकाच्या जवळजवळ प्रत्येक पाना-पानावर मी सुधारणा केल्या आहेत. याशिवाय, लोकांनी मूळ पुस्तक वाचल्यानंतर आणि त्यातील पद्धतींचं अनुसरण केल्यानंतर, त्या आचरणात आणल्यानंतर अनेक प्रश्न विचारले. त्यांना उत्तरं देण्यावर मी लक्ष केंद्रित केलं. हे प्रश्न पुढीलप्रमाणे आहेत :

- *मी पहाटे उठत नसेन आणि मी लवकर उठू शकेन असं मला वाटत नसेल तर काय केलं पाहिजे?*
- *जर मी दीर्घ काळापासून 'पहाटेच्या चमत्काराच्या आचरणांचा' सराव करत असलो आणि त्यामुळे मला त्या गोष्टी शिळ्या झाल्यासारख्या वाटल्या तर काय करायचं? त्या पुन्हा एकदा मला ताज्यातवान्या आणि उत्साहवर्धक वाटाव्यात यासाठी काय केलं पाहिजे?*
- *मला प्रेरणाच मिळाली नसेल, मी आधीच माझ्या व्यग्र वेळापत्रकामुळे पार थकून गेलो असेन आणि आता माझ्या वेळापत्रकात कुठल्याही गोष्टीची भर घालण्याची कल्पनाही मी करू शकत नसेन तर काय करावं?*
- *विशिष्ट उद्दिष्टं साध्य करण्यासाठी किंवा मी तोंड देत असलेल्या अवघड आव्हानांवर मात करण्यासाठी माझ्या पहाटेच्या चमत्काराच्या आचरणांचा वापर मी कसा करू शकेन?*

मी याशिवाय आणखी दोन एकदम नवीन, कोऱ्या करकरीत प्रकरणांचा समावेशही या पुस्तकात केला आहे. आधी प्रकाशित करण्यात आलेल्या पुस्तकांमध्ये त्यांच्या संदर्भातील मजकूर नाही. प्रकरण ११ आणि १२ अशी ती दोन प्रकरणं आहेत. त्यांपैकी अकराव्या प्रकरणात संध्याकाळचा चमत्कार आणि बाराव्या प्रकरणात जीवनाचा चमत्कार यांविषयी माहिती देण्यात आली आहे.

संध्याकाळचा चमत्कार म्हणजेच द मिरॅकल इव्हिनिंग. यामुळे तुम्हाला गाढ झोपी जाण्यास मदत व्हावी म्हणून, तुमच्या मनात प्रामाणिकपणे कृतज्ञतेची, आनंदाची आणि शांततेची भावना निर्माण व्हावी याकरिता तयार करण्यात आलेल्या संध्याकाळच्या विधींनी तयार झालेली संक्षिप्त, टप्प्या-टप्प्याची योजना मिळेल.

विशेषतः जगणं कठीण झालं असेल आणि तुम्हाला तणावग्रस्तता व थकवा जाणवत असेल त्या वेळी कोणते विधी करावेत ते यामधून समजेल.

'जीवनाचा चमत्कार'मधून तुमच्या जाणिवेला कसं उन्नत करावं आणि अंतर्गत स्वातंत्र्याच्या अवस्थेपर्यंत तिला कसं न्यावं, ते शिकता येईल. त्यामुळे तुम्ही सक्रियपणे तुमच्या भावनांवर नियंत्रण मिळवू शकाल. तसेच तुमच्या सभोवतालच्या परिस्थिती काहीही असल्या आणि विशेषतः आयुष्य अवघड झालं असलं तरीही तुमच्या जीवनातील प्रत्येक क्षणाचा तुम्ही अनुभव घेऊ शकाल.

तुम्ही पहाटेच्या चमत्काराच्या आचरणांच्या बाबतीत एक तर नवखे असाल किंवा तुम्ही मूळ पुस्तक वाचलं असेल (अगदी त्याची पारायणं केली असतील), मात्र यांपैकी काहीही असलं तरी, प्रत्येक स्तरावरच्या वाचकांच्या गरजा भागवण्यासाठी आणि त्यांच्या अपेक्षा पूर्ण करण्यासाठी मी ही अद्ययावत आणि विस्तारित आवृत्ती लिहिली आहे. ही नवीन आवृत्ती आणि तिच्यात समाविष्ट करण्यात आलेल्या कथा व धडे यांमुळे तुमच्या जीवनावर तुम्ही प्रेम करू शकाल आणि तुम्ही कल्पना केल्यानुसार तुम्हाला अत्यंत असामान्य आयुष्याची निर्मिती करता येईल, अशी मला आशा आहे. याहून कमी गोष्टी तुम्हाला मिळाव्यात हे बरोबरच नाही.

नवीन मिरॅकल मॉर्निंग मिशन : एका वेळी एक सकाळ आणि एक व्यक्ती याप्रमाणे मानवतेच्या जाणिवेला उन्नत करणं

'द मिरॅकल मॉर्निंग' हे पुस्तक मी १२ डिसेंबर, २०१२ रोजी स्वतःच प्रकाशित केलं. पहाटेच्या नित्यक्रमामुळे मला आलेले अनुभव शक्य तितक्या अधिकाधिक लोकांपर्यंत पोहोचवावेत या हेतूनंच मी तसं केलं होतं. या पुस्तकामुळे आणि त्यापेक्षाही अधिक अचूक शब्दांत सांगायचं झालं तर पहाटेच्या चमत्काराच्या आचरणांच्या नित्यक्रमामुळे लोकांच्या जीवनांवर झालेले प्रचंड परिणाम पाहिल्यानंतर माझ्या मनातील जबाबदारीची जाणीव वाढली. मी अधिक व्यापक विचार करू लागलो आणि अखेरीस वैयक्तिक मोहिमेशी संपूर्ण बांधिलकी पत्करली. 'एका वेळी एक पहाट, दहा लाख जीवनांमध्ये बदल घडवणं', असं माझ्या मिरॅकल मॉर्निंग मिशन या मोहिमेचं नाव होतं.

दहा लाख हा काहीसा स्वैर आकडा असला तरी तो लक्षणीय आणि महत्त्वपूर्ण असल्यासारखा वाटला होता. त्याच्यामुळे जी गोष्ट शक्य होईल असा मी विचार केला होता, त्याच्याही पलीकडे माझी कल्पनाशक्ती ताणली गेली. एक अज्ञात, स्वतःचं पुस्तक स्वतःच प्रकाशित करणारा लेखक म्हणून मला दहा लाख लोकांपर्यंत कसं पोहोचावं, हे अर्थातच माहीत नव्हतं. परंतु, त्यामुळे त्या वर्षी आणि कदाचित

उर्वरित आयुष्यभर काम करण्यासाठी मला एक अर्थपूर्ण उद्दिष्ट मिळेल असं माझ्या लक्षात आलं.

अढळ विश्वास आणि असामान्य प्रयत्न यांच्या जोरावर सुमारे सहा वर्षं काम केल्यावर ते पुस्तक दहा लाख लोकांहून अधिक लोकांच्या हाती पडलं. त्यादरम्यान, मला कर्करोग झाल्याचं निदान झालं होतं आणि मी जगण्याची शक्यता जेमतेम ३० टक्के असल्याचं मला समजलं होतं. (याविषयी नंतर अधिक सांगेन.) सुदैवानं, ही मोहीम त्यानंतर माझ्यावर अवलंबून राहिली नव्हती. मी कर्करोगाशी लढा देण्यावर लक्ष केंद्रित केलं होतं, त्या वेळी मिरॅकल मॉर्निंग कम्युनिटी हा समुदाय हा जागतिक पातळीवरचा समुदाय झाला होता आणि ती जागतिक पातळीवरची चळवळ झाली होती. वाचकांना प्रचंड वैयक्तिक कायापालटांचे अनेक अनुभव सातत्यानं येत होते. त्यामुळे ते आपल्या अनुभवांविषयी आणि अर्थातच या पुस्तकाविषयी इतरांना सांगत होते. या सगळ्यामुळे या पुस्तकाचं इतर ३७ भाषांमध्ये भाषांतर झालं आणि त्या भाषांमध्ये ते प्रकाशित झालं. त्यानंतर हे पुस्तक शंभरहून अधिक देशांमधील लाखो लोकांपर्यंत पोहोचलं.

एका वेळी एक सकाळ, याप्रमाणे दहा लाख लोकांच्या जीवनांमध्ये परिवर्तन घडवून आणण्याच्या उद्देशानं जी मोहीम सुरू झाली होती, ती खूपच अधिक महत्त्वपूर्ण झाली आणि मोठ्या प्रमाणात वाढली. त्यानंतर ती फक्त माझी एकट्याची मोहीम उरलीच नव्हती. ती मानवतेच्या भवितव्यासाठी अत्यावश्यक असलेली तातडीची मोहीम झाली होती. पहाटेच्या चमत्काराच्या आचरणांच्या दैनंदिन सरावासाठी तुम्ही वेळ देता त्या वेळी तुमच्या जाणिवेच्या उन्नत स्थितीचा आणखी विकास होत जातो. तुमचे विचार, शब्द आणि कृती तुमच्या जीवनावर, तसंच तुम्ही अन्योन्यक्रिया करत असलेल्या दुसऱ्या व्यक्तींच्या जीवनावर कशा परिणाम करतात, याविषयी तुम्ही अधिक जागरूक होता. आपल्यापैकी प्रत्येकानं आपली जाणीव उन्नत केली तर एका वेळी एक सकाळ आणि एक व्यक्ती याप्रमाणे, सामुदायिकरीत्या आपण संपूर्ण मानवतेची जाणीव उन्नत करू शकतो. अशा प्रकारे पहाटेच्या चमत्काराच्या आचरणांच्या लाखो सरावकर्त्यांच्या विधींमुळे निर्माण झालेला सामुदायिक परिणाम हा अर्थपूर्णतेनं कोट्यवधी जीवनांवर परिणाम करतो. त्यानंतर लवकरच त्याचा परिणाम अब्जावधी लोकांच्या जीवनावर होईल.

पूर्वी कधीही मला वाटत नव्हतं, इतक्या तीव्रतेनं आज मला असं वाटत आहे की, आपण सगळेच जण एकाच मानवी कुटुंबाचे सदस्य आहोत आणि अनेक लोक आपल्यामधील फरकांना नको इतक्या प्रमाणात चिकटून राहत असले तरी आपल्यामध्ये जितके फरक दिसतात, त्यांच्या तुलनेत अनंत सामाईक गोष्टी आहेत. आपल्या या वैश्विक कुटुंबाचा एक भाग म्हणून तुम्हाला कल्पनाही नसेल इतकं मी तुमच्यावर खूप, खूप प्रेम करतो. मानवी इतिहासातील या अद्वितीय वेळी मी तुमच्यासह या मोहिमेत सहभागी झालो आहे, याबद्दल माझ्या अंतःकरणात मोठीच कृतज्ञता आहे. मानवतेला आपली गरज आहे. प्रत्येक सकाळ लक्षणीय होईल असं पाहू या.

तुमच्यासाठी टीप

हे पुस्तक तुमच्या जीवनाचा कायापालट घडवून आणेल. कसा? सांगतो. पुढे वाचा.

आपण याआधी कधीही एकमेकांना भेटलो नसण्याची शक्यता आहे. तुमचं जीवन आता, या क्षणी कसं आहे तेही मला नक्कीच माहीत नाही. कदाचित तुम्ही असामान्यपणे यशस्वी असाल आणि अतिशय समाधानी, तृप्त असाल किंवा तुमच्या जीवनातील एका अवघड कालखंडातून तुम्ही जात असाल. काहीही असू शकेल. मला त्याची कल्पना नाही.

तरीही माझा असा विश्वास आहे की, आपल्यामध्ये निदान काही गोष्टी तरी सामाईक असू शकतील. कदाचित बऱ्याच अधिक गोष्टी सामाईक असू शकतील. त्यामुळेच सुरुवात करण्यासाठी आपल्याकडे सर्वसामान्य पार्श्वभूमी आहे. पहिली गोष्ट म्हणजे आपल्या जीवनात आणि आपल्या स्वतःमध्ये सुधारणा घडवून आणण्याची आपली इच्छा आहे. माणूस म्हणून सातत्यानं विकास आणि सुधारणा करून घेत पुढे जाण्याची प्रेरणा आपल्यामध्ये उपजतच आहे. ती आपल्या सर्वांमध्येच असते असाही माझा विश्वास आहे. तरीही आपल्यापैकी बहुतेक जण सकाळी उठतात आणि नंतर ठरावीक चाकोरीतून जात तो दिवस घालवतात. त्यांचं जीवन बरंचसं होतं तसंच राहतं. आयुष्य तसंच एकसुरी राहतं, कारण आपण तसेच एकसुरी राहतो. हे पुस्तक तुम्ही पुढे वाचाल, त्या वेळी तुमच्या लक्षात येईल की, आपल्या स्वतःचा कायापालट घडवून आणण्याकरिता वेळ देऊन तुमच्या जीवनात कायापालट घडवून आणणं अगदी सहजशक्य असतं. तुम्ही दिवसेंदिवस अधिकाधिक चांगले होत गेलात, प्रत्येक पहाटे तुम्ही आधीच्या पहाटेच्या तुलनेत अधिक चांगले होत गेलात तर, साहजिकच तुमचं जीवन अगदी अपरिहार्यपणे अधिक चांगलं होईल.

आपल्याला जीवनात अनेक संकटांना, प्रतिकूलतांना तोंड द्यावं लागतं आणि भविष्यात आणखीही संकटांना, अवघड परिस्थितींना तोंड द्यावं लागेल अशी आपली अपेक्षा असते, ही आपल्यातील दुसरी सामाईक गोष्ट आहे. जीवन अवघड, अन्यायी, वेदनादायक असू शकतं. अक्षरशः असह्यपणाच्या मर्यादांच्याही पलीकडे असह्य असू शकतं. मात्र, आपल्या समोर येणारी प्रत्येक प्रतिकूलता, प्रत्येक संकट म्हणजे आपल्याला शिकण्यासाठी, विकास करून घेण्यासाठी आणि आपण अधिक चांगले होण्यासाठी मिळालेली संधी आहे, या दृष्टिकोनातून आपण तिच्याकडे पाहिलं तर आपल्या समोरची बिकट परिस्थिती जितकी अधिक मोठी असेल तितकी आपली नियतीही अधिक महान असेल.

तुमच्या पूर्वीच्या अनुभवांची तुम्ही यादी केली, त्यांचा आढावा घेतला तर कदाचित तुमच्या लक्षात येईल की, अंतिम फलनिष्पत्ती आपल्याला हवी तशीच झालेली असते. काही वेळा तर ती आपल्या अपेक्षांहूनही अधिक चांगली असते. एखाद्या आव्हानावर मात करणं अगदीच अशक्य आहे किंवा ते अगदीच असह्य आहे, असं तुम्हाला वाटलं असेल. अशा एखाद्या आव्हानाचा विचार करा. समजा, तुमचं ब्रेक-अप झालं असेल, नोकरी सुटली असेल, तुमच्या प्रिय व्यक्तीचा मृत्यू झाला असेल किंवा अशाच प्रकारच्या ज्या इतर कुठल्याही गोष्टीमुळे तुम्हाला मानसिक, भावनिक किंवा शारीरिक दुःख सहन करावं लागलं असेल त्या गोष्टीचा विचार करा. तुम्ही त्या प्रत्येक संकटातून, अवघड प्रसंगातून बाहेर पडला नव्हतात का? अगदी सध्या तुम्ही ज्या आव्हानांना तोंड देत असाल, कठीण परिस्थितींमधून जात असाल त्यांच्याविषयी मी बोलत नाही. (अर्थातच, तीसुद्धा तुमच्या कल्पनेपेक्षाही तुम्हाला अधिक उत्तम फलनिष्पत्तीच देतील.) तुम्हाला हाताळाव्या लागलेल्या प्रत्येक प्रतिकूल परिस्थितीविषयी मी बोलत आहे. तुमच्याकडे अशा सर्व दिव्यांमधून पार पडण्याचा १०० टक्के ट्रॅक रेकॉर्ड आहे. भविष्यात कोणत्याही संकटातून, अवघड परिस्थितीतून तुम्ही अगदी तावून सुलाखून सहीसलामत बाहेर पडाल याचा तो चांगला निदर्शक आहे.

म्हणूनच आपल्या जीवनाचे काही पैलू कितीही नैराश्यजनक वाटले तरी हरकत नाही, तुम्ही एक गोष्ट लक्षात ठेवलीच पाहिजे. ती म्हणजे परिस्थिती सातत्यानं बदलत असतात आणि आपल्याला तोंड द्यावं लागणाऱ्या कोणत्याही आव्हानाला आपण भिडू शकतो आणि त्याच्यावर मात करू शकतो. हे करण्यासाठी आयुष्याच्या प्रत्येक गोष्टीची जबाबदारी स्वीकारण्याची इच्छा तुमच्याकडे असावीच लागते आणि इतर कोणावरही दोषारोप करण्यात आपली शक्ती वाया घालवण्यापासूनही तुम्हाला परावृत्त व्हावंच लागतं. एखाद्या गोष्टीत कोणाची चूक आहे हे ठरवण्यासाठी दोषारोप करणं कदाचित उपयुक्त ठरेलही, परंतु ज्या वेळी आपल्या आयुष्यातील प्रत्येक गोष्टीची जबाबदारी घेण्याची आपली इच्छा असते, फक्त त्याच वेळी आपल्या

आयुष्यांमध्ये परिवर्तन घडवून आणण्याच्या क्षमतेला आपण कामाला लावू शकतो किंवा आयुष्यात एखाद्या गोष्टीची निर्मिती करू शकतो.

तुमच्या जीवनात आता तुम्ही कुठेही असलात तरी तुम्ही काही काळासाठी नेमकं तिथेच असणं अपेक्षित असतं. तुम्ही जे शिकणं आवश्यकच आहे, ते शिकण्यासाठीच तुम्ही त्या क्षणापर्यंत पोहोचला आहात. त्यामुळेच तुम्हाला खरोखरच ज्या आयुष्याची इच्छा आहे, त्याची निर्मिती करण्यासाठी तुम्ही जी व्यक्ती होणं आवश्यक आहे ती व्यक्ती व्हाल. ज्या वेळी आयुष्य अवघड किंवा नैराश्यपूर्ण असतं त्या वेळी वर्तमानकाळ ही नेहमीच आपल्याकरिता शिकण्याची, विकास करून घेण्याची आणि आपण आधी होतो त्याहून अधिक चांगले होण्याची संधी असते.

तुम्ही तुमची जीवनकथा लिहिण्याच्या प्रक्रियेत गुंतलेले असता आणि आपल्या वाट्याच्या न्याय्य आव्हानांवर मात केल्याशिवाय कोणत्याही नायकाची किंवा नायिकेची कथा ही चांगली कथा ठरत नाही. खरं म्हणजे तुमच्या समोरची आव्हानं जितकी अधिक मोठी असतील तितकी तुमची कथा अधिक चांगली असते. इथून तुमची कथा कुठे जाणार असते त्यावर कोणतेही प्रतिबंध, निर्बंध नसतात किंवा त्याला कुठल्याही मर्यादा नसतात. मग आता सांगा, तुमच्या जीवनातील पुढचं प्रकरण कशाविषयी असावं, असं तुम्हाला वाटतं?

अगदी आतापासूनच सुरुवात करून, तुमच्या जीवनातील कुठलीही गोष्ट बदलण्याची किंवा निर्माण करण्याची क्षमता तुमच्याकडे असते ही यातली चांगली बाब आहे. यासाठी प्रयत्नांची, कष्टांची गरज नसते असं मी म्हटलेलं नाही. परंतु, ते करण्यासाठी आवश्यक असलेल्या क्षमता विकसित करण्यासाठी रोज थोडा वेळ देऊन तुम्ही तत्काळ या प्रक्रियेला सुरुवात करू शकता. हे पुस्तक त्याविषयीच आहे. तुमच्या जीवनात तुम्हाला कायमच हव्या असलेल्या प्रत्येक गोष्टीची निर्मिती करण्यासाठी आणि तिचा अनुभव घेण्यासाठी तुम्ही ज्या प्रकारची व्यक्ती असण्याची गरज असते, त्या प्रकारची व्यक्ती होण्यासाठी रोज सातत्यानं सराव केल्यामुळे आपण तशीच व्यक्ती होणार असल्याची तुमची खात्री पटते. तुम्हाला काय करणं शक्य आहे, याला अत्यल्प मर्यादाच आहेत, त्यामुळे अगदी उत्साहभरित व्हा. रोमहर्षित व्हा.

तुम्ही वैयक्तिक किंवा व्यावसायिक अशा कोणत्याही प्रकारच्या मानसिक, भावनिक, शारीरिक, आर्थिक, नात्यांविषयीच्या किंवा इतर कोणत्याही प्रकारच्या संकटांच्या अगर प्रतिकूलतांच्या विवंचनांच्या भोवऱ्यात सापडला असाल तर, जीवनाच्या सर्वच क्षेत्रांमधील व्यक्तींना, पहाटेच्या चमत्काराच्या आचरणांनी अशा मात करणं अशक्य असल्यासारख्या भासणाऱ्या आव्हानांवर मात करण्यास सक्षम केलं आहे, हे मी तुम्हाला सांगू इच्छितो. इतकंच नव्हे, तर अडथळ्यांची फळी फोडून मोठी यशं प्राप्त करणं आणि आपल्या परिस्थितींमध्ये आमूलाग्र परिवर्तन

घडवून आणणं यांसाठीही त्यांना सक्षम केलं आहे. शिवाय, हे सगळं अल्पावधीत घडून आलं आहे.

कीथ मिनिक हे याचं उत्तम उदाहरण आहे. तो टर्नर ब्रॉडकास्टिंग सिस्टिममध्ये व्यावसायिक कामकाज विभागाचा माजी संचालक होता. त्याच्या मुलाच्या मृत्यूनंतर त्याला एका वर्षाहून अधिक काळापर्यंत नैराश्याचा त्रास झाला. मात्र, त्याच्या पहिल्याच दिवशीच्या पहाटेच्या चमत्काराच्या आचरणांनी खरोखरच चमत्कार घडवला असं तो सांगतो. त्याच्यासाठी सारं काही बदलून गेलं. आपण कीथच्याच शब्दांत ते वाचू या :

'सन २०१२च्या मेमध्ये इव्हरेट या माझ्या मुलाचा मृत्यू झाला. तो फक्त तीन तासच जगला होता, परंतु त्याने आमच्यावर विलक्षण प्रभाव टाकला होता. मी तोपर्यंत सहन केलेल्या इतर कुठल्याही आघाताच्या तुलनेत ती सगळ्यात कर्मकठीण गोष्ट होती. त्याचा मृत्यू आणि माझ्या नोकरीत निर्माण झालेल्या असमाधानकारक बाबी यांमुळे मी नैराश्याच्या गर्तेत सापडलो होतो. मी जीवनात कधी थोडीफार तरी प्रगती करू शकेन, असं मला वाटत नव्हतं. माझ्या मनातील स्वतःविषयीच्या कणवेच्या आणि स्वतःला कमी लेखण्याच्या भावनेतून मी कधीकाळी बाहेर पडू शकेन असं तर मला मुळीच वाटत नव्हतं. याचा अर्थ मी त्यासाठी प्रयत्न करत नव्हतो, असा नाही. मी त्या काळात स्वयंसाहाय्यता विषयावरची अनेक पुस्तकं वाचली. परंतु खऱ्या अर्थानं कोणत्याही पुस्तकानं माझ्या मनाची पकड घेतली नव्हती. मात्र नंतर माझ्या वाचनात 'मिरॅकल मॉर्निंग' आलं आणि मी त्यात हरवून गेलो.

मी हॅल एल्रॉड यांच्याविषयी पॉडकास्टवर ऐकलं आणि तत्काळ मला त्यांच्याविषयी कुतूहल वाटलं. मी ते पुस्तक खरेदी केलं आणि एकाच दिवसात पूर्ण वाचून काढलं. दुसऱ्या दिवसापासून माझं जीवन कायमचंच बदलून गेलं. मी गजर लावला आणि पहाटे उठलो. त्यानंतर एस.ए.व्ही.ई.आर.एस. या चौकटीच्या सरावाला सुरुवात केली. माझ्या मानसिकतेत, शारीरिक अवस्थेत आणि मानसिक आरोग्यात मला तत्काळ बदल झाल्याचं जाणवलं. मी जिथे कुठे होतो, त्या माझ्या परिस्थितीची जबाबदारी मी स्वीकारली. त्यानंतर माझा पुढचा मार्ग आखला आणि मला हवं असलेलं आयुष्य प्राप्त करण्याची प्रक्रिया सुरू केली. मी डोळ्यांसमोर आणत असलेल्या कल्पनाचित्रांमधून आणि रोज मला मनातून मिळत असलेल्या पुष्टीतून मला हवं तेच आयुष्य मिळत असल्यावर शिक्कामोर्तब होत होतं. 'मिरॅकल मॉर्निंग' वाचल्यानंतर मी टर्नरमधील माझं पद सोडलं आणि दोन व्यवसाय सुरू केले. त्यांच्यापैकी एक विकून टाकला. आता मी खरोखरच उत्तम जीवन जगत आहे.

तेव्हापासून आजतागायत मी पहाटेच्या चमत्कारांच्या आचरणांचा सराव करण्याचा नित्यक्रम चोखाळत आहे. आता याला जवळजवळ एक दशकाचा कालावधी उलटून गेला आहे. एस.ए.व्ही.ई.आर.एस. ही चौकट हा माझ्या जीवनाचा मुख्य भाग आहे.

माझ्या दिनक्रमाची अमलबजावणी करणं, तो सुरू ठेवणं आणि माझ्या दिनक्रमाचा विकास करणं हे माझ्या यशाचे मुख्य घटक आहेत. ज्या कोणाला आपल्या समोरची अडथळ्यांची भक्कम फळी फोडून बाहेर पडण्याची इच्छा असेल, जो कोणी नैराश्यातून बाहेर पडण्यासाठी धडपडत असेल किंवा जीवनातील अपयशातून बाहेर पडू पाहत असेल, त्या प्रत्येकाला मी एस.ए.व्ही.ई.आर.एस.चं आचरण करायला सांगतो.'

तुमच्यासाठी आयुष्य किती आणि कसं झटपट बदलून जातं आणि अगदी दशकभरानंतरही तुम्ही आपल्या अधिकाधिक उत्तम स्वरूपांमध्ये कसे विकसित होत राहता, याचं कीथची सत्यकथा हे उत्तम उदाहरण आहे.

दुसरीकडे तुम्ही आधीच यशाच्या अर्थपूर्ण शाश्वत पायऱ्या चढत असाल तर पहाटेच्या चमत्कारांच्या आचरणांमुळे अत्यंत यशस्वी लोकांना यशाच्या आणखी पुढच्या पायरीवर जाण्यास आणि त्यांनी भूतकाळात प्राप्त केलेल्या वैयक्तिक व व्यावसायिक फलितांना आणखी वाढवण्यास मदत होत असल्याचं सिद्ध झालं आहे. तुमच्या उत्पन्नात वाढ करणं, करिअरमध्ये प्रगती करणं किंवा तुमच्या व्यवसायात वाढ करणं यांपैकी कोणत्याही गोष्टीचा तुमच्या पुढच्या पातळीत किंवा पुढील पायरीत समावेश असू शकतो. तृप्ततेच्या अधिक सखोल पातळ्यांचा अनुभव घेण्यासाठी नवीन मार्गांचा शोध घेणं आणि तुमच्या जीवनातील अत्यंत महत्त्वाच्या क्षेत्रांमध्ये समतोल साधणं याविषयी अधिक समजून घेणं म्हणजे प्रगती होय. अगदी आतापर्यंत तुम्ही या गोष्टीकडे कदाचित दुर्लक्ष केलं असण्याची शक्यता आहे. याचा अर्थ तुमच्या शारीरिक आणि मानसिक आरोग्यात, आनंदात, नातेसंबंधात, आध्यात्मिकतेत किंवा इतर कोणत्याही प्राधान्यांमध्ये लक्षणीय सुधारण करणं असा आहे.

तुम्हाला फक्त थोड्याच महत्त्वाच्या क्षेत्रांमध्ये मुख्य सुधारणा घडवून आणण्याची इच्छा असेल किंवा तुमच्या संपूर्ण जीवनाचा मूलभूत कायापालट घडवून आणण्यासाठी तुम्हाला सर्वांगीण परिवर्तन घडवून आणायचं असेल तर, तुम्ही अचूक पुस्तकाची निवड केली आहे. तुम्ही सध्या ज्या परिस्थितीत आहात त्या परिस्थितींचा विचार तुम्हाला नंतरच्या काळात 'आपण कधीतरी अमुक प्रकारच्या परिस्थितींमध्ये होतो,' म्हणून करण्याची इच्छा असेल तर तुम्ही उचित पुस्तक निवडलं आहे. तुमच्या जीवनातील कोणत्याही किंवा प्रत्येक क्षेत्रात हमखास प्रगती करण्याची हमी देणाऱ्या सहा दैनंदिन सवयींनी तयार झालेल्या क्रांतिकारक प्रक्रियेचा वापर करून चमत्कार घडवणाऱ्या प्रवासाला तुम्ही सुरुवात केली आहे. मी तुम्हाला देत असलेली ही आश्वासनं, ही वचनं खूप मोठी आहेत याची मला जाणीव आहे, परंतु तरीही मी हे इतक्या आत्मविश्वासानं बोलत आहे, कारण मी वाचकांची हजारो पत्रं वाचली आहेत आणि पुस्तकाच्या तशाच हजारो समीक्षाही वाचल्या आहेत. हे पुस्तक वाचून शिकता आलेल्या गोष्टी सातत्यानं केल्यामुळे त्यांच्या जीवनाचा

अर्थपूर्ण पद्धतीनं आणि नेहमीच अगदी झपाट्यानं कायापालट घडून आला असं या वाचकांनी कळवलं आहे. त्यांच्यावर होणाऱ्या परिणामावर वय, वंश, लिंग, स्थळ, परिस्थिती आणि अगदी सामाजिक-आर्थिक स्थिती, अशा कुठल्याही घटकाचा यत्किंचितही परिणाम झाला नव्हता. सर्व प्रकारच्या लोकांसाठी हे पुस्तक तितकंच प्रभावी ठरलं आणि त्याच्यातील पद्धती उपयुक्त ठरल्या. हे पुस्तक वाचून पहाटेच्या चमत्कारांच्या आचरणांचा नित्यक्रम आचरणात आणलेल्या तुमच्या-माझ्यासारख्या लोकांच्या या सत्यकथा आहेत. पुढे त्यांच्यापैकी काही दिल्या आहेत.

'पहाटेच्या चमत्कारांच्या आचरणांचा सराव ही माझ्या जीवनात घडलेली एक उत्तम गोष्ट आहे. मी जवळजवळ १२ महिन्यांपासून निष्ठापूर्वक या पहाटेच्या चमत्काराचं आचरण पार पाडत आहे. हे पुस्तक वाचण्याच्या आधी मी तंदुरुस्त नव्हते आणि माझ्या शक्तीचा झपाट्यानं ऱ्हास होत होता. मी नाखूश आणि बेशिस्त होते. माझ्या मूल्यांनुसार मी जगत नव्हते. मला बरंचसं जीवन चुकीचं असल्यासारखं वाटत होतं. मी बहुतेक दिवशी रडत बसत होते. त्यानंतर मला 'मिरॅकल मॉर्निंग' हे पुस्तक मिळालं. तो मला मिळालेला कृपाशीर्वादच होता. माझा सकारात्मक प्रवास सुरू झाला. १२ महिन्यांनंतर मला तंदुरुस्त, ताकदवान, निश्चयी व अर्थपूर्ण, एकाग्रचित्त झाल्यासारखं आणि वर्तमानात जगत असल्यासारखं वाटू लागलं. मी अधिक आनंदी झाले होते. तीन किशोरवयीन मुलांची आई आणि एका लहान व्यवसायाची (माझा पती आणि मी तो चालवतो.) मालकीण असल्यामुळे, अर्थातच मी अतिशय व्यग्र आहे. मिरॅकल मॉर्निंगमुळे मी एकाग्रचित्तानं आणि योग्य पद्धतीनं काम करू शकते. मिरॅकल मॉर्निंग कम्युनिटी ही एक उत्तम गोष्ट आहे. अखेरीस मला आपला स्वत:चा समुदाय, आपली जमात सापडली, अशी भावना माझ्या मनात निर्माण झाली. सातत्यानं शिकायला आवडणाऱ्या आणि आत्मसुधारणा करू पाहणाऱ्या लोकांचा हा समुदाय मला सापडला. हॅल, मी तुमच्याशी अत्यंत कृतज्ञ आहे.'

–कॅतरिना केली (पहाटेच्या चमत्कारांच्या आचरणांचा एक वर्षांपासून सराव सुरू.)

'सन २०१६च्या डिसेंबरपासून, यात्रा या माझ्या पत्नीनं आणि मी पहाटेच्या चमत्कारांच्या आचरणांचा सराव करण्यास सुरुवात केली. आम्ही दोघेही आमच्या जीवनातील अत्यंत कठीण अशा स्थित्यंतरातून गेलो होतो आणि आमची मनःस्थिती चांगलीच खालावली होती. आमचं रेस्टॉरंट आम्ही बंद केलं होतं. मातृत्वाच्या रजेवर असताना यात्राला कामावरून काढून टाकण्यात आलं आणि आयुष्यात पहिल्यांदाच आम्ही दोघेही बेरोजगार होतो. आमच्या डोक्यांवर कर्जाचा डोंगर होता. आम्ही एस.ए.व्ही.ई.आर. एस. चौकटीचा सराव करण्यास सुरुवात केली आणि काही आठवड्यांतच आम्हाला तिचे परिणाम दिसू लागले. आमच्या मनोरचना अधिक सकारात्मक झाल्या. आम्हाला वैयक्तिक आणि व्यावसायिक जीवनात नवीन संधी मिळाल्या. पहाटेच्या चमत्कारांच्या आचरणांनी अक्षरशः आमची जीवनं बदलून टाकली आणि आम्ही ज्या गाळात रुतलो

होतो, त्याच्यातून आम्हाला ओढून बाहेर काढलं. त्यासाठी हॅल यांचा मी कायमस्वरूपी ऋणी आहे. मी तीन मुलांचा पिता आहे. मला एक सुंदर पत्नी आहे. आता मी यशस्वी आहे व वाढता व्यवसाय चालवत आहे.'

–क्रिस्तोफर मॉस्कॅरिनो (पहाटेच्या चमत्कारांच्या आचरणांचा ५ वर्षांपासून सराव सुरू.)

'मी एक रिअल इस्टेट एजंट आहे आणि तीन मुलांची आई आहे. स्वतःसाठी वेळ काढण्याकरिता मला प्रचंड संघर्ष करावा लागत होता. माझं जीवन आणि स्वतः ची काळजी घेणं यांमधील समतोल ढळत चालला होता. माझं स्वतःचं मानसिक आरोग्य वगळता इतर प्रत्येक गोष्टीसाठी आणि प्रत्येकासाठी मी वेळ काढत होते. 'मिरॅकल मॉर्निंग' या पुस्तकात देण्यात आलेल्या पहाटेच्या चमत्कारांच्या आचरणांनी पहिल्या सहा महिन्यांतच माझं जीवन आणि माझा व्यवसाय यांच्यामध्ये परिवर्तन घडवून आणलं आणि माझ्या उत्पन्नात दुपटीनं वाढ झाली. सकाळच्या या नित्यक्रमानं मला आणि माझ्या दैनंदिन दृष्टिकोनाला बदलून टाकलं, कारण दिवसाची सुरुवात सहेतुकपणे करण्यासाठी मी वेळ काढत होते. मी किशोरवयीन असल्यापासून अगदी पहिल्यांदाच माझं काम किंवा माझी मुलं नव्हे, तर मी स्वतः माझ्या सकाळींच्या केंद्रस्थानी होते. दृष्टिकोनातील या बदलामुळे माझ्यासाठी प्रत्येक गोष्ट बदलून गेली. 'तू हे कसं करतेस?', 'तुझं रहस्य काय आहे?' असं प्रश्न विचारणाऱ्या १५हून अधिक लोकांना मी हे पुस्तक भेट दिलं. हे पुस्तक हा माझ्या दिनक्रमाचा पाया आहे. मला अखेरीस एक बक्षीस मिळालं आहे आणि समतोल जीवन जगण्याच्या गुरुकिल्लीचा शोध लागला आहे, असं मला वाटतं. हॅल, तुमचे आभार.'

–मारिया रिटा वेलेझ (पहाटेच्या चमत्कारांच्या आचरणांचा दोन वर्षांपासून सराव सुरू.)

'गेल्या चारहून अधिक वर्षांच्या काळापासून मी पहाटेच्या चमत्कारांच्या आचरणांचा सराव करत आहे. तेव्हापासून माझ्या करिअरमध्ये मी अनेक यशं संपादित केली आहेत. परंतु त्यांपैकी माझ्या दृष्टीनं सर्वाधिक महत्त्वाचं असलेलं यश हे अलीकडचं आणि अतिशय वैयक्तिक स्वरूपाचं आहे. माझ्या जवळचे दोन लोक चिंताग्रस्तता आणि नैराश्य यांच्याशी संघर्ष करत होते. त्यांच्यापैकी एकाच्या मनात आत्महत्येचे विचार घोळत होते. त्यामुळे मी अपराधगंडाच्या विळख्यात सापडले आणि स्वतःवरच दोषारोप करू लागले. माझ्या स्वतःच्या नैराश्याकडे माझं दुर्लक्ष झालं होतं. मिरॅकल मॉर्निंग कम्युनिटी, मी करत असलेला पहाटेच्या चमत्कारांच्या आचरणांचा सराव आणि त्या नित्यक्रमाकडे माझा ओढा असणं अशा सगळ्याच गोष्टींसाठी मी कृतज्ञ आहे. हा नित्यक्रम सुरू केल्यानंतर झपाट्यानं माझं मानसिक आरोग्य मला पुन्हा एकदा प्राप्त झालं आणि माझ्या प्रेमाच्या माणसांना या सगळ्यातून बाहेर काढण्यासाठी, त्यांना मदत करण्यासाठी मी सज्ज झाले. जोपर्यंत मी सातत्य ठेवेन आणि एस.ए.व्ही.

ई.आर.एस.नित्यक्रमात पूर्णपणे गुंतून जाईन, तोपर्यंत माझ्या प्रेमाची माणसं अवघड परिस्थितीतून जात असताना मी त्यांच्यासाठी भक्कमपणे उभी राहू शकेन, हे मला माहीत आहे. 'मिरॅकल मॉर्निंग'च्या साहाय्यानं तुम्ही केलेल्या प्रत्येक गोष्टीसाठी, हॅल एल्रॉड, मी तुमची आभारी आहे. 'मिरॅकल मॉर्निंग'मुळे या जगाला गरज असलेला बदल घडवून आणला जात आहे.'

–रॉब स्टिन (चार वर्षांपासून पहाटेच्या चमत्कारांच्या आचरणांचा सराव सुरू.)

'मिरॅकल मॉर्निंग'मुळे माझ्या दिवसाच्या प्रारंभाला अर्थपूर्णता प्राप्त झाली. माझा मुलगा आणि पती सकाळी उठण्याच्या आधी माझ्याकरिता वेळ काढण्यास प्राधान्य देण्यासाठी या पुस्तकानं मला साधन पुरवलं. या साध्या, परंतु प्रभावशाली सवयीमुळे उद्योजिका म्हणून माझी उत्पादनक्षमता आणि नफा कमावण्याची क्षमता या दोन्हींमध्ये वाढ झाली. गेल्या २५ वर्षांपासून मला धूम्रपानाची जडलेली सवय सोडण्याची ताकद मला प्राप्त झाली. एकूणच, माझं जीवन अधिक चांगलं झालं. मिरॅकल मॉर्निंगमुळे मी अधिक समतोल जीवन जगत आहे.'

–जेनीफर कूपर (तीन वर्षांपासून पहाटेच्या चमत्कारांच्या आचरणांचा सराव सुरू.)

या वाचकांचे अनुभव अद्वितीय आहेत आणि पहाटेच्या चमत्कारांच्या आचरणांचा सराव करणाऱ्या कोणाहीसाठी ते एक प्रमाणित नमुना झाले आहेत. तुम्ही हे पुस्तक सुरुवातीपासून अखेरपर्यंत वाचाल आणि त्यात रूपरेषा देण्यात आलेल्या पायऱ्यांची अंमलबजावणी कराल, त्या वेळी तुमच्या बाबतीत काय घडू शकेल, त्याचा हे अनुभव हा पुरावा आहे.

आता क्षणभर थांबा आणि दीर्घ श्वास घ्या, कारण यापुढे आपला एकत्रित प्रवास सुरू होणार आहे. हा प्रवास तुमच्या अंगभूत मानवी इच्छांचा वापर करून घेण्यासाठी आणि तुमच्या कल्पनेतील अत्यंत तृप्त, समाधानकारक जीवन जगण्यास तुम्हाला प्रवृत्त करण्यासाठी तुम्हाला निमंत्रित करत आहे. ज्या जीवनात तुम्ही खरोखरच शांततेत असाल, प्रामाणिकपणे आनंदी असाल आणि जगावर सक्रियपणे प्रभाव टाकत असाल, अशा जीवनाविषयी मी बोलत आहे. हे जीवन नेहमीच तुमच्यासाठी उपलब्ध आहे. ते तुमच्या संपूर्ण क्षमतेसह तुम्ही जागरूक होण्याच्या प्रतीक्षेत आहे. अशा जीवनावर तुम्हाला नक्कीच हक्क सांगता येईल. हे कसं करावं ते तुम्हाला हे पुस्तक दाखवून देईल.

खूप प्रेम आणि कृतज्ञता,

–हॅल

खास निमंत्रण

मिरॅकल मॉर्निंग कम्युनिटीत सहभागी होण्यासाठी

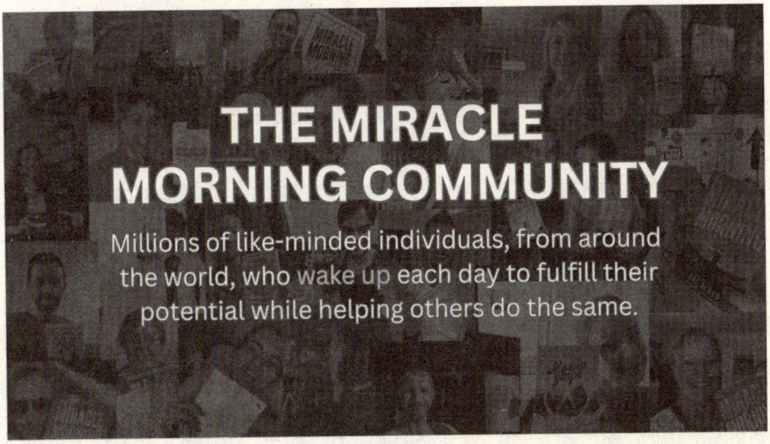

हे पुस्तक वाचल्यावर तुम्ही त्यात देण्यात आलेल्या पहाटेच्या चमत्कारांचं आचरण करत असलेल्या इतर समविचारी लोकांशी जोडले जाऊ इच्छित असाल आणि तुम्हाला त्यांच्याकडून पाठबळ मिळवण्याची इच्छा असेल तर मी तुम्हाला मिरॅकल मॉर्निंग कम्युनिटीत सहभागी होण्यासाठी निमंत्रित करत आहे. तुम्हाला प्रश्न विचारायचे असतील किंवा त्यांचा सराव ते कसा करत आहेत याचं फक्त निरीक्षण करायचं असेल आणि त्यांच्या सरावांतून शिकायचं असेल तरी मी तुम्हाला या कम्युनिटीत सहभागी होण्याचं निमंत्रण देत आहे.

मी, माझे आई-वडील आणि माझे पाच मित्र यांच्यासह फेसबुक ग्रूप म्हणून सुरू झालेल्या या ऑनलाइन समुदायाचे आज शंभरहून अधिक देशांमधील तीन लाखांहून अधिक लोक सदस्य आहेत. तुम्ही त्यात मोफत सहभागी होऊ शकता. तुम्हाला तिथे मिरॅकल मॉर्निंगच्या प्रवासाला नुकतीच सुरुवात केलेल्या लोकांपासून ते वर्षानुवर्षं हा सराव करत असलेल्या लोकांपर्यंतचे सगळ्या प्रकारचे लोक भेटतील. तुमच्या यशाला गती देण्यास मदत करण्यासाठी ते अगदी आनंदानं तुम्हाला सल्ला, पाठबळ देतील आणि मार्गदर्शन करतील.

'मिरॅकल मॉर्निंग'चा लेखक म्हणून – ज्या ठिकाणी आपण सगळे जण एकत्र येऊन एकमेकांशी जोडले जाऊ, प्रश्न विचारू, एकमेकांना उत्तम आचरणांची माहिती सांगू, एकमेकांना पाठबळ देऊ, पुस्तकावर चर्चा करू, व्हिडिओ पोस्ट करू, जबाबदार जोडीदार मिळवू आणि अगदी स्मूदी पाठवून नित्यक्रमाचं आचरण करू, अशा एका स्थानाची निर्मिती करण्याची माझी इच्छा होती. मिरॅकल मॉर्निंग कम्युनिटी हा जगातील अत्यंत सकारात्मक, व्यग्र आणि आधार देणारा ऑनलाइन समुदाय होईल, अशी मी कधीच कल्पनासुद्धा केली नव्हती. परंतु तसं खरोखरच घडलं आहे!

पहाटेच्या चमत्कारांच्या आचरणांचा सराव करणाऱ्या इतरांशी तुम्ही संपर्क साधण्यास सुरुवात करू शकाल. त्यासाठी MiracleMorningCommunity.com ला फक्त भेट द्या आणि सहभागी होण्याची विनंती करा. मी नियमितपणे इथे भेट देतो (जवळजवळ रोजच) आणि कंटेन्ट पोस्ट करतो. प्रतिक्रियांमध्ये सहभागी होतो. तुम्हीसुद्धा तिथे भेटाल याची वाट पाहत आहे.

मिरॅकल मॉर्निंग कम्युनिटीची संसाधनं : ॲप आणि अनुबोधपट

आणखी दोन अतिरिक्त संसाधनं आहेत. ती दोन्ही मोफत आहेत. मिरॅकल मॉर्निंगचा तुमचा प्रवास तुम्ही सुरू केला तर ती तुम्हाला साहाय्य करू शकतील. X Miracle Morning Routine App आणि The Miracle Morning Movie ही ती संसाधनं आहेत.

तुमच्या पहाटेच्या चमत्कारांच्या आचरणांचा मागोवा घेण्यासाठी आणि तुम्हाला सातत्यपूर्ण व जबाबदार बनवण्यासाठी मोबाइल ॲप असावं अशी मागणी मिरॅकल मॉर्निंग कम्युनिटीच्या सदस्यांनी सर्वाधिक प्रमाणात केली होती. हे ॲप हा सदस्यांनी सर्वाधिक मागणी केलेला स्रोत आहे. यात काही अतिरिक्त फीचर्सही आहेत. तत्काळ लेखनासाठी अंगभूत नोंदवही (बिल्ट इन जर्नल विथ रायटिंग प्रॉम्प्स), ॲफर्मेशन्स क्रिएटर, कस्टमायझेबल टायमर्स आणि तुम्हाला एस.ए.व्ही.ई.आर.एस.मधून (मौन, सकारात्मक पुष्टिदायक विधानं, मनःचक्षूंसमोरचं कल्पनाचित्र आणणं, व्यायाम, वाचन आणि लेखन) नेण्याकरिता पर्यायी मार्गदर्शनपर श्राव्य ट्रॅक अशी ही काही फीचर्स आहेत. त्यामुळे तुम्ही फक्त प्ले बटण दाबून त्यानंतर मिळणाऱ्या सूचनांबरहुकूम आचरण करून मिरॅकल मॉर्निंगचे म्हणजेच पहाटेचा चमत्कार घडवणारी आचरणं पार पाडू शकता. हे ॲप आय-फोन आणि अँड्रॉइड या दोहोंसाठी उपलब्ध आहे. Miracle Morning.com/app.वर हे ॲप उपलब्ध आहे.

सहा वर्षांच्या कालावधीत चित्रित करण्यात आलेला The Miracle Morning Movie हा फीचर फिल्मच्या लांबीचा अनुबोधपट आहे. लोक एका वेळी एक पहाट अशा प्रकारे काम करून आपल्या जीवनांचा कायापालट कसा घडवून आणत आहेत, हे या अनुबोधपटातून तुम्हाला प्रत्यक्ष पाहता येतं. या अनुबोधपटाच्या माध्यमातून तुम्ही जगविख्यात लेखक, डॉक्टर, शास्त्रज्ञ, उद्योजक आणि व्यावसायिक खेळाडू यांच्या घरी जाऊन या अत्यंत उत्पादक व्यक्ती त्यांच्या दिवसाची सुरुवात कशी करतात, ते पाहू शकाल. माझ्या जीवनातील अतिशय बिकट काळाची माहितीही तुम्हाला या पुस्तकात वाचायला मिळेल. दोन वर्षं चित्रीकरण करत असताना अचानकच, अगदी अनपेक्षितपणे मला दुर्मीळ स्वरूपाचा कर्करोग झाल्याचं निदान झालं. माझ्या जगण्याच्या शक्यता फक्त ३० टक्के असल्याचं मला सांगण्यात आलं. माझी मनोरचना आणि त्याबरोबरच कर्करोगावर मात करण्यासाठी मी वापरत असलेला सर्वांगीण दृष्टिकोन टिपण्यासाठी आमचा दिग्दर्शक कॅमेरा फिरवत राहिला. कर्करोगाशी किंवा इतर एखाद्या आजाराशी लढा देत असलेल्या इतर एखाद्या रुग्णाला त्याच्यातून प्रेरणा मिळावी अशी त्यामागची कल्पना होती. तुम्हाला या अनुबोधपटाचा व्यापक ट्रेलर आणि संपूर्ण अनुबोधपट **The Miracle Morning.com/ Movie** वर पाहता येईल.

आतापर्यंत या ॲपला पाच स्टारपैकी ४.९चं रेटिंग मिळालं आहे आणि अनुबोधपटाला ५.० स्टारपैकी ४.६ रेटिंग मिळालं आहे. ही मोफत संसाधनं इतरांना जितकी उपयुक्त ठरली, तितकीच तुम्हालाही उपयुक्त ठरतील अशी मला आशा आहे.

मिरॅकल मॉर्निंग कम्युनिटीमध्ये तुमचं स्वागत आहे!

'जीवन जगण्याचे फक्त दोन मार्ग आहेत. कुठलाही चमत्कार अस्तित्वात नाही असं समजून जगणं हा त्यांपैकी एक मार्ग आहे आणि प्रत्येक गोष्ट हाच एक चमत्कार आहे असं मानणं हा दुसरा मार्ग आहे.'

–अल्बर्ट आईन्स्टाईन

'निसर्गाच्या विरोधात जाऊन, त्याच्याशी विसंगत स्वरूपात चमत्कार घडत नाहीत, मात्र आपल्याला निसर्गाविषयी जे आणि जितकं माहीत असतं, त्या आपल्या माहितीशी ते विसंगत असतात.'

(थोडक्यात, आपल्याला निसर्गाविषयीची माहीत नसलेली गोष्ट हा आपल्याला चमत्कार वाटतो, पण मुळात तो निसर्गाशी सुसंगतच असतो.)

–सेंट ऑगस्टिन

'रोज पहाटे आपला पुनर्जन्म होतो. आपण आज जे करतो, तेच सर्वाधिक महत्त्वाचं असतं.'

–बुद्ध

उपोद्घात

संकटाचं संधीत कसं रूपांतर करावं याविषयी...

सन १९९९मध्ये ३ डिसेंबरला माझं जीवन चांगलं चाललं होतं. खरं म्हणजे खूपच छान चाललं होतं. मी २० वर्षांचा होतो. महाविद्यालयाचं एक वर्ष मी पूर्ण केलं होतं आणि त्यानंतर १८ महिने एका वेगळ्याच करिअरकडे मी वळलो होतो. कटको या आंतरराष्ट्रीय कटलरी कंपनीचं मी काम करत होतो. कंपनीच्या सर्वोच्च विक्री करणाऱ्या विक्रेत्यांपैकी मी एक होतो. मी कंपनीचे विक्रीचे अनेक विक्रम मोडले होते. माझ्या मार्गदर्शकाच्या आणि माझ्या कुटुंबीयांच्या पाठबळाला याचं श्रेय होतं. माझ्या त्या वेळच्या वयाचा विचार करता, मी त्या वयात जितका पैसा कमवू शकेन अशी माझी कल्पना होती, त्याहून खूपच अधिक पैसा मी कमवत होतो.

मी प्रेमात पडलो होतो. त्या मुलीच्या रूपानं माझ्या जीवनात एक प्रेमळ, निष्ठावान प्रेयसी आली होती. मला आधार आणि पाठिंबा देणारं कुटुंब होतं. शिवाय, आपल्याला जसे जिवलग मित्र असावेत असं कोणालाही वाटेल, तसेच जिवलग मित्रही होते. आपल्याला परमेश्वरी कृपाप्रसादाचा लाभ झाला आहे, असं मला अगदी मनापासून वाटत होतं. मी अगदी जगाच्या, यशाच्या, सुखाच्या शिखरावर होतो म्हणा ना, पण त्यामुळेच ती माझं जग संपुष्टात आणणारी एक रात्र होती याचा मला अंदाज येण्याची सुतराम शक्यताच नव्हती.

रात्रीचे ११.३२. मी दक्षिणेकडच्या ९९ क्रमांकाच्या महामार्गावरून ताशी ७० मैल वेगानं गाडी चालवत होतो.

बहुधा जे झालं ते चांगल्यासाठीच झालं असावं, पण थेट माझ्या कारच्या दिशेनं सुसाट वेगानं येत असलेले हेडलाइट दिसल्याचं मला आठवत नाही. अपघाताकडे नेणाऱ्या त्या क्षणांमध्ये मी नेमकं काय अनुभवलं, ते अद्यापही माझ्या दृष्टीनं गूढच आहे. खरं तर मला मित्रांनी आणि कुटुंबीयांनी सांगितलेल्या गोष्टी कुठे संपत होत्या आणि माझ्या प्रत्यक्ष स्मृतींची सुरुवात कुठे होत होती, हे मला स्पष्टपणे

समजतच नव्हतं. सगळं धूसर होतं. पोलिसांकडच्या नोंदींमधून, प्रत्यक्ष साक्षीदारांशी बोलल्यानंतर आणि माझ्या वैद्यकीय नोंदींचा आढावा घेतल्यानंतर मला बरेचसे तपशील समजले होते.

ती तीन डिसेंबरची रात्र होती. उत्तर कॅलिफोर्नियात कडाक्याचा हिवाळा होता आणि कटकोच्या नॉर कॅल विभागाच्या परिषदेत भाषण करून मी कारमधून घरी परत चाललो होतो. माझ्या भाषणानंतर लोकांनी चक्क उठून उभं राहून टाळ्यांचा कडकडाट केला होता. मी सातव्या आसमानावर होतो.

मी फोर्ड मस्टँग चालवत होतो आणि तेवढ्यात दारूच्या नशेत धुंद असलेल्या चालकाचा मोठ्या आकाराचा शेव्ही सिल्व्हरॅडो ट्रक माझ्या गाडीवर समोरून आदळला. या ट्रकनं महामार्गावरची मध्यरेषा ओलांडली होती आणि माझ्या कारवर ताशी ८० मैलांहून अधिक वेगानं तो आदळला होता. आमच्या दोघांच्या गाड्यांच्या धातूच्या चौकटी एकमेकांवर आदळल्या. दोन्ही गाड्या गर्रकन उलट्या-सुलट्या फिरल्या आणि त्यांचा चक्काचूर झाला. वातावरणात किंकाळ्या आणि कर्कश आवाज भरून राहिले. मस्टँगच्या केबिनमध्ये एअरबॅगचा स्फोट झाला. त्यांची शक्ती इतकी प्रचंड होती की, त्यामुळे मी बेशुद्ध पडलो आणि माझ्या मेंदूला इजा झाली. अद्यापही ताशी ७० मैल वेगानं प्रवास करत असलेल्या माझ्या कवटीच्या पुढच्या भागावर आदळलेल्या माझ्या मेंदूच्या पुढच्या भागाचा चुराडा झाला. मेंदूच्या फ्रंटल लोबच्या बऱ्याचशा महत्त्वाच्या ऊती नष्ट झाल्या. परंतु त्याहूनही सगळ्यात वाईट गोष्ट घडणं बाकी होतं.

कारला समोरून धडक बसल्याचा परिणाम असा झाला होता की, कारवरचं नियंत्रण सुटून ती गरगरत जाऊन भरधाव वाहतूक सुरू असलेल्या महामार्गावरच्या गाड्यांवर जाऊन आदळली. तेवढ्यात, ताशी ७० मैल वेगानं प्रवास करणारी दुसरी एक सॅटर्न सिडॅन कार माझ्या कारच्या चालकाच्या सीटच्या बाजूच्या दरवाजावर आदळली. माझ्या मस्टँडचा डावा दरवाजा तुटला आणि तो शरीराच्या डाव्या बाजूवर पडला. त्याखाली माझं डाव्या बाजूचं शरीर चेंगरलं. माझी एकूण ११ हाडं तुटली. इतक्या जबरदस्त आघातामुळे मानवी शरीरातील सर्वांत मोठं हाड असलेलं फिमर हे माझं हाड अर्धं मोडलं आणि त्याचं एक टोक माझ्या मांडीच्या त्वचेतून बाहेर आलं. व्याख्यानासाठी मी घातलेली काळी स्लॅक केव्हाच फाटली होती. माझं दंडाचं हाड माझ्या डाव्या हाताच्या स्नायूत (बायसेपमध्ये) दडपलं गेलं. त्याचेही दोन तुकडे झाले. त्यांपैकी एक तुकडा माझ्या त्वचेतून बाहेर पडला. माझ्या डाव्या कोपराचे तुकडे-तुकडे झाले. माझ्या कोपरापासूनच्या हातातील महत्त्वाचा मज्जातंतू तुटला. त्यामुळे माझा डावा हात आणि मेंदू यांच्यातील संपर्क तुटला. माझा डावा कानही जवळजवळ तुटलाच होता. कानाचा जेमतेम इंचाहून कमी आकाराचा उरलासुरला भाग तेवढाच डोक्याला चिकटून राहिला होता. माझ्या डाव्या डोळ्याच्या खोबणीचे तुकडे झाले होते. त्यामुळे माझ्या बुबुळाचा आधार तुटला होता. कारच्या धातूचा

छपराचा भाग माझ्या डोक्यावर कोसळला आणि माझ्या कवटीचा वरचा भाग 'व्ही'च्या आकारात कापला गेला. अखेरीस, माझं ओटीपोट कारचा दरवाजा आणि मध्यभाग यांमध्ये अडकलं आणि माझं हाड तीन स्वतंत्र ठिकाणी तुटलं.

हे सारं फक्त काही क्षणांत घडून आलं. मस्टँग भिरभिरत गेली आणि थांबली, त्या वेळी आकाशात पौर्णिमेचा चंद्र चमकत होता. साहजिकच, ते सगळं दृश्य चंद्रप्रकाशात अतिशय स्पष्टपणे उजळून समोर आलं होतं. माझ्या डोक्याच्या वरच्या भागापासून माझ्या हाताला आणि पायाला ठिकठिकाणी पडलेल्या भोकांपर्यंत सगळीकडून माझ्या शरीरातून रक्तस्राव होत होता. मी अडकलो होतो. मस्टँगची पिळवटलेली, वेडीवाकडी झालेली चौकट माझ्या शरीराच्या डाव्या बाजूवर जोरात दाबली गेली होती. असह्य यातनांना तोंड देणं शक्य नसल्यामुळे माझ्या शरीरानं स्वसंरक्षणाचा मार्ग चोखाळला आणि ते अक्षरशः मिटून गेलं. त्याने आपलं कामकाज बंद गेलं आणि मी कोमात गेलो.

जेरेमी हा माझा जिवलग मित्र त्या परिषदेतून काही मिनिटं आधीच बाहेर पडला होता. तो त्या भीषण दृश्याजवळ पोहोचला. त्याने त्याची कार रस्त्याच्या कडेला घेतली आणि मी कसा आहे ते पाहण्यासाठी कारमधून उतरून माझ्याकडे धाव घेतली. त्याने मला त्याविषयीचं सांगितलेलं वर्णन हे एखाद्या भयपटातील वर्णनासारखं होतं. तो माझ्या कारच्या जवळ आल्यानंतर त्याला मी निश्चेष्ट पडल्याचं दिसलं. माझा चेहरा छिन्नविच्छिन्न झाला होता आणि रक्ताळला होता. त्याने मला सातत्यानं हाका मारल्या, पण मी कसलाच प्रतिसाद दिला नव्हता. त्याने माझी नाडी पाहिली. त्यानंतर त्याने मला क्षणभर वाट पाहा, असं सांगितलं आणि ९-१-१ ला फोन केला.

तुम्ही फक्त जगता की, जगणं हाच एक चमत्कार असतो?

त्यानंतर जे घडलं ते निव्वळ अविश्वसनीय वाटावं असंच होतं. काही जण ज्याला चमत्कार म्हणतील तसंच ते होतं. अग्निशामक दल आणि पॅरामेडिक तिथे पोहोचले आणि त्यांनी मला कारमधून बाहेर काढण्याच्या निर्धारानं जोरदार प्रयत्न केले आणि त्याच वेळी त्यांनी मला स्थिर करण्याचाही प्रयत्न केला. माझ्या शरीरातून होणाऱ्या रक्तस्रावामुळे शरीरातील रक्त कमी होत चाललं होतं. त्यामुळे वेळ अत्यंत महत्त्वाचा होता. जवळजवळ तब्बल ५० मिनिटं माझ्या वाहनातून मला बाहेर काढण्याचे प्रयत्न केल्यानंतर अखेरीस त्यांना जॉज ऑफ लाइफचा वापर करता आला आणि कारचं छप्पर उचकटून त्यांनी मला बाहेर काढलं. माझ्या संपूर्ण शरीरातून भयंकर रक्तस्राव होत होता. माझ्या हृदयाची धडधड थांबली होती आणि माझा श्वासोच्छ्वासही थांबला होता. त्यामुळे वैद्यकीयदृष्ट्या विचार करता, मी मरण पावलो होतो.

पॅरामेडिक्सनी वैद्यकीय निर्वासन हेलिकॉप्टरच्या मागच्या बाजूला माझं निपचित पडलेलं, मृतवत शरीर ठेवलं. मला हवाई मार्गानं जवळच्या रुग्णालयात नेण्यासाठी त्या हेलिकॉप्टरला पाठवण्यात आलं होतं. त्यांनी मला आयव्हीनं उचललं आणि जीवरक्षक प्रयत्न म्हणजेच सीपीआर देण्याचे प्रयत्न सुरू केले आणि माझ्या हृदयाला विद्युतलहरींच्या डोसनी संजीवनी देण्यासाठी डीफायब्रिलेटरचा वापर केला. जवळजवळ सहा मिनिटं माझ्या हृदयाची धडधड पूर्ण थांबली होती, त्यानंतर त्यांनी माझ्या शरीरात पुन्हा धुगधुगी निर्माण केली. हृदय सुरू झालं. आता जीवन-मरणाची निकराची लढाई सुरू झाली होती.

त्यानंतर पुढचे सहा दिवस मी अतिशय गंभीर अवस्थेत कोमात होतो. त्या काळात आणखी दोनदा मी भीषण अवस्थेत पोहोचलो. माझं हृदय बंद पडलं होतं. माझे गरीब बिचारे आई-वडील असाहाय्यपणे माझ्या उशाशी बसून होते. मला जगण्याची धडपड करताना पाहत असताना त्यांच्या मनात सगळ्यात वाईट अनिष्ट गोष्टींची भीती ठाण मांडून बसली होती. आधीच त्यांच्या एका मुलीचा मृत्यू त्यांनी सहन केला होता. मी आठ वर्षांचा असताना माझी छोटी बहीण ॲमेरी हिचा हृदयक्रिया बंद पडून मृत्यू झाला होता. ती फक्त दीड वर्षाची होती. त्यांच्या सगळ्यात लहान मुलीच्या मृत्यूचं दुःख सहन केल्यानंतर माझ्या आई-वडलांसमोर आता त्यांच्या पहिल्या मुलाच्या मृत्यूची शक्यता निर्माण झाली होती.

माझी मोडलेली हाडं जोडण्यासाठी माझ्यावर अनेक शस्त्रक्रिया करण्यात आल्या होत्या. माझ्या हाडांना टिटॅनियमच्या रॉडला घट्ट बांधण्यात आलं होतं. माझ्या कोपरात स्क्रू बसवले गेले होते. माझ्या डोळ्याच्या खोबणीतील तुकडे-तुकडे झालेली हाडं काढून टाकून तिथे टिटॅनियम प्लेट बसवण्यात आल्या होत्या. अखेरीस, ज्या वेळी मी कोमातून बाहेर पडलो आणि माझ्या बाबतीत नेमकं काय घडलं होतं ते मला सांगण्यात आलं त्या वेळी मला अकल्पनीय वास्तवाला तोंड द्यावं लागलं. अगदी थोडक्यात सांगायचं झालं तर, जे घडलं होतं ते अविश्वसनीय होतं, अतर्क्य होतं. मात्र डॉक्टरांनी केलेलं भाकित ऐकणं ही त्याहूनही सगळ्यात अवघड गोष्ट होती. त्यांनी मला सांगितलं होतं की, त्यानंतर आयुष्यात कधीही मी चालू शकणार नव्हतो. त्यांच्या मते, त्यानंतर आयुष्यभर मला चाकाच्या खुर्चीत बसूनच जगावं लागणार होतं.

माझ्या या नवीन परिस्थितीला स्वीकारणं माझ्या दृष्टीनं असह्य आणि अनाकलनीय होतं. मात्र, तोपर्यंत घडलेली प्रत्येक गोष्ट ही माझ्या नियंत्रणाच्या बाहेरची होती. कुठल्याही गोष्टीची निवड करणं माझ्या हातातच नव्हतं. सगळ्या गोष्टी अटळपणे घडून गेल्या होत्या. परंतु ज्या वेळी आपण संकटांना तोंड देतो त्या वेळी आपल्या समोर फक्त एकच पर्याय असतो, आपण फक्त एकाच गोष्टीची निवड करू शकतो. 'मी या परिस्थितीला कसा प्रतिसाद देणार आहे?' याची निवड आपण करू शकतो.

आपले विचार, आपले दृष्टिकोनच आपल्या वास्तवाला आकार देतात

माझ्या नवीन वास्तवाचा स्वीकार करणं ही सोपी गोष्ट नव्हती. मी पुन्हा कधीही चालू शकणार नाही हे समजून घेणं, माझं संपूर्ण आयुष्य तशाच अवस्थेत जाणार असल्याची कल्पना करणं आणि ही गोष्ट पचवणं निश्चितपणे अत्यंत अवघड होतं. माझ्या मेंदूला झालेल्या दुखापतीमुळे मी कुठे होतो, त्याचं मला सातत्यानं विस्मरण होत होतं. अगदी पाचच मिनिटांपूर्वी काय झालं होतं किंवा क्षणोक्षणी काय बोलणं झालं, मला काय सांगण्यात आलं ते मला आठवत नव्हतं. ही गोष्टही तशीच हतोत्साहित करणारी होती. माझ्या डाव्या हाताचाही मला काहीच उपयोग नव्हता आणि पुन्हा कधी मी त्याचा वापर करू शकेन का, ते डॉक्टरही सांगू शकत नव्हते. शिवाय, माझ्या डाव्या डोळ्याच्या खोबणीची हाडंही मोडली होती. ती दुरुस्त करून त्यांच्यावर बँडेज बांधण्यात आलं होतं. परंतु बँडेज काढल्यानंतर कदाचित माझ्या डाव्या डोळ्याची दृष्टी कायमचीच गेली असती. मला एका डोळ्यानं अंधत्व आलं असतं.

मला भेटायला आलेले लोक गेल्यानंतर रात्री उशिराची वेळ ही माझ्यासाठीची सगळ्यात भयंकर वेळ असत होती. मी टक्क जागा असत होतो आणि छताकडे पाहत तसाच पडून राहत होतो. माझ्या कानांवर वैद्यकीय उपकरणांची टिकटिक किंवा इतर आवाज येत असत. मी जिवंत असल्याची नोंद करणारी ती उपकरणं माझ्या जिवंतपणाच्या लक्षणांवर देखरेख करत होती. या सगळ्या गोष्टींनी मी घाबरून गेलो होतो. खरं तर अगदीच धास्तावून दडपून गेलो होतो. 'माझं उर्वरित आयुष्य मला चाकाच्या खुर्चीतच घालवावं लागलं असतं का? इतर लोकांना माझी आयुष्यभर काळजी घ्यावी लागणार होती का? पुन्हा कधीतरी मला स्वावलंबनानं जगता आलं असतं का? पुन्हा कधीतरी माझी उद्दिष्टं मला साध्य करता आली असती का? मी अद्याप तितका सक्षम होतो का? हे माझ्याच बाबतीत का घडलं? मी तर असं असं काहीच केलं नव्हतं. हा माझ्यावरचा अन्याय होता,' अशा विचारांची माझ्या मनात दाटी होत होती.

मात्र, तरीही लवकरच माझ्या असं लक्षात आलं की, ही बळीची मानसिकता माझ्या काहीच उपयोगाची नव्हती आणि स्वतःची कणव करण्यात, कीव करत बसण्यात काहीच अर्थ नव्हता. माझ्याकडे फक्त एकुलता एक पर्याय आणि निवड होती आणि आपल्यापैकी कोणाकडेही ती असतेच. ती म्हणजे वास्तव जसं असतं, तसंच त्याला स्वीकारणं. ज्या गोष्टी आपल्याला बदलता येत नाहीत, त्यांचा शांतपणे स्वीकार करणं आणि त्यांच्याशी जुळवून घेणं, माझी सध्याची परिस्थिती काहीही असली तरी माझ्याकडे जे होतं त्याविषयी कृतज्ञता बाळगणं हे आपण करू शकतो. मी असा निष्कर्ष काढला की, जर डॉक्टरांचं म्हणणं बरोबर असेल तर माझं उर्वरित जीवन मला चाकाच्या खुर्चीत बसूनच घालवावं लागणार होतं. मग अशा परिस्थितीत मी एक तर दुःखीकष्टी होऊन

जगू शकलो असतो किंवा मी आनंदी राहण्याची निवड करू शकलो असतो. मी यांपैकी कशाचीही निवड केली असती तरी- काहीही झालं तरी मला चाकाच्या खुर्चीवरच राहावं लागणार होतं, मग आनंदी का राहू नये? मी दुसऱ्या पर्यायाची निवड केली. मी आनंदी राहण्याचा निर्धार केला. चाकाच्या खुर्चीत बसून राहावं लागणाऱ्या लोकांपैकी सर्वाधिक कृतज्ञ व्यक्ती म्हणून जगण्याचा निर्णय मी घेतला.

मी पुन्हा कधीही चालू शकणार नाही, या डॉक्टरांच्या पूर्वनिदानाचा निष्क्रियपणे स्वीकार करून, त्याचा बळी व्हायचं नाही असा निश्चयही मी केला. जर डॉक्टरांचं म्हणणं चुकीचं असेल तर? अत्यंत वाईट दृश्याला शांततेनं स्वीकारण्याचा निर्णय तर मी घेतला होताच. परंतु, माझ्या मानसिक आणि भावनिक अवस्थेवर त्या निर्णयाच्या शक्तीला राज्य करू द्यायचं नाही असंही मी ठामपणे ठरवून टाकलं होतं. त्याच वेळी मला हव्या असलेल्या फलितांवर माझी सगळी शक्ती एकाग्र करण्याचे मी आटोकाट प्रयत्न करू लागलो. मी चालत असल्याचं कल्पनाचित्र मी मनःचक्षूंसमोर रंगवू लागलो. माझं शरीर चांगलं होत आहे, त्याच्या जखमा भरत आहेत अशी कल्पना मी करू लागलो. मला ताकद मिळावी आणि चमत्कार घडावा अशी प्रार्थना करण्यास मी सुरुवात केली. त्यानंतर मी त्यानुसार काम करण्याचा प्रयत्न करू लागलो. शारीरिक उपचारांच्या दरम्यान, रोजच माझ्या चाकाच्या खुर्चीत मी हालचाल करण्याचा प्रयत्न करू लागलो आणि माझ्यावर उपचार करणाऱ्या डॉक्टरांना मी उत्साहानं सांगू लागलो की, 'मी एके दिवशी फिरायला जाईन.'

सुधारणांच्या आणि पुनर्वसनाच्या अत्यंत आव्हानात्मक आणि वेदनादायक अशा तीन आठवड्यांच्या कालावधीत मी पूर्ण वेळ रुग्णालयातच होतो. त्यानंतर एके दिवशी माझा एक डॉक्टर माझ्या खोलीत आला. आदल्या दिवशी त्याने नियमित प्रक्रियेचा भाग म्हणून माझा एक्स-रे काढण्यास सांगितलं होतं, त्याचा रिपोर्ट त्याच्या हातात होता. त्याच्या आवाजात आणि हावभावांतही बुचकळ्यात पडल्याची भावना होती. त्याने मला असं सांगितलं की, माझं शरीर आश्चर्यकारक गतीनं सुधारत चाललं होतं. त्यामुळे मी पहिलं पाऊल टाकून चालून पाहावं असं त्याने सुचवलं. मी आश्चर्यानं थक्क झालो. अगदी मी आशावादीपणानं वागत असलो तरी मला असं वाटत होतं की, याकरिता मला किमान सहा महिन्यांचा ते एक वर्षाचा कालावधी लागेल. त्यानंतर मी हळूहळू चालू शकेन. परंतु, त्या दिवशी दुपारी मी पहिलं पाऊल टाकलं. मी एकूण तीन पावलं चाललो.

चालायला पुन्हा शिकण्यास प्रत्यक्षात सात आठवडे लागले. त्या वेळी माझ्या हातात चार पायांचा वॉकर देण्यात आला होता आणि मी पावलं टाकत होतो. माझ्या डाव्या डोळ्याची दृष्टीही मला पुन्हा प्राप्त झाली होती. पण तोपर्यंत माझ्या डाव्या हाताचा वापर मला करता येत नव्हता. डॉक्टरांनी असं ठामपणे ठरवून टाकलं होतं की, मानसिकदृष्ट्या माझी काळजी घेण्यास मी सक्षम नव्हतो. म्हणून माझ्या आई-वडलांच्या

देखरेखीखाली मला सोडण्यात आलं. माझ्या आई-वडलांसोबत मी परत आलो असलो तरी एकूण परिस्थितीचा विचार करता, ती माझी पहिली निवड नव्हती. पण नंतर जेमतेम दोन वर्षांतच मी स्वावलंबी झालो. माझ्या मनात कृतज्ञतेच्याही पलीकडच्या भावना दाटून आल्या. माझ्या आई-वडलांनी माझी काळजी घेतली होती. त्यासाठी ते सक्षम होते आणि माझी काळजी घेण्याची त्यांची तयारीही होती, म्हणूनच मला कृतज्ञता वाटत होती. मी पुन्हा घरी परतलो होतो, याचंच आईला कोण कौतुक वाटलं होतं!

माझ्या आई-वडलांसोबत मी राहत होतो, पण कुठलंच काम करत नव्हतो. त्यामुळे माझ्याकडे विचार करण्यासाठी भरपूर वेळ होता. इतरांना मदत करण्यासाठी माझ्या कारच्या अपघाताचा वापर मी कसा करून घेऊ शकेन, यावर मी चिंतन करू लागलो. ॲमेरी ही माझी दीड वर्षांची छोटी बहीण हृदय बंद पडल्यानं मरण पावली होती, त्या वेळी माझ्या आई-वडलांनी त्यांच्या दुःखाला एका विशिष्ट उद्दिष्टाकडे वळवलं होतं. त्यांनी आमच्या कुटुंबातील शोकांतिकेचं रूपांतर आपापली मुलं गमावलेल्या इतर पालकांच्या आधार गटांना पाठबळ देण्यात केलं होतं. याशिवाय, ॲमेरीचा जीव वाचवण्याचे प्रयत्न केलेल्या रुग्णालयाला निधीचा पुरवठा करण्यासाठी त्यांनी दात्यांना संघटित केलं होतं. मला त्यांच्या उदाहरणातून मीही अशाच प्रकारचं काहीतरी करावं, अशी स्फूर्ती मिळाली.

एके दिवशी फिजिकल थेरपीसाठी माझे वडील मला कारमधून घेऊन चालले होते. त्या वेळी मी त्यांना असा दिलासा दिला की, प्रत्येक गोष्ट घडण्यामागे काही ना काही कारण असतंच, आपण फक्त त्या कारणाचा शोध घेणं, त्याची निवड करणं ही आपली जबाबदारी असते. मी त्यांना विचारलं, 'या अपघातापूर्वी मी तुम्हाला असं सांगत होतो की, मला कटकोच्या कार्यक्रमांमध्ये व्याख्यान द्यायला आवडतं. मला व्यावसायिक व्याख्याता होणं आवडेल असंही मी तुम्हाला म्हटलं होतं, तुम्हाला ते आठवतंय का?' त्यांनी मान डोलावली. मी जिम रॉन आणि टोनी रॉबिन्स यांची व्याख्यानं ऐकत होतो आणि त्यांनी जसं केलं होतं, तसंच करून, त्याप्रमाणेच लोकांना मदत करण्याची माझी इच्छा होती, हेही त्यांना माहीत होतं. "हा अपघात होईपर्यंत माझ्याकडे खरोखरच व्याख्यान देण्याजोगा कुठलाच विषय नव्हता. माझ्याकडे सांगण्याजोगं काहीच नव्हतं. म्हणजे, मला असं म्हणायचं आहे की, तुम्ही आणि आई अतिशय उत्तम पालक आहात. त्यामुळे अगदी हा अपघात घडेपर्यंतचं माझं जीवन सुरळीतपणे, शांततेनं चाललं होतं. परंतु कदाचित म्हणूनच माझ्या बाबतीत असं घडलं असेल. माझ्या संकटांवर, प्रतिकूल परिस्थितींवर मी मात करावी आणि नंतर लोकांनाही त्यांच्या संकटांवर व प्रतिकूल परिस्थितींवर त्यांनी कशी मात करावी ते शिकवावं म्हणूनच कदाचित असं घडलं असेल," मी म्हणालो.

कदाचित हा योगायोग असेल किंवा नसेलही, पण त्यानंतर काही महिन्यांतच माझ्या समोर माझी पहिली संधी आपोआप चालून आली. त्या वेळी योसेमाईट

हायस्कूल या माझ्या शाळेतील विद्यार्थ्यांसमोर आणि प्राध्यापकांसमोर माझी कथा सांगण्यासाठी मला निमंत्रित करण्यात आलं. या शाळेतून फक्त दोनच वर्षांपूर्वी मी ग्रॅज्युएशन पूर्ण केलं होतं. विद्यार्थ्यांना स्फूर्ती मिळाली आणि माझ्या पालकांनी आपल्या प्रतिकूलतेचं रूपांतर इतरांना साहाय्य करण्याच्या उपक्रमात का केलं होतं, त्याचं प्रत्यक्ष उत्तर मला मिळालं. आता तेच करण्याची माझी पाळी होती.

आपल्याला कशावर मात करणं शक्य असतं आणि कोणतं यश प्राप्त करता येतं, आपल्या प्रतिकूलतांचा, अवघड परिस्थितींचा, आव्हानांचा वापर तुम्ही संधी म्हणून कसा करून घेऊ शकता, हे तुम्हाला समजावं हाच माझी सत्यकथा तुम्हाला सांगण्यामागचा माझा हेतू आहे. तुमचं आयुष्य सध्या कसंही असलं तरी हरकत नाही. त्यामुळे यात काहीही फरक पडत नाही. दुसऱ्या एखाद्या व्यक्तीनं जे केलेलं असतं, ते तुम्ही काय करणं शक्य आहे याचा पुरावा असतो, असा विचार करा. तुमच्या जीवनासाठी तुम्हाला जे काही हवं असेल त्याची निर्मिती करण्यास पृथ्वीवरच्या इतर कुठल्याही व्यक्तीइतकेच तुम्हीही मूल्यवान, लायक आणि सक्षम आहात, हे लक्षात ठेवा. हे वाक्य तुम्ही अत्यंत गांभीर्यानं पुन्हा एकदा वाचा, असं मी तुम्हाला सांगतो. ते इतर कोणाहीप्रमाणे तुमच्यासाठीही तितकंच सत्य आहे याचा सखोल विचार करा. तुमचा भूतकाळ काहीही असला किंवा तुमच्या सद्यःस्थितीमुळे तुम्ही कशावरही विश्वास ठेवण्यास प्रवृत्त झाला असलात तरी त्याने काहीही फरक पडत नाही. कारण तुमची क्षमता खरोखरच अमर्याद आहे. हे पुस्तक तुम्हाला दैनंदिन पातळीवर तुमच्या क्षमतेला अधिकाधिक प्रमाणात उपलब्ध करून घेण्याचं महत्त्वपूर्ण साधन देईल.

पेन उचला

आणखी काहीही वाचण्याच्या आधी कृपा करून तुमचं पेन किंवा पेन्सिल घेण्यासाठी काही क्षणाचा वेळ काढा. त्यामुळे या पुस्तकात तुम्हीही काही गोष्टी लिहू शकाल. तुम्ही वाचत जाल, तसतशा तुम्हाला काही गोष्टी पुन्हा वाचाव्यात असं वाटेल, काही गोष्टी वेगळ्या आहेत असं वाटेल. तुम्ही त्या सगळ्या गोष्टींना अधोरेखित करा किंवा त्यांच्या भोवती गोल करा. पानांचे कोपरे दुमडून ठेवा आणि समासात टिपा लिहून ठेवा. त्यामुळे काही अत्यंत महत्त्वाच्या धड्यांची, कल्पनांची आणि व्यूहरचनांची तुम्ही नंतर झटपट उजळणी करू शकाल. या पुस्तकाकडे पुनःपुन्हा यावं असं तुम्हाला वाटण्याजोगं हे संसाधन आहे.

मग...तुम्ही तयार आहात का?

ठीक आहे. पेन हातात घ्या. चला, आता आपण सुरुवात करू या. आता तुमच्या जीवनातील पुढचं प्रकरण लवकरच सुरू होणार आहे.

१

संपूर्ण क्षमतेसह जागरूक होण्याची वेळ आली आहे

''जीवन क्षणभंगुर आहे,' हे वाक्य वापरून वापरून गुळगुळीत झालं असलं तरी सातत्यानं वापरलं जातं. परंतु यावेळी ते सत्य आहे. नाखूश, दुःखी राहण्यासाठी आणि सामान्यपणे जगण्यासाठी अशा दोन्ही गोष्टींसाठी तुमच्याकडे वेळ नाही. दुःखी राहणं निरर्थक आहेच, शिवाय ते क्लेशदायकही आहे.'

–सेठ गॉडिन

'तुमचा भूतकाळ ही तुमची क्षमता नाही. तुम्ही कोणत्याही क्षणी तुमच्या भविष्याला मुक्त करण्याची निवड करू शकता.'

–मेरिलिन फर्ग्युसन

बाळाचा जन्म झाला की, आपण नेहमीच त्याचा संदर्भ 'जीवनाचा चमत्कार' असा का बरं देतो? आणि बाळाकडे अमर्याद क्षमता आहे, असा विचार का करतो? पण त्याच वेळी आपल्या जीवनाचं सर्वसामान्यत्व मात्र आपण निमूटपणे स्वीकारतो. असं का? आपण जगत आहोत हा चमत्कार आहे, हा दृष्टिकोन या सगळ्या जीवनप्रवासात आपण कुठे हरवून बसतो?

तुमचा जन्म झाल्यानंतर तुम्ही सारं काही करू शकता, असा विश्वास तुम्हाला प्रत्येकानं दिला होता. तुमच्याकडे सारं काही आहे आणि तुम्ही मोठे होत असताना तुम्हाला हवं ते मिळेल असाही दिलासा त्यांनी तुम्हाला दिला होता. मग आता तुम्ही मोठे झाला आहात, आता तुम्हाला हवं असलेलं काहीतरी तुम्ही करत आहात का? तुम्हाला हवी ती एखादी गोष्ट किंवा हव्या असलेल्या सगळ्या गोष्टी तुमच्याकडे आहेत का? की, मोठे होण्याच्या या मार्गात तुम्ही एखादी गोष्ट आणि प्रत्येक गोष्ट यांची पुनर्व्याख्या केली आहे? आपल्याला खरोखरच हव्या असलेल्या आणि आपण त्या मिळवण्यास पात्र असलेल्या गोष्टी मिळवण्यापेक्षा आहे त्यात समाधान मानण्यासाठी तुम्ही या पुनर्व्याख्या केल्या आहेत का?

एकदा मी एक धोक्याचा इशारा देणारी आकडेवारी वाचली होती. सर्वसामान्य अमेरिकन व्यक्ती ही सरासरी २० पाऊंड अतिरिक्त वजनाची असते. तिने १०,००० डॉलरहून अधिक कर्ज घेतलेलं असतं. ती एकाकी असते आणि तिचं कामात लक्ष नसतं. शिवाय, तिला एखादाही जिवलग मित्र नसतो. इतक्या सगळ्या लोकांच्या बाबतीत ही गोष्ट सत्य का ठरत आहे, याचं मला आश्चर्य वाटलं. पण या आकडेवारीला पूर्णपणे खोटं ठरवता यावं, यासाठी आपण याविषयी काय करतो, ही त्याहूनही अधिक महत्त्वाची गोष्ट आहे.

सन २०२०मध्ये कोविड-१९च्या साथीमुळे आपल्या सगळ्यांच्या जीवनाला कलाटणी मिळाली. खरं म्हणजे आपली सगळ्यांची आयुष्यं चांगलीच ढवळून निघाली. अनेकांच्या दृष्टीनं या काळात निर्माण झालेली मानसिक आरोग्याची आव्हानं अधिक वाईट होती. इतर काही जणांनी आपले उत्पन्नाचे स्रोत गमावले आणि त्यामुळे आपला व आपल्या कुटुंबीयांचा उदरनिर्वाह भागवण्याची क्षमता गमावली. त्यानंतरच्या वर्षांमध्ये आपल्या मनातील सामुदायिक अनिश्चिततेची भावना पूर्वी कधीही नव्हती इतकी वाढल्याचं आपल्याला दिसून आलं. यातली समस्या अशी आहे की, ज्या वेळी आपल्या नियंत्रणाच्या बाहेर असलेल्या गोष्टींवर आपण लक्ष एकवटतो, त्या वेळी आपल्याला सारं काही नियंत्रणबाह्य असल्यासारखं वाटू लागतं. त्यामुळे आपल्या मनात तणाव, भीती, चिंता आणि अगदी नैराश्यही निर्माण होतं. अखेरीस (आणि प्रारंभीसुद्धा) आपण फक्त एकाच गोष्टीवर नियंत्रण ठेवू शकतो आणि आपण स्वतःही ती गोष्ट असते. आपण काय करतो, आपण कोण होणार आहोत आणि आपण इतरांना कसं दिसलं पाहिजे याची आपण कशी निवड करतो, याकडे आपण लक्ष दिलं पाहिजे.

आपली सर्वोत्तम स्वरूपं प्राप्त करणं आणि आपल्याला हव्या असलेल्या आयुष्याची निर्मिती करणं यावरच आपण रोजच्या रोज लक्ष केंद्रित केलं पाहिजे.

मग तुमचं काय? तुमच्या अथांग, अमर्याद क्षमतांची पूर्तता करण्यासाठी आणि तुम्हाला खरोखरच इच्छा असलेल्या आणि तुम्ही पात्रही असलेल्या यशाची पातळी गाठण्यासाठी तुम्ही वेळ देत आहात का? जीवनाच्या प्रत्येक क्षेत्रात तुम्ही असं करत आहात का? की तुमच्या जीवनातील काही पैलूंच्या बाबतीत तुमच्या खरोखरच्या इच्छेहून कमी प्रमाणात तुम्हाला जे काही मिळालं असेल त्यावर समाधान मानून तुम्ही जगत आहात? तुम्ही जबाबदाऱ्यांमध्ये प्रचंड प्रमाणात गुरफटून गेल्यामुळे, वेगळ्या प्रकारे गोष्टी करण्याची भीती वाटत असल्यामुळे, आर्थिक सुरक्षिततेची गरज असल्यामुळे किंवा लक्षणीय आणि टिकाऊ परिवर्तनं कशी घडवून आणावीत हे माहीत नसल्यामुळे असं घडत आहे का? तुमच्या क्षमतेच्या तुलनेत कमी प्रमाणात मिळालेली गोष्ट गोड मानून घेऊन, नंतर ते सारं कसं बरोबरच आहे, याचं समर्थन तुम्ही करत आहात का? की, आता अशा तडजोडी करणं थांबवण्यास आणि जे जीवन जगण्यासाठी कधी एकदा सकाळ होतेय आणि कधी एकदा आपण उठून जगू लागतोय, अशा भावनेनं सकाळी उठता यावं अशा अत्यंत समाधानी, तृप्त जीवनाची निर्मिती करण्यास तुम्ही तयार आहात?

दहाव्या सर्वोच्च पातळीवरच्या जीवनाची निर्मिती करणं

ऑप्राने आतापर्यंत सांगितलेल्या भावनांपैकी माझी एक आवडती भावना पुढीलप्रमाणे आहे : 'तुमच्या स्वप्नातील जीवन जगण्याचं कार्य हाती घेणं ही तुमच्या आयुष्यातील सर्वाधिक धाडसी मोहीम असते आणि ती तुम्ही कधीही हाती घेऊ शकता.' मी हे मान्य करू शकत नाही, कारण आपल्या स्वप्नातील जीवन जगण्याच्या जवळपास फक्त थोडेच लोक जाऊ शकतात, म्हणून पुन्हा एकदा हे वाक्यही घासून, घासून गुळगुळीत झालं आहे. बहुतेक लोक सर्वसामान्य आयुष्य जगण्यास शरण जातात. जीवन त्यांना जे देतं ते स्वीकारून ते निष्क्रियपणे जगत राहतात. व्यवसायासारख्या एखाद्या क्षेत्रात अत्यंत यशस्वी असलेले लोकसुद्धा आरोग्य किंवा नातेसंबंध यांसारख्या इतर क्षेत्रांत सर्वसामान्यपणे जगत राहण्याची तडजोड करतात.

त्याच वेळी माणसाकडे शक्य तितकं चांगलं जीवन जगण्याची अंगभूत प्रेरणा आणि इच्छा असते. आपल्याला शक्य असेल तितकं आनंदी, निरोगी राहण्याकडे आणि वैभवशाली, श्रीमंत आणि यशस्वी होण्याकडे आपला कल असतो. तसंच आपल्याला जमेल तितका, शक्य असेल तितका प्रेमाचा, स्वातंत्र्याचा आणि सुखाचा अनुभव घेण्याचीही आपली प्रवृत्ती असते. जर आपल्याला यश आणि सुख यांना १ ते १० आकडे असलेल्या मोजपट्टीवर मोजायचं असेल तर मला वाटतं

की, आपल्यापैकी सर्वांनाच आपल्या जीवनाच्या प्रत्येक क्षेत्रात दहा या सर्वोच्च पातळीवर राहायला आवडेल. यातली समस्या अशी आहे की, आपल्याला जशी व्यक्ती होण्याची इच्छा आहे तशी व्यक्ती होण्यासाठी अत्यल्प लोकच रोज थोडा वेळ देतात. ज्या व्यक्तींना आपल्या आयुष्याची निर्मिती करण्याची आणि ते तसंच शाश्वत राखण्याची इच्छा असते, त्यांच्यापैकी अत्यल्प व्यक्तीच त्याकरिता वेळ देतात. दैनंदिन वैयक्तिक विकासाशी आपली बांधिलकी असली पाहिजे यावर माझा विश्वास आहे. बहुधा व्यक्ती म्हणून आणि सामुदायिक पातळीवर विचार केला तर, समाज म्हणून आपल्याला मिळालेली ती मोठी संधी असते.

अशा प्रकारे यशाच्या दहाव्या पातळीपर्यंत पोहोचणं हे फक्त शक्यच असतं असं नाही, तर ते साधंही असतं. तुमच्या दैनंदिन आचरणांमधून तुम्हाला तुमच्या दहाव्या पातळीपर्यंतच्या उन्नत स्वरूपापर्यंत पोहोचण्यासाठी तुमचा विकास करून घेण्याकरिता सहेतुकपणे वेळ देणं शक्य असतं.

तुम्ही सकाळी कसे उठता, या गोष्टीपासून याची सुरुवात होते असं मी तुम्हाला सांगितलं तर...? सकाळी उठल्यानंतर काही लहान, साध्या गोष्टी करून तुम्ही आजपासून ही सुरुवात करू शकता. तुम्ही त्यांच्यामुळे तुम्हाला ज्या प्रकारची व्यक्ती होण्याची इच्छा असेल त्या प्रकारची व्यक्ती व्हाल. तसंच तुम्हाला यशाचा जो स्तर गाठायचा असेल आणि ज्यासाठी तुम्ही पात्र असाल, त्या स्तरापर्यंतही तुम्ही आरामात पोहोचाल. तुमच्या जीवनाच्या प्रत्येक क्षेत्रात हे घडू शकेल. तुम्ही रोमहर्षित झाला आहात का? तुमचा अजूनही माझ्यावर विश्वास आहे ना? काही जण विश्वास ठेवणार नाहीत. अनेक लोकांना हे खोटं वाटेल, कारण अनेक प्रयत्न करून त्यांची आतापर्यंत दमछाक झाली असेल. त्यामुळे त्यांना असं वाटणं उचितही आहे. आपल्या आयुष्यांमध्ये आणि नातेसंबंधांमध्ये सुधारणा घडवून आणण्यासाठी त्यांनी हर प्रकारचे प्रयत्न केले असतील आणि तरीही त्यांना इच्छित पातळी गाठता आली नसेल. मी ते समजू शकतो. मी स्वतःही या टप्प्यावर होतो. मी तुम्हाला आधारासाठी माझा हात देत आहे आणि तुम्हाला जीवनाच्या दुसऱ्या बाजूला येण्याचं निमंत्रण देत आहे. जीवनाची ही बाजू अधिक चांगली आहेच, शिवाय ती जितकी असामान्य, अद्वितीय असावी असा तुम्ही फक्त कल्पनेतच विचार केला असेल, तितकी ती प्रत्यक्षातही असामान्य, अद्वितीय आहे.

तीन मूलभूत सत्यांवर या पुस्तकाची उभारणी झाली आहे

१. तुमच्या आयुष्यात असामान्य आरोग्य, संपत्ती, आनंद, प्रेम आणि यश यांची निर्मिती करण्यास आणि ती टिकवण्यास पृथ्वीवरच्या इतर कोणत्याही व्यक्तीइतकेच तुम्हीही पात्र आहात. तुम्हीही तितकेच मूल्यवान

आहात. ही गोष्ट फक्त तुमच्या जीवनाच्या गुणवत्तेलाच लागू होत नाही, तर तुमच्या कुटुंबीयांवर, मित्रांवर, ग्राहकांवर, सहकाऱ्यांवर, मुलांवर, समुदायावर आणि तुम्ही ज्या कोणाच्या जीवनाला स्पर्श कराल, त्या प्रत्येकावर याचा परिणाम होईल. तुम्ही सत्याशी सख्य साधून जगण्यास सुरुवात कराल.

२. तुमच्या जीवनातील कोणत्याही क्षेत्रात तुम्हाला हव्या असलेल्या प्रमाणातील उत्तम गोष्टींपेक्षा कमी गुणवत्तेच्या गोष्टींवर समाधान मानून जगत राहणं थांबवण्यासाठी आणि तुमचं इच्छित वैयक्तिक, व्यावसायिक आणि आर्थिक यश मिळवण्यासाठी तुम्हाला ज्या प्रकारची व्यक्ती व्हायचं असेल, त्या प्रकारची व्यक्ती होण्यासाठी तुम्हाला पहिल्यांदा काही वेळ द्यावाच लागेल. तुम्हाला यशाच्या त्या पातळ्यांची निर्मिती करणारी व्यक्ती होण्यासाठी हे करावंच लागेल.

३. रोज सकाळी तुम्ही कोणत्या दृष्टिकोनातून उठता आणि तुमचा सकाळचा नित्यक्रम काय आहे किंवा तुमच्याकडे कुठलाच नित्यक्रम नाही यांपैकी काहीही असलं तरी ती गोष्ट महत्त्वाची असते, कारण त्यानुसारच तुमच्या उर्वरित दिवसाचा पोत, संदर्भ आणि दिशा ठरवली जाते. एकाग्रचित्त, उत्पादक, यशस्वी सकाळींमुळे तुम्हीही दिवसभर एकाग्रचित्त, उत्पादक आणि यशस्वी होता. त्याच्यातूनच अखेरीस तुमच्या यशस्वी, असामान्य जीवनाची निर्मिती होते. याच्या विरुद्ध गोष्टही अर्थातच तशीच सत्य आहे. तुम्ही सैरभैर अवस्थेत, अनुत्पादक आणि सर्वसामान्य पद्धतीनं सकाळी घालवत असाल तर तुम्हाला तसाच सैरभैर, अनुत्पादक आणि सर्वसामान्य पद्धतीचा दिवस प्राप्त होतो. त्यामुळे तुमच्या क्षमतेचा पुरेपूर वापर तुम्ही करू शकत नाही आणि जीवन हा सातत्यपूर्ण संघर्ष होतो.

'पण हॅल, मी कधीच पहाटे उठत नाही'

तुम्ही आधीपासूनच पहाटे उठण्याचा प्रयत्न केला असेल आणि ते तुम्हाला शक्य झालं नसेल तर मग काय करायचं? अशा वेळी तुम्ही म्हणता की, 'मी कधीच पहाटे उठत नाही.' किंवा 'मी निशाचर घुबड आहे.' किंवा 'दिवसाचा वेळ मला पुरतच नाही.' किंवा 'खरं म्हणजे मला याहून कमी झोपेची नव्हे, तर अधिक झोपेची गरज असते.'

मी पहाटेच्या चमत्काराच्या आचरणांची निर्मिती करेपर्यंत माझ्या बाबतीतही ही गोष्ट खरी होती. खरं तर बहुतांश लोकांच्या बाबतीत ती खरीच असते. मी सातत्यानं

जागतिक मिरॅकल मॉर्निंग कम्युनिटीच्या हजारो लोकांचं सर्वेक्षण केलं आणि करत आहे. मी त्यांना नेहमीच एक प्रश्न विचारतो : 'तुम्ही मिरॅकल मॉर्निंग वाचण्याच्या आधी पहाटे उठत होतात का?' आता पहाटे लवकर उठणाऱ्या या समुदायातील सुमारे ७० ते ७५ टक्के लोक मला सांगतात की, 'नाही. आम्ही हे – म्हणजे तुम्ही आता जे पुस्तक वाचत आहात – ते पुस्तक वाचण्याच्या आधी कधीही पहाटे उठत नव्हतो.' त्यांच्यापैकी बहुतेक जण स्वतःला रात्री जागरणं करणारी घुबडं समजत होते. म्हणून पहाटे उठण्याची सवय नसणं ही एक प्रकारे आमच्या या समुदायाच्या या क्लबमध्ये तुमचं स्वागत होणार याची हमी देणारी गोष्ट आहे.

तुमचे आधीचे अनुभव काहीही असले आणि तुम्हाला पहाटे उठणं कितीही त्रासदायक वाटत असलं तरी, तुम्ही लवकरच काही गोष्टी सहजपणे करू शकाल आणि नंतर संपूर्ण उर्वरित आयुष्यभर तुम्ही त्या करत राहाल. तुम्ही अद्यापही तुम्हाला हवं तेव्हा झोपू शकत असलात तरी तुम्हाला असं आढळेल की, तुम्ही एकदा पहाटे उठू लागलात की, तुम्हाला आपोआपच रात्री जागत बसण्याची इच्छाच उरणार नाही आणि मग तुम्हाला याचं आश्चर्य वाटू लागेल. अगदी आठवडाअखेरींना, साप्ताहिक सुट्ट्यांच्या दिवशीही आपण पहाटे उठतो असं आता मला किती लोक सांगतात त्याचा नेमका आकडाही मी तुम्हाला सांगू शकणार नाही, इतका तो मोठा आहे. याचं साधं कारण असं आहे की, पहाटे उठल्यामुळे त्यांना अधिक चांगलं वाटतं आणि ते ज्या ठिकाणी काम करतात, तिथे ते अधिक चांगलं आणि अधिक प्रमाणात काम करू शकतात. फक्त याची कल्पना करून पाहा.

यानंतरच्या प्रकरणांमध्ये मी तुम्हाला जीवनातील एस.ए.व्ही.ई.आर.एस.ची (सेव्हर्सची) ओळख करून देणार आहे. सेव्हर्सचं हे इंजिन तुम्हाला पहाटेच्या चमत्काराची सफर घडवून आणेल. सेव्हर्समध्ये वैयक्तिक विकासाकरिता आवश्यक असलेल्या साध्या, लक्षात राहण्याजोग्या संक्षिप्त रूपातील सहा, अत्यंत प्रभावी, कालातीत आणि सिद्ध झालेल्या सवयींचा समावेश आहे. या सहा सवयी आचरणात आणल्यानंतर कोणत्या सवयींचा वापर करत राहिलं पाहिजे आणि कोणत्या क्रमानं त्या आचरणात आणल्या पाहिजेत, हे तुम्ही तुमच्या सोईनुसार आणि इच्छेनुसार ठरवू शकाल आणि त्याप्रमाणे तुमच्या पहाटेच्या चमत्काराच्या आचरणांची रचना करू शकाल.

पहाटेच्या चमत्काराच्या आचरणांचा अनुक्रम आणि त्याच्यातील गोष्टी या आपापल्या पद्धतीनुसार बदलणं शक्य असल्यामुळे कोणाच्याही जीवनशैलीत हा नित्यक्रम चपखल बसू शकतो. तुमचं वेळापत्रक अगदीच अनियमित किंवा अनिश्चित स्वरूपाचं असलं आणि त्याकरिता तुम्हाला केव्हाही वेळ काढावा लागत असला तरी तुमच्या या वेळापत्रकानुसार काम करण्यास उपयुक्त ठरणारा पहाटेच्या चमत्काराच्या आचरणांचा अनुक्रम तुम्ही तयार करू शकता. कधीकधी

तुम्हाला तान्हं बाळ असतं आणि ते रात्री-अपरात्री केव्हाही उठतं, रडतं आणि तुम्हाला जागवतं किंवा कधीकधी तुमच्या कामाच्या वेळाच अनियमित असतात किंवा रात्रपाळीत काम करावं लागतं, अशा वेळी तुम्हाला हव्या त्या प्रकारे तुम्ही हा नित्यक्रम मागे-पुढे करून आचरणात आणू शकता. तुमच्या जादूई, चमत्कार घडवणाऱ्या सकाळींची रचना करण्याची माहिती मी आठव्या प्रकरणात दिली आहे. तिथे मी तुम्हाला तुमचं वेळापत्रक आखण्यास मदत करू शकेन.

तुमच्या उठण्याच्या वेळेची निवडही तुम्ही करू शकता. तुमच्या सकाळच्या नित्यक्रमानं उत्तम काम करण्यासाठी तुम्ही विशिष्ट वेळीच उठलं पाहिजे असं काहीही नाही. त्याऐवजी तुमच्या वेळापत्रकात बसणारी कोणतीही वेळ ही तुमची उठण्याची आदर्श वेळच असेल. यातला मुद्दा असा आहे की, दिवसाची सुरुवात करण्याच्या आधीची सुरुवातीची सहा ते साठ मिनिटं तुम्ही पहाटेचा चमत्कार घडवून आणण्यासाठी दिली पाहिजेत. त्यामुळे तुम्हाला ज्या पातळीवरचं जीवन घडवायचं असेल त्या पातळीवरचं जीवन तुम्ही घडवू शकाल. साहजिकच, तुमच्या दृष्टीनं तुमचं सर्वोच्च १०व्या पातळीवरचं जीवन निर्माण करण्याची क्षमता तुम्ही विकसित करू शकाल.

जीवनाच्या काही अत्यंत महत्त्वाच्या क्षेत्रांमध्ये लोकांना अनुभवता आलेले काही सर्वसामान्य लाभ इथे दिले आहेत. तुम्ही हे पुस्तक वाचाल, त्या वेळी ते लक्षात ठेवा. या लाभांची तुम्हाला जितकी अधिक जाणीव असेल आणि त्यांचा तुम्ही जितक्या जाणीवपूर्वक विचार कराल, तितक्या अधिक प्रमाणात तुम्हाला त्या लाभांचा अनुभव येईल.

- ***आनंदीपणा :*** जोपर्यंत तुम्ही बाह्य शक्तींना आपल्या आनंदावर परिणाम करण्याची मुभा देत नाही, तोपर्यंत आपला आनंद बाह्य शक्तींवर अवलंबून नसतो, ही गोष्ट एकांतात व्यतीत केलेल्या प्रत्येक पहाटेमुळे किंवा सकाळीमुळे तुमच्या लक्षात येईल. उपोद्घात या प्रकरणात मी विवेचन केलं आहे त्याप्रमाणे तुम्ही निवडलेला दृष्टिकोनच तुमचा आनंदीपणा निश्चित करतो. म्हणून तुमच्या सध्याच्या परिस्थिती कितीही अवघड असल्या तरी रोजच्या रोज आनंदी राहण्याची निवड तुम्ही करू शकता.
- ***आरोग्य :*** जीवनाच्या कोणत्याही क्षेत्रांवर तुमच्या एस.ए.व्ही.ई.आर.एस.ला तुम्ही केंद्रित केलं तरी तुम्हाला त्या क्षेत्रात अटळपणे सुधारणा झाल्याचं दिसून येईल. तुम्ही आरोग्यात किंवा तंदुरुस्तीत सुधारणा करण्यावर, वजन कमी करण्यावर किंवा ऊर्जा वाढवण्यावर अशा कुठल्याही क्षेत्रावर लक्ष एकवटलं असलं तरी तुम्हाला तिथे सुधारणा होत असल्याचा अनुभव येऊ लागेल. माझ्या दुर्मीळ प्रकारच्या

कर्करोगाशी लढा देण्यासाठी माझ्या पहाटेच्या चमत्काराच्या आचरणांचा मी वापर केला. इतरांनी वजन कमी करण्यासाठी, मॅरेथॉनमध्ये धावण्यासाठी, आरोग्याच्या समस्यांवर मात करण्यासाठी आणि इतर वेळी त्यांचं आरोग्य अधिकाधिक चांगलं ठेवण्यासाठी वगैरे कारणांसाठी सकाळच्या चमत्कारांचा उपयोग केला.

- ***नातेसंबंध :*** पहाटेच्या चमत्काराच्या आचरणांनी असंख्य लोकांच्या नातेसंबंधांमध्ये सुधारणा घडवून आणली आणि घटस्फोटांपर्यंत पोहोचलेल्या काही जोडप्यांचे विवाहही अगदी मोडता-मोडता वाचले आणि त्यांची वैवाहिक जीवनं सुरळीतपणे सुरू झाली. आपण कोण आहोत आणि इतरांसाठी आपण कसं असावं, यासंदर्भात आपली काय बांधिलकी आहे याविषयी आपण अधिक हेतुपुरस्सर काम करू लागलो की, आपल्याला आपल्या नातेसंबंधांचा कायापालट करण्याची शक्ती प्राप्त होते.
- ***आर्थिक परिस्थिती :*** पुढच्या प्रकरणात तुम्ही शिकणार आहात त्याप्रमाणे, पहाटेच्या चमत्काराच्या आचरणांनी मला दिवाळखोरी टाळण्यास मदत केली आणि त्याहूनही महत्त्वाची गोष्ट म्हणजे आर्थिक मंदीच्या गेल्या काही दशकांमधील अत्यंत बिकट परिस्थितीतसुद्धा माझ्या उत्पन्नात दुपटीपेक्षाही अधिक वाढ करण्यास मला सक्षम केलं. तुमच्या एस.ए.व्ही.ई.आर.एस.ला तुमच्या आर्थिक स्थितीत वाढ करण्यावर एकाग्र करून तुम्ही अगदी नेमकेपणानं ही गोष्ट करू शकता.
- ***उत्पादनक्षमता :*** शारीरिक, मानसिक, भावनिक आणि आध्यात्मिक अशा सर्व स्तरांवरच्या उच्च पातळ्यांच्या अवस्थेतून दिवसाची सुरुवात केल्यामुळे अधिक उत्पादनक्षम होण्याच्या तुमच्या क्षमतेत वाढ होते. तुमची पहाटेच्या चमत्काराची आचरणं या आणखी एका पद्धतीनं तुमच्या जीवनात बदल घडवून आणण्यास मदत करतील, कारण ती तुम्हाला अधिक उत्पादनक्षम करतील. त्यामुळे तुम्ही ते बदल घडवून आणू शकाल.
- ***नेतृत्व :*** तुमच्या जाणिवेची पातळी तुम्ही उंचावली आणि तुमच्या अधिक चांगल्या स्वरूपात राहिलात, तुमच्या जीवनात अर्थपूर्ण सुधारणा केल्या की, मग तुम्ही अगदी अपरिहार्यपणे तुमच्या भोवतालच्या लोकांना प्रेरणा देता आणि त्यांना काय करणं शक्य आहे ते दाखवून देता. तुम्ही आपल्या उदाहरणानं त्यांचं नेतृत्व करताच, शिवाय तुमच्या नेतृत्वाखाली तुमचं अनुकरण करण्यासही तुम्ही त्यांना अधिक सक्षम करता.

- ***आत्मविश्वास :*** तुम्ही रोज कशा प्रकारे दिवसाला सामोरं जावं, त्यावर तुमचं नियंत्रण आहे हे एकदा तुमच्या लक्षात आलं आणि रोजच उत्तम प्रकारे तुम्ही दिवसाला सामोरे जाऊ लागलात की तुम्हाला आत्मविश्वास प्राप्त होतो. दिवसाला आपण कसं सामोरं गेलं पाहिजे एवढी एकच गोष्ट तुमच्या हातात असते.

मी भलत्याच धीटपणानं दावे केले आहेत याची मला जाणीव आहे आणि मी दिलेल्या यादीतील लाभ वाचल्यावर कदाचित मी अतिशयोक्तपणे खात्री दिली आहे, असंही वाटू शकेल. ते खरे असण्यापेक्षाही वाचायला अधिक चांगले आहेत असंही तुम्हाला वाटू शकेल. हो ना? मी तुम्हाला खात्री देतो की, यात कसलीही अतिशयोक्ती नाही. पहाटेचा चमत्कार तुम्हाला रोज पहाटे शिकण्यास, विकसित होण्यास, वाढण्यास आणि तुमची अत्यंत महत्त्वाची उद्दिष्टं साध्य करण्यासाठी आवश्यक असलेला सलग, एकसंध वेळ देईल. तुम्ही विशेषतः जी स्वप्नं आजतागायत मागे ठेवून दिली होती, ती सत्यात उतरवण्यास तो तुम्हाला तुमचा स्वतःचा वेळ देईल.

आपण पहाटे किंवा सकाळी लवकर उठू शकत नाही, असं तुम्ही समजत असाल किंवा नसाल, त्याने काहीही फरक पडणार नाही. तुम्ही आधी उठत होतात त्यापेक्षा यापुढे रोज सकाळी सहजपणे कसं उठावं आणि अधिक मजेत कसं उठावं ते तुम्ही आता शिकणार आहात. त्यानंतर सकाळी लवकर उठणं आणि असामान्य यश यांमधील नाकारता न येणाऱ्या संबंधाचा लाभ घेऊन तुम्हाला आपल्या दिवसाची सुरुवात कशी करावी ते समजेल. तुमच्या दिवसाची सुरुवात तुम्ही कशी करता, त्यावर तुमच्या क्षमतेचा संपूर्ण वापर करून घेणं कसं शक्य आहे आणि त्यावरच कोणत्याही क्षेत्रातील यशाच्या पुढच्या पातळ्या कशा प्रस्थापित करता येतात तेही तुम्ही शिकणार आहात. सकाळी उठण्याची तुमची पद्धत तुम्ही बदलली की, तुमचं संपूर्ण जीवन बदलून जाऊ शकतं हे तुमच्या लगेच लक्षात येईल.

२

पहाटेच्या चमत्काराच्या आचरणांचा उगम

अत्यंत दारुण निराशेतून जन्म

'दारुण निराशा हा कोणत्याही विलक्षण, आगळ्यावेगळ्या परिवर्तनाचा कच्चा माल असतो. पण आपल्याकडे असलेली प्रत्येक गोष्ट मागे सोडून जाऊ शकणारे लोकच फक्त या निराशेतून सुटका करून घेण्याची आशा बाळगू शकतात.'

–विल्यम ए. बरो

'तुमच्या जीवनात प्रचंड परिवर्तनं घडवून आणण्यासाठी तुम्हाला प्रेरणेची किंवा दारुण नैराश्याची आवश्यकता असते.'

–टोनी रॉबिन्स

आपलं आयुष्य सोपं आणि उपभोग घेण्यासारखं सुखासीन असावं याला आपण जितकं प्राधान्य देतो, तितक्या आपल्या विकासाच्या सर्वाधिक महान संधी या नेहमीच दुर्दैवांचे मुखवटे घालून समोर येतात. वरवर पाहता, मात करणं शक्य नसलेल्या खडतर परिस्थिती दिसत असल्या तरी त्यांच्या दुसऱ्या बाजूला नैराश्याच्या कुशींमधून बाहेर पडणारं, उदयास येणारं आपलं अधिक चांगलं स्वरूप असतं.

तुम्ही ज्याला 'भीषण परिस्थिती' म्हणाल त्यांचा, तुलनेत छोट्या असलेल्या माझ्या आयुष्यात मला दोनदा सामना करावा लागला, ही मला सुदैवी बाब वाटते. मी याला सुदैवी बाब म्हणत आहे, कारण याच्यातूनच मला विकास होत असल्याचा अनुभव घेता आला. माझ्या जीवनातील अत्यंत अवघड प्रसंगी मला जे धडे शिकता आले त्यांच्यामुळे मला नेहमीच ज्या प्रकारच्या आयुष्याची इच्छा होती, त्या प्रकारच्या आयुष्याची निर्मिती करण्यास मी सक्षम झालो. इतरांना सक्षम होता यावं, त्यांच्या मर्यादांवर मात करता यावी आणि आपल्याला जास्तीतजास्त किती यश मिळवता येईल, याविषयीच्या त्यांच्या अपेक्षेहूनही त्यांना अधिक यश मिळवता यावं, अशा प्रकारे त्यांना मदत करण्यासाठी माझ्या यशांचा वापर मी केलाच, पण त्याशिवाय माझ्या अपयशांचा वापर करणंही मला शक्य झालं.

पहाटेच्या चमत्कारांच्या आचरणांचा शोध हा मी समुद्रकिनाऱ्यावर आरामात पडून ममोसा पीत बसलेला असताना आपोआप झालेला साक्षात्कार नव्हता. (तसं झालं असतं तर ती गोष्ट नक्कीच अधिक सोपी आणि सुखाची असती!) त्याऐवजी तो खरोखरच्या दारुण नैराश्यातून जन्माला आला होता. त्या वेळी माझ्या जीवनातील अत्यंत बिकट अवस्थेतून, अतिशय खालावलेल्या अवस्थेतून मी जात होतो. कदाचित म्हणूनच लाखो वाचकांच्या जीवनात हा चमत्कार इतक्या शक्तिशालीपणे प्रतिध्वनित होत राहिला आहे.

माझा पहिला दारुण अनुभव : घटनास्थळीच मरणासन्न अवस्थेत

मद्यधुंद अवस्थेतील चालकानं त्याचा ट्रक माझ्या कारवर धडकवला, तो माझ्या जीवनातील पहिला दारुण अनुभव होता. उपोद्घात या प्रकरणात मी ती गोष्ट तुम्हाला सांगितली आहे. कोमातून बाहेर पडल्यावर मी कधी कल्पनाही केली नव्हती अशा अधिक कठोर वास्तवाला मला सामोरं जावं लागलं. त्या काळात मला लोकांकडून भरपूर प्रेम, आधार आणि प्रोत्साहन मिळालं, त्यामुळे मी स्वतःला त्या बाबतीत अत्यंत नशीबवान समजतो. रुग्णालयात माझी काळजी घेण्यासाठी सतत कोणी ना कोणी माझ्या सोबत असत होतं. मी सातत्यानं माझ्या कुटुंबीयांच्या

आणि मित्रमंडळीच्या सान्निध्यात होतो. माझे मित्र रोज माझ्या तब्येतीची चौकशी करण्यासाठी येत होते. अविश्वसनीय वाटावेत इतके चांगले डॉक्टर आणि परिचारिका मला लाभल्या होत्या. पावला-पावलावर माझ्यात होत असलेल्या सुधारणांवर लक्ष ठेवून ते माझी काळजी घेत होते. त्या वेळी माझ्या मनात कामाचं आणि बिलांचं दैनंदिन ओझं नव्हतं. त्या वेळी फक्त बरं होणं इतकीच माझ्यावरची जबाबदारी होती आणि त्यातही मला इतर लोकांची मदत होत होती. मी बरा होत होतो त्या वेळी मला प्राणांतिक वेदनांना तोंड द्यावं लागत होतं आणि बरं होण्यातही अनेक आव्हानांचा सामना करण्याचा समावेश होता. मात्र, तरीसुद्धा तिथे मला पूर्ण आधार मिळाला होता आणि रुग्णालयातील जीवन तुलनेत सोपं होतं.

माझा दुसरा दारुण अनुभव : कर्जात खोलवर बुडाल्याची ...आणि आत्यंतिक नैराश्यग्रस्ततेची अवस्था

सन २००८मध्ये मला दुसरा दारुण अनुभव आला. त्या वेळी महामंदी ऐन भरात होती. अर्थकारण पूर्ण कोसळलं होतं आणि त्याबरोबरच मीही संपूर्ण ढासळलो, कोसळलो होतो. इतर लाखो अमेरिकनांप्रमाणे माझ्यावरही वैयक्तिक आर्थिक अरिष्ट कोसळलं होतं. माझा छोटासा यशस्वी व्यवसाय अगदी रातोरात अपयशी ठरला होता. त्यापुढे त्याच्यातून नफा मिळवणं अगदीच कठीण होतं. माझ्या ग्राहकांना मंदीच्या परिणामांचा त्रास सहन करावा लागत होता आणि त्यामुळे ते मला मार्गदर्शनासाठी (कोचिंगसाठी) फी देऊ शकत नव्हते. काही महिन्यांतच माझं उत्पन्न निम्म्याहूनही अधिक प्रमाणात खालावलं. अचानकच माझी बिलं भरणंही मला शक्य होईनासं झालं आणि मी क्रेडिट कार्डांवर जगण्यास सुरुवात केली. त्या वेळी मी नुकतंच माझं पहिलं घर खरेदी केलं होतं आणि आता मला त्याच्या कर्जाचे हप्ते भरणं शक्य होत नव्हतं. माझा वाङ्‌निश्चय झाला होता आणि आम्ही आमच्या पहिल्या मुलाच्या जन्माचं नियोजन करत होतो. कर्जात आकंठ बुडाल्यामुळे आणि गृहकर्जाचे हप्ते थकल्यामुळे आयुष्यात पहिल्यांदाच मी दारुण नैराश्याच्या अवस्थेपर्यंत पोहोचलो. मी मानसिकदृष्ट्या, भावनिकदृष्ट्या आणि आर्थिकदृष्ट्या पूर्ण कोलमडून गेलो होतो.

कर्ज हे मृत्यूपेक्षाही भयंकर असतं

तुम्ही जर मला विचारलंत की, कारचा अपघात आणि आर्थिक अरिष्ट यांपैकी अधिक वाईट, अधिक भयंकर गोष्ट कोणती होती, तर मी थोडासाही विचार न करता तुम्हाला सांगेन की, आर्थिक अरिष्ट मृत्यूपेक्षाही अधिक भयंकर होतं. बहुतांश लोकांना असं वाटू शकेल की, मद्यधुंद अवस्थेतील चालकाकडून माझ्या गाडीवर

समोरून त्याचा ट्रक आदळवला जाणं, ११ हाडं मोडणं, मेंदूची कायमस्वरूपी हानी होणं आणि कोमातून बाहेर पडल्यानंतर तुम्ही पुन्हा कधीही उभे राहू शकणार नाही असं सांगितलं जाणं, या गोष्टींवर मात करण्यापेक्षा आर्थिक संघर्ष करणं अधिक सोपं असेल. ही खरोखरच उचित कल्पनाही आहे. परंतु माझ्या बाबतीत हे लागू होत नाही.

माझी बिलं मी भरू शकत नव्हतो. माझा व्यवसाय कोलमडत चालल्याचं मला पाहावं लागत होतं. मी कर्जात खोलवर रुतत चाललो होतो आणि कर्जाचे हप्ते फेडता न आल्यामुळे माझं घर बँकेच्या ताब्यात जाणार होतं. माझ्यासाठी हे सगळे नवीन अनुभव होते आणि त्यांना हाताळण्यासाठी मानसिकदृष्ट्या किंवा भावनिकदृष्ट्या माझी तयारी झाली नव्हती. कारच्या अपघातातून मी बाहेर पडत होतो तेव्हा माझ्या आरोग्यात सुधारणा होत असताना मला जितक्या प्रचंड प्रमाणात प्रेम आणि आधार मिळाला होता, त्याचा लवलेशही आता नव्हता. माझ्याविषयी कोणालाही वाईट वाटत नव्हतं. मला कोणीही भेटायला येत नव्हतं. मी एकटा पडलो होतो. लोक आपापल्या समस्या हाताळण्यात गुंतून गेले होते.

एकटेपणाच्या भावनेनं पछाडलं गेलेलं माझं जीवन अधिक वाईट झालं होतं. होय, मला अर्सुलाकडून भावनिक आधार लाभला होता आणि ती मला प्रोत्साहन देण्याचे सर्वतोपरी प्रयत्न करत होती. परंतु, ती माझ्या आर्थिक समस्या सोडवू शकत नव्हती. ती अर्थकारण पूर्ववत करू शकत नव्हती, माझा व्यवसाय सुरळीतपणे सुरू ठेवणं तिच्या हातात नव्हतं. रोजचा दिवस संघर्षमय होता. माझ्या मनात भीती आणि अनिश्चितता प्रचंड प्रमाणात भरून राहिली होती. ती इतक्या मोठ्या प्रमाणात होती की, फक्त रोज रात्री अंथरुणावर पडल्यानंतरच मला सुरक्षित असल्यासारखं वाटत होतं. हा दिलासा तात्पुरता होता, कारण रोज झोपेत असतानाचे फक्त सात-आठ तासच माझ्या समस्यांना तोंड देण्यापासून मी दूर राहू शकत होतो. पण ज्या वेळी मला जाग येत असे, त्या वेळी त्या सगळ्या समस्या माझ्या प्रतीक्षेत तिथेच थांबलेल्या असत.

मला इतकं नैराश्य कधीच जाणवलं नव्हतं. त्या वेळी अगदी रोज आत्महत्येचा विचार माझ्या मनात पिंगा घालत होता. माझं प्रेम असलेल्या लोकांना किमान दुःख व्हावं अशा पद्धतीनं मी कशी आत्महत्या करू शकेन यावर मी गांभीर्यानं विचार करत होतो. आता मागे वळून पाहताना मला असं वाटतं की, ती माझी अतिरेकी, नको इतकी टोकाची प्रतिक्रिया होती. परंतु, त्या वेळी मला असाहाय्यता आणि भीती जाणवत होती. मला होत असलेलं भावनिक दुःख मला एकदाचं संपवून टाकायचं होतं. मात्र मी आत्महत्या केल्यामुळे माझ्या आई-वडलांना किती अनिवार दुःख झालं असतं त्याचा विचार मनात आल्यावर मी तो विचार गिळून टाकत असे आणि तसाच पुढे जात राहत असे.

माझ्या मनात नेहमीच कुठेतरी खोलवर असा विश्वास होता की, या सगळ्या गोष्टी पालटवून टाकण्याचा कोणता ना कोणता मार्ग असलाच पाहिजे. पण तरीही नैराश्याचे विचार आणि भावना अद्यापही मनात ठाण मांडून बसल्या होत्याच. आर्थिक अरिष्टातून बाहेर पडण्याचा मार्ग मला सापडलाच नव्हता आणि आपण अक्षम आहोत या भावनेचा मला तिरस्कार वाटत होता.

माझं जीवन बदलून टाकणारी ती धाव!

माझ्या समस्यांचं ओझं इतर कोणावरही टाकण्याची माझी इच्छा नव्हती. माझ्या जबाबदाऱ्या मला पेलता येत नसल्याबद्दल बहुधा माझ्या मनात कुठेतरी शरमिंदेपणाही असावा. पण हे सगळं मी माझ्यापुरतंच ठेवलं होतं. मात्र, त्याच वेळी अर्सुलानं मला असं सुचवलं की, माझा अभिमान बाजूला ठेवून मदतीसाठी माझ्या एका मित्राशी संपर्क साधण्याची तीच वेळ होती.

माझा दीर्घ काळाचा मित्र जॉन बर्गहॉफला मी फोन केला. तो त्याच्या व्यवसायात अतिशय यशस्वी झाला होता आणि अतिशय सुज्ञपणाबद्दल वाखाणला जात होता. मी किती निकरानं हात-पाय मारून माझ्या बिकट आर्थिक स्थितीतून बाहेर पडण्याचे प्रयत्न करत होतो, हे एकदाचं त्याला सांगितल्यानंतर मला हायसं वाटलं. मी काहीही लपवून ठेवलं नव्हतं. त्याने माझ्या या अवस्थेविषयी अतिशय मनापासून चिंता व्यक्त केली. त्याने सुरुवातीला मला जो सल्ला दिला, त्यामुळे मी एकदम बेसावध क्षणीच पकडला गेलो होतो. मी रोज व्यायाम करत होतो का, असं त्याने मला विचारलं.

त्याच्या प्रश्नानं माझा गोंधळ उडाला. मी त्याला लगेच विचारलं, ''माझी बिलं मी भरू शकत नाही, याच्याशी माझ्या व्यायामाचा काय संबंध आहे?''

''भरपूर संबंध आहे,'' तो म्हणाला.

त्यानंतर ज्या ज्या वेळी त्याला तणावग्रस्तता जाणवते किंवा अति थकवा आल्यासारखं वाटतं, त्या वेळी तो धावायला जातो, असं जॉननं मला सांगितलं. धावण्यामुळे त्याला अधिक सुस्पष्टतेनं विचार करणं शक्य होतं आणि त्याचं मनोधैर्य उंचावतं, उत्साह वाढतो, असं त्याने मला सांगितलं त्याच्या समस्यांवरची उत्तरं शोधण्यासही त्याला धावण्यानं मदत झाली होती. मी लगेच त्याच्या म्हणण्याला हरकत घेतली. ''जॉन, मला धावायला बिलकूल आवडत नाही. मी दुसरं काय करू शकेन?'' मी विचारलं. थोडासाही विचार न करता, त्याने मला विचारलं, ''धावणं आणि तुझी सद्यःस्थिती यांपैकी कोणती गोष्ट तुला जास्त आवडत नाही?''

अच्छा, ठीक आहे. मी निराश होतो. माझ्याकडे गमावण्यासारखं काहीही नव्हतं, मग धावून बघायला काय हरकत होती? मी दुसऱ्या दिवशी धावायला जायचं असं ठरवलं.

दुसऱ्या दिवशी सकाळी मी नायके एअर जॉर्डन बास्केटबॉल शूजची लेस बांधली. (मी धावपटू नव्हतो, असं मी तुम्हाला सांगत आहे.) माझा आय पॉड घेतला. त्यामुळे माझी मनोरचना उंचावण्याजोगं काहीतरी सकारात्मक मी ऐकू शकेन असं मला वाटत होतं आणि लवकरच बँकेच्या ताब्यात जाणार असलेल्या माझ्या घराच्या दरवाजातून मी बाहेर पडलो. धावण्याच्या अगदी पहिल्याच दिवशी मला जे विधान ऐकायला मिळणार आहे, त्यामुळे माझ्या संपूर्ण जीवनाचा मार्गच बदलून जाणार आहे, हे त्या वेळी माझ्या ध्यानीमनीही नव्हतं.

जॉन रॉनचं वैयक्तिक विकासाविषयीचं श्राव्य कथन (ऑडिओ) मी ऐकत होतो. त्याने जे सांगितलं होतं ते मी त्याआधीही ऐकलं होतं, पण मला आधी कधीही ते खऱ्या अर्थानं समजलं नव्हतं किंवा मी त्याचा वापरही केला नव्हता. एखादी गोष्ट योग्य वेळी ऐकली तर ती तुमच्या डोक्यात बसते, मनात भिनते हे तुम्हाला माहीत आहे का? त्या सकाळी मी त्या वाक्याचा अर्थ समजून घेण्याच्या उचित मनःस्थितीत होतो. मी नैराश्यग्रस्त अवस्थेत होतो आणि त्यामुळेच मला त्या वाक्याचा अर्थ पूर्णपणे समजला. जिम खात्रीपूर्वक सांगत होता, 'तुमच्या यशाची पातळी क्वचितच तुमच्या वैयक्तिक विकासाच्या पातळीच्या पलीकडे जाते, कारण तुम्ही ज्या प्रकारची व्यक्ती असता त्या व्यक्तीकडे यश आकर्षित होतं.' मी धावता-धावता थबकलो.

मी तो ऑडिओ थांबवला आणि तेच वाक्य पुन्हा एकदा ऐकलं. 'तुमच्या यशाची पातळी क्वचितच तुमच्या वैयक्तिक विकासाच्या पातळीच्या पलीकडे जाते, कारण तुम्ही ज्या प्रकारची व्यक्ती असता त्या व्यक्तीकडे यश आकर्षित होतं.'

जणू काही वास्तवाची भरतीची जोरदार लाट उसळून माझ्याकडे झेपावत आली होती. स्वतःच्या विकासासाठी मी वेळ काढत नव्हतो. मला यशाच्या ज्या पातळ्यांनी माझ्याकडे आकर्षित व्हावं असं वाटतं, त्या प्रकारची व्यक्ती होण्यासाठी मी प्रयत्न करत नव्हतो. माझ्या जीवनात मला ज्या प्रकारचं यश हवं होतं, त्या प्रकारच्या यशाला आकर्षित करण्यासाठी, त्याच्या निर्मितीसाठी आणि यशाच्या त्या पातळ्या टिकवून ठेवण्यासाठी मला तशा प्रकारची व्यक्ती व्हावंच लागणार होतं. १ ते १०पर्यंतचे आकडे असलेल्या मोजपट्टीवर मला १० आकड्याचं सर्वोच्च यश अनुभवायचं होतं. पण त्या मोजपट्टीवर मला मिळालेलं यश एखाद्या चांगल्या दिवशी जेमतेम ३ किंवा ४ या आकड्यापर्यंतच घिरट्या घालत राहत होतं.

अचानकच माझ्या मनात सगळा अर्थ उलगडला. माझ्या समस्या आणि नैराश्याची कारणं बाह्य भागात असल्यासारखं भासत असलं तरी त्यावरची उपाययोजना माझ्या अंतर्भागात होती. व्यवसाय कोसळणं, बिलं भागवण्यासाठी पुरेसा पैसा नसणं, माझ्या घराचे दरवाजे माझ्यासाठी बंद होण्यापर्यंत पाळी जाणं, आर्थिक स्थिती ढासळणं वगैरे बाह्य कारणं होती, पण उपाययोजना आतूनच करावयास हवी

होती. मला जर १०व्या पातळीवरच्या व्यक्तीचं जीवन जगायचं असतं तर त्यासाठी मला पहिल्यांदा १०व्या पातळीवरची व्यक्ती व्हावं लागलं असतं.

इतक्या वर्षांमध्ये माझ्या असं लक्षात आलं आहे की, बहुतांश लोकांच्या मनःस्थितींमध्ये विस्कळीतपणा असतो. आरोग्य, आनंद, नातेसंबंध, आध्यात्मिकता, आर्थिक सुरक्षितता अशा जीवनाच्या प्रत्येक पैलूचा अनुभव आपल्याला हवा असतो. आपल्याला शक्य तितकं दहाच्या पातळीपर्यंत पोहोचलेलं आयुष्य उपभोगायचं असतं. याहून कमी पातळीच्या गोष्टीवर समाधान मानण्याची कोणाचीही इच्छा नसते. परंतु, आपल्याला हव्या असलेल्या आयुष्याची निर्मिती करण्यासाठी आवश्यक असलेली व्यक्ती होण्याकरिता आपला वैयक्तिक विकास करून घेण्यासाठी अत्यल्प लोकच दैनंदिन वैयक्तिक विकासाचा सराव करतात. त्या वेळी मीही अशा प्रकारची व्यक्ती नव्हतो. याचा अर्थ माझ्या वैयक्तिक विकासासाठी मी रोज वेळ काढण्याची गरज होती. त्यामुळे मला हवं असलेलं जीवन मिळवण्यास मी सक्षम आणि पात्रही झालो असतो.

गेल्या अनेक दिवसांपासून नैराश्यात असलेल्या माझ्या मनात अचानक प्रेरणा निर्माण झाली आणि मला आशा वाटू लागली. मी मागे वळलो आणि माझ्या घराकडे धावत सुटलो. माझ्या जीवनाचा कायापालट घडवून आणणारी व्यक्ती होण्यासाठी आता मी सज्ज झालो होतो.

पहिलं आव्हान : वेळ काढणं

माझ्या दैनंदिन जीवनात वैयक्तिक विकासाला प्राधान्य देणं ही माझ्या बहुतांश समस्यांवरची उपाययोजना होती, हे मला समजलं होतं. हा तुटलेला दुवा सांधल्यानंतर माझ्या जीवनात परिवर्तन घडवून आणण्याकरिता मी ज्या प्रकारची व्यक्ती होण्याची गरज होती त्या प्रकारची व्यक्ती मी झालो असतो. ही इतकी साधी गोष्ट होती.

मात्र, इतर अनेकांप्रमाणेच वेळ काढणं हा माझ्या या मार्गातील पहिला अडथळा होता. ही गोष्ट किती महत्त्वाची होती ते मला माहीत होतं. माझ्या व्यस्त वेळापत्रकात आणखी एका गोष्टीचा समावेश मी कसा करणार होतो ते मला माहीत नव्हतं. मी आधीच इतका व्यग्र होतो आणि इतका थकून जात होतो की, माझ्या वैयक्तिक विकासासाठी आणखी वेळ काढण्याची कल्पना माझ्या जीवनात अनैच्छिक तणावाची भर टाकेल, असं मला वाटलं. तुम्हालाही बहुधा असंच वाटत असेल ना?

या विचारामुळे मॅथ्यु केलीच्या पुस्तकात वाचलेली वाक्यं मला आठवली. ‘एका बाजूला आपल्याला सर्वांना आनंदी होण्याची इच्छा असते आणि दुसरीकडे आपण कुठल्या गोष्टींमुळे आनंदी होऊ शकतो त्या सगळ्या गोष्टीही आपल्याला

माहीत असतात. परंतु आपण त्या गोष्टी करत नाही. का? कारण साधं आहे. आपण अतिशय व्यग्र असतो. आपण काय करण्यात अत्यंत व्यग्र असतो? आपण आनंदी राहण्याचा प्रयत्न करण्यात अतिशय व्यग्र असतो.'

मी प्लॅनर घेतला आणि कोचावर बसलो. मला कधी वेळ मिळेल याचा शोध घेऊ लागलो. माझ्या दैनंदिन वैयक्तिक विकासाच्या आचरणांना माझ्या जीवनात समाविष्ट करण्याची सुरुवात करण्यासाठी मी वेळ शोधू लागलो. माझ्याकडच्या पर्यायांचा मी विचार करू लागलो.

संध्याकाळी शक्य होईल का?

माझ्या मनात पहिल्यांदा असा विचार आला की, बहुधा मला संध्याकाळी थोडा-फार वेळ काढता येईल. एक तर थेट काम संपल्यानंतर किंवा रात्री उशिरा अर्सुला झोपल्यानंतर. परंतु नंतर लगेच माझ्या लक्षात आलं की, आठवडाभर फक्त संध्याकाळीच मला आणि अर्सुलाला एकत्र वेळ घालवता येत होता. दिवसभर भरपूर काम केल्यानंतर मी खरोखरच मानसिकदृष्ट्या आणि शारीरिकदृष्ट्या पार गळून जात होतो हे वेगळं सांगण्याची गरज नाही. मला फक्त आराम करायची इच्छा असे. मी त्या वेळी तर्कसुसंगतपणे काहीही करण्याच्या मनःस्थितीत नसे. त्यामुळे त्या वेळी वैयक्तिक विकासाचा विचार करणं शक्यच नव्हतं. याचा अर्थ संध्याकाळची वेळ ही प्रभावी वेळ ठरलीच नसती.

मग दुपारची वेळ कशी वाटते?

त्यानंतर मी दुपारच्या वेळेचा विचार केला. कदाचित मी दिवसाचा निम्मा भाग संपल्यानंतर वेळ काढू शकलो असतो. माझ्या जेवणाच्या वेळेत मला वेळ काढता आला असता किंवा माझ्या कधीही न संपणाऱ्या कामांच्या प्रदीर्घ यादीच्या मध्यावर कुठेतरी मला अतिरिक्त वेळ शोधता आला असतो. परंतु, ही कल्पनाही रद्दबातल ठरली, कारण ती वास्तववादी किंवा व्यवहार्यही नव्हती. दुपारी वेळ काढणंही शक्य झालं नसतं.

अं...छे! सकाळी मुळीच नाही!

पण तरीही अखेरीस मी सकाळीच वेळ काढावा असा विचार केला. पण हा विचार मनात येताच लगेच मी त्याला ठामपणे विरोध केला. मी पहाटे उठत नाही, असं म्हणण्याचीही गरजच नव्हती, इतका पहाटे उठण्याच्या कल्पनेला माझा तीव्र विरोध होता. मला जितका धावण्याचा तिटकारा वाटत असे, तितकाच पहाटे उठण्याचाही

तिटकारा वाटत असे. फक्त धावण्याच्या इच्छेनं मी धावत असल्याचं तुम्हाला कधीच आढळलं नसतं, त्याप्रमाणेच मी पहाटे उठल्याचंही तुम्हाला कधीच दिसलं नसतं. फक्त मला कधीतरी कुठे लवकर जावंच लागणार असलं तरच मी लवकर उठत असे. पण मी या वेळेचा जितका अधिक विचार करू लागलो, तितक्या काही गोष्टी मला अधिक अर्थपूर्ण वाटू लागल्या आणि त्यांच्याकडे दुर्लक्ष करणं मला शक्य नाही.

वैयक्तिक विकासाच्या आचरणांनी मी रोजच्या दिवसाची सुरुवात केली असती तर कदाचित उर्वरित दिवसभर मी अधिक चांगल्या मानसिक स्थितीत राहू शकलो असतो. 'द रडर ऑफ द डे' या शीर्षकाची एक ब्लॉग पोस्ट वाचल्याचं मला आठवलं. StevePavlina.comवर मी ती वाचली होती. स्टीव्हनं पहाटेच्या वेळेची तुलना जहाजाच्या सुकाणूशी केली होती. त्याने लिहिलं होतं : 'उठल्यानंतरच्या पहिल्या तासाभरात मला आळसावल्यासारखं वाटत असेल किंवा मी अव्यवस्थितपणे अगर गबाळ्यसारखा वागत असेन तर दिवसभर मी तसाच आळसावलेल्या आणि अव्यवस्थित अवस्थेत असतो. परंतु, जर मी तो पहिला तास अधिकाधिक उत्पादक करण्याची धडपड केली तर उर्वरित दिवसही तसाच होतो.'

दुसरी गोष्ट म्हणजे सकाळी उठल्याबरोबर वैयक्तिक विकासाची माझी आचरणं मी पूर्ण केली तर असती तर, दिवसभरात मला त्या गोष्टी न करण्यासाठी मिळणारी सगळी कारणं त्या वेळी नसली असती. मी खूपच दमलोय, माझ्याकडे वेळ नाही, मी उद्या करेन इ. कारणं मला देताच आली नसती. माझं सगळं आयुष्य आणि कामं वाटेत येण्याच्या आधी सकाळीच वेळ काढला तर रोजच्या रोज मी ती आचरणं करत राहिलो असतो याची हमी मला मिळाली असती.

सकाळ हा अर्थातच उत्तम पर्याय होता. परंतु, रोज सकाळी ६ वाजता अंथरुणातून बाहेर पडणं ही गोष्टच माझ्या दृष्टीनं अतिशय अवघड होती. त्यामुळे स्वेच्छेनं नेहमीच्या तुलनेत एक तास आधी उठण्याची कल्पना मला फारशी रुचणारी नव्हती. मी प्लॅनर बंद करणार होतो आणि वैयक्तिक विकासाच्या त्या सगळ्या कल्पनाही विसरून जाणार होतो. पण तेवढ्यात दूरवरून केविन ब्रेसी या माझ्या एका मार्गदर्शकाचा आवाज माझ्या मनात घुमू लागला. तो माझ्या मनात कळकळीनं ओरडून सांगत होता, 'तुला आयुष्यात काही वेगळं व्हावं असं वाटत असेल तर पहिल्यांदा काहीतरी वेगळं करावं असं तुला वाटलं पाहिजे!'

मला माहीत होतं की, केविन बरोबरच सांगत होते. मी पहाटे उठू शकत नाही, या माझ्या जीवनभराच्या किंवा काहीशा मीच स्वतःवर लादलेल्या मर्यादित विश्वासावर मी मात करू शकतो का, ते पाहण्याची तीच वेळ होती. त्यानंतर मी दुसऱ्या दिवशी पहाटे ५ वाजता 'वैयक्तिक विकास' असं लिहून टाकलं.

दुसरं आव्हान : सर्वाधिक प्रभावी गोष्टी करणं

त्यानंतर माझ्या समोर आणखी एक आव्हान उभं ठाकलं. माझ्या जीवनावर प्रचंड प्रभाव टाकण्यासाठी आणि माझ्या जीवनात अत्यंत झपाट्यानं सुधारणा घडवून आणण्यासाठी त्या एका तासात मी काय करू शकलो असतो? आपल्या वैयक्तिक विकासासाठी अत्यंत यशस्वी लोकांनी काय केलं होतं ते शोधून काढण्याची गरज होती. त्यानंतर त्यानुसार माझ्या पहाटेची सुरुवात मला करता आली असती. सर्वाधिक प्रभावी पद्धती आणि आचरणं काय होती ते मला शोधून काढायचं होतं, म्हणजे त्यानुसार माझ्याकरिता मी उत्तम गोष्टी करू शकलो असतो.

मी संगणक समोर घेतला आणि गूगलवर 'बेस्ट पर्सनल डेव्हलपमेंट प्रॅक्टिसेस' (वैयक्तिक विकासाची उत्तम आचरणं) असं टाइप केलं. तसंच 'व्हॉट डू द वर्ल्ड्स मोस्ट सक्सेसफुल पीपल डू फॉर पर्सनल डेव्हलपमेंट?' (जगातील अत्यंत यशस्वी लोक वैयक्तिक विकासासाठी काय करतात?) असं टाइप केलं. त्यानंतर मी एक कोरा कागद घेतला आणि मला जे जे शोधता आलं ते त्याच्यावर उतरवून काढलं. पहिल्यांदा मी निराश झालो. मला समाजानं नेहमीच काहीतरी 'नवीन' शोधायचं असं शिकवलं होतं आणि माझा तोच दृष्टिकोन तयार झाला होता. बाजाराच्या विक्रेत्यांनी आपल्याला सगळ्यात अद्ययावत, नवीन आयफोनलाच महत्त्व देण्याकरिता प्रशिक्षित केलं आहे. या प्रशिक्षणानं आपल्या आवडत्या कार्यक्रमांचा नवीन सीझन, आपल्या समस्यांवरच्या अद्ययावत, आधी कधीही माहीत नसलेल्या नव्याकोऱ्या उपाययोजना यांनाच महत्त्व देण्यास आपणही शिकलो आहोत. याचाच अर्थ कालातीत, वर्षानुवर्षांपासून सिद्ध झालेल्या आणि प्रभावी उपाययोजनांना कमी लेखण्यास आपण शिकलो आहोत. त्यांना आपण जुनाट आणि कालबाह्य म्हणून झिडकारून टाकतो. माझ्या शोधातून माझ्या समोर येणाऱ्या क्रिया, आचरणं ही जुनाट तर होतीच, परंतु ती हजारो वर्षांपासून ज्ञात होती. अखेरीस मी सहा आचरणं मिळवली : ध्यान, सकारात्मक, पुष्टिदायक विधानांची लक्षपूर्वक पुनरुक्ती (निव्वळ घोकंपट्टी नव्हे), मनःचक्षूंसमोर कल्पनाचित्र उभं करणं, व्यायाम, वाचन आणि लेखन.

यांपैकी प्रत्येक आचरणानं जगातील अत्यंत यशस्वी असलेल्या बहुतांश नसल्या तरी अनेक व्यक्तींना यश मिळवून देण्याकरिता आवश्यक असलेल्या घटकाची किंवा घटकांची कशी भर घातली होती, ते माझ्या लक्षात आलं. त्यांपैकी प्रत्येक आचरण काळाच्या कसोटीवर खरं उतरलं आहे आणि सिद्ध झालं आहे. माझ्या असंही लक्षात आलं की, मी त्यांच्यापैकी कुठलंही आचरण सातत्यानं करत नव्हतो. पण यांपैकी कोणतं आचरण मी सातत्यानं करायला हवं होतं? कोणतं आचरण उत्तम होतं? कोणत्या आचरणामुळे माझ्या जीवनात अत्यंत जलद गतीनं परिवर्तन घडवून आणण्यास मी सक्षम झालो असतो?

अचानकच माझ्या लक्षात आलं. मला साक्षात्कारच झाला म्हणा ना, 'मी उद्या सकाळी लवकर उठून ही सगळीच आचरणं केली तर काय होईल?' असा विचार मी केला. 'हा तर वैयक्तिक विकासाचा अपरिहार्य विधी ठरेल,' माझ्या मनात आलं. मी लगेच ६० मिनिटांच्या कालावधीला सहा आचरणांमध्ये विभाजित केलं. प्रत्येकाला १० मिनिटांचा वेळ द्यायचा असं निश्चित केलं आणि दुसऱ्या दिवशी पहाटेपासून ती सगळी सहा आचरणं पार पाडायची असं ठरवलं. यातली रोचक बाब अशी होती की, फक्त या यादीकडे पाहिल्यावरच मला प्रेरणा मिळाल्यासारखं वाटलं होतं! अचानकच पहाटे लवकर उठण्याची कल्पना ही मी आतापर्यंत टाळत असलेली कल्पना उरली नव्हती, आता मी पहाटे उठण्याची आतुरतेनं वाट पाहत होतो. त्या रात्री मी गाढ झोपी गेलो, त्या वेळी माझ्या चेहऱ्यावर स्मित होतं. दुसऱ्या दिवशी पहाट उजाडणार होती, या कल्पनेनंच मी रोमहर्षित झालो होतो.

सारं काही बदलवून टाकणारी ती पहाट

पहाटे बरोबर पाच वाजता गजर झाला. (आधीच्या काळात या वेळी उठण्याचा विचार करणंही माझ्या कल्पनेच्या पलीकडचं होतं.) माझे डोळे सताड उघडले आणि मी अतिशय उत्साहानं आणि शक्तिभरल्या अवस्थेत पलंगावरून टुणकन उडी मारून उठलो. मी रोमहर्षित झालो होतो. त्यामुळे मला बालपणी ख्रिसमसच्या दिवशी पहाटे उठण्याची आठवण झाली होती. तेव्हापासून आजतागायत माझ्या आयुष्यात पहाटेचं उठणं इतकं अधिक सोपं आणि आनंददायी ठरलं नव्हतं.

मी दात घासले. तोंड धुतलं. माझ्या हातात पाण्याचा एक पेला होता. लिव्हिंग रूममधील कोचावर मी ताठ बसलो. त्या वेळी पहाटेचे ५.०७ वाजले होते. गेल्या अनेक दिवसांत पहिल्यांदाच जीवनाविषयी मी खरोखरच उत्साहानं विचार करत होतो. बाहेर अजूनही अंधार होता आणि त्या अंधारात आणखीही सक्षम असं काहीतरी होतं. जीवनात परिवर्तन घडवून आणणाऱ्या वैयक्तिक विकास क्रियांची किंवा आचरणांची यादी मी बाहेर काढली आणि त्यांपैकी प्रत्येकीचं आचरण क्रमाक्रमानं पार पाडलं.

ध्यान : मी दहा मिनिटांचा टाइमर लावला आणि शांतपणे मनातल्या मनात प्रार्थना करत, ध्यान करत मौनात बसलो. मी श्वासावर लक्ष केंद्रित केलं होतं. सुरुवातीला माझ्या मनात असंख्य विचारांची दाटी झाली. 'मी बरोबर करत आहे का?', 'माझ्या मनाला मी कसा शांत करू?', 'मला विचार करणं थांबवता का येत नाही?' असे कित्येक विचार मी करत होतो. माझ्या मनाच्या या अनागोंदीमुळे आणि अव्यवस्थितपणामुळे मी सुरुवातीला निराश झालो होतो. परंतु जसजसा

मिनिटा–मिनिटाचा कालावधी पुढे सरकू लागला तसा वेळ मंद गतीनं पुढे सरकत असल्यासारखं वाटू लागलं. मी आधी कधीही ध्यान केलं नव्हतं. त्यामुळे मी ते चुकीच्या पद्धतीनंच करत होतो, याची मला खात्री होती. परंतु तरीही माझ्या मनावरचा तणाव निवळत चालल्याची जाणीव मला होत गेली आणि त्याची जागा शांतता घेत असल्याचंही मला जाणवलं. प्रत्येक श्वासाबरोबर माझ्या मनाला अधिक स्वस्थता लाभत होती. मानसिक गोंधळाहून आणि प्रत्येक गोष्टीला प्रतिसाद देण्याच्या मनाच्या वृत्तीहून ही गोष्ट मूलतः भिन्न होती. रोज मी या दोन्ही गोष्टींनीच दिवसाची सुरुवात करत होतो. गेल्या कित्येक महिन्यांत अगदी पहिल्यांदाच मला शांततेचा लाभ झाला.

सकारात्मक, पुष्टिदायक विधानं : पुढच्या आचरणाविषयी माझ्या मनात तितकीशी उत्सुकता नव्हती. 'मी श्रीमंत आहे,' असं मी स्वतःला सांगत होतो. खरं म्हणजे त्या वेळी आपण भ्रमात आहोत की काय, असं मला वाटलं. मात्र, आदल्या रात्री मी घेतलेल्या शोधाच्या वेळी नेपोलियन हिलच्या 'थिंक अँड ग्रो रिच' या अभिजात पुस्तकातील आत्मविश्वासाच्या संदर्भातील काही सकारात्मक वाक्यं मी वाचली होती. त्या वाक्यांमुळे मला, आपल्या आत्मविश्वासाला आपल्या आत असलेल्या अमर्याद क्षमतेच्या आधारावर आपण आतूनच खतपाणी घालू शकतो याची आठवण झाली होती. या वाक्यांमधून अशी खात्री देण्यात आली होती की, आपण सगळेच जण अत्यंत योग्य, पात्र व्यक्ती असतो. पृथ्वीवरची इतर कुठलीही व्यक्ती ज्या गोष्टींवर मात करू शकते आणि ज्या गोष्टी प्राप्त करू शकते त्या कुठल्याही गोष्टींवर मात करण्यास आणि त्या कुठल्याही गोष्टी प्राप्त करून घेण्यास आपणही त्या व्यक्तीइतकेच योग्य आणि पात्र असतो. ती सकारात्मक वाक्यं मोठ्यानं वाचल्यानंतर मला सक्षम झाल्यासारखं वाटलं.

मनःचक्षूंसमोर कल्पनाचित्र आणणं : जागतिक कीर्तीचे खेळाडू आपण अत्यंत उत्तम कामगिरी करत असल्याचं कल्पनाचित्र मनःचक्षूंसमोर आणत असल्याचं मला आढळलं होतं. आपण करत असलेल्या कामगिरीचा ते मानसिक सराव करतात. जर त्यांना या गोष्टीचा उपयोग होत असेल तर मला तो न होण्याचं काहीच कारण नव्हतं. डोळे मिटून मनःचक्षूंसमोर कल्पनाचित्र उभं करून मी ज्या प्रकारे स्वतःच्या मनात एकाग्रचित्त, आत्मविश्वासू आणि आनंदी भावना निर्माण केली होती, तशीच भावना दिवसभरात काम करत असताना माझ्या मनात होती हे माझ्या लक्षात

आलं. मी जे मनःचक्षूंसमोर आणलं होतं त्याच्याशी सुसंगत कृती करण्याची इच्छाच माझ्या मनात निर्माण होत होती हेही मला जाणवलं होतं. मला स्फूर्ती मिळाल्यासारखं वाटत होतं.

वाचन : माझ्याकडे वाचनासाठी वेळच नाही, असं सांगून मी नेहमीच ते पटण्याजोगी अनेक कारणं देत होतो आणि वाचन न करण्याचं समर्थन करत होतो. परंतु त्या सकाळी माझ्याकडे वाचनासाठी खास वेळ होता. मला जीवनभरासाठी वाचनाची सवय लावून घ्यायची होती. मी 'थिंक अँड ग्रो रिच' हे पुस्तक झटकन फडताळातून काढलं. मी अनेक पुस्तकं वाचायला सुरुवात केली होती, पण वाचून संपवली नव्हती. हे पुस्तकही त्यांच्यापैकीच एक होतं. जीवनात परिवर्तन घडवून आणण्यासाठी फक्त एक कल्पनाच पुरेशी ठरते, याची आठवण मला त्या पुस्तकानं करून दिली. मला एकदम प्रेरित झाल्यासारखं वाटलं.

लेखन : त्यानंतर मी गेल्या अनेक वर्षांत खरेदी केलेल्या रोजनिशींपैकी एक घेतली. इतर सर्वांप्रमाणेच मी तिच्यात फक्त काही दिवस थोडंफार लिहिलं होतं. जास्तीतजास्त आठवडाभर मी तिच्यात लिहिलं होतं. त्या दिवशी कुठल्या गोष्टींच्या संदर्भात माझ्या जीवनात मला कृतज्ञता वाटते ते मी लिहून काढलं. त्यानंतर मी भविष्यातील काही शक्यताही लिहून काढल्या. माझ्या भावी जीवनातील अधिक चांगल्या परिस्थितीविषयी मी आशावादीपणे कृतज्ञता व्यक्त केली. एखाद्या जड धुक्याप्रमाणे मला खाली झुकवत चाललेलं माझं नैराश्य हळूहळू एखाद्या धुक्यासारखंच वितळू लागल्याची जाणीव मला झाली. अद्यापही ते मनात होतं, पण आता मला अधिक हलकंफुलकं झाल्यासारखं वाटत होतं. माझ्या जीवनात तोपर्यंत मला मिळालेल्या गोष्टींना मी गृहीत धरलं होतं, पण त्या वेळी मी स्वतःला का नशीबवान समजत होतो, हे सांगताना मी त्या सगळ्या गोष्टी फक्त लिहून काढल्यामुळे माझं मनोधैर्य उंचावलं. माझ्या मनात कृतज्ञता दाटून आली.

व्यायाम : आता घड्याळात फक्त १० मिनिटांचा कालावधीच उरला होता. त्या वेळी माझ्या शरीराची हालचाल करून चांगलं रक्ताभिसरण करण्यास मी तयार झालो होतो. मी कोचावरून उठून उभा राहिलो आणि जागच्या जागी ६० उड्या मारल्या. मी फारसा सुडौल नसल्यामुळे मला तेवढ्या व्यायामानंही धाप लागली. त्यानंतर मी लिव्हिंग रूममधील गालिचा खाली अंथरला आणि मला शक्य तितके पुश-अप्स मारले. (मी

किती पुश–अप्स मारले ती संख्या मी माझ्यापुरतीच ठेवत आहे.) मग मी उताणा झोपलो आणि माझ्या बांधेसूद नसलेल्या शरीरानं मला जितकी मुभा दिली, तितके सिट अप्स काढले. आदल्या रात्री यू ट्यूबवर मला योगाचा पाच मिनिटांचा व्हिडिओ सापडला होता. तो मी सुरू केला. मला पुन्हा बांधेसूद शरीर प्राप्त करण्यासाठी बराच काळ लागणार असला तरी तेवढं करूनही माझ्या शरीरात शक्तिसंचार झाल्यासारखं मला वाटलं.

साठ मिनिटं ही एखाद्या क्षणासारखी झटपट निघून गेली होती आणि माझ्या मनातील भावनांमध्ये अविश्वसनीय बदल झाला होता! माझ्या आयुष्यातील तो एक अतिशय शांततामय, सक्षम, प्रेरणादायक, कृतज्ञतापूर्ण आणि शक्तिशाली, उत्साहवर्धक दिवस असल्यासारखं मला वाटू लागलं आणि त्या वेळी तर फक्त सकाळचे ६ वाजले होते. मी आशावादी झालो होतो. मी असा विचार केला की, जर माझ्या प्रत्येक दिवसाची सुरुवात मी या प्रकारे केली तर माझ्या जीवनात मला हव्या असलेल्या प्रत्येक गोष्टीची निर्मिती करण्यासाठी मी ज्या प्रकारची व्यक्ती होणं आवश्यक आहे, त्या प्रकारची व्यक्ती होणं ही आता फक्त काही दिवस दूर असलेलीच गोष्ट होती.

अर्सुला जागी झाली त्या वेळी माझी पहाट कशी व्यतीत झाली होती, ते तिला सांगण्यास मी अगदी अधीर झालो होतो. मी अतिशय उत्साहानं झपाझप पावलं टाकत तिच्याकडे गेलो आणि तिला सांगितलं की, पहाटेचा हा विधी ही आपल्यासाठी प्रत्येक गोष्ट बदलवून टाकणारा विधी आहे. तिच्या चेहऱ्यावर अगदी स्पष्टपणे शंकेचं सावट पसरल्याचं दिसत होतं. तुम्ही अनेक महिने नैराश्यपूर्ण आणि चिंताग्रस्त अवस्थेत असता आणि नंतर अचानक एके दिवशी फक्त एका पहाटेनंतर तुम्हाला कसा कोण जाणे, पण आपण सारं काही आपल्याला हवं तसं बदलू शकतो, याविषयी प्रचंड आत्मविश्वास वाटू लागतो! त्यामुळे तिच्या मनात शंका येणं साहजिकच होतं. तिने मला हसत–हसत विचारलं, ''तू नशेत आहेस का?''

''नाही. पण मी तुला खरंच सांगतोय की, मला चमत्कार झाल्यासारखं वाटतंय,'' मी म्हणालो.

तो अनुभव चमत्काराहून तिळमात्र कमी नव्हता

त्यानंतर पुढचे काही आठवडे मी पहाटे ५ वाजता उठत राहिलो आणि ६० मिनिटांचा वैयक्तिक विकासाचा माझा नवीन कार्यक्रम मी पार पाडत राहिलो. माझ्या मनात ज्या प्रकारची भावना निर्माण होत होती, त्यामुळे मला विश्वासही बसणार नाही इतका आनंद होत होता. पहाटेच्या नित्यक्रमाचा परिणाम म्हणून मी करत असलेली

प्रगती मलाच अविश्वसनीय वाटत होती. मला आणखी प्रगती हवी होती. म्हणून एके दिवशी रात्रीच्या वेळी झोपण्याच्या तयारीत असताना मी पहाटे ४चा गजर लावला. त्या रात्री मी गाढ झोपी गेलो त्या वेळी मी हे वेड्यासारखं तर करत नाही ना, अशी शंका माझ्या मनाला चाटून गेली. परंतु आश्चर्याची गोष्ट म्हणजे मी जसा पाच वाजता उठत होतो, तसाच बरोबर चार वाजता उठलो. मला ते सहजशक्य झालं. आधीच्या काळात एखाद्या दिवशी लवकर उठणं मला जितकं कठीण वाटत होतं त्याचा विचार करता, त्या तुलनेत आता आणखी एक तास लवकर उठणं दहा पट अधिक सोपं वाटलं होतं.

माझ्या मनावरचा तणाव नाट्यमयरीत्या निवळला होता. माझ्याकडे अधिक ऊर्जा, शक्ती, स्पष्टता आणि एकाग्रता होती. मला मनापासून आनंद होत होता. माझ्या मनात उत्साहाचा संचार झाला होता आणि मला स्फूर्ती लाभली होती. आता माझ्या मनात पूर्वी नैराश्याचे विचार होते, ही खूप पूर्वीची आठवण असावी असं वाटत होतं. मी पुन्हा एकदा माझ्या जुन्या स्वत्वाकडे परतलो होतो, असं तुम्ही म्हणू शकता. पण आता मला अत्यंत झपाट्यानं खूपच विकसित झाल्यासारखं वाटत होतं. त्यामुळे माझ्या भूतकालीन अस्तित्वातील माझ्या कोणत्याही स्वरूपावर मात करून मी अधिक उत्तम स्वरूपात समोर आलो होतो. मला उद्दिष्टं निश्चित करता येत होती, व्यूहरचनांची निर्मिती करता येत होती आणि माझा व्यवसाय वाचवण्यासाठी, अधिक ग्राहक मिळवण्यासाठी व माझ्या उत्पन्नात वाढ करण्यासाठी मला योजनेची अंमलबजावणी करता येत होती. खरं म्हणजे मी पहिल्यांदा पहाटेच्या चमत्काराच्या आचरणांचा सराव केला होता त्यानंतर दोन महिन्यांच्या आतच माझ्या मासिक उत्पन्नात मी दुपटीनं अधिक वाढ केली होती. माझं उत्पन्न त्याच्या मूळच्या पातळीपर्यंत पोहोचलं होतंच, पण त्याशिवाय आधी कधीही नव्हतं इतकं ते आता वाढलं होतं.

मला अनुभव येत असलेल्या कायापालटाचा मी सातत्यानं विचार करत होतो. तो किती प्रचंड प्रमाणात आणि किती अत्यंत जलद गतीनं झाला होता, याचं मला आश्चर्य वाटत होतं. एखादा चमत्कार झाल्यासारखं मला वाटत असल्याचं मी अर्सुलाला सांगितलं. ते ऐकल्याबरोबर तिने त्याला माझा 'पहाटेचा चमत्कार' असं म्हणायला सुरुवात केली. माझ्या मनातही या शब्दांचे तसेच प्रतिध्वनी उमटले. म्हणून माझ्या दिनक्रमातील 'वैयक्तिक विकास' हे शब्द मी बदलले आणि त्या जागी 'पहाटेचा चमत्कार' (मिरॅकल मॉर्निंग) असे शब्द लिहिले. माझी पहाटेची दिनचर्या इतरांनाही सांगावी असा विचार करण्यास मी सुरुवात केली. मी या नित्यक्रमाला सुरुवात केली होती, त्या वेळी मी पहाटे उठणारी व्यक्ती नसूनही या नित्यक्रमानं जर माझ्यासाठी उत्तम काम केलं होतं, तर त्याने इतरांसाठीही तसंच उत्तम काम केलं असतं असं मला निश्चितपणे वाटलं. म्हणून ते इतरांना सांगणं मला अगदीच

आवश्यक आहे असं वाटू लागलं. परंतु हे मी कसं करेन हे शोधून काढण्याची संधी मिळण्याच्या आधीच कोणीतरी मला याविषयी विचारण्याकरिता पुढाकार घेतला होता.

जर केटीला हे करता येत असेल तर......

माझे अनुभव इतरांना कशा प्रकारे सांगितले तर त्यांनाही त्यांच्या दिनचर्येत पहाटेचे नित्यक्रम समाविष्ट करता येतील, ते कशा प्रकारे सांगणं उत्तम ठरू शकेल, यावर मी काम करत होतो त्याला काही आठवडे उलटून गेले होते. त्याच वेळी माझी कोचिंग क्लाएंट केटी हिनी हिने स्वतःच पहाटेच्या नित्यक्रमाचा विषय काढला. ''हॅल, आपल्या सकाळच्या नित्यक्रमाविषयी अत्यंत विश्वासानं माहिती देणाऱ्या यशस्वी लोकांविषयी मी वाचलं आहे. तुम्ही तुमच्या सकाळींची सुरुवात कशी करता?'' तिने विचारलं. मला नव्यानंच शोध लागलेल्या पहाटेच्या चमत्काराविषयी मी तिला सांगितलं. त्याच्या लाभांचे मला येत असलेले अनुभवही सांगितले. हे सगळं तिला सांगत असताना माझ्या मनातील उत्साहाला मी अगदी कसाबसा आवर घातला होता. माझ्याप्रमाणेच तीही हे ऐकून अगदी थरारून गेली. ती उद्गारली, ''होय. हे छान आहे. तसंच अर्थपूर्णही आहे, पण मला पहाटे उठायला जमेल की नाही, कोणास ठाऊक! मी कधीही पहाटे उठत नाही.''

''मीसुद्धा कधीच पहाटे उठत नव्हतो,'' मी तिला दिलासा देत म्हटलं. मी तिला थोडंसं प्रोत्साहन दिलं आणि गजराचं स्नूझ बटण वापरण्याविषयीच्या काही गोष्टी सांगितल्या. तिने पहाटे ६ वाजता नक्की उठेन असं सांगितलं. ती नेहमी ७ वाजता उठत असे, आता त्याआधी एक तास उठायचं असं तिने ठरवलं. तसंच त्या वेळी सकाळचा चमत्कार घडतो का ते पाहायचं असंही ठरवलं.

त्यानंतर दोन आठवड्यांनी आमच्या कोचिंगच्या पुढच्या फोनवरील संभाषणादरम्यान केटीच्या आवाजात मी तोपर्यंत कधीही न ऐकलेला उत्साह शिगोशीग भरला होता. तिचा सकाळचा नित्यक्रम करण्यासाठी ती सकाळी सहा वाजता उठत होती का, असं मी तिला विचारल्यावर मला तिच्याकडून अनपेक्षित उत्तर मिळालं. ती म्हणाली, ''नाही. मी पहिल्या दिवशी सकाळी सहा वाजता उठले. पण तुमचं म्हणणं बरोबर होतं. माझी ती सकाळ इतकी विलक्षण सुंदर होती की, मला तिच्यातून बरंच काही मिळवावं असं वाटू लागलं. म्हणून त्या आठवड्यात इतर दिवशी मी पहाटे ५ वाजताच उठले. हॅल, हे खूपच विलक्षण आहे!''

तिच्या या अनुभवामुळे मी इतका रोमहर्षित झालो होतो की, मी लगेच माझ्या इतर कोचिंग क्लायंटना माझ्या पहाटेच्या चमत्काराचा अनुभव सांगण्यास सुरुवात केली. केटीप्रमाणेच त्यांच्यापैकी बहुतेकांचाही पहाटे उठण्यास नकारच होता. तेही

तिच्याप्रमाणेच आम्हाला पहाटे उठण्याची सवय नाही, वगैरे कारणं सांगत होते. परंतु, काही वेळा पुनःपुन्हा सांगितल्यावर व प्रोत्साहन दिल्यानंतर आणि ते कसं शक्य होतं याचा पुरावा म्हणून केटीचं उदाहरण दिल्यानंतर, पहाटेचा चमत्कार कसा घडतो ते पाहण्यासाठी त्या सगळ्यांनीच नेहमीपेक्षा निदान ३० मिनिटं तरी आधी उठायचं ठरवलं.

काही थोड्याच आठवड्यांनंतर माझ्या १४पैकी १३ ग्राहकांनी ते पहाटेच्या चमत्काराची आचरणं करत असल्याचं सांगितलं. माझ्याप्रमाणे आणि केटीप्रमाणेच त्यांनाही त्याचे प्रचंड लाभ मिळत होते. ते ध्यान करत होते, सकारात्मक वाक्यं म्हणत होते, मनःचक्षूंसमोर कल्पनाचित्रं आणत होते. व्यायाम करत होते आणि वाचन व लेखनही करत होते. त्यानंतर त्यांचा रोजचा दिवस त्यांच्या कल्पनेच्याही पलीकडे सुंदर होत होता. त्यांच्यापैकी काही जणांनी त्यांच्या मित्रांना आणि सहकाऱ्यांना ते पहाटेच्या चमत्काराचा सराव करत आहेत आणि त्यांच्या जीवनांमध्ये परिवर्तन घडत आहे, असं अत्यंत अभिमानानं सांगितलं होतं. काही जणांनी सोशल मीडियांवर त्या संदर्भातील ताजी माहिती रोजच्या रोज टाकायला सुरुवात केली. अचानकच या कल्पनेचा प्रसार होऊ लागला आणि मी ज्यांना आयुष्यात कधीही भेटलोसुद्धा नव्हतो असे अनोळखी लोक त्यांच्या 'पहाटेच्या चमत्काराविषयी' ऑनलाइन पोस्ट टाकत असल्याचं मी पाहिलं.

गंमत होती ना!

कोण हा जो?

ज्या लोकांना नुकताच पहाटेच्या चमत्काराचा शोध लागला होता, त्यांना पाठबळ देण्यास मदत करण्याकरिता माझ्या एका मित्रानं मला असं सुचवलं की, मी मिरॅकलमॉर्निंग डॉटकॉम (MiracleMorning.com) हे डोमेन नाव खरेदी करावं (ते उपलब्ध होतं यावर मी विश्वास ठेवू शकलो नाही.) आणि त्यावर काही व्हिडिओ ब्लॉग पोस्ट करावेत. मला कॅमेऱ्यासमोर यायला तितकंसं आवडत नव्हतं. परंतु, तरीही मी एक चित्रीकरण करायचं असं ठरवलं. मी अल्पकालीन व्हिडिओ तयार करण्यास सुरुवात केली. मी ते यू ट्यूबवर अपलोड करू लागलो आणि माझ्या नवीन घरगुती वेबसाइटवर ते ठेवू लागलो.

एके दिवशी सकाळी माझ्या लिव्हिंग रूममधील कोचावर बसून माझा एक व्हिडिओ मी यू ट्यूबवर अपलोड करत असताना माझं नाव मी टाइप केलं आणि सर्चचं बटण दाबलं. (अंहं. यावरून कुठलाही निष्कर्ष काढू नका. तुम्हीही तुमचं नाव याआधी गूगलवर शोधलं आहे हे मला माहीत आहे.) त्याबरोबर एक व्हिडिओ अचानकच समोर आला. त्याचं शीर्षक होतं : 'मिरॅकल मॉर्निंग ॲट जोज'. माझ्या आयुष्यात ज्याला मी कधीही पाहिलंसुद्धा नव्हतं, त्या व्यक्तीनं तो पोस्ट केला

होता. तो पाहिल्यानंतर माझ्या मनात निर्माण झालेली पहिली प्रतिक्रिया तितकीशी सकारात्मक नव्हती. मी एकदम स्वसंरक्षणाच्या पवित्र्यात गेलो आणि मोठ्यानं म्हणालो, ''कोण आहे तरी कोण हा जो? आणि माझ्या मिरॅकल मॉर्निंगची नक्कल तो का करत आहे?'' मला याचा कसा विचार करावा तेच समजत नव्हतं. पण त्यानंतर मला सुखद आश्चर्याचा धक्का बसणार होता.

मी प्ले चं बटण दाबलं आणि तो व्हिडिओ सुरू झाला. त्यावर मी असं पाहिलं, 'हॅलो, मी तुमचा मित्र जो डायोसाना आहे. आता किती वाजले आहेत पाहा बरं,' जो नं त्याने लावलेल्या गजराची वेळ दाखवली. ती पहाटे ५.४१ अशी होती. 'आता पहाटेचे ५.४१ झाले आहेत आणि आज चक्क रविवार आहे. तुम्ही नक्कीच असा विचार करत असाल की, 'अरे बाबा, जो, रविवारी सकाळी ५.४१ ला उठून तू काय करत आहेस?' ठीक आहे. आता मिरॅकलमॉर्निंगडॉटकॉमवर जा. त्याच्यावर देण्यात आलेली माहिती पाहा आणि ती डाउनलोड करा. मला तर आता ख्रिसमसच्या वेळेसारखी गंमत वाटतेय. तुम्ही या वेबसाइटवरची माहिती वाचा, मला खात्री आहे, तुमच्या आयुष्याला कृपाशीर्वाद लाभले आहेत असं तुम्हाला वाटेल.'

मी संगणकाकडे एकटक पाहत बसलो होतो. माझ्या तोंडाचा आ वासला होता. मी चकित झालो होतो आणि माझ्या डोळ्यांत अश्रू आले होते. पहाटेचा चमत्कार हा फक्त माझाच वैयक्तिक विकासाचा एक विधी आहे. त्यातल्या सगळ्या गोष्टी फक्त मीच आचरणात आणतो असा तोपर्यंत माझा समज होता. त्याविषयी माझ्या मनात आणखी मोठा हेतूही नव्हता. पण हळूहळू माझ्या लक्षात येऊ लागलं की, मिरॅकल मॉर्निंग किंवा पहाटेचा चमत्कार हा केव्हाच त्याच्याही पलीकडे पोहोचला होता. आता माझ्या मनात जबाबदारीची भावना निर्माण झाली आणि शक्य तितक्या लोकांना ही गोष्ट सांगितली पाहिजे, असं मला वाटलं. त्यामुळे माझ्याप्रमाणेच त्यांच्याही जीवनावर तसाच परिणाम झाला असता.

माझ्यावर, केटीवर, 'जो'वर आणि मी ज्यांना, ज्यांना त्याविषयी सांगितलं होतं, त्यांच्यापैकी जवळजवळ प्रत्येकावरच पहाटेच्या चमत्काराचा प्रभाव पडला होता. आमच्यापैकी कोणीही पहाटे उठणारे लोक नव्हतो. याचा अर्थ प्रत्येकासाठीच हा चमत्कार काम करू शकत होता.

पहाटेच्या चमत्काराचा तुम्ही कसा वापर करून घ्याल?

पहाटेचा चमत्कार कसा तयार झाला आणि इतर लोकांच्या जीवनाचा स्तर त्याने कसा उंचावला याविषयी सांगण्यासाठी या प्रकरणात मी बराच वेळ घालवला आहे. आता तुम्हाला पहाटेच्या चमत्कारामुळे काय होऊ शकतं याची बऱ्यापैकी कल्पना

आली आहे. त्यामुळे आता पहाटेच्या चमत्कारामुळे तुमच्या जीवनाचा स्तर कसा उंचावता येईल याचा विचार करण्याची वेळ आली आहे.

तुम्हाला तुमचं यश पुढच्या पातळीपर्यंत नेता यावं, यासाठी पुढच्या प्रकरणांमध्ये मी तुम्हाला पुढच्या पातळीवर नेणार आहे. एक गोष्ट लक्षात ठेवा, ही गोष्ट याच प्रकारे घडून येते. तुम्हाला ज्या प्रकारच्या आयुष्याची खरोखरच आस आहे आणि ज्या आयुष्यासाठी तुम्ही पात्रही आहात ते आयुष्य प्राप्त करून घेण्यासाठी तुम्हाला दैनंदिन प्रगतीत सातत्य राखावं लागेल.

मी तुम्हाला कमी झोप घ्या, असं सांगणार नाही किंवा पहाटेच उठून बसण्याची जबरदस्तीही तुमच्यावर करणार नाही. लक्षात घ्या, पहाटेचा चमत्कार हा अगदी पूर्णपणे तुमच्या वेळापत्रकानुसार तयार करणं शक्य असतं. अनेक लोक फक्त ३० मिनिटंच पहाटेच्या चमत्काराच्या आचरणांचा सराव करतात. (प्रत्येक आचरणासाठी ते ५ मिनिटांचा वेळ देतात.) किंवा अगदी सहा मिनिटंच हे सगळे सराव करता येतात. (प्रकरण ७ पाहा.) जर सकाळी उठल्यावर किंवा पहाटे उठल्यावर हे विधी पार पाडणं तुम्हाला शक्य होत नसेल तर तुमच्या सोईनुसार दिवसातील कुठलीही वेळ तुम्ही निवडू शकता.

तुम्हाला पत्करावे लागत असलेले धोके आणि मिळणारे लाभ यांचा तुम्ही विचार करावा, असं मी तुम्हाला सांगेन. ३० मिनिटांच्या अधिक झोपेसाठी तुम्हाला आयुष्यात खरोखरच ज्या गोष्टी हव्या आहेत, त्या कमी प्रमाणात मिळवण्यावर समाधान मानणं उचित आहे का? की तुम्हाला जीवनात ज्याची निर्मिती करायची आहे ती करण्यासाठी थोडं लवकर उठणं उचित आहे? या प्रश्नाचं उत्तर इतक्यातच देऊ नका. पुढचं प्रकरण वाचताना फक्त हा प्रश्न मनात ठेवा.

३

वास्तवाचं ९५ टक्के दर्शन

'जीवनाच्या अंतापर्यंत पोहोचणं आणि नंतर आपण आयुष्यात याहून अधिक चांगलं करू शकलो असतो, खूप काही मिळवू शकलो असतो या विचारानं गतायुष्याकडे पश्चात्तापदग्धतेनं पाहणं ही आयुष्यातील एक अत्यंत दुःखद बाब आहे.'

–रॉबिन शर्मा

'मानवी वंशाची कथा ही स्त्री-पुरुषांनी केलेल्या स्वतःच्या अवमूल्यनाची कथा आहे.'

–अब्राहम मास्लो

तुम्ही आणि मी रोज सकाळी उठल्यानंतर एकाच वैश्विक आव्हानाला तोंड देतो. आपण जितक्या गोष्टी करण्यासाठी किंवा मिळवण्यासाठी सक्षम असतो त्याहून कमी प्रमाणातील गोष्टी करण्यावर किंवा मिळवण्यावर समाधान मानण्याच्या मोहावर मात करणं हे ते आव्हान असतं. तशी मात केली तरच आपल्या क्षमतेचा आपल्याला पुरेपूर वापर करणं शक्य होतं. जवळजवळ प्रत्येक व्यक्तीच्या जीवनातील हे सर्वांत मोठं आव्हान असतं, असं म्हणता येईल. सर्वसामान्यत्वाकडे खेचणाऱ्या गुरुत्वाकर्षणासारख्या शक्तीवर मात करून पुढे जाणं आणि रोजच आपल्या उत्तम क्षमता दाखवून देणं हे एक आव्हान असतं. त्यावर मात केल्यावर आपण सकाळी उठू, त्या वेळी आपल्या समोर आपल्याला हवं असलेलं आयुष्य असेल.

सोशल सिक्युरिटी ॲडमिनिस्ट्रेशनच्या (सामाजिक सुरक्षितता प्रशासनाच्या) मते, आपल्या कामकाजाला सुरुवात केलेल्या शंभर लोकांचा तुम्ही विचार केला तर कामाला सुरुवात केल्यानंतरच्या ४० वर्षांनी ते निवृत्तीच्या वयापर्यंत पोहोचतात आणि त्या वेळी तुम्हाला दिसून येतं की, त्यांच्यापैकी फक्त एकच जण श्रीमंत असतो, चार लोक आर्थिकदृष्ट्या सुरक्षित असतात आणि पाच जण त्यानंतरही काम करत राहतात. त्यांना काम करण्याची इच्छा असते म्हणून नव्हे, तर त्यांना आपली बिलं भरण्यासाठी काम करण्याची गरजच असते म्हणून ते काम करतात. ३६ लोक मरण पावतात. ५४ जणांचं दिवाळं निघालेलं असतं आणि आपल्या देखभालीसाठी ते आपल्या मित्रांवर, कुटुंबीयांवर आणि सरकारवर अवलंबून असतात.

फक्त ५ टक्के लोकच आर्थिक स्वातंत्र्य मिळवून देणाऱ्या जीवनाची निर्मिती करतात. उर्वरित ९५ टक्के लोक त्यांच्या संपूर्ण जीवनभर संघर्ष करत राहतात. पैसा हा यशाच्या मापनाचा एकमेव आणि अगदी उत्तम निकष नसला तरीही तो निश्चितपणे सुरक्षितपणा, आरामदायकपणा, जबाबदारपणा आणि स्वातंत्र्य यांचं प्रतिनिधित्व करतो. आपण आर्थिकदृष्ट्या सुरक्षित असतो त्या वेळी आपण पैशाची काळजी करणं थांबवतो आणि आपल्या जीवनात सर्वाधिक महत्त्वाच्या असलेल्या क्षेत्रांवर लक्ष केंद्रित करतो.

ज्या वेळी मी मिरॅकल मॉर्निंगची (पहाटेच्या चमत्काराची) निर्मिती केली त्या वेळी माझी आर्थिक परिस्थिती पार डबघाईला आली होती. म्हणून मी उत्पन्नात वाढ करण्यावर या सरावाला केंद्रित केलं होतं. सन २००८च्या मध्यावर अमेरिकेत महामंदी होती. पण तरीही मी काम करत असलेल्या ग्राहकांच्या संख्येत दुपटीपेक्षा अधिक वाढ करून माझ्या उत्पन्नात मी दुपटीहून अधिक वाढ केली होती. माझ्या अर्थकारणात सुरळीतपणा येऊ लागल्यानंतर माझ्या सरावाला मी आरोग्यावर आणि तंदुरुस्तीवर केंद्रित करण्यास सुरुवात केली. (त्या वेळी माझ्या आरोग्यात आणि तंदुरुस्तीत सातत्यानं घसरण होत चालली होती. नैराश्यपूर्ण अवस्थेत असल्यामुळे मला प्रेरणा मिळणं अवघड झालं होतं.) मी आहारात बदल

केला आणि अल्ट्रामॅरेथॉनमध्ये धावण्याचा निश्चय केला. (कारण अल्ट्रामॅरेथॉनमध्ये धावणं ही गोष्ट माझ्या दृष्टीनं १०व्या स्तरावरच्या तंदुरुस्तीचं प्रतिनिधित्व करते, असं मी ठरवलं होतं.)

माझ्या मानसिक आरोग्याचा संपूर्ण कायापालट झाला होता. मात्र, त्यासाठी दोन महिन्यांचा कालावधी लागला नव्हता. अगदी पहिल्याच पहाटे नैराश्यग्रस्ततेतून बाहेर पडून मी आशावादी झालो होतो. अर्थातच अर्सुलाला माझं हे नवीन आणि सुधारित रूप बघून आनंद झाला होता. त्यामुळे आमच्या नातेसंबंधाचाही कायापालट झाला होता. कोणत्याही क्षेत्रात स्वतःमध्ये सुधारणा घडवून आणण्यावर तुम्ही चित्त एकाग्र करता, त्या वेळी त्याचा परिणाम म्हणून तुमच्या जीवनातील प्रत्येक क्षेत्रात अधिकाधिक सुधारणा होत जातात.

या जाणिवेतून आणखी एक प्रश्न माझ्या समोर निर्माण झाला होता. त्याच्या उत्तराचा धांडोळा घेऊन उत्तरं शोधलीच पाहिजेत, असं मला वाटत होतं. आपण पात्र असलेल्या, सर्वोच्च दहाव्या स्तरावरच्या जीवनाची निर्मिती करता यावी यासाठी, आपली जितकी क्षमता आहे त्याहून कमी क्षमतेचा वापर करण्यातच समाधान मानणं थांबवण्यासाठी आपण काय केलं पाहिजे?

सर्वसामान्यत्वाच्या वरच्या पातळीवर पोहोचण्याच्या ...आणि आपल्या क्षमतेचा संपूर्ण वापर करण्याच्या तीन पायऱ्या

माझ्या असं लक्षात आलं की, 'सर्वसामान्य' हा शब्द वापरल्यावर काही लोकांना संताप येतो. या शब्दातून आपलं मूल्यमापन केलं जात आहे किंवा एका अर्थानं हा अवमानित करणारा शब्द आहे, असा तुम्ही या शब्दाचा अन्वयार्थ लावत असाल तर तुमच्यासाठी हा शब्द वापरला गेल्यावर तुम्हाला तो आपला अपमान वाटेल. पण इथे निश्चितपणे तसं काही करण्याचा माझा हेतू नाही किंवा या शब्दातून तसा अर्थही ध्वनित होत नाही. म्हणून या पुस्तकात कोणत्या अर्थानं ही संज्ञा वापरली गेली आहे ते स्पष्ट करण्यासाठी मी इथे एक क्षण थबकणार आहे.

इतर व्यक्तींच्या तुलनेत तुम्ही किंवा मी कसे आहोत, याच्याशी मी वापरलेल्या सर्वसामान्य या संज्ञेचा काडीचाही संबंध नाही. आपल्याकडे ज्या प्रकारची व्यक्ती होण्याची क्षमता आहे, त्या आपल्या उत्तम स्वरूपाच्या तुलनेत आपण आता कसे आहोत त्याच्याशी याचा संबंध आहे. ज्या वेळी आपल्याला हवी असलेली गोष्ट मिळवण्याची क्षमता आपल्याकडे असताना आपण आपल्याला हव्या असलेल्या गोष्टीहून कमी गोष्टीत समाधान मानतो, त्या वेळी आपल्या अंतर्गत असलेल्या क्षमतेच्या तुलनेत आपण सर्वसामान्य गोष्टीत समाधान मानतो.

कॉर्नेल युनिव्हर्सिटीतील संशोधकांनी मृत्युशय्येवरच्या हजारो लोकांना त्यांच्या जीवनातील कुठल्या गोष्टीचा त्यांना सर्वाधिक पश्चात्ताप होत आहे असं विचारलं, त्या वेळी ७६ टक्के लोकांचं उत्तर एकसारखंच होतं. 'त्यांनी माझ्या आदर्श स्वत्वाची पूर्तता मी केली नाही, त्याचा सर्वाधिक पश्चात्ताप होत आहे,' असं सांगितलं होतं. तुम्हाला याविषयी काय वाटतं ते मला माहीत नाही. परंतु, मला मात्र 'माझ्या क्षमतेचा पुरेपूर उपयोग करण्याचं धाडस माझ्याकडे असतं आणि जे जीवन जगण्यास मी सक्षम होतो ते मला जगता आलं असतं तर बरं झालं असतं,' असा पश्चात्तापदग्ध विचार करत ७५ टक्के लोक जीवनाच्या अंतापर्यंत पोहोचतात ही गोष्टच नाउमेद करणारी वाटते.

बहुतांश लोकांना त्यांना आवडणाऱ्या जीवनाची निर्मिती करण्यासाठी आयुष्यभर संघर्ष करावा लागतो, हे सांगण्यासाठी आपल्याला कोणत्याही आकडेवारीची गरज नाही. संपूर्ण समाजाचे प्रतिनिधी म्हणून आपल्या प्रभावक्षेत्रातील लोकांकडे आपण पाहू शकतो. किंवा एक व्यक्ती म्हणून आपल्या मनाचा आरसा समोर धरून आपण आपल्याकडेच रोखून पाहू शकतो. आपलं स्वतःचं मूल्यमापन करू शकतो. दहाव्या पातळीवरचं जीवन जगत असलेले किंवा तसं जीवन जगण्याचा प्रयत्न करणारे किती लोक तुम्हाला माहीत आहेत? त्याउलट मन मारून आपल्या इच्छेच्या तुलनेत कमी प्रमाणातील गोष्टींवर समाधान मानून जीवनाचा आनंद घेण्यासाठी किती जण संघर्ष करत आहेत?

आता या उर्वरित प्रकरणात, सर्वसामान्यत्वावर मात करून आपल्या निकषांवर जगणाऱ्या लोकांच्या गटात सहभागी होण्याच्या साध्या, निर्णायक पायऱ्यांचा आपण विचार करणार आहोत.

पायरी १ : ९५ टक्के लोकांचं वास्तव मान्य करा

पहिली गोष्ट म्हणजे समाजातील ९५ टक्के लोक कधीही त्यांना हव्या तशा आयुष्याची निर्मिती करत नाहीत आणि तसे जगत नाहीत, हे आपल्याला समजून घ्यावंच लागेल आणि मान्यही करावं लागेल. अर्थातच, आपल्या मित्रांची आणि कुटुंबीयांची किंवा आपलीही या नियतीपासून सुटका झालेली नसते. हा अगदी 'कारण आणि परिणाम' यांचा प्रश्न असतो. म्हणून, जर आपण बहुतांश लोकांच्या तुलनेत वेगळ्या प्रकारे विचार करण्याची आणि जगण्याची बांधिलकी पत्करली नाही, तर आपण निर्हेतुकपणे का होईना, पण संघर्षमय जीवन जगण्याकरिता आपली तयारी करून घेत असतो ही गोष्ट मान्य करणं महत्त्वाचं आहे. बहुतांश लोक हेच करतात. जर आपल्या क्षमतेचा आपल्याला पुरेपूर वापर करून घ्यायचा असेल आणि आपलं प्रेम असलेल्या लोकांनीही तेच करावं यासाठी त्यांना मदत

करायची असेल तर अगदी आतापासूनच सुरुवात करून आपल्याला वेगळ्या निवडी कराव्याच लागतील.

परिणाम काहीही असले तरी सहजसोप्या मार्गाची निवड करणं हा मानवी स्वभाव आहे. इतर लोक काय करतात यावर आपलं नियंत्रण नसलं तरी आपण स्वतःवर लक्ष केंद्रित केलंच पाहिजे. हे करत असताना इतरांना मदत करण्यासाठी आपण स्वतःला अधिक चांगल्या स्थानी ठेवू शकतो. आणीबाणीच्या प्रसंगी पहिल्यांदा तुमच्या नाकावर प्राणवायूचा मास्क ठेवा, असं तुम्हाला विमानात सांगितलं जातं, तसंच हे आहे. ज्या वेळी आपण स्वतःच्या काळजीला प्राधान्य देतो, त्या वेळी इतरांना मदत करण्यास आपण अधिक चांगल्या प्रकारे तयार होतो.

आपल्या जीवनातील काही महत्त्वाच्या गोष्टींकरिता आपल्यापैकी अनेक जण रोजच्या रोज संघर्ष करतात. आपल्याला खरोखरच यशाच्या, आनंदाच्या, प्रेमाच्या, सुखाच्या, आरोग्याच्या आणि आर्थिक भरभराटीच्या अशा अनेक गोष्टींच्या ज्या पातळ्या हव्या असतात, त्या निर्माण करण्यासाठी आपण सातत्यानं संघर्ष करतो. पुढील गोष्टींचा विचार करा :

- **शारीरिक :** लठ्ठपणा हा साथीच्या आजारासारखा आजार आहे. त्याच्यामुळे आपल्या समाजाला कर्करोग आणि हृदयविकार या प्राणघातक आजारांचा विळखा पडला आहे. सर्वसामान्य लोक थकल्याचं सांगतात आणि त्यांच्यापैकी बहुतेकांना काही कप कॉफी किंवा एनर्जी ड्रिंक रिचवल्याशिवाय ऊर्जा मिळत नाही. ते ताजेतवाने होऊ शकत नाहीत. मात्र, दिवसभरात आपण थकलेले असलो तरी संध्याकाळी आपली मनं धावत सुटतात. लाखो लोकांना रात्रीची झोप लागत नाही. रात्री चांगली झोप यावी यासाठी ते भरपूर प्रयत्न करतात. आपली शारीरिक ऊर्जा ही आपल्या जीवनाच्या गुणवत्तेच्या दृष्टीनं महत्त्वाची असते. आपल्याकडे भरपूर ऊर्जा असते त्या वेळी आपल्याला अधिक आनंदीपणा, अधिक प्रेरणा आणि अधिक सक्षमता जाणवते. अशा प्रकारे आपण अधिक उत्पादक होतो. याच्या उलट ज्या वेळी आपण थकलेले, दमलेले, अशक्त असतो किंवा दुःखात असतो त्या वेळी आपल्याला सहसा नेहमीच अधिक निराशा जाणवते. प्रेरणा मिळणं अधिक कठीण होतं आणि आपण उत्पादक होण्यासही अक्षम असल्यासारखं आपल्याला वाटतं. अशा परिस्थितीत जीवनात मुख्य बदल घडवून आणणं ही तर खूपच दूरची गोष्ट असते. म्हणूनच आपल्याला जीवनात काहीतरी बदल करावाच लागेल.

- **मानसिक आणि भावनिक :** आपल्याला चांगलं वाटावं, आपलं मन प्रसन्न असावं असं आपल्याला सगळ्यांनाच वाटतं. आपल्याला जीवनाचा आनंद घ्यायचा असतो. तरीही आपल्यापैकी अधिकाधिक लोक आपल्या जीवनात आनंद आणि अर्थ शोधण्यासाठी धडपडत आहेत. अलीकडेच करण्यात आलेल्या सर्वेक्षणातून असं दिसून आलं आहे की, फक्त १४ टक्के प्रौढ अमेरिकन लोकांनी आपण 'खूपच आनंदात' आहोत असं सांगितलं. मेंटल हेल्थ अमेरिका (एमएचएम) यांच्या मते, ४६ टक्के अमेरिकन लोकांना आयुष्यात कधी ना कधी मानसिक आरोग्याची तपासणी करून घेण्याची गरज भासते आणि त्यांच्यापैकी निम्म्या लोकांमध्ये वयाच्या चौदाव्या वर्षापासूनच मानसिक आरोग्य ढासळण्यास सुरुवात झालेली असते.
- **नातेसंबंध :** आपल्या जीवनाची गुणवत्ता ही आपल्या नातेसंबंधांच्या गुणवत्तेवर मोठ्या प्रमाणात अवलंबून असते. यातली दुःखद बाब म्हणजे कधी नव्हे इतक्या प्रमाणातील लोक त्यांना एकाकीपणा, एकटेपणा जाणवत असल्याचं सांगतात. आपल्या मित्रांपासून आणि कुटुंबीयांपासून आपण तुटलो आहोत, असं त्यांना वाटतं. सर्वसामान्यपणे, सर्व विवाहांपैकी सुमारे निम्म्या विवाहांची परिणती घटस्फोटात होते. आपल्या मित्रांसमोर आणि कुटुंबीयांसमोर एकमेकांना आपले जीवनसाथी मानणाऱ्या आणि सुखाप्रमाणेच दुःखाच्या प्रसंगीही एकमेकांची साथ न सोडण्याच्या आणाभाका घेणाऱ्या अनेक जोडप्यांना आपल्या या शपथा पाळणं कठीण होतं. समाज म्हणून आपण अधिक प्रमाणात विभाजित झालो आहोत हे आपल्यापैकी अनेक जण मान्य करतील. आपल्याला एकमेकांशी जोडलं जाण्याची इच्छा आहे आणि त्यासाठी आपण धडपडत आहोत.
- **आर्थिक :** इतिहासातील कोणत्याही काळाचा विचार केला तर, आजच्या काळात अमेरिकन लोक अधिक प्रमाणात वैयक्तिक कर्जात बुडाले आहेत. थोडेच लोक त्यांना हवे तितके पैसे कमवत आहेत. आपल्यापैकी बहुतेक जण आपण कमवत असलेल्या पैशाहून अधिक पैसे खर्च करत आहेत. ते पुरेशा प्रमाणात बचत करत नाहीत आणि नियमित बिलं भरण्यासाठीही झगडत आहेत. मग आर्थिक स्वातंत्र्याची निर्मिती करणं ही तर खूपच दूरची गोष्ट आहे.

एखाद्या दुःखी, अतृप्त, असमाधानी व्यक्तीला किंवा परिस्थितीशी संघर्ष करत असलेल्या एखाद्या व्यक्तीला तुम्ही विचारलं की, तुम्ही ठरवलेलं, तुम्हाला अपेक्षित

असलेलं जीवन असंच होतं का? तर ते काय उत्तर देतील असं तुम्हाला वाटतं? अर्थातच आपल्याला अपेक्षित असलेलं हे जीवन नाही, असंच उत्तर ते देतील आणि हाच घाबरवून सोडणारा भाग आहे, कारण लोक आपल्याला हव्या असलेल्या जीवनाची निर्मिती करण्याऐवजी आपलं जीवन जसं आकाराला येईल, तसं त्याला स्वीकारतात.

आता आपल्याला हे माहीत आहे की, आपल्या समाजातील बहुतांश लोक आपल्याला हवं तसं, आपण कल्पना केली होती तसं जीवन जगत नाहीत. साहजिकच, आपल्याही नशिबी असाच प्रकार येऊ नये यासाठी किंवा तुम्ही आधीच या लोकांच्या गटात असाल तर त्याच्यातून बाहेर पडण्याचा मार्ग शोधण्यासाठी, असं का होतं हे समजून घेणं ही यानंतरची महत्त्वाची पायरी आहे.

पायरी २ : सर्वसामान्यत्वाची कारणं आणि... त्यावरच्या उपाययोजना शोधा

या प्रकरणात आपला बराचसा वेळ आपण या दुसऱ्या पायरीच्या संदर्भात चर्चा करण्यावर व्यतीत करणार आहोत, कारण आपण कोण आहोत आणि आपल्याकडे कोण होण्याची क्षमता आहे, यादरम्यान नेमकं काय आहे ते शोधून काढणं ही गोष्ट या दोन्ही गोष्टींमधील तफावत भरून काढण्याच्या दृष्टीनं महत्त्वाची आहे. पहिल्यांदा सामान्यत्वाची सात सामाईक कारणं शोधूया आणि त्याबरोबरच त्यांच्यावर मात करण्यासाठी तुम्हाला तत्काळ वापरता येण्याजोग्या उपाययोजनाही पाहू या. यांपैकी कोणती कारणं तुमच्याही बाबतीत लागू पडतात याचा विचार करा आणि त्यानंतर त्यांच्याशी संबंधित उपाययोजना वापरण्यास सुरुवात करा.

कारण १ : उत्तल किंवा पार्श्वदृश्यदर्शक आरसा लक्षण (रिअरव्ह्यू मिरर सिंड्रोम)

मी ज्याला उत्तल किंवा पार्श्वदृश्यदर्शक आरसा लक्षण (रिअरव्ह्यू मिरर सिंड्रोम किंवा आरएमएस) म्हणतो, ते आपल्या क्षमतेचा पुरेपूर वापर न करण्याचं अत्यंत महत्त्वाचं कारण आहे. आपलं अर्धजागृत मन हे स्वतःला मर्यादा घालून घेणाऱ्या रिअरव्ह्यू मिरर लक्षणानं ग्रस्त असतं. या लक्षणामुळे आपण सातत्यानं आपल्या भूतकाळाचा पुनःपुन्हा अनुभव घेत राहतो आणि त्याची पुनर्निर्मिती करत राहतो. आपण पूर्वी जे कोणी होतो तेच आताही आहोत अशी चुकीची कल्पना करतो. अशा प्रकारे भूतकाळात आपल्याला ज्या मर्यादा असल्याचं आपण मान्य केलं होतं, त्यांच्या आधारावर, त्याच मर्यादा आताही आपल्याला असल्याचं स्वीकारून आपल्या वर्तमानातील खऱ्या क्षमतेला आपण प्रतिबंध करतो.

परिणामी, आपण करत असलेल्या प्रत्येक निवडीला आपण भूतकाळाच्या चाळणीत घालूनच तिचा विचार करतो. सकाळी उठल्यापासून ते आपण कोणती उद्दिष्टं स्वतःसाठी निश्चित करणार आहोत तिथपर्यंतच्या प्रत्येक गोष्टीसाठी आपल्या भूतकालीन अनुभवांच्या मर्यादांच्या माध्यमातूनच आपण विचार करतो. आपली उद्दिष्टं साध्य करणं आपल्याला शक्य होईल की नाही, याचा विचारही आपण असाच करतो. आपल्याला अधिक चांगलं जीवन निर्माण करण्याची इच्छा असते, परंतु आपण पहिल्यापासून जसे आहोत त्याहून भिन्न प्रकारे आपला विचार करणं आपल्याला कठीण होऊन बसतं.

कोणत्याही दिवशी सर्वसामान्य माणूस ५०,००० ते ६०,००० विचार करतो. यातली समस्या अशी आहे की, आपले बहुसंख्य विचार हे आदल्या दिवसासारखे असतात किंवा बरेचसे त्या दिवसाच्या विचारांसारखे असतात. यामुळे आपल्या विचार संरचना तयार होतात. आपण सवयीनं रोज तेच तेच विचार करतो आणि त्याच भावनांची आणि मनःस्थितींची निर्मिती करतो. अशा वेळी स्वतःविषयी शंका घेणं ही आपली विचार संरचना होते. भीती हीसुद्धा आपली एक विचार संरचना होते. त्याबरोबरच क्रोधही आपली एक विचार संरचना होते. जोपर्यंत आपल्या विचारांना उन्नत करण्याचा निर्णय आपण जागरूकपणे घेत नाही आणि त्यासाठी सातत्यपूर्ण प्रयत्न करत नाही, तोपर्यंत ही प्रक्रिया तशीच सुरू राहते. म्हणूनच अनेक लोक दिवसांमागून दिवस, महिन्यांमागून महिने आणि वर्षांमागून वर्षं आपल्या जीवनाची गुणवत्ता सुधारण्यासाठी संघर्षच करत राहतात यात आश्चर्य वाटण्याजोगं काहीच नाही.

ज्याप्रमाणे जुनं, जीर्ण सामान टाकून देण्याची गरज असते, त्याप्रमाणे आपण कालचा तणाव, भीती आणि काळजी सोडून न देता आजही तिच्यातच जगत राहतो. नवीन संधी समोर आल्यानंतर आपल्या भूतकालीन क्षमतांचं मूल्यमापन करण्यासाठी आपण चटकन पाठीमागचं दृश्य दाखवणाऱ्या आरशात पाहतो आणि विचार करतो : 'छे, छे! अशी गोष्ट मी याआधी कधीच केलेली नाही. मी कधीच या पातळीपर्यंत पोहोचलो नाही. खरं म्हणजे, मी पुनःपुन्हा अपयशी झालो होतो.' अशाच प्रकारे ज्या वेळी आपण संकटाचा सामना करतो, त्या वेळीही आपण मार्गदर्शनासाठी आपल्या या विश्वासू आरशाकडेच वळतो आणि त्यांना कसा प्रतिसाद द्यावा ते ठरवतो. मग आपण विचार करतो, 'होय. हे तर फक्त माझं नशीब आहे. असल्या घाणेरड्या, तुच्छ गोष्टी माझ्या बाबतीत नेहमीच घडतात. मी सरळ त्यांच्या समोर शरणागती पत्करणंच योग्य आहे, कारण ज्या वेळी खूपच अवघड परिस्थिती आल्या होत्या त्या वेळी नेहमीच मी त्यांच्या समोर मान तुकवली आहे.'

उपाययोजना १ : तुमच्या अमर्याद क्षमतेचा स्वीकार करा

तुमच्या भूतकालीन मर्यादांच्या पलीकडे जाऊन आपला विस्तार, विकास करून घेण्यासाठी तुम्ही पहिल्यांदा तुमच्या मानसिक रिअरव्ह्यू मिररमधून तुमची पात्रता आणि क्षमता यांचा विचार करणं सोडून दिलंच पाहिजे. आपल्याला काय शक्य आहे ते तुमच्या अंगभूत अमर्याद क्षमतेच्या भिंगातून पाहण्याची इच्छा तुमच्याकडे असलीच पाहिजे. 'मी काय करू शकतो ही गोष्ट माझ्या क्षमतेवर आधारित आहे, माझ्या भूतकाळावर नाही,' हे वाक्य तुम्ही स्वीकारू शकता आणि त्याचा सातत्यानं पुनरुच्चार करून त्याला पुष्टी देत राहू शकता. तुमचं सकारात्मक, पुष्टिदायक विधान म्हणून तुम्ही हे वाक्य घेऊ शकता.

तुमच्या सवयीच्या अर्धजागृत विचार संकल्पनांना अद्ययावत करण्यासाठी तुम्हाला पहाटेच्या चमत्काराच्या आचरणांच्या सरावातून एक चौकट मिळते. तसंच तुम्हाला आयुष्यात हव्या असलेल्या गोष्टींचा अधिक अनुभव घेता यावा आणि त्यांची अधिक प्रमाणात निर्मिती करता यावी, यासाठी तुमच्या अर्धबोध मनाची रचना करण्यासही तुम्हाला चौकट मिळते. तुमचा भूतकाळ काहीही असला तरी तुम्हाला हव्या असलेल्या जीवनाची निर्मिती करण्यास तुम्ही आतापासूनच सक्षम आहात असा आत्मविश्वास तुम्ही या सरावामुळे स्वतःमध्ये निर्माण करू शकता.

ही गोष्ट कदाचित अंतःप्रेरणेच्या विरुद्ध असू शकेल. परंतु, तिच्यावर तुम्ही लगेच जबरदस्तीनं पहिल्यांदाच विश्वास ठेवला पाहिजे असं नाही. खरं म्हणजे कदाचित तिच्यावर तुम्ही मुळीच विश्वास ठेवणार नाही. तुम्हाला असंही आढळेल की, भूतकाळाच्या तुलनेत तुम्ही आता अधिक चांगले आहात, असा विश्वास प्रस्थापित करण्याचा प्रयत्न करणं ही गोष्ट अस्वस्थपणा निर्माण करणारी आणि अविश्वासार्ह असल्यासारखी वाटते. आपल्यालाही हे अपेक्षितच असतं, परंतु लवकरच तुमच्या मनातील हे द्वंद्व, हा संघर्ष तुम्ही दूर कराल आणि प्रेरक पर्यायांच्या व भावी संधींच्या साहाय्यानं तुमच्या मर्यादा दूर कराल.

कारण २ : हेतूचा किंवा उद्दिष्टाचा अभाव

तुमच्या जीवनाचा हेतू किंवा उद्दिष्ट काय आहे, असं तुम्ही सर्वसामान्य व्यक्तीला विचारलं तर ते कदाचित तुमच्याकडे चेष्टेखोरपणे पाहतील, तुमची टर उडवतील किंवा कदाचित असंही म्हणतील, 'अरे बाबा, मला ते काही माहीत नाही. मी फक्त माझा आलेला दिवस जगतोय.' समजा, हाच प्रश्न मी तुम्हाला विचारला तर काय होईल? तुम्ही काय म्हणाल?

रोज सकाळी उठणं आणि आपल्याला जीवनात हवी असलेली गोष्ट मिळवण्यासाठी आपल्या ताकदीच्या आवाक्यात असलेली प्रत्येक गोष्ट करणं का

भाग पडतं, त्या 'का'च्या मुळाशी आपला जीवनहेतू दडलेला असतो. ज्या लोकांना त्यांचा जीवनहेतू समजलेला असतो त्यांच्याकडे उच्च पातळीवरची स्पष्टता असते. या स्पष्टतेमुळे ते रोजच निर्णायक कृती करतात. मात्र, आपल्यापैकी बहुतेकांना कधीही आपला जीवनहेतू शोधण्यास शिकवलेलं नसतं. त्यामुळे साहजिकच बहुतेक लोकांकडे असा कोणताही जीवनहेतू नसतो.

आपल्या जीवनातील अत्यंत महत्त्वाच्या गोष्टींचा विचार हा कदाचित आपला जीवनहेतू असू शकतो, पण तरीही ही संकल्पना आपल्या आई-वडलांकडून आपल्याला सांगितली गेलेली नसते किंवा बहुतांश शाळांमधूनही ती शिकवली जात नाही. त्याऐवजी आपण नेहमीच रोजचा दिवस व्यवस्थितपणे पार पाडून दुसऱ्या दिवसापर्यंत सुरळीतपणे कसं पोहोचता येईल यावरच आपलं लक्ष केंद्रित करतो. हा किमान प्रतिरोधाचा मार्ग आहे. आपल्याला वाढीसाठी आणि विकासासाठी सक्षम करणारी दुःखं किंवा गैरसोई टाळून अल्प मुदतीची, अल्प काळाची सुखं मिळवण्याचा आपण प्रयत्न करतो.

तुमच्या खरोखरच्या क्षमतेचा परिपूर्ण उपयोग करून घेण्याची तुमची इच्छा असेल तर तुमच्या जीवनहेतूविषयी स्पष्टता असल्यामुळे प्रचंड फरक पडेल. अतिशय सुस्पष्ट जीवनहेतू असेल तर दिवसभरातील तुमच्या विचारांना आणि कृतींना पुढे नेणारं इंजिन आणि मार्गदर्शक यंत्रणा म्हणून त्याची मदत होईल. तुमच्या हेतूमुळे तुमची निर्णयप्रक्रिया सुरळीत होईल आणि तुम्हाला सातत्यानं योग्य दिशेनं पुढे जाण्यास साहाय्य होईल.

उपाययोजना २ : जीवनाच्या उद्दिष्टाची निवड करा

आता तुमच्या जीवनाच्या उद्दिष्टाकडे येण्याची कल्पना तुम्हाला काहीशी भयावह वाटू शकेल, हे मी समजू शकतो, परंतु मी याविषयी तुम्हाला एक चांगली गोष्ट सांगणार आहे. तुम्हाला तुमच्या जीवनाचं उद्दिष्ट शोधण्याची गरज नाही. त्याऐवजी तुम्ही ते तयार करू शकता. शिवाय तुमच्या इच्छेनुसार कधीही तुम्ही त्याच्यात बदलही करू शकता. तुम्हाला रोज सकाळी उठण्यास ज्या गोष्टीमुळे स्फूर्ती मिळते आणि तुम्हाला ज्या प्रकारची व्यक्ती होण्याची इच्छा असते, तिच्याशी सुसंगत असलेला तुमच्या अस्तित्वाकरिता तुम्ही निवडलेला तो मार्ग असतो किंवा तो तुम्ही दुसऱ्यांना मदत करण्यासाठी निवडलेला तुमचा मार्ग असतो. 'माझं स्वतःचं उत्तम स्वरूप होणं (म्हणजेच मी शक्य तितकी उत्तम व्यक्ती होणं) आणि इतरांनाही तसंच आपलं उत्तम स्वरूप तयार करण्यास मदत करणं,' किंवा 'जगण्यासाठी जे जीवन देऊन माझ्यावर कृपा करण्यात आली आहे त्या जीवनाच्या प्रत्येक क्षणाचा आनंद लुटणं आणि इतरांसाठीही आनंदोल्हासाचा स्रोत होणं,' अशा प्रकारच्या कुठल्याही

उद्दिष्टाची तुम्ही निवड करू शकता. हे उद्दिष्ट आणखीही नेमकेपणानं मांडता येतं. त्यात 'माझ्या कुटुंबाला आर्थिक सुरक्षितता मिळवून देणं' किंवा 'लाखो लोकांना पिण्याचं शुद्ध पाणी मिळवून देणं,' यांसारख्या उद्दिष्टांचा समावेश होऊ शकतो. इथे कुठलीही उत्तरं असली तरी ती चुकीची नसतात.

तुमच्या जीवनाचं उद्दिष्ट अत्यंत भव्यदिव्यच असलं पाहिजे असं नाही. प्रत्येक उद्दिष्टाची अखेर '..आणि जगातही बदल घडवणं' या शब्दांनीच झाली पाहिजे, असंही नाही. तुम्हाला स्फूर्ती किंवा प्रेरणा देणं आणि रोज तुमच्यातील उत्तम गोष्टी बाहेर काढणं याकडे तुमच्या उद्दिष्टाचा कल असला पाहिजे. त्यामुळे जगात बदल घडलाच पाहिजे असं नाही. तरीही आपलं उद्दिष्ट ओळखून त्याच्याशी सुसंगतपणे जगण्याची निवड करणारे लोक अगदी नेमकेपणानं आणि आपोआपच इतरांवर प्रचंड प्रभाव टाकतात.

कालौघात तुमचा जीवनहेतू किंवा उद्दिष्ट बदलण्याची किंवा विकसित होण्याची शक्यता असते. तुम्ही सातत्यानं वाढत आणि विकसित होत असता, त्याबरोबरच तुमचं उद्दिष्टही वाढू आणि विकसित होऊ शकेल. तुम्ही आज ज्याची निवड कराल, ते उद्दिष्ट ही काळ्या दगडावरची रेघ नाही. तुम्ही आज ज्या जीवन-उद्दिष्टाची निवड केली असेल त्याच्याशी तुमच्या उर्वरित जीवनभरासाठी तुम्ही बांधिलकी पत्करलेली नाही हे जाणून घेतल्यामुळे सध्या अधिक सोप्या असलेल्या गोष्टींपुरतं लक्ष एकाग्र करण्यानंही काम होतं. जीवन-उद्दिष्टाची निवड करणं ही गोष्ट कपडे घालून पाहणं आणि खरेदी करणं यांसारखी आहे, असं मला वाटतं. ते तुम्हाला कसे बसतात, ते घातल्यामुळे तुम्हाला कसं वाटतं ते पाहा. जोपर्यंत ते घालणं तुम्हाला चांगलं वाटतं, तोपर्यंत ते घाला आणि योग्य वेळी बदलण्यास तयार राहा. गेल्या काही वर्षांपासून जीवनाच्या विविध टप्प्यांवर असताना मी स्वीकारलेल्या विविध जीवन-उद्दिष्टांची काही उदाहरणं पुढे दिली आहेत :

- *मला माहीत असलेल्या व्यक्तींपैकी सर्वाधिक सकारात्मक व्यक्ती होणं. (वय १९).*
- *मला शक्य असेल तितक्या व्यक्तींच्या जीवनात निःस्वार्थीपणानं मूल्यसंवर्धन करणं. (वय २५).*
- *माझ्या जीवनासाठी मला हव्या असलेल्या सगळ्या गोष्टींची निर्मिती करणारी व्यक्ती होणं आणि त्याच वेळी असंच करण्यासाठी इतरांना मदत करणं. (वय २९).*
- *माझी जाणीव उन्नत करण्यास सुरुवात करून एका वेळी एक व्यक्ती, याप्रमाणे इतर लोकांना त्यांची जाणीव उन्नत करण्यास साहाय्य करणं. (वय ४२).*

जीवन–उद्दिष्टांविषयीची ही सगळी विधानं एक तर मला अधिकाधिक उत्तम व्यक्ती करण्याविषयीची किंवा इतरांना तसंच करण्यास मदत करण्याविषयीची आहेत.

आपल्या क्षमतेचा परिपूर्ण वापर करणं ही दुसऱ्या व्यक्तीला आपण देऊ शकत असलेली सगळ्यात मोठी भेट असते असं मला वाटतं, कारण तसं करून काय करणं शक्य आहे ते आपण त्यांना आपल्या उदाहरणातून दाखवून देऊ शकतो. तसंच त्यांच्या क्षमतेचा परिपूर्ण वापर करू देण्यास त्यांना मदत करतो. अशा प्रकारे आपल्याला अधिक आनंदी, सुखी आणि उत्पादक लोकांचा समाज प्राप्त होईल. परंतु हे फक्त माझं उद्दिष्ट आहे, इतकंच मी तुम्हाला सांगत आहे. तुमचं उद्दिष्ट कदाचित तुमच्या मुलांचा उत्तम पालक होण्याचं किंवा आर्थिक स्वातंत्र्य मिळवण्याचं असू शकेल. पुन्हा एकदा सांगतो, इथे मिळणारं किंवा तुम्ही देत असलेलं कुठलंही उत्तर चुकीचं किंवा कमी प्रतीचं नाही.

कारण ३ : घटनांचा स्वतंत्रपणे विचार करणं

सर्वसामान्यत्वाचं अत्यंत प्रचलित असलेलं, परंतु फारसं स्पष्टपणे न दिसणारं कारण हे घटनांना वेगवेगळ्या मानण्याच्या संकल्पनेत आहे. आपण चुकीच्या पद्धतीनं असं समजतो की, आपण करत असलेली प्रत्येक निवड आणि आपण करत असलेली प्रत्येक वैयक्तिक कृती ही त्या विशिष्ट क्षणावर किंवा परिस्थितीवर परिणाम करते. उदाहरणार्थ, आपल्याला असं वाटू शकतं की, एखाद्या दिवशीचा व्यायाम चुकवणं ही फारशी मोठी गोष्ट नाही. एखाद्या प्रकल्पाला लांबणीवर टाकणं किंवा फास्ट फूड खाणं ही फारशी मोठी गोष्ट नाही. या सगळ्या गोष्टींमुळे काही हानी झाली असलीच तर आपण ती उद्या भरून काढू शकू. या वेळी आपण विचार करतो की, फक्त त्या दिवसाचा व्यायाम चुकवला तर फक्त त्या एका दिवसापुरता आपल्यावर परिणाम होतो, त्यामुळे पुढच्या वेळी आपण अधिक चांगली निवड करू शकू. परंतु ज्या वेळी आपण असं करतो, त्या वेळी आपण अधिक मोठ्या चित्राला गमावून बसतो.

आपल्या प्रत्येक निवडीचा व कृतीचा आणि अगदी विचाराचाही खरोखरचा परिणाम आणि प्रभाव हा अत्यंत महत्त्वाचा असतो, कारण आपण कोण होत आहोत यावर प्रत्येक एकेकटा विचार, निवड आणि कृती परिणाम करतात. यामुळे अखेरीस आपल्या जीवनाची गुणवत्ता निश्चित होते. 'सिक्रेट्स ऑफ द मिल्यनेअर माइंड' या आपल्या उत्तम खपाच्या पुस्तकात टी. हार्व एकर यांनी म्हटलं आहे त्याप्रमाणे, 'तुम्ही एखादी गोष्ट जशी करता, तशाच सगळ्या गोष्टीही करता.'

दर वेळी उचित असलेल्या पद्धतीऐवजी (तुमच्या मूल्यांशी सुसंगत असलेल्या आणि तुम्हाला तुमच्या उद्दिष्टांच्या अधिक निकट नेणाऱ्या पद्धतीऐवजी) तुम्ही सोप्या पद्धतीनं (तुमच्या मूल्यांशी किंवा तुमच्या उद्दिष्टपूर्तीशी सुसंगत नसलेल्या पद्धतीनं) गोष्टी करण्याची निवड केली तर योग्य किंवा उचित गोष्टींऐवजी सोपी

गोष्ट करणारी व्यक्ती अशी तुमची ओळख निर्माण करण्यास तुम्ही सुरुवात करता. तुमच्या ओळखीला तुम्ही तसा आकार देऊ लागता. दुसरीकडे, ज्या वेळी आपल्या बांधिलकीनुसारच आपण निवड केली पाहिजे, असं तुम्हाला वाटत नसतानाही तुमच्या बांधिलकीनुसारच काम करण्याची निवड तुम्ही करता, त्या वेळी तुम्ही तुमच्या जीवनात असामान्य परिणामांची निर्मिती करणारी शिस्त विकसित करता. (दुर्दैवानं, बहुसंख्य लोक अशी शिस्त विकसित करत नाहीत.)

उपाययोजना ३ : तुमच्या निवडीच्या परिणामांना सामोरे जा

अशा प्रकारे आपल्या मनात आपण घटनांना किंवा प्रसंगांना एकमेकांपासून स्वतंत्र करणं थांबवलंच पाहिजे. त्याऐवजी आपण अधिक मोठं, अधिक व्यापक चित्र पाहण्यास सुरुवात केली पाहिजे. तुम्ही करत असलेल्या प्रत्येक निवडीचा तुम्ही कोण होणार आहात त्यावर परिणाम होत असल्याचं समजून घ्या. तुम्ही कोणत्या प्रकारच्या आयुष्याची निर्मिती करण्यास सक्षम आहात, हे त्यावरच अवलंबून असतं. ज्या वेळी तुम्ही हे उद्दिष्ट मान्य करता त्या वेळी तुमच्या गजराच्या घड्याळाकडे तुम्ही अधिक हेतुतः आणि गांभीर्यानं पाहता. सकाळी गजर झाला की तुम्हाला स्नूझ बटण दाबण्याचा मोह होतो. पण आता तुम्ही असा विचार करू लागता की, 'थांब, मला जी व्यक्ती व्हायचं आहे ती ही व्यक्ती नाही. आपण उठण्याची बांधिलकी पत्करलेली असतानाही अंथरुणातून बाहेर पडण्याची शिस्त न पाळणारी व्यक्ती मला व्हायचं नाही. लवकर उठणं, माझी उद्दिष्टं साध्य करणं, माझ्या जीवनात मला हव्या असलेल्या सगळ्या गोष्टींची निर्मिती करणारी व्यक्ती होण्यासाठी आवश्यक असलेल्या सगळ्या गोष्टी करणं मला क्रमप्राप्त आहे. मला ते सगळं न करणारी व्यक्ती व्हायचंच नाही.'

तुम्ही काय करत आहात यापेक्षाही तुम्ही कोण होत आहात ही गोष्ट खूपच अधिक महत्त्वाची असते आणि तुम्ही जे करत आहात ती गोष्टच तुम्ही कोण होत आहात ते ठरवते.

कारण ४ : जबाबदारपणाची उणीव

जबाबदारपणा ही एखाद्या कृतीसाठी किंवा परिणामासाठी दुसऱ्या एखाद्या व्यक्तीला जबाबदार असण्याची क्रिया किंवा कृती आहे. जबाबदारपणा आणि यश यांच्यात अगदी निर्विवाद संबंध आहेच. अगदी अधिकारी, सीईओंपासून ते व्यावसायिक खेळाडू आणि जीवनाच्या सर्व क्षेत्रांतील सर्वोच्च यशस्वी लोक यांच्याकडे उच्च प्रमाणातील उत्तरदायित्व किंवा जबाबदारपणा दिसून येतो. या जबाबदारपणामुळे ते करत असलेल्या कृतींना गती प्राप्त होते आणि ते असामान्य परिणामांची निर्मिती

करतात. विशेषतः ज्या वेळी त्यांना आपली उत्तम कामगिरी दाखवून देण्याची इच्छा असते त्या वेळी हे घडतंच. जबाबदारपणामुळे लोकांमधील उत्तम गोष्टी बाहेर येतात.

जन्मापासून ते वयाच्या १८ वर्षांपर्यंत तुम्ही आणि मी मिळवलेले बहुतांश सकारात्मक परिणाम हे प्रौढांनी (पालक, शिक्षक, वरिष्ठ इ.नी) आपल्या आयुष्याविषयी, आपल्याविषयी दाखवलेल्या जबाबदारपणाचा किंवा उत्तरदायित्वाचा परिणाम होता, याचा विचार करा. आपण त्यांचे ऋणी आहोत. भाज्या खाल्ल्या जात होत्या. गृहपाठ पूर्ण केले जात होते. दात घासले जात होते. आपण अंघोळ करत होतो आणि योग्य वेळी झोपी जात होतो. या प्रौढांकडून जर आपल्याविषयीच्या या जबाबदारीचं पालन करण्यात आलं नसतं तर आपण कुपोषित, अशिक्षित, अपुरी झोप झालेली आणि घाणेरडी मुलं असतो.

समजा, कोणीतरी तुमच्या भेटीची आतुरतेनं वाट पाहत आहे, पण तुम्हाला जावंसं वाटत नाही. उदाहरणार्थ, व्यायामशाळेत व्यायामाकरिता जाण्यासाठी किंवा रात्री बाहेर जेवायला जाण्यासाठी कोणीतरी तुमची वाट पाहत असेल. मग अशा वेळी फक्त कोणीतरी वाट पाहत असल्यामुळे तुमची इच्छा नसली तरी तुम्ही तिथे जाता. तुम्ही तिथे याल अशी त्यांची अपेक्षाच नसती तर तुम्ही घरातच राहिला असतात. याचा अर्थ ज्या वेळी आपण कोणाला तरी उत्तरदायी असतो, त्या वेळीच अधिक प्रमाणात आपण तिकडे जातो आणि तिथे जे करायचं असतं ते करतो ही गोष्ट खरी आहे की नाही?

यातली वस्तुस्थिती अशी आहे की, जबाबदारपणामुळे आपल्या जीवनात शिस्त आली आहे आणि त्यामुळेच आपण प्रगती करून घेऊ शकतो, आपल्यात सुधारणा घडवतो आणि इतर वेळी आपल्याला जे परिणाम मिळवणं शक्य झालं नसतं ते परिणामही मिळवतो. यातली समस्या अशी आहे की, आपल्यापैकी बहुतेकांचा कल हा जबाबदारपणाला विरोध करण्याकडे किंवा त्याला पूर्णपणे नाकारण्याकडे असतो. आपण कधीही जबाबदारपणाविषयी कोणाला काहीच विचारलेलं नसतं. उलटपक्षी, प्रौढांनी आपल्या इच्छेविरुद्ध ते आपल्यावर लादलेलं असतं. आतापर्यंत कोणत्याही मुलानं कधीच असं म्हटलेलं नाही की : 'आई, एक गोष्ट करशील का, दात घासण्यासाठी आणि माझ्या जीवनातील सकारात्मक सवयींसाठी मला जबाबदार ठरवशील?'

आपल्यावर लादण्यात आलेल्या अनेक गोष्टींप्रमाणेच आपल्याला जबाबदारीचं पालन करण्याची चीड येते. आपण अठरा वर्षांचे होतो त्या वेळी आपल्याला लाभलेल्या स्वातंत्र्याचा कण न् कण उपभोगण्यासाठी आपण आसुसलेले असतो आणि एखाद्या साथीच्या रोगाप्रमाणे, जबाबदारपणाला, उत्तरदायित्वाला टाळत राहतो. जबाबदारीविषयीचा हा दृष्टिकोनच आपली अवनती करून आपल्याला अधोगामी दिशेला ढकलण्यास मोठ्या प्रमाणात कारणीभूत असतो. त्यामुळे आपल्या

मनात घातक मनोरचना आणि सवयी विकसित होतात. त्यात आळशीपणा, दिरंगाई, जबाबदारी टाळणं आणि सर्वसामान्यपणे एखादी गोष्ट पार पाडण्यासाठी आवश्यक असलेलं काम शक्य तितक्या कमीतकमी प्रमाणात करणं या गोष्टी आपण करू लागतो. अर्थातच, आपल्या अमर्याद क्षमतेचा पुरेपूर वापर करून घेण्याचा विचार करता, या सगळ्या गोष्टी त्याच्या बरोबर विरुद्ध असतात. त्या अगदीच अनुत्पादक स्वरूपाच्या असतात.

आता या पुस्तकाचंच उदाहरण घ्या. खरी गोष्ट अशी आहे की, जे लोक काल्पनिकांखेरीज इतर प्रकारची पुस्तकं वाचतात ते कधीही त्या पुस्तकांमधून जे काही शिकतात त्याची अंमलबजावणी करत नाहीत; कारण तसं करण्यासाठी त्यांना कोणीही उत्तरदायी ठरवत नाही. तुम्ही कदाचित तुमच्याशी या गोष्टी ताडून पाहत असाल, असं मला वाटतं. जीवन बदलवून टाकणारी माहिती असलेलं एखादं पुस्तक वाचून संपवल्यानंतर तुम्ही फक्त वाचनासाठी दुसरं पुस्तक निवडणं एवढीच एकमेव कृती केली आहे का? होय. मीसुद्धा असं केलं आहे. हे बदलण्याचा एक मार्ग आहे.

उपाययोजना ४ : तुमच्या जीवनात जबाबदारपणाला पुन:प्रस्थापित करा

आता आपण सगळेच जण प्रौढ आहोत आणि आपल्याला यश आणि समाधान मिळवण्याची आस लागली आहे. त्यामुळे आता आपल्या जीवनांमध्ये आपण जबाबदारपणा, उत्तरदायित्व या गोष्टींना आणलंच पाहिजे. हे करण्यासाठी जबाबदारपणाच्या आपल्या स्वतःच्या व्यूहरचनेची सुरुवात करण्याची जबाबदारी घ्या. तुमची जबाबदारपणाची व्यूरहचना ही अतिशय साधी असली पाहिजे. तुमच्या मित्रांना, कुटुंबीयांना किंवा सहकाऱ्यांना भेटणं, तुमच्या बांधिलकी पूर्ण करण्यासाठी तुम्हाला पाठबळ दिलेल्या कोणाचीही भेट घेणं आणि तुमच्या जबाबदारपणाचे भागीदार म्हणून त्यांना निमंत्रित करणं, या गोष्टी तुम्ही करू शकता. किंवा जर लोकांना प्रभावीपणे जबाबदार बनवणाऱ्या एखाद्या कुशल प्रशिक्षकाबरोबर तुम्हाला काम करायचं असेल तर तुम्ही अशा व्यावसायिक मार्गदर्शकाकडे जाऊ शकता.

तुमच्या जीवनातील जबाबदारपणाच्या शक्तीला गती देण्यासाठी आणि विशेषतः पहाटेच्या चमत्काराच्या नवीन आचरणांची अंमलबजावणी करण्यास तुम्हाला मदत करण्यासाठी मी तुम्हाला अशी शिफारस करतो की, तुम्ही काही मिनिटांचा वेळ काढा. तुमच्या जबाबदारपणाचा भागीदार होण्यास तुम्ही कोणाला सांगू शकाल यावर विचार करा. तुम्ही हे पुस्तक वाचत असताना अगदी आताच हे करावं, असं मी तुम्हाला सुचवतो. त्यामुळे तुम्ही दहावं प्रकरण वाचू लागेपर्यंत तुमच्याकडे तुम्हाला आधार आणि प्रोत्साहन देऊ शकणारं कोणीतरी असेल. हे

वाचन करत असताना तुम्ही दोघेही एकमेकांना जबाबदार असाल आणि त्यामुळे दोघांनाही त्याचे लाभ मिळतील.

मला माहीत असलेल्यांपैकी कोणीही माझ्या सोबत हे करू शकणार नाही, असा विचार तुम्ही करत असाल तर तुम्हाला एखादी व्यक्ती भावनिकदृष्ट्या आणि मानसिकदृष्ट्या नेमकी कुठे आहे आणि अंतर्गतपणे ते काय हाताळत आहेत याची माहिती नसेल. त्यामुळे ते स्वतःमध्ये बदल घडवून आणण्यास तयार आहेत का, हेही तुम्हाला माहीत नसेल.

तुम्हाला वैयक्तिक अन्योन्यक्रियांपेक्षा जर समूहरचनेत अधिक बरं वाटत असेल तर तुम्ही काही लोकांचा एखादा लहानसा उत्तरदायित्व गट तयार करा. माझ्या मूठभर सहकाऱ्यांना निमंत्रित करून मी हे केलं. आमच्या साप्ताहिक भेटी होत आणि त्या वेळी आम्ही एकमेकांना आपापल्या वैयक्तिक उद्दिष्टांकरिता जबाबदार ठरवत होतो आणि त्या उद्दिष्टांपर्यंत पोहोचण्यासाठी एकमेकांना मदत करत होतो. याचा परिणाम असा झाला की, आमच्या गटातील पाचही जणांना याचा लाभ झाला आणि आमच्या करिअरमध्ये त्या वर्षी आम्ही उत्तम कामगिरी करू शकलो.

तुमच्या मनात असं कोणाचं नाव येत नसेल किंवा तुमचा जबाबदारपणाचा भागीदार होण्याइतकं कोणीही योग्य नाही असं तुम्हाला वाटत असेल तर मिरॅकल मॉर्निंग कम्युनिटीमध्ये तुम्ही ऑनलाइन उत्तरदायित्व भागीदार मिळवण्याची विनंती टाकू शकता. याकरिता तिथे तुमचं नेहमीच स्वागत असेल. कम्युनिटीमध्ये ही गोष्ट अगदीच सर्वसामान्य आहे. उत्तरदायित्व भागीदारापर्यंत झटपट आणि सहजपणे पोहोचण्यासाठी एखादी साधी, थेट पोस्ट करा. 'मी नुकतंच 'द मिरॅकल मॉर्निंग' किंवा 'पहाटेचा चमत्कार' हे पुस्तक वाचण्यास सुरुवात केली आहे आणि मी ३० दिवसांचा प्रवास करण्यास एकमेकांना साहाय्य करण्याकरिता एकमेकांना पाठबळ देण्यासाठी उत्तरदायित्व भागीदाराचा शोध घेत आहे. मी सेंट्रल झोनमध्ये आहे, तेव्हा कृपा करून तुम्ही यासाठी तयार आहात का ते कळवा. आभार.' तुमच्या प्रभावक्षेत्रात तुम्हाला ज्या प्रकारची व्यक्ती होण्याची इच्छा असेल त्याच प्रकारची व्यक्ती असलेलंच कोणीतरी तुमच्याशी संपर्क साधेल हे लक्षात ठेवा.

इथे आणखी एक गोष्ट स्पष्ट करतो. तुमच्या पहाटेच्या चमत्काराच्या आचरणाला सुरुवात करण्यासाठी तुम्हाला उत्तरदायित्व भागीदार असलाच पाहिजे असं मुळीच नाही. ज्या वेळी मी याला सुरुवात केली, त्या वेळी माझ्याकडे असा कुठलाही उत्तरदायित्व भागीदार नव्हता. मात्र, तुमच्या सुखासीनतेच्या निवांत, निश्चिंत प्रदेशातून बाहेर पडून तुमच्या फलितांना पुढच्या पातळीवर नेण्यासाठी तुमच्या जीवनात सातत्यपूर्ण जबाबदारपणाला पुनर्प्रस्थापित करणं हा प्रभावी मार्ग आहे. म्हणून १०-१५ मिनिटांचा वेळ काढून संभाव्य उत्तरदायित्व भागीदारांची

यादी तयार करा आणि तुमच्या 'पहाटेच्या चमत्काराच्या' प्रवासात तुमच्या सोबत सहभागी होण्यास त्यांना निमंत्रित करा, असं मी तुम्हाला कळकळीनं सांगेन.

कारण ५ : सर्वसामान्य प्रभावक्षेत्र

आता इथे पुन्हा एकदा सर्वसामान्य हा शब्द आलाच. यासंदर्भात एक गोष्ट लक्षात ठेवा : सर्वसामान्य असणं याची व्याख्या पुढीलप्रमाणे केली जाते – आपण सगळेच जण जी गोष्ट मिळवण्यासाठी झगडत असतो त्या आपल्याला हव्या असलेल्या आणि आपण मिळवण्यास सक्षम असलेल्या गोष्टीला आपल्याला हव्या असलेल्या प्रमाणापेक्षा कमी प्रमाणात मिळवण्यावर समाधान मानणं म्हणजे सर्वसामान्य असणं होय. याचा अर्थ आपण नेहमीच ज्यांच्या सहवासात असतो त्या मित्रमंडळींच्या महत्त्वाला कमी लेखतो. आपल्या प्रभावाच्या वर्तुळाचा आपल्यावर किती प्रभाव पडतो याची आपल्याला जाणीव नसते. आपल्या जीवनातील प्रत्येक पैलूच्या बाबतीत आपलं मानसिक आरोग्य, जीवनाची गुणवत्ता आणि यशाच्या पातळ्या महत्त्वाच्या असतात आणि त्या सर्वांवरच आपल्या प्रभावाच्या वर्तुळाचा किंवा क्षेत्राचा परिणाम होतो. याचा विचार करण्यासाठी थोडा वेळ काढू या.

जिम रॉनचं एक वाक्य प्रसिद्धच आहे. त्याने असं म्हटलं आहे की, 'तुम्ही म्हणजे – तुम्ही ज्या पाच लोकांसमवेत सर्वाधिक वेळ घालवता त्यांची सरासरी असते.' हे तत्त्व अगदी ठाम आणि उचित असलं तरी त्यात सांगितलेल्या व्यक्तींचा आकडा हा वेगवेगळा असू शकतो, असं मला वाटतं. उदाहरणार्थ, तुम्ही जर तुमचा बहुतांश वेळ एखाद्याच व्यक्तीच्या सहवासात राहत असाल तर त्या व्यक्तीची विचारसरणी, भावनिक अवस्था आणि इतर सवयी यांचा तुमच्या विचारसरणीवर, तुमच्या भावनिक अवस्थेवर आणि तुमच्या सवयींवर परिणाम होईल.

तुम्ही बहुतांश वेळ घालवत असलेले लोक सर्वसामान्यपणे आनंदी आणि भावनिकदृष्ट्या बुद्धिमान असतील तर तुम्हीही त्यांच्या उपस्थितीत अधिक आनंदी आणि भावनिकदृष्ट्या अधिक बुद्धिमान व्हाल. तुमच्या अंतर्गत वर्तुळातील सर्वच लोक आरोग्यपूर्ण आहाराला महत्त्व देत असतील तर तुम्ही हातात मॅक्डोनल्डची पिशवी घेऊन निघाल्याचं दिसणार नाही. भरपूर उत्पन्न मिळवणाऱ्या आणि चांगला पैसा बाळगून असलेल्या लोकांच्या सान्निध्यात तुम्ही असाल आणि तुम्ही स्वतः खूपच कमी पैसा मिळवत असताना तुम्ही त्यांच्या वर्तुळात प्रवेश केला असेल तरी त्यांच्या विचार करण्याचा आणि पैसा मिळवण्याचा तुमच्यावर निश्चितपणे परिणाम होईल. त्यामुळे तुम्हाला आर्थिक यशाच्या पुढच्या पातळीवर जाण्यास मदत होईल.

उलटपक्षी, तुम्ही जर तुमचा बहुतांश वेळ दुःखी, रोगट, भावनिकदृष्ट्या अस्थिर आणि सातत्यानं आर्थिक संघर्ष करत असलेल्या व त्यांच्या क्षमतेच्या

तुलनेत सर्वसामान्यपणे जगत असलेल्या लोकांसोबत घालवत असाल तर तुमच्या सगळ्या गोष्टींवर त्यांचा प्रभाव पडेल. तुम्ही ज्यांच्या सोबत राहत असाल ते लोक जर त्यांच्या जीवनात सुधारणा करण्यासाठी धडपडत नसतील तर असे लोक तुम्हाला अधिक चांगल्या गोष्टी करण्यासाठी किंवा आव्हानं स्वीकारण्यासाठी प्रेरित करणार नाहीत.

उपाययोजना ५ : तुमच्या प्रभावक्षेत्राला उन्नत करा.

समविचारी लोकांना सहेतुकपणे शोधण्याविषयी तुम्ही सक्रिय असल्यामुळे ज्या लोकांची मूल्यं तुमच्यासारखीच असतात आणि जे तुमच्याच मार्गावरून चाललेले असतात, त्यांची साथ मिळवणं हा तुमच्या जीवनात सुधारणा घडवून आणण्याचा सर्वाधिक प्रभावी मार्ग असतो. दुर्दैवानं, अनेक वाचक स्वतःमध्ये आणि आपल्या आयुष्यांमध्ये सुधारणा घडवण्यास सज्ज असतात. परंतु, कशातही सुधारणा घडवण्याची तळमळ नसलेल्या लोकांच्या गराड्यात ते अडकलेले असतात. ज्या वेळी असे लोक तुमचे कुटुंबीय किंवा तुम्हाला महत्त्वाच्या वाटणाऱ्या व्यक्ती असतात, त्या वेळी तर ही गोष्ट अधिक आव्हानात्मक असते.

दुसऱ्या कोणीही काय करावं, यावर तुमचं नियंत्रण नसलं तरी तुम्ही काय करावं यावर नक्कीच तुमचं नियंत्रण असतं. सकारात्मक, यशस्वी, आनंदी, धाडसी, उदार इ. होण्यासाठी तुम्ही कोणाशी बांधील असलं पाहिजे आणि तुमचं जीवन तुम्ही कसं जगणार आहात, हे अखेरीस तुम्हाला ठरवावंच लागतं. तुमच्या अतिशय निकट कोणीही असलं तरीही तुम्हाला काय किंवा कोण व्हायचं आहे त्याची निवड तुम्ही करू शकता. दुसऱ्या शब्दांत, तुमच्या प्रभावक्षेत्राला उन्नत करण्याची प्रक्रिया तुम्ही स्वतःला उन्नत करून पार पाडू शकता. ज्याप्रमाणे तुमच्या सभोवतालचे लोक तुमच्यावर प्रभाव टाकतात आणि तो तुमच्या विचारपद्धतींमधून व आचरणातून दिसतो, त्याप्रमाणेच तुम्हीही तुमच्या भोवतालच्या लोकांवर प्रभाव टाकता.

तुमच्या पहाटेच्या चमत्काराच्या आचरणांचा तुम्ही सराव करू लागलात की, तुमची जाणीव उन्नत होऊ लागते. तुमचे विचार, शब्द आणि कृती तुमच्यावर कसे परिणाम करतात, याविषयी आणि तुमच्या सभोवतालच्या लोकांविषयी तुम्ही अधिकाधिक जागरूक होऊ लागता. तुमच्या जागृतीच्या पातळीवरून काम करत असलेल्या लोकांकडे स्वाभाविकपणेच तुमचं लक्ष जातं आणि तुम्ही त्यांच्याकडे आकर्षित होता. हे लोक अर्थातच तुम्हाला आपोआप भेटत नाहीत. तुम्हाला समविचारी लोकांचा जाणीवपूर्वक शोध घ्यावा लागतो. असे लोक तुमच्या वैयक्तिक विकासात योगदान देतात. तुमच्यावर विश्वास असलेल्या, तुम्हाला आधार, पाठबळ आणि प्रोत्साहन देणाऱ्या आणि फक्त तुमच्या आजूबाजूला

राहूनही तुमच्या जीवनाच्या गुणवत्तेत सुधारणा घडवणाऱ्या सकारात्मक, सक्रिय लोकांचा शोध घ्या.

'दुःखाला इतर लोकांचा सहवास आवडतो,' असं नेहमीच म्हटलं जातं. पण सर्वसामान्यत्वाचंही तसंच आहे. त्यालाही लोकांचा सहवास आवडतो. तुमच्या बाबतीत काय करणं किंवा होणं शक्य आहे, याला भीती, असुरक्षितता आणि इतरांचे मर्यादित विश्वास यांच्यामुळे मर्यादा पडू देऊ नका. तुम्ही एक अत्यंत महत्त्वपूर्ण बांधिलकी पत्करू शकता. तुमच्या प्रभावक्षेत्रात सातत्यानं सक्रियपणे सुधारणा करत राहा. तुमच्या जीवनात मूल्यसंवर्धन करणाऱ्या आणि तुमच्यातील उत्तम गोष्टी बाहेर काढू शकणाऱ्या लोकांचा नेहमीच शोध घ्या. अर्थातच, इतरांसाठी तुम्हीही अशा प्रकारची व्यक्ती व्हा.

कारण ६ : वैयक्तिक विकासाचा अभाव

सर्व माणसं अंगभूत प्रेरणाशक्ती, आपल्या क्षमतेचा पुरेपूर वापर करण्याची आणि शक्य तितक्या अत्यंत अर्थपूर्ण जीवनाची निर्मिती करण्याची इच्छा घेऊनच जन्माला आलेली असतात. मात्र, तरीही आपल्या इच्छित जीवनाच्या निर्मितीसाठी आपल्यापैकी बहुतेक जण रोज आपल्या गुणवत्तांच्या व गुणधर्मांच्या सातत्यपूर्ण विकासाकरिता वेळ देत नाहीत. परिणामी, आरोग्य, आनंदीपणा, प्रेम, विश्वास, आर्थिक सुरक्षितता आणि यश यांच्या आपल्याला खरोखर हव्या असलेल्या पातळ्या प्राप्त करून घेण्यासाठी आपण निर्हेतुकपणे सातत्यपूर्ण संघर्ष करत राहतो.

ज्या वेळी वैयक्तिक विकासासाठी वेळ काढण्यात तुम्हाला अपयश येतं, त्या वेळी तुम्ही स्वतःला अनैच्छिक दुःख सहन करण्यास भाग पाडत असता, याचा विचार करा. मुळातच पहाटेच्या चमत्काराची निर्मिती करण्यासाठी मला जिम रॉनच्या तत्त्वज्ञानातून स्फूर्ती मिळाली. त्याने म्हटलं आहे की : 'तुमच्या यशाच्या पातळ्या या क्वचितच तुमच्या वैयक्तिक विकासाच्या पातळीच्या वरच्या किंवा पलीकडच्या असतात, कारण यश हे तुम्ही ज्या प्रकारची व्यक्ती असता, त्या व्यक्तीकडे आकर्षित होतं.' पहाटेचा चमत्कार याचा हाच मथितार्थ आहे. पहाटेच्या चमत्काराच्या दैनंदिन आचरणांच्या सरावाला वैयक्तिक विकासाकडे वळवणं असा याचा अर्थ आहे.

उपाययोजना ६ : दैनंदिन वैयक्तिक विकास आचरण विकसित करा

वैयक्तिक विकास हे आत्मसुधारणेचं आचरण आहे. वैयक्तिक विकासाची तुमची पातळी ही सर्वसामान्यपणे तुमची सध्याची मनोरचना, ज्ञान, तुमच्याकडे असलेली कौशल्यं, तुमचे विश्वास, सवयी इ.चं मूल्यमापन असतं. दैनंदिन वैयक्तिक

विकासाचं आचरण प्रस्थापित केल्यामुळे आणि त्याची बांधिलकी पत्करल्यामुळे तुम्ही सातत्यानं शिकता, वाढता आणि व्यक्ती म्हणून विकसित होता. तुमच्या इच्छित आयुष्याची निर्मिती करण्यासाठी आणि त्या आयुष्याची मजा चाखण्यासाठी तुम्ही ज्या प्रकारची व्यक्ती होणं आवश्यक असतं, त्या प्रकारची व्यक्ती होता.

तुमच्या भूतकाळात काहीही घडलं असलं तरी तुम्हाला एक अधिक चांगलं जीवन उपलब्ध होतं, कारण आता तुमचं अधिक चांगलं स्वरूप उपलब्ध असतं. त्या अधिक चांगल्या जीवनाचा आनंद घेण्यासाठी तुम्हाला सातत्यानं मनोरचना, क्षमता आणि सवयी विकसित कराव्या लागतात. त्या आयुष्याचा उपभोग घेण्याची हीच गुरुकिल्ली असते. तुम्ही अधिक चांगले झालात की आयुष्यही अधिक चांगलं होतं.

कारण ७ : निकडीची उणीव

आपल्याकडे कोणतीही गोष्ट वेगळ्या प्रकारे करण्याच्या निकडीची अंगभूत जाणीव नसते, हेच आपल्या जीवनाच्या गुणवत्तेत लक्षणीय सुधारणा घडवून आणण्यासाठी क्षमतेचा पुरेपूर वापर करून न घेण्यामागचं कारण असतं. जोपर्यंत आपल्याला निकड जाणवत नाही, तातडीच्या प्रसंगाला तोंड द्यावं लागत नाही, तोपर्यंत सगळ्या गोष्टी जशा चालल्या आहेत, तशाच त्या शक्य तितक्या दीर्घ काळापर्यंत चालवत राहणं ही मानवी प्रवृत्ती असते.

'बघू एखाद्या दिवशी,' अशा प्रकारच्या मनोरचनेसह जगण्याकडे आपला कल असतो आणि (आपण आशावादी असलो तर) आपण असा गैरसमज करून घेतो की, आयुष्य हे एक तर आपलं आपणच आपल्या समस्येवरची उपाययोजना शोधून काढेल किंवा (आपण निराशावादी असलो तर) कसलाही शोध घेण्याचा प्रयत्न करण्याचीही काहीच गरज नाही असं तुम्हाला वाटतं. या दोहोंपैकी काहीही असलं तरी 'बघू एखाद्या दिवशी' अशी मनोरचना सातत्यानं दिसून येते. तिच्यातून दिरंगाईचं, क्षमतांचा परिपूर्ण वापर न करण्याचं आणि पश्चात्तापाचं जीवन तयार होतं. 'नंतर एखाद्या दिवशी बघू' असं म्हटलं तर तो एखादा दिवस कधीच येत नाही. तो आजचा दिवस तर नक्कीच नसतो. म्हणून अर्थपूर्ण बदल करण्याची वेळ कधीच येत नाही. निकडीची उणीव असल्यामुळे आपण एके दिवशी उठतो त्या वेळी अचानकच आपल्या मनात विचार येतो की, 'अरेच्चा, हे काय विचित्र घडून गेलंय! सगळा बोजवारा उडालाय. माझं आयुष्य अशा प्रकारे कसं काय संपुष्टात आलं? अशा प्रकारे आपला शेवट कसा काय झाला आहे?'

उपाययोजना ७ : प्रत्येक दिवसाला तुमच्या जीवनातील महत्त्वपूर्ण दिवस करा

आपल्याला सर्वांनाच पश्चात्तापाच्या दुःखाचा अनुभव असतो. आपल्याकडे असलेल्या क्षमतेहून आपण कमी गुणवत्तेचं जीवन जगलो, कमी प्रमाणात गोष्टी केल्या आणि आपण किती कमी प्रमाणात आपली क्षमता वापरली असा विचार आपण करतो आणि त्याविषयी बोलतोही. सर्वसामान्य दिवस सर्वसामान्य आठवड्यात परिवर्तित होतो. सर्वसामान्य आठवडा सर्वसामान्य महिन्यांत आणि सर्वसामान्य महिने अटळपणे सर्वसामान्य वर्षांमध्ये परिवर्तित होतात.

आपल्या जीवनातील इतर कोणत्याही काळापेक्षा 'आज' अधिक महत्त्वाचा आहे, ही गोष्ट आपण स्वीकारलीच पाहिजे, कारण रोज आपण जे करण्याची निवड करतो, त्यावरूनच आपण कोण होणार आहोत आणि उद्या आपल्याकडे काय करण्याची क्षमता असेल या गोष्टी अवलंबून असतात. आपण आज चांगल्या गोष्टी केल्या तर उद्या आपल्याकडे अधिक चांगल्या निवडी करण्याची क्षमता असेल.

दुसरीकडे, दहाव्या सर्वोच्च पातळीवरच्या आणि तुम्ही व तुमचे प्रियजन पात्र असलेल्या आपल्या इच्छित जीवनाची निर्मिती करण्यासाठी जर तुम्ही स्वतःच्या विकासाची बांधिलकी आज पत्करली नाही तर दुसऱ्या दिवशी, दुसऱ्या आठवड्यात, दुसऱ्या महिन्यात किंवा पुढच्या वर्षात तुम्हाला याहून काही वेगळं वाटण्याची शक्यता असते का? तशी शक्यता नक्कीच नसेल. म्हणूनच प्रत्येक दिवसाला महत्त्वपूर्ण करण्यासाठी तुम्ही अतिशय जाणीवपूर्वक निकडीच्या भावनेची निवड केलीच पाहिजे.

पायरी ३ : आता निर्धारपूर्वक वाटचाल करण्याची वेळ आली आहे

या प्रकरणात आपण सर्वसामान्यत्वाची सात कारणं शोधली. त्याबरोबरच त्यांच्यावर कशी मात करता येईल त्या उपाययोजनाही शोधल्या. आपल्या क्षमतेहून कमी प्रमाणातील गोष्टींवर आपण समाधान मानावं अशा प्रकारे आपल्या समाजाची रचना असते ही वस्तुस्थिती आपण मान्य केली. आपल्याला हव्या असलेल्या आयुष्याची निर्मिती करण्यासाठी बहुतांश लोक संघर्ष करतात याची तुम्हाला चांगलीच जाणीव आहे. तुम्ही आणि मी जर वेगळ्या प्रकारे विचार करण्याची व जगण्याची बांधिलकी पत्करली नाही तर आपणही अटळपणे अल्प गोष्टींवर समाधान मानू आणि सातत्यानं संघर्ष करत राहू.

अगदी आजपासूनच आपण कोणत्या गोष्टी वेगळ्या प्रकारे करण्यास सुरुवात करणार आहोत, हे ठरवून तसा निर्धार करणं ही सर्वसामान्यत्वाहून वरच्या पातळीपर्यंत उन्नत होण्याची तिसरी आणि महत्त्वपूर्ण पायरी आहे. सर्वसामान्यत्वाकडे परत न जाण्यासाठी तुम्हाला लक्ष्मणरेषा आखावीच लागेल. तुम्हाला उन्नत व्हायचं आहे. तुम्ही त्याच दिशेनं गेलं पाहिजे. उलट दिशेनं जाऊन मर्यादा ओलांडून तुम्ही पुन्हा सर्वसामान्यत्वाकडे जाता कामा नये. उद्या नाही, पुढचा आठवडा, पुढचा महिना किंवा कधीतरी एखाद्या दिवशी आपण काही गोष्टी वेगळ्या प्रकारे करण्यास सुरुवात करू वगैरे काहीही म्हणू नका. तुमच्या क्षमतेहून कमी प्रमाणातील किंवा कमी गुणवत्तेच्या गोष्टीवर तुम्ही समाधान मानणार नाही, असं ज्या दिवशी तुम्ही ठरवाल त्या दिवसापासून तुमचं संपूर्ण आयुष्य बदलण्यास सुरुवात होईल. तुम्ही हे आधी केलं नसेल तर आजपासून तसं ठरवा. मग आजचा दिवस तुमच्या जीवनातील सर्वाधिक महत्त्वाचा दिवस होईल, कारण तुम्ही ज्या निवडी करता आणि ज्या कृती करता त्यांच्या आधारावर तुम्ही कोण होणार ते अवलंबून असतं. तुमच्या उर्वरित जीवनभर तुम्ही कोण असाल ते त्यावर ठरतं.

तुमच्या लक्षात आलं असेल किंवा नसेलही, पण तुमचे विचार, शब्द आणि कृती तुमच्यावर आणि तुमच्या आजूबाजूला असलेल्या लोकांवर कसा परिणाम करतात, याविषयी अधिक जागरूक होऊन आणि त्याचा हेतुपुरस्सर विचार करून तुम्ही आधीच तुमच्या जाणिवेला उन्नत करण्यास सुरुवात केली आहे. त्यामुळे तुम्ही ज्या जीवनासाठी पात्र आहात, त्या प्रकारचं जीवन तयार करण्यासाठी आणि जगण्यासाठी तुम्ही तयार झाला आहात. त्याकरिता तुम्ही ज्या प्रकारची व्यक्ती होण्याची आवश्यकता आहे त्या प्रकारची व्यक्ती होण्याच्या मार्गावरून वाटचाल करण्यास तुम्ही आता सुरुवात केली आहे.

म्हणून आता एका महत्त्वाच्या प्रश्नावर विचार करून या रोमहर्षक प्रवासातील पुढचं पाऊल उचलू या.

४

आज सकाळी तुम्हाला झोपेतून उठून अंथरुणातून बाहेर पडावंसं का वाटलं?

'झोपताना तुमच्या मनात समाधान असेल तर तुम्ही रोज सकाळी निर्धारपूर्वक अंथरुणातून बाहेर पडता.'

–जॉर्ज लॉरिमर

'दिवसात तुम्ही पहिल्यांदा पार पाडत असलेला विधी हा तोपर्यंतचा सर्वोच्च गतिमान विधी असतो, कारण तोच तुमच्या मनाची घडी बसवतो आणि तुमची दिवसभराची मनःस्थिती आणि संदर्भही निश्चित करतो.'

–ईबन पागान

आज सकाळी जाग आल्यावर तुम्हाला उठावंसं, अंथरुणातून बाहेर पडावंसं का वाटलं? क्षणभर यावर विचार करा. बहुतेक सकाळी तुम्ही सहसा नियमित वेळी का उठता? तुमच्या उबदार, आरामशीर अंथरुणातील निवांतपणा तुम्ही का सोडून देता? तुम्हाला तशी इच्छा असते म्हणून तुम्ही तसं करता का? की तुम्हाला उठणं भागच असतं म्हणून तुम्ही उठता?

तुम्ही इतर बहुतांश लोकांप्रमाणे असाल तर तुम्ही रोज सकाळी घड्याळाचा गजर झाल्यावर अतिशय नाइलाजानं कसेबसे उठत असाल, कारण तुम्हाला कुठेतरी जाणं, काहीतरी करणं भागच असतं. कशासाठी तरी कोणाला तरी तुम्ही जबाबदार असता आणि तुमच्यावर आणखी कोणाची तरी देखभाल करण्याची जबाबदारी असते. आपण सगळे जणच यामुळे उठतो. तरीही गजर झाल्यावर पहिल्यांदा आपण स्नूझचं बटण दाबतो आणि उठण्याच्या अटळ गोष्टीला विरोध करतो. आपल्या या विरोधामुळे आपल्या अर्धबोध मनाकडे त्याला खच्ची करणारा संदेश जातो याची आपल्याला जाणीवच नसते. 'माझ्याकडे गजर झाल्यावर उठण्याची पुरेशी शिस्त नाही. त्यामुळे आयुष्यात बदल घडवून आणण्यासाठी आवश्यक असणारी गोष्ट करायचं नंतर बघू. राहू देत ते!' अशा स्वरूपाचा हा संदेश असतो.

शक्य तितका वेळ झोपून राहणं किंवा चांगल्या प्रकारे दिवसाची सुरुवात करणं, यांपैकी एकाची निवड करण्याची संधी मिळाली (ही संधीच असेल, कारण सहसा आपल्याला यात निवड करणं शक्य आहे, असं आपल्याला वाटतच नाही.) तर बहुसंख्य लोक तसेच अंथरुणात पडून राहतील.

तुम्ही स्नूझचं बटण दाबता आणि तिथेच तुम्ही बरंच काही गमावता : उठण्याविषयीचं सत्य

इंग्रजीत अशी म्हण आहे की : 'यू स्नूझ, यू लूज' (तुम्ही डुलकी काढता, त्या वेळी तुम्ही नुकसान करून घेता.) किंवा मराठीतही आपण असं म्हणतो की, 'तुम्ही झोपलात की, तुमचं नशीबही झोपतं.' आपल्यापैकी बहुतेकांना या म्हणींचा जो अर्थ समजतो, त्या तुलनेत या म्हणींचा अर्थ नक्कीच अधिक गहिरा असला पाहिजे. आपण उठण्यास विरोध करतो आणि अंथरुणातून बाहेर पडण्यात दिरंगाई करतो, त्या वेळी आपण लवकर उठून आपल्याला हव्या असलेल्या आयुष्याची निर्मिती करण्याची संधी दवडतो. आपण घड्याळाच्या गजराला पुढील प्रकारच्या आंतरिक प्रतिसादानं उत्तर देतो : 'अरे बाप रे, इतक्यात सकाळ झालीसुद्धा! आता उठावंच लागेल. मला तर इतक्यात उठण्याची बिलकूल इच्छा नाही.' आपण स्वतःला असंही सांगतो की, (आणि तुमचा या प्रकारच्या गोष्टींवर विश्वास असेल तर त्याच वेळी आपण विश्वालाही हे सांगत असतो) 'मला माहीत आहे की, मला

स्वतःमध्ये आणि माझ्या जीवनात सुधारणा घडवून आणायची आहे. परंतु जोपर्यंत मला इथे झोपण्याची इच्छा आहे, तोपर्यंत मला असं काहीही करायचं नाही. मला इथेच आणखी थोडा वेळ अबोध अवस्थेत पडून राहायचं आहे.' या विरोधाच्या साहाय्यानं आपल्या दिवसाची सुरुवात करत असताना आपण ज्या प्रकारच्या फारशा उत्कृष्ट नसलेल्या मनोरचनेची रचना करतो तिचा विचार करा.

पुनःपुन्हा स्नूझ बटण दाबण्याचा शरीरविज्ञानविषयक अटळ परिणाम होतो. ॲरिझोनातील फ्लॅगस्टाफमधील स्लीप डिस्ऑर्डर्स सेंटर ऑफ प्रेझेंट व्हॅलीचे वैद्यकीय संचालक रॉबर्ट एस. रोझेनबर्ग यांच्या मते, 'ज्या वेळी आपण पुनःपुन्हा स्नूझ बटण दाबत राहतो, त्या वेळी आपण आधीच आपल्या बाबतीत नकारात्मक गोष्ट करतो. पहिली म्हणजे तुम्हाला जी काय अल्प-स्वल्प अतिरिक्त झोप मिळते ती तुम्ही खंडित करत राहता. त्यामुळे तुम्हाला मिळणारी झोप निकृष्ट प्रतीची असते. दुसरी गोष्ट म्हणजे तुम्ही स्वतःला झोपेच्या नवीन चक्रातून नेता आणि ते चक्र पूर्ण करण्यासाठी तुम्ही स्वतःला पुरेसा वेळ देत नाही. यामुळे तुम्ही दिवसभर कायमच एखाद्या तंद्रीत असल्यासारखे वागता.'

गजर झाल्याबरोबर उठण्याची टाळाटाळ करणारे अनेक लोक असं सांगतात की, सकाळी अंथरुणातून उठून बाहेर पडणं ही त्यांच्यासाठी दिवसातील सगळ्यात अवघड वेळ असते. त्यांच्या मनात सर्वसामान्यपणे आपल्या संपूर्ण जीवनाविषयी किंवा जीवनाच्या एखाद्या क्षेत्राविषयी तणाव निर्माण झालेला असतो. म्हणून ते उठण्याची प्रक्रिया लांबणीवर टाकतात आणि शक्य तितका अधिक वेळ अंथरुणातच पडून राहतात. काही लोकांना आपण ठरलेली नोकरी जबरदस्तीनं केलीच पाहिजे असं वाटतं किंवा त्यांच्या प्रेमप्रकरणात अगर वैवाहिक जीवनात तणाव निर्माण झालेला असतो आणि ते अपयशी ठरू पाहत असतं. काही लोकांना तीव्र आणि दारुण नैराश्यामुळे अंथरुणातून उठूच नये असं वाटतं. अशा नैराश्यात व्यक्तीचं मन, भावना आणि अंतःकरण यांना झपाटून टाकण्याची क्षमता ठासून भरलेली असते. त्यामुळे न उठण्याचं कारण त्यांना सांगता येत नसलं तरी उठण्याची इच्छाच होत नाही.

कारण काहीही असलं तरी एखादा हेतू किंवा एखादं उद्दिष्ट बाळगून सकाळची सुरुवात केली नाही, तर आपल्या मानसिक आरोग्यावर आणि भावनिक हितावर त्याचा घातक परिणाम होतो. याच्यातून एक दुष्टचक्र तयार होतं. आपण नैराश्यग्रस्त अवस्थेतून उठतो. संपूर्ण दिवस तणावग्रस्त विचारांवर आणि भावनांवर चिंतन करण्यात घालवतो आणि चिंताग्रस्त किंवा नैराश्यग्रस्त भावनांच्या विळख्यात अडकून झोपी जातो. त्यानंतर दुसऱ्या दिवशी पुन्हा एकदा त्याच विषण्ण, खिन्न चक्राची आपण पुनरावृत्ती करतो.

त्याउलट, ज्या वेळी तुम्ही दिवसाची सुरुवात वैयक्तिक विकास आचरणानं किंवा विधींनी करता, त्या वेळी तुम्ही प्रत्येक दिवसाची सुरुवात सहेतुकपणे,

एखादं उद्दिष्ट बाळगून आणि शक्य तितक्या उत्तम प्रकारे करता आणि त्याच वेळी तुम्ही हे दुष्टचक्र तोडता. तणावग्रस्ततेत आणि आपल्याला तोंड द्यावं लागणाऱ्या समस्यांची काळजी करत झोपी जाण्याऐवजी आता तुम्ही रोज रात्री आपल्या दिवसाची सुरुवात आयुष्यात सुधारणा करण्याच्या सिद्ध झालेल्या आचरणांनी करण्यासाठी आशावादीपणे आणि उत्साही मनःस्थितीत झोपी जाता. या विधींमुळे किंवा आचरणांमुळे जीवनाच्या आव्हानांना हाताळण्यासाठी तुमच्याकडे आधीच एक प्रतिबंधक योजना तयार झालेली असते. उठल्याबरोबर लगेच तणावग्रस्त होण्याऐवजी आणि चिंतांनी घेरले जाण्याऐवजी आता तुम्ही रोजचा दिवस उत्कृष्ट मानसिक, शारीरिक, भावनिक आणि आध्यात्मिक अवस्थेतून सुरू करता. त्यामुळे तुम्हाला अवघड परिस्थितींना हाताळणं, जीवनाचा आनंद घेणं आणि तुमची उद्दिष्टं अधिक प्रभावीपणे साध्य करणं, या गोष्टी करता येतात.

आपल्याला खरोखरच किती तासाच्या झोपेची आवश्यकता असते?

'द मिरॅकल मॉर्निंग'च्या पहिल्या आवृत्तीत मला पुरेशी झोप मिळण्याच्या महत्त्वावर भर देता आला नव्हता. त्या आवृत्तीत माझ्याकडून चांगल्या आणि पुरेशा झोपेचं महत्त्व कमी लेखलं गेलं. परंतु झोप हे आपल्या मानसिक, शारीरिक आणि भावनिक आरोग्याला सर्वोत्कृष्ट स्थितीत ठेवण्याचं एक अत्यंत परिणामकारक साधन आहे. प्रकरण ११मध्ये आपण यावर अधिक सखोल चिंतन करणार आहोत. परंतु, इथे त्याच्या महत्त्वाचा उल्लेख करणं आवश्यक आहे असं मला वाटलं.

उत्तम प्रकारे काम करण्यासाठी किती तासांची झोप आवश्यक असते, असं विचारलं तर, निद्रातज्ज्ञ तुम्हाला असं सांगतील की, प्रत्येकासाठी तासांचा हा आकडा वेगवेगळा असतो. प्रत्येकाला लागू पडणारा एकच एक सार्वत्रिक आकडा नाही. नॅशनल स्लीप फाउंडेशनच्या मार्गदर्शक तत्त्वानुसार, निरोगी प्रौढ व्यक्तीला रोज रात्री सात ते नऊ तासांची झोप आवश्यक असते. अर्भकं, लहान मुलं, किशोरवयीन मुलं यांना उत्कृष्ट वाढीसाठी आणि विकासासाठी याहूनही अधिक झोपेची गरज असते. ६५ वर्षांवरच्या प्रौढांनाही रोज सात ते आठ तासांची झोप लागते.

तुमचं वय, आनुवंशिकता, सर्वांगीण आरोग्य, व्यायाम (किंवा व्यायामाचा अभाव), आहार, तणावाची पातळी आणि संध्याकाळचे कार्यक्रम किंवा आचरणं (यांत झोपण्याच्या किती तास आधी तुम्ही आहार घेता याचाही समावेश असतो.) या चल घटकांवर तुम्हाला किती तासांची झोप आवश्यक आहे ते अवलंबून असतं. अर्थातच, हे फक्त काही घटक आहेत. यात आणखीही काही घटकांचा समावेश असतो. तुम्ही कदाचित सहा ते सात तास झोपल्यानंतर अगदी ताजेतवाने होऊन

उठाल आणि उत्तम प्रकारे काम करू लागाल. दुसऱ्या एखाद्याला त्याकरिता आठ ते नऊ तासांची झोप आवश्यक असेल.

वय आणि आनुवंशिकता या गोष्टी आपल्या आवाक्याबाहेरच्या आहेत, त्यामुळे आहार, व्यायाम आणि संध्याकाळची आचरणं किंवा विधी यांसारख्या आपण नियंत्रित करू शकत असलेल्या घटकांवर लक्ष केंद्रित करणं ही अधिक उपयुक्त गोष्ट आहे, असं मला वाटतं. उदाहरणार्थ, तुमच्या आहारात प्रक्रियायुक्त अन्न, परिरक्षक पदार्थ (प्रिझर्व्हेटिव्ह्ज), कृत्रिम स्वाद आणि रंग, कीडनाशकं आणि अतिरिक्त साखर व पिष्टमय पदार्थ (कार्बोहायड्रेट्स) असतील तर तुमच्या शरीराला अशा अन्नाच्या घातक परिणामांना तोंड देण्यासाठी आणि तुम्ही खाल्लेल्या विषांना तुमच्या शरीरातून बाहेर काढण्यासाठी अधिक तासांची झोप लागेल. त्याचप्रमाणे, झोपायला जाण्याच्या अगदी आधीच (एक किंवा दोन तास आधी) तुम्ही जेवलात तर तुम्ही झोपण्याचा प्रयत्न करत असताना तुमच्या शरीरावर तुम्ही खाल्लेल्या अन्नाचं पचन करण्याचा बोजा तुम्ही टाकता. त्यामुळे तुम्ही शरीराला अखंडितपणे विश्रांती घेण्याकरिता आणि पुनरुज्जीवित होण्याकरिता वेळच देत नाही.

दुसरीकडे, जर तुम्ही सेंद्रिय फळं, भाज्या आणि मांस यांसारखा आरोग्यपूर्ण, पोषक द्रव्यांनी परिपूर्ण असलेला आहार घेतला आणि झोपण्याच्या आधी काही तास आहार घेतला, (याचा अर्थ तुम्ही तुमच्या शरीराला अन्नाचं पचन करण्यास पुरेसा वेळ देता.) तर तुमचं शरीर अधिक सहजपणे विश्रांती घेण्यास आणि ताजंतवानं होण्यास सक्षम होईल. जी व्यक्ती आरोग्यपूर्ण आहार घेते ती निकृष्ट आहार घेणाऱ्या व्यक्तीच्या तुलनेत कमी झोपली तरीही तिच्याकडे अधिक ऊर्जा असते आणि ती अधिक उत्कृष्टपणे कार्य करू शकते.

असंख्य अभ्यासांमधून आणि तज्ज्ञांनी दिलेल्या माहितीतून विविध प्रकारचे परस्परविरुद्ध स्वरूपाचे पुरावे समोर आले आले आहेत. तसंच प्रत्येक व्यक्तीला लागणारं झोपेचं प्रमाण वेगवेगळं असतं. या दोन्ही गोष्टींमुळे झोपण्याचा कोणताही एकमेव उचित दृष्टिकोन मी मांडणार नाही. त्याऐवजी माझ्या वैयक्तिक अनुभवातून आणि प्रयोगांमधून, तसेच इतिहासातील काही महान व्यक्तींच्या झोपण्याच्या सवयींचा अभ्यास करून मी काढलेले माझे स्वतःचे निष्कर्ष, मला स्वतःला मिळालेले परिणाम मी सांगणार आहे. मी तुम्हाला एक सूचना देतो : यांपैकी काही परिणामांबाबत कदाचित मतभेदही असू शकतील.

अधिक ताजंतवानं होऊन कसं उठावं?

झोपण्याच्या विविध कालावधींच्या संदर्भात करण्यात आलेल्या प्रयोगांमधून मला एक अत्यंत अनपेक्षित शोध लागला आहे. आपल्याला किती तासांच्या झोपेची

आवश्यकता आहे, याविषयी तुमचा जो विश्वास असतो, त्याचा तुम्हाला ताजंतवानं होऊन उठण्यासाठी किती तासांची झोप लागते आणि आपल्याला सकाळी उठल्यावर नेमकं कसं वाटतं, यावर मोठाच परिणाम होतो. दुसऱ्या शब्दांत, आपण किती तास झोपून उठलो यावर आपल्याला उठल्यावर कसं वाटतं ते अवलंबून नसतं. त्याऐवजी आपल्याला किती तासांच्या झोपेची गरज आहे, असं आपल्याला वाटतं आणि तितकं झोपल्यावर आपल्याला सकाळी कसं वाटेल, याबद्दल आपण स्वतःला काय सांगतो त्यावर ते अवलंबून असतं. ही महत्त्वाची गोष्ट आहे.

उदाहरणार्थ, तुमचा असा विश्वास असेल की, तुम्हाला पूर्ण विश्रांती मिळण्यासाठी आठ तासांची झोप आवश्यक आहे. पण तुम्ही मध्यरात्री झोपलात आणि तुम्हाला सकाळी ६ वाजता उठायचं असेल तर तुम्ही स्वतःला असं सांगण्याची शक्यता असते की : 'मला तर फक्त पाच-सहाच तासांची झोप मिळेल. त्यामुळे मला सकाळी नक्कीच थकल्यासारखं वाटेल.' त्यानंतर जसा तुमच्या घड्याळाचा गजर होतो त्या वेळी तुमच्या मनात विचार येतो, 'उठायची वेळ झाली...इतक्यात?' अशा वेळी तुमच्या सबोध मनात पहिला विचार काय येतो? 'मी विचार केला होता तशी मला फक्त पाच-सहा तासांचीच झोप मिळाली. म्हणून मला थकल्यासारखं वाटतंय.' हे तुम्ही वर्तवलेल्या भाकिताप्रमाणे घडतं. तुम्ही ठरवून स्वतःला हानिकारक ठरणारी भविष्यवाणी करता. जर आपल्याला सकाळी उठल्यावर थकल्यासारखं वाटेल असं तुम्ही स्वतःला सांगितलं तर तुम्हाला तसंच वाटेल. मग तुम्ही कितीही तास झोपलात तरी त्याने काहीही फरक पडणार नाही. कारण तुम्ही स्वतःला थकलेल्या अवस्थेत उठण्यासाठीच तयार करता. तुम्हाला पूर्ण विश्रांती मिळण्यासाठी तुम्हाला आठ तासांच्या झोपेची आवश्यकता आहेच, असं तुम्हाला वाटत असेल तर त्याहून कमी तास झोपल्यावर तुम्हाला झोप पूर्ण झाल्यासारखं वाटणार नाही. ताजंतवानं झाल्यासारखं वाटणार नाही. पण तुमच्या या विश्वासात तुम्ही बदल घडवून आणला तर काय होईल?

मन-शरीर जोडणी किंवा नातं असा ज्याचा नेहमीच संदर्भ दिला जातो (किंवा शास्त्रज्ञ ज्याला 'जैवमानसशास्त्रीय नमुना' म्हणतात) त्याविषयीची मूलभूत समज विकसित करणं ही गोष्ट वाढत्या प्रमाणात उपयुक्त ठरते. संशोधनातून सातत्यानं असं सिद्ध झालं आहे की, आपले विचार, भावना, विश्वास आणि दृष्टिकोन हे आपल्या जैविक क्रियांवर सकारात्मक किंवा नकारात्मक पद्धतीनं परिणाम करतात. मेंदू आणि शरीर हे मज्जातंतूंच्या मार्गांनी जोडलेले असतात. मज्जाप्रक्षेपक आणि संप्रेरक (हार्मोन) यांसारख्या रासायनिक आणि शारीरिक संदेशवाहकांकडून संपर्क साधला जातो. आपल्या दैनंदिन कार्यांवर नियंत्रण ठेवण्यासाठी शरीर आणि मेंदू यांच्या दरम्यान, हे संदेशवाहक संकेत (सिग्नल) प्रक्षेपित करतात. श्वसन, पचन यांपासून ते हृदयात खुपल्यासारखी वेदना होण्याची जाणीव, विचार करणं आणि भावना या

दैनंदिन कार्यांपर्यंतच्या प्रत्येक कार्याचा दैनंदिन कार्यांमध्ये समावेश होतो. याचा अर्थ, आपले विचार आणि भावना या प्रत्यक्षात शारीरिक प्रक्रिया असतात आणि त्यांचा आपल्या शरीरातील विविध यंत्रणांवर अर्थपूर्ण परिणाम होतो. मात्र, तुम्ही कधी तणावग्रस्त आणि थकलेल्या अवस्थेत झोपी गेलात हे सांगण्यासाठी तुम्हाला शास्त्रीय अभ्यासांची गरज नसते. तुम्ही ज्या वेळी या अवस्थेत झोपता, त्या वेळी अगदी नेमकेपणानं तशाच थकलेल्या आणि तणावग्रस्त अवस्थेतच तुम्ही जागे होता.

वैयक्तिकदृष्ट्या विचार करता, ज्या वेळी आपण जाणीवपूर्वक आणि मुद्दामहून आपल्या मन-शरीर जोडणीचा किंवा नात्याचा उपयोग करून घेतो, त्या वेळी आपण शरीरशास्त्रीय शक्तीचा वापर करून घेतो. माझ्या कारचा अपघात झाल्यानंतर डॉक्टरांनी मी पुन्हा कधीही चालू शकणार नाही, असं सांगितलं होतं, असं मी तुम्हाला आधीच सांगितलं आहे. आठवतं ना? मात्र, मी आपल्याला नक्कीच चालता येईल, यावर विश्वास ठेवण्याची निवड केली. मी ध्यान केलं आणि माझ्या शरीराच्या जखमा भरून येत असल्याचं आणि मी चालत असल्याचं कल्पनाचित्र मनःचक्षूंसमोर आणलं. मी पुष्टिदायक विधानं करत राहिलो. अढळ विश्वासानं आणि आशावादानं मी सकारात्मक विधानांचा पुनरुच्चार करत राहिलो. माझ्या कार अपघातानंतर तीन आठवड्यांनी काढण्यात आलेल्या क्ष किरण तपासणीत (एक्स रेमध्ये) माझं शरीर डॉक्टरांच्या विश्वासाहून खूपच जलद गतीनं सुधारत असल्याचं दिसल्यानंतर डॉक्टरांना मी चालू शकेन असं वाटू लागलं. त्यानंतर त्या दिवशी मी पहिलं पाऊल टाकलं. त्यामुळेच मन-शरीर संबंधाचा अभ्यास करण्यास मला प्रोत्साहन मिळालं. या संबंधाला अधिक चांगल्या प्रकारे समजून घेऊन त्याचा वापर करता यावा यासाठी मी हा अभ्यास केला.

काही वर्षांपूर्वी मला डॉ. बर्नी सीगल या प्रसिद्ध कर्करोग शल्यचिकित्सकाची आणि उत्तम खपाच्या पुस्तकाच्या लेखकाची मुलाखत घेण्याचा योग आला. त्यांनी असं सांगितलं की, त्यांच्या ४०हून अधिक वर्षांच्या कारकिर्दीत त्यांनी हजारो कर्करुग्णांवर उपचार केले होते. कर्करोगमुक्त झालेल्या सर्व रुग्णांमध्ये एक सामाईक बाब होती आणि ती होती त्यांची मनोरचना! विशेषतः आपण बरे होऊच, यावर असलेला त्यांचा ठाम विश्वास ही त्यांच्या मनोरचनेतील महत्त्वपूर्ण गोष्ट होती. त्यांनी असं सांगितलं की, आकडेवारीचा विचार केला, तर त्यांनी कर्करोगातून बाहेर पडू शकणारच नाहीत अशा कित्येक रुग्णांवर उपचार केले होते, पण या रुग्णांचा असा ठाम विश्वास होता की, अगदी प्रतिकूलतांचा डोंगर निर्माण झाला असला तरी ते या आजारातून निश्चितपणे बाहेर पडतीलच. ज्यांना फारसा प्राणघातक कर्करोग नव्हता, परंतु कर्करोगाचं निदान ऐकल्याबरोबर हात-पाय गाळून आता आपण मरणारच अशी खात्री पटलेले असंख्य रुग्णही त्यांनी पाहिले होते. यातली दुःखद गोष्ट अशी आहे की, ते कधीच कर्करोगातून बरे होऊ शकले नव्हते.

इतर लोकांच्या अनुभवांवर आधारित शास्त्रीय संशोधनाचा विचार केला आणि माझा स्वतःचा अनुभवही लक्षात घेतला तर मी असं ठामपणे म्हणेन की, जर आपण प्रतिकूल गोष्टींचा सामना करण्याचा ठाम निश्चय केला तर मात करणं अशक्य असलेल्या शारीरिक आजारांवर आपण लीलया मात करू शकतो. मग याच मानसिक शक्तीचा वापर करून आपण झोपेच्या गुणवत्तेत आणि सकाळी उठल्यावर आपल्याला कसं वाटतं, त्यातही सुधारणा करू शकतो. या सिद्धान्ताची चाचणी घेण्यासाठी मी एक प्रयोग केला. वेगवेगळ्या कालावधीच्या झोपेच्या अनुभवांचा मी अभ्यास केला. अगदी चार तासांच्या अल्पावधीच्या झोपेपासून ते नऊ तासांच्या झोपेपर्यंतच्या माझ्या अनुभवांचं मी निरीक्षण केलं. माझ्या प्रयोगात आणखी फक्त एकच चल होतं. मी जितके तास झोपलो होतो, त्या तासांनुसार, मला झोपून उठल्यानंतर सकाळी कसं वाटेल याविषयी मी निश्चितपणे काही ठरवत होतो. पहिली गोष्ट म्हणजे झोपण्याच्या अगदी आधी मी स्वतःला असं सांगितलं की, मला पुरेशी झोप मिळणार नव्हती आणि त्यामुळे मी सकाळी उठल्यानंतर मला थकल्यासारखं वाटणार होतं. ही कल्पना मनात ठेवून मी झोपलो आणि स्वतःविषयी अनुमान बांधणारं माझं हे भाकित अगदी खरं ठरलं.

चार तास झोपल्यावर मी थकलेल्या अवस्थेत उठलो.

पाच तासांच्या झोपेनंतरही मी तसाच थकलेल्या अवस्थेत उठलो.

सहा तासांच्या झोपेनंतरही मी – होय, तुमचा अंदाज बरोबर आहे – मी थकलेल्या अवस्थेतच उठलो.

सात तास, आठ तास आणि अगदी नऊ तासांच्या झोपेनंतरही गजर वाजल्यावर मी थकलेल्या अवस्थेतच उठत राहिलो. जोपर्यंत मला पुरेशी झोप मिळत नाही आणि त्यामुळे मी सकाळी थकलेल्या, कंटाळलेल्या अवस्थेतच उठेन, असं मी स्वतःला सांगत राहिलो तोपर्यंत कितीही तासांची झोप असली तरी मी या मनःस्थितीतच उठत राहिलो.

त्यानंतर मी वेगळा हेतू मनात धरून पुन्हा हाच प्रयोग केला. मी पुढे दिलेली, सक्षमता देणारी आणि ताजंतवानं करणारी, प्रसन्नता बहाल करणारी सकारात्मक वाक्यं मनाशी सजगपणे घोकून आणि तसाच विचार करून झोपी गेलो. मी या सकारात्मक वाक्यांची झोपण्याआधी अनेकदा पुनरुक्ती केली. त्यानंतर मी सकाळी उठलो त्या वेळी मला एकदम प्रसन्न, ताजंतवानं वाटत होतं. मी किती तास झोपलो होतो, याने काहीही फरक पडला नव्हता. माझी ही सकारात्मक वाक्यं अशी होती :

'मला___तासांची झोप मिळत असल्याबद्दल मी कृतज्ञ आहे. माझं मन आणि शरीर असामान्य गोष्टी करण्यासाठी सक्षम आहे. त्यापैकी एक किमान गोष्ट म्हणजे ती___तासांच्या झोपेतूनही विपुल ऊर्जा, शक्ती

निर्माण करत आहेत. माझ्या मनोरचनेचा माझ्या जीवशास्त्रावर परिणाम होत असल्याचं मला माहीत आहे. म्हणून मी उद्या ताज्यातवान्या मनःस्थितीत, भरपूर ताकदीनिशी आणि उत्साहानिशी उठून माझ्या पहाटेच्या चमत्काराच्या आचरणांचा सराव करण्याची निवड करत आहे.'

मला नऊ, आठ, सात, सहा, पाच किंवा अगदी चार तासांच्या अल्पावधीची झोप मिळाली असली तरी जोपर्यंत मला पुरेशी झोप मिळत असल्याचा विचार जाणीवपूर्वक करून मी झोपत होतो तोपर्यंत मी अतिशय प्रसन्न, उत्साही आणि ऊर्जावान स्थितीत जागा होत होतो. मला त्याआधी कधीही इतका ताजेतवानापणा, प्रफुल्लता जाणवली नव्हती. पण तरीही मी तुम्हाला असं सांगतो की, माझ्यावर विश्वास ठेवू नका. तुम्ही स्वतः याबाबतीत प्रयोग करा आणि काय होतं त्याचा अनुभव घ्या.

तुम्ही कितीही कमी झोपलात तरी तुम्हाला पुरेशी झोप मिळते, असं सांगून पुरेशी झोप मिळण्याचं महत्त्व मी कमी लेखत नाही, हे अगदी स्पष्ट आहे. पुरेशी, सातत्यपूर्ण झोप ही तुमच्या मेंदूच्या आणि शरीराच्या क्षमतांनी उत्कृष्टपणे कार्य करण्यासाठी आवश्यक असतेच. अपुरी किंवा कमी झोप तुमच्या शारीरिक, मानसिक आणि भावनिक हिताची विल्हेवाट लावून टाकते, हेही खरं आहे. मी इथे तुम्हाला इतकंच सुचवत आहे की, सकाळी उठल्यावर तुम्हाला कसं वाटेल हे तुम्ही झोपण्यापूर्वीच स्वतःला सुचवा आणि अशा प्रकारे दुसऱ्या दिवशी यश मिळवण्याची तयारी तुम्ही आदल्या रात्रीच करा. तुम्हाला किती तासांची झोप मिळते याचा विचार न करता रोज सकाळी प्रफुल्लित, हलक्याफुलक्या, प्रसन्न, उत्साही मनःस्थितीत उठण्याची ही जबाबदारी अशा प्रकारे तुम्हाला स्वीकारावीच लागेल.

मग आता मला सांगा, तुम्हाला किती तासांच्या झोपेची खरोखरची गरज आहे?

तुम्हाला उत्कृष्ट झोप यावी यासाठी तुम्ही झोपण्याच्या आधी कोणती आचरणं, कोणते विधी केले पाहिजेत, याविषयी आपण अकराव्या प्रकरणात पाहणार आहोत. उत्कृष्ट झोप कशी यावी, याविषयी तुम्हाला आणखी सखोल अभ्यास करायचा असेल, शिकायचं असेल तर मी तुम्हाला 'स्लीप स्मार्टर : २१ प्रूव्हन टिप्स टू स्लीप युवर वे टू अ बेटर बॉडी, बेटर हेल्थ अँड बिगर सक्सेस' हे शॉन स्टिव्हन्सनचं पुस्तक वाचण्याचा सल्ला देईन. ते माझं आवडतं पुस्तक आहेच, पण ते झोप या विषयावर उत्तम संशोधन करण्यात आलेलं पुस्तकही आहे.

प्रत्येक पहाट दिवाळी पहाट वाटण्यामागचं रहस्य

ज्या वेळी तुम्हाला उठण्यासाठी सकाळ होईपर्यंत वाट पाहण्याचीही इच्छा नसे, ती वेळ आठवून पाहा. कदाचित कित्येक महिन्यांपासून तुम्हाला सुट्टीत जिथे जाण्याचे वेध लागलेले असतात तिथे तुम्हाला पहाटेचं किंवा मध्यरात्रीनंतरचं विमान

पकडून जायचं असू शकेल. कदाचित, तुम्ही लहान असताना दुसऱ्या दिवसापासून तुम्ही शाळेत जाणार असल्याची उत्सुकता तुमच्या मनात निर्माण झाली असावी. कदाचित, तुमच्या नवीन नोकरीतील तुमचा पहिला दिवस असू शकेल. कदाचित, तो तुमचा विवाहाचा किंवा वाढदिवसाचा दिवस असू शकेल. वैयक्तिकरीत्या मला कितीही तास झोपता आलं असलं तरी, पहाटे उठण्याकरिता मला असा अतिउत्साह फारसा कधीच वाटला नव्हता. फक्त माझ्या बालपणीच्या ख्रिसमस पहाट याला अपवाद होत्या. कदाचित, तुम्हालाही तुमचं बालपण आठवलं असेल. (भारतातील आपण लोक याकरिता दिवाळी पहाटेची आठवण करून घेऊ शकतो.)

तुमच्या दृष्टीनं पहाटे उठण्याची उत्सुकता दाटून आलेल्या वेळा कोणत्या होत्या? अशा पहाटेच्या वेळी तुम्हाला कसं वाटत होतं? अशा वेळी तुम्हाला अंथरुणातून जबरदस्तीनं, नाइलाजानं बाहेर पडावं लागत होतं? असं करावं लागत असेल का, याविषयी मला शंकाच आहे. अशा प्रकारच्या पहाटे आपण जाग येण्याची वाट बघत बसत नाही, कारण आपल्याला अतिशय उत्साह वाटतो आणि आपण अतिशय रोमहर्षित झालेले असतो. आपण झटपट अंगावरची पांघरुणं दूर फेकतो आणि उड्या मारून उठतो. येणाऱ्या दिवसाचं स्वागत करण्यासाठी आपण उत्साहानं तयार असतो. आता अशी कल्पना करा की, आयुष्यात रोजच तुम्हाला असंच वाटू लागलं तर काय होईल? असं होऊ शकतं.

पहाटेचा चमत्कार हा प्रामुख्यानं आनंदमयी, प्रसन्न भावना मनात येऊन उठण्याशी संबंधित आहे. या अनुभवाची सातत्यानं पुनर्निर्मिती करण्याशी, उर्वरित आयुष्यभर रोजच्या रोज अशा पहाटेची निर्मिती करत राहण्याशी तो संबंधित आहे. त्याचा संबंध झोपण्याच्या आधी काही मिनिटांचा वेळ काढून तुमच्या आगामी दिवसाची सुरुवात तुम्हाला कशी करावयाची आहे ते ठरवण्याशी आहे. तुमच्या दिवसाची सुरुवात तुम्ही सहेतुकपणे केलीच पाहिजे म्हणून नव्हे, तर तुम्हाला मनापासून ती सहेतुकपणे करावी असं वाटतं, म्हणून तुम्ही ती करणार आहात. तुम्हाला अधिक असामान्य, सुखी, समाधानी आणि वैपुल्यानं भरलेल्या तुमच्या कल्पनेतील जीवनाची निर्मिती करावयाची असेल तर त्याकरिता तुम्ही ज्या प्रकारची व्यक्ती असलं पाहिजे, त्या व्यक्तीत स्वतःला विकसित करण्यासाठी वेळ देण्याची तुम्हाला प्रामाणिकपणे इच्छा असल्यामुळे तुम्ही हे करणार आहात.

पण थोडं थांबा. आपल्यापैकी ज्या लोकांना आपण सकाळी लवकर उठू शकत नाही असं वाटतं, त्यांच्याकरिता अंथरुणातून उडी मारून उत्साहानं उठण्यात, आपल्याला हव्या असलेल्या आयुष्याची आपण निर्मिती करत असल्याचं पाहण्यात आणखी एक अडथळा आहे. मी कोणत्या अडथळ्याविषयी बोलत आहे? थोडे थांबा. सांगतो. तो एक मोह आहे आणि तो जवळजवळ रोखणं अशक्य असतं.... स्नूझ बटण दाबण्याचा मोह, हा तो अडथळा आहे.

५

पहाटे उठण्याची पाच पायऱ्यांची 'स्नूझ'रोधक व्यूहरचना

'तुम्ही खरोखरच विचार केला तर तसं पाहता, सकाळी स्नूझ बटण दाबण्याला फारसा काहीच अर्थ नसतो. ते फक्त 'मला सकाळी उठायला आवडत नाही,' असं सांगण्यासारखं असतं. म्हणून तसं पुनःपुन्हा, पुनःपुन्हा करत राहा.'

–डिमेट्री मार्टीन

'रोजची पहाट थोडी उशिरा सुरू झाली तर मला ते अधिक आवडेल.'

–अनामिक

'हाय, माझं नाव हॅल आहे आणि मी स्नूझ बटण दाबण्याच्या व्यसनातून हळूहळू बाहेर पडत असल्याचं माझ्या लक्षात आलंय. मी स्नूझचं बटण दाबलं, त्याला १५ वर्षं, ३ महिने आणि १२ दिवस उलटून गेले आहेत.'

असो. यातला विनोद बाजूला ठेवू या. आता या प्रकरणात तुम्ही पाच पायऱ्यांची जी व्यूहरचना शिकणार आहात, ती जर मला समजली नसती, तर मी अद्यापही पुनःपुन्हा स्नूझ बटण दाबत राहण्याच्या व्यसनाला बळी पडत राहिलो असतो आणि मी पहाटे उठू शकत नाही, या माझ्या विश्वासालाच अजून कुरवाळत बसलो असतो. या दोन्ही गोष्टींवर कशी मात करावी ते आता पाहू या.

कोणालाही पहाटे उठायला आवडत नाही असं मी ऐकलं आहे, पण प्रत्येकालाच पहाटे उठल्यावर जाणवणारी भावना अनुभवायला आवडतं. हीच गोष्ट व्यायामाविषयीही म्हटली जाते. खरोखरच व्यायाम करायला कोणालाही आवडत नाही, पण प्रत्येकालाच व्यायाम केल्यानंतर मनात येणारी सुंदर भावना अनुभवण्याची इच्छा असते.

आपल्याला नवीन सवय आवडणार नाही, असा आपण करत असलेला विचार कदाचित सुरुवातीला खरा असतो. पण एकदा ती सवय जडली की, आपल्याला तिच्या लाभांचे अनुभव येतात. मग ती सवय आपोआप पार पाडली जाते आणि तिचा आनंदही घेतला जातोच, पण त्याशिवाय ती पार न पाडणंही अवघड होतं. उदाहरणार्थ, बऱ्याच वर्षांच्या खंडानंतर पुन्हा व्यायाम सुरू करणं माझ्या पत्नीला अवघड वाटत होतं. पण एकदा सुरुवात केल्यावर आता तिला व्यायामशाळेत जायला आवडतं. ज्या दिवशी तिला जाता येत नाही, त्या दिवशी ती उदास होते. वैयक्तिकरीत्या विचार केला तर, मला सकाळी लवकर उठून माझे एस.ए.व्ही.ई.आर.एस.चे धडे गिरवायला आवडतं. पहाटेच्या चमत्काराचा अनुभव घेत असलेल्या बहुतांश लोकांप्रमाणेच हे आहे. ही गोष्ट अंगात आणि मनात इतकी भिनते आणि अद्यापही माझ्या जीवनाच्या गुणवत्तेकरिता ती इतकी लाभदायक आहे की, हे आचरण न करणं कठीण आहे.

मी पहाटे उठायला सुरुवात केल्यानंतर एका विचाराची मला मदत झाली. अत्यंत उत्पादक अशा सकाळच्या वेळेचा उचित उपयोग केल्यानंतर मी संध्याकाळच्या वेळेचा उपयोग अनुत्पादक कामं करण्यासाठी करणं थांबवलं. रात्री उशिरापर्यंत टीव्ही पाहणं, सोशल मीडियावर तास न् तास घालवणं, दारू पिणं किंवा मन सुन्न करणाऱ्या अशाच प्रकारच्या कामांमध्ये वेळ दवडणं मी अचानकच थांबवलं. दिवसाअखेरीला माझ्या आहारातील स्निग्ध पदार्थांचं प्रमाण मी कमी केलं. त्यामुळे मला उत्पादक पहाटेचे लाभ रुजवता आले. तुमच्या पहाटेच्या चमत्कारांसाठी तुमच्या झोपेशी तुम्ही तडजोड करण्याची आवश्यकता नसते. तुमच्या जीवनातील वाया जाणाऱ्या वेळातून तुम्हाला झोपेसाठी लागणारा वेळ काढता येतो.

उठण्याच्या प्रोत्साहनात्मक पातळीत वाढ करणं

तुमच्या सर्वसामान्य सकाळीचा विचार करा. तुमच्या घड्याळाचा गजर झाला रे झाला की, लगेच तुम्ही झटपट उठून आपल्या दिवसाला सुरुवात करण्याच्या तुमच्या मनातील विचाराच्या प्रमाणाचं मापन एक ते दहा या आकड्यांच्या मोजपट्टीवर केलं तर तुम्ही कुठे असाल? इथे १ याचा अर्थ तुम्हाला काहीही न करता पुन्हा झोपावंसं वाटतं आणि १० याचा अर्थ तुम्ही लगेच उठून दिवसाची सुरुवात करण्यास तयार आहात असा आहे. या १ ते १० आकड्यांपैकी कोणत्या आकड्यानं तुम्ही स्वतःचं मापन कराल? या आकड्याला मी तुमची उठण्याच्या प्रेरणेची पातळी (वेक अप मोटिव्हेशन लेव्हल-डब्ल्यूयूएमएल) असं म्हणतो. आपल्यापैकी बहुतेक जण स्वतःला १०ऐवजी १ किंवा २ हा आकडा देणंच पसंत करतील असं मला वाटतं. ही अगदीच स्वाभाविक गोष्ट आहे. तुम्ही अजूनही अर्धवट झोपेत असताना झालेल्या गजराला स्नूझ बटण दाबून थांबवणं आणि तसंच झोपून राहणं ही नैसर्गिक गोष्ट आहे. याला झोपेच्या सुस्तीचा परिणाम असं म्हणतात.

इथे एक प्रश्न निर्माण होतो. तो म्हणजे ज्या वेळी तुमचा डब्ल्यूयूएमएल फक्त १ किंवा २ असेल त्या वेळी तुमच्या घड्याळाचा गजर सुरू झाला की, झोपेतून उठून अंथरुणातून बाहेर पडण्यासाठी आणि दिवसाची अद्वितीय सुरुवात करण्यासाठी आवश्यक असलेल्या प्रेरणेची निर्मिती तुम्ही कशी कराल?

स्नूझरोधक व्यूहरचनेची एका वेळी एक पायरी पार पाडणं हे याचं उत्तर आहे.

पहाटे उठण्याची पाच पायऱ्यांची स्नूझरोधक व्यूहरचना

पहाटे उठायला लावणाऱ्या आणि स्नूझचं बटण दाबण्याच्या इच्छेवर मात करणाऱ्या, स्नूझरोधक व्यूहरचनेच्या साध्या पाच पायऱ्या इथे दिल्या आहेत.

पायरी १ : झोपण्यापूर्वी सक्षम हेतूची रचना करा

पुढील गोष्ट लक्षात ठेवणं ही यशस्वी सकाळीसाठी स्वतःला उठायला भाग पाडणारी पहिली पायरी आहे. तुम्ही गाढ झोपी जाण्यापूर्वी तुमच्या मनात असलेला अखेरचा विचार हाच तुम्ही सकाळी उठता त्या वेळी तुमच्या मनात येणारा पहिला विचार असतो. तुमच्या मानसिक आणि भावनिक अवस्थेच्या बाबतीतही हीच गोष्ट खरी असते. तुम्ही तणावपूर्ण विचार किंवा काळजीच्या अगर थकल्याच्या भावना मनात ठेवून झोपी गेलात, तर तुम्ही तसाच विचार करत जागे व्हाल. तुम्ही ज्या प्रकारच्या मानसिक आणि भावनिक गोष्टींचं चिंतन करत झोपी जाल, तेच विचार तुम्ही झोपेत असताना तुमच्या अर्धबोध मनावर दबाव टाकतील. म्हणून आपण झोपी जात असताना

कोणत्या गोष्टींचा विचार केला पाहिजे आणि कशावर चिंतन केलं पाहिजे याला आपण प्राधान्य दिलं पाहिजे, ही गोष्ट अगदीच महत्त्वाची आणि म्हणूनच अर्थपूर्ण आहे.

आपल्या सर्वोत्कृष्ट मानसिक आणि भावनिक अवस्थेत उठणं ही आपली स्वतःची जबाबदारी आहे हे मान्य करणं ही आपण सकाळी किंवा पहाटे सर्वोत्कृष्ट मानसिक आणि भावनिक अवस्थेत उठण्याची पहिली पायरी आहे. सबोध अवस्थेत असताना गाढ झोपी जाण्याच्या आधी आपल्याला सकाळी उठल्यावर कसं वाटेल, यासंदर्भातील सक्षम हेतू तयार करणं हा यातला सगळ्यात सोपा मार्ग आहे. याकरिता आपल्याला झोपताना मनाशी पुनरुक्ती करावयाच्या सकारात्मक, पुष्टिदायक वाक्यांचा शोध घ्यायचा आहे आणि त्याबरोबरच पहाटेच्या चमत्काराकरिता उत्तम तयारी करून दिवसाची अखेर करण्याच्या इतर साधनांचाही शोध घ्यायचा आहे. अकराव्या प्रकरणात आपण हे पाहणार आहोत.

झोपण्यापूर्वी सक्षम हेतू तयार करणं ही पहिली पायरी आहे आणि तुम्हाला वाटतं त्याहून ती अधिक प्रभावी आहे. तिच्याकडे दुर्लक्ष करता कामा नये. एक गोष्ट लक्षात ठेवा. सकाळी किंवा पहाटे उठल्यानंतर तुमची जी मानसिक आणि भावनिक अवस्था असते, नेमकी तीच अवस्था तुम्ही रात्री गाढ झोपी जात असताना करत असलेल्या विचारांमुळे तयार झालेली आदल्या रात्रीची तुमची मानसिक आणि भावनिक अवस्था असते. यात कसलीच अतिशयोक्ती नाही. दुसऱ्या दिवशी सकाळी उठल्यानंतर तुमच्या दिवसाची सर्वोत्कृष्ट सुरुवात करण्यासाठी उत्साही आणि प्रसन्न वाटावं याकरिता रोज रात्री काही मिनिटांचा वेळ काढून तुम्ही हे करू शकाल.

पायरी २ : तुमच्या गजराच्या घड्याळाला खोलीत दूरवर ठेवा

पहाटे तुम्हाला अंथरुणातून उठायला भाग पाडणारी ही एक अत्यंत सोपी आणि सगळ्यात प्रभावी व्यूहरचना आहे. तुमच्या अंथरुणापासून किंवा पलंगापासून तुमचं गजराचं घड्याळ शक्य तितकं दूर ठेवा. माझं गजराचं घड्याळ मी माझ्या बाथरूमच्या सिंकमध्ये ठेवतो. त्यामुळे गजराचा आवाज झाला रे झाला की, तुम्ही अंथरुणातून उठताच आणि तुमच्या शरीराची हालचालही करता. हालचालीमुळे ऊर्जेची निर्मिती होते. त्यामुळे तुम्ही उठलात आणि तुमचं गजराचं घड्याळ बंद करण्यासाठी चालत तिथपर्यंत गेलात की तुम्हाला आपोआपच अधिक जाग येण्यास मदत होते आणि मग तुम्ही खरोखरचे जागे होता.

याकडे पाहण्याचा आणखी एक दृष्टिकोन आहे. तुम्ही जागे होऊन उठून उभे राहिल्यापासूनच्या प्रत्येक क्षणी तुमची उठण्याची प्रेरणा वाढीस लागते. तिची पातळी वाढू लागते. फक्त उठून उभं राहण्यासाठी तुम्हाला अंथरुणातून बाहेर पडावंच लागतं आणि गजर बंद करण्यासाठी घड्याळापर्यंत चालत जावंच लागतं. अशा वेळी तुमच्या डब्ल्यूयूएमएलमध्ये १ किंवा २पासून ३पर्यंत वाढ होते. पण तरीही तुम्हाला

लगेच उठून दिवसाची सुरुवात करावी असं कदाचित वाटणार नाही. म्हणून पुढच्या पायरीकडे वळा.

पायरी ३ : दात घासा

हो, हो, मला माहीत आहे. तुम्ही बहुधा असा विचार करत असाल की, हॅल, काय हे, तुम्ही खरोखरच मला दात घासायला सांगत आहात? म्हणजे मौखिक आरोग्य ही सकाळी लवकर उठण्याच्या संघर्षावरची उपाययोजना आहे की काय? अगदी तसंच नाही. तुमच्या शरीराची हालचाल घडवून आणण्यासाठी आणि जागे झाल्याच्या अवस्थेत तुम्ही आणखी काही काळ राहावं म्हणून तुम्हाला काही किरकोळ क्रिया करण्यास सांगणं, हा इथला खरा मुद्दा आहे.

गजराचं घड्याळ बंद केल्यानंतर थेट बाथरूमच्या सिंककडे जा आणि फक्त दात घासा. ते करत असताना कदाचित तुम्ही चेहऱ्यावर गार किंवा गरम पाण्याचे सपकारे माराल. या साध्या क्रियेमुळे तुम्हाला उगवणाऱ्या दिवसाशी जुळवून घेण्यासाठी अधिक वेळ मिळेल आणि तुमच्या उठण्याच्या प्रेरणेच्या पातळीत २ किंवा ३पासून ३ किंवा ४पर्यंत वाढ होईल. तुमचं तोंड टूथपेस्टमुळे ताजंतवानं झालेलं असल्यामुळे तुम्हाला आणखी व्यवस्थित जागं झाल्यासारखं वाटेल. आता पाणी पिण्याची वेळ झाली आहे.

पायरी ४ : अख्खा एक पेला भरून पाणी प्या

रात्री सहा ते आठ तास पाणी न पिता राहिल्यामुळे सकाळी उठलेल्या वेळी आपल्या शरीराचं किंचित निर्जलीकरण झालेलं असतं, ही गोष्ट तुमच्या लक्षात येईल किंवा येणारही नाही. निर्जलीकरणामुळे थकवा येतो. दिवसभरात केव्हाही लोकांना दमल्यासारखं वाटतं, त्या वेळी त्यांना अधिक झोपेची नव्हे, तर अधिक पाण्याची गरज असते.

तुम्ही झोपेत, अबोध अवस्थेत असताना पाणी पीत नाही आणि घाम व उच्छ्वासावाटे आपण बाहेर टाकत असलेली पाण्याची वाफ विचारात घेता झोपलेले असताना आपण सुमारे एक लिटर पाणी गमावतो. म्हणूनच उठल्यानंतर शक्य तितक्या लवकर पाणी पिणं ही महत्त्वाची गोष्ट असते.

अनेक लोक सकाळी कॉफी पितात. कॉफीचे काही लाभ असले तरी तिच्यामुळे शरीरात पुन्हा पाण्याची निर्मिती होत नाही. कॉफी लघवी करण्यास प्रवृत्त करते आणि तिच्यामुळे शरीराचं आणखी निर्जलीकरण होतं. काळजी करू नका. तुम्ही सकाळी तुमची कॉफी नक्कीच पिऊ शकता. पण तुम्ही निदान एखादं ग्लास पाणी प्यायल्याशिवाय मी तुम्हाला कॉफी पिण्यास सुचवणार नाही.

पाण्यात ८४ आवश्यक क्षार आणि इलेक्ट्रोलाइट असतात. त्यामुळे तुमच्या ऊर्जेत वाढ होते. यकृतातील विष निघून जातं आणि पाण्यामुळे वजन कमी होण्यासही मदत होते. (संशोधनातून असं दिसून आलं आहे की, पाणी पीत राहिल्यामुळे शरीराच्या चयापचयात वाढ होते.) पाण्यातून आणखी लाभ मिळवण्यासाठी त्याच्यात फक्त एक चिमूटभर हिमालयन सी सॉल्ट आणि ताज्या लिंबाचा रस मिसळा. या पेयातून तुम्हाला 'क' जीवनसत्त्वही मिळेल. शिवाय तुमची रोगप्रतिकारशक्ती वाढेल आणि तुम्हाला अंतर्बाह्य पुनरुज्जीवित झाल्यासारखं वाटेल.

सकाळी पहिल्यांदा एक पेला पाणी प्यायलंच पाहिजे याची मला आठवण व्हावी म्हणून मी झोपायला जाण्यापूर्वी माझ्या पलंगाशेजारच्या टेबलावर पाण्यानं भरलेला एक पेला ठेवतो. सकाळी दात घासल्यानंतर लगेच मी त्यातलं अर्धं पाणी घटाघटा पितो आणि नंतर उरलेलं पाणी घोट-घोट पितो.

झोपेतून उठल्यानंतर शक्य तितक्या लवकर तुम्हाला झोपलेले असताना न मिळालेल्या पाण्याची कमतरता भरून काढणं आणि तुमच्या शरीराचं आणि मनाचं पुनर्जलीकरण करणं हे इथलं उद्दिष्ट आहे. एक पेलाभर पाणी पिऊन शरीराला आर्द्रता मिळवून दिल्यानंतर तुमच्या उठण्याच्या प्रेरणेची पातळी ३ किंवा ४वरून तशीच वाढत राहते आणि ती ५ किंवा ६वर पोहोचते.

पायरी ५ : व्यायामाचा पोशाख घाला

अखेरीस व्यायामासाठी तुम्ही ज्या कोणत्या कपड्यांना प्राधान्य देत असाल ते घाला. आता तुम्ही झोपण्याची खोली सोडून बाहेर पडण्यास सज्ज झाला आहात. लगेच तुमच्या 'पहाटेच्या चमत्काराला' सुरुवात करण्यास तुम्ही आता तयार आहात. तिच्यात अल्पावधीच्या व्यायामाचा समावेश आहे. (एस.ए.व्ही.ई.आर.एस.मधील 'ई' म्हणजे व्यायाम.) कसलाच विचार न करता पोशाख चढवण्यासाठी तुम्हाला काही मिनिटांचा वेळ द्यावा लागतो. त्याच्यामुळे तुमचं शरीर आणखी तरतरीत होतं. आणि तुमच्या डब्ल्यूयूएमएलची पातळी ६ किंवा ७पर्यंत पोहोचते. आता तुमच्या अर्धबोध आणि सबोध अशा दोन्ही मनांना एक स्पष्ट संदेश पाठवा की, आता तुम्ही अगदी अधिकृतपणे दिवसाला सामोरे जाण्यासाठी तयार आहात. तुम्ही पूर्ण जागे झाला आहात.

यांपैकी प्रत्येक पायरी पार पाडण्यासाठी काही थोड्याच मिनिटांचा कालावधी लागतो आणि ज्या वेळी तुम्ही या पायऱ्या पार पाडता, त्या वेळी तुमची डब्ल्यूयूएमएल नैसर्गिकपणेच वाढते. त्यामुळे तुम्हाला जागं राहणं आणि तुमचा पहाटेचा चमत्कार पार पाडण्यासाठी लागणाऱ्या ऊर्जेची निर्मिती करणं अधिक सोपं होतं. मात्र, ज्या

वेळी तुमच्या घड्याळाचा गजर होतो आणि तुमची डब्ल्यूयूएमएल अद्यापही १च्या आसपास घोटाळत असते, त्या वेळी असं करणं अधिक कठीण असतं.

मिरॅकल मॉर्निंग कम्युनिटीकडून मिळालेल्या पहाटे उठण्याच्या बोनस टिप

ही साधी व्यूहरचना असंख्य लोकांसाठी उपयुक्त असल्याचं सिद्ध झालं असलं, तरी या पाच पायऱ्या म्हणजे सकाळी लवकर उठण्याची एकमेव पद्धत नाही हे लक्षात ठेवा. जागतिक मिरॅकल मॉर्निंग कम्युनिटीचा एक भाग होण्याचा एक महत्त्वाचा लाभ असा आहे की, प्रत्येक व्यक्ती तिच्या सकाळच्या आचरणांना आणि नित्यक्रमांना सर्वोत्कृष्ट करण्यावर लक्ष केंद्रित करते. त्यानंतर कोणत्या गोष्टीचा उपयोग होतो ते लोक एकमेकांना सांगतात आणि समुदायाला सक्रिय पाठबळ देतात. मिरॅकल मॉर्निंग कम्युनिटीच्या सदस्यांनी दिलेल्या काही टिपा पुढे दिल्या आहेत.

- **कंपन पावणाऱ्या (व्हायब्रेटिंग) गजराच्या घड्याळाचा वापर करा :** समजा, तुम्ही ज्यांच्या शेजारी झोपला आहात, त्यांना गजराच्या घड्याळाच्या आवाजाचा त्रास होत असेल आणि त्यांच्या सकाळच्या उठण्यावर गजराचा प्रतिकूल परिणाम होत असेल तर अशा जोडीदारासाठी किंवा लहान बाळासाठी तुम्ही अधिक सर्जनशीलतेनं काम केलं पाहिजे. त्या व्यक्तीच्या सदिच्छा मिळवण्यासाठी हे आवश्यक आहे. सुदैवानं, व्हायब्रेटिंग गजराच्या घड्याळात अनेक पर्याय उपलब्ध आहेत. त्यात दोन प्राथमिक डिझाइन आहेत. शरीरावर धारण करण्याचं तंत्रज्ञान म्हणजेच वेअरेबल टेक्नॉलाजी हा एक प्रकार आहे. यात मनगटावर बांधावयाचं घड्याळ आणि तुमच्या उशीखाली सरकवता येणारं व्हायब्रेटिंग पॉड यांचा समावेश होतो. गूगलवर किंवा ॲमेझॉनवर जा आणि 'व्हायब्रेटिंग अलार्म क्लॉक' असे शब्द टाकून शोध घ्या. तुम्हाला तिथे पर्याय सापडतील.
- **तुमच्या शय्यागृहाच्या हीटरसाठी टायमर सेट करा :** तुम्ही राहत असलेल्या भागात कडाक्याची थंडी असेल आणि त्यामुळे अंथरुणातून बाहेर पडणं तुमच्या जिवावर येत असेल तर ही टिप उपयुक्त ठरेल. मिरॅकल मॉर्निंग कम्युनिटीच्या एका महिला सदस्यानं असं सांगितलं की, हिवाळ्यात तिच्या पलंगाच्या शेजारी ॲप्लायन्स टायमरशी जोडून ती पोर्टेबल हीटर ठेवून देते. हा टायमर गजराच्या घड्याळाचा गजर होण्याच्या आधी पंधरा मिनिटं सुरू व्हावा अशा प्रकारे ती लावून ठेवते. त्यामुळे ज्या वेळी ती

जागी होते, तेव्हा खोली उबदार असते आणि तिला थंडी टाळण्यासाठी पुन्हा हळूच आपल्या पांघरुणात गुरफटून जाऊन झोपण्याची इच्छा होत नाही. त्यामुळे प्रचंड फरक पडतो असं ती म्हणते.

- **पलंगाशेजारीच कॅफिन ठेवा** : या पुस्तकाच्या अद्ययावत आणि विस्तारित आवृत्तीत ही टीप समाविष्ट करण्यास मी काहीसा बिचकत होतो, कारण कॉफी पिऊन दिवसाची सुरुवात करण्याविषयी मी आधी जे लिहिलं आहे, त्याच्याशी हे विसंगत आहे. परंतु, माझं म्हणणं ऐकून घ्या. अलीकडेच मी जे करत आहे ते असं आहे : मी पिक ऑरगॅनिक जस्मिन ग्रीन टीचं पाकिट वापरतो. ती छान दळलेली पूड असते आणि नियमित तापमानाच्या पाण्यात ती चटकन विरघळते. माझ्या पलंगाच्या शेजारच्या टेबलावर मी ते पाकीट ठेवून देतो. ती मिसळण्यासाठी जेमतेम ६ ते ८ औंस पाण्याची गरज असते. तिच्यातून ४५ ते ५५ ग्रॅम कॅफिन मिळतं. ग्रीन टीमध्ये भरपूर पॉलीफेनॉल असतं आणि त्याचे आरोग्याला लक्षणीय लाभ मिळतात. शिवाय, त्यात एल-थिॲनिन हे ॲमिनो आम्ल असतं. त्याच्यामुळे कॅफिनच्या परिणामांमध्ये समतोल साधण्यास मदत होते. यामुळे एकाग्रता आणि अवधान या दोहोंमध्ये वाढ होत असल्याचं काही अभ्यासांमधून दिसून आलं आहे. माझ्या घड्याळाचा गजर झाल्याबरोबर मी एका झटक्यात ग्रीन टीचा तो ग्लास घटाघटा पिऊन टाकतो. त्यामुळे मी व्यवस्थितपणे जागं होण्याच्या स्नूझरोधक पायऱ्या पार पाडत असताना माझ्या ऊर्जेत आणि मानसिक स्पष्टतेत कॅफेन वाढ करतं. मला मिळेल ती सगळी मदत मी घेत राहीन. अर्थातच, मी त्या पाठोपाठ लगेच माझ्या शरीराचं पुनर्जलीकरण करण्यासाठी एक ग्लासभर पाणीही पितोच.

आपल्या स्वतःच्या - उठण्याच्या स्नूझविरोधी व्यूहरचना तयार करा. एक गोष्ट लक्षात ठेवा. आपल्याला कमीतकमी प्रयत्न करावे लागले पाहिजेत आणि शक्य तितक्या सहजपणे जागं होऊन कामाला लागता आलं पाहिजे अशा प्रकारे साधी, प्रभावी, पूर्वनिर्धारित पायऱ्या-पायऱ्यांची प्रक्रिया तयार करा.

या पायऱ्यांची अंमलबजावणी करता येण्याजोगी वेळ येण्याची वाट बघत बसू नका. आजच रात्री तुमचं गजराचं घड्याळ खोलीत दूरवर नेऊन ठेवून याची सुरुवात करा. झोपण्याआधी सक्षम करणारी सकारात्मक वाक्यं मनाशी घोळवत राहा. आपल्या पलंगाच्या शेजारच्या टेबलावर पाण्याचा पेला भरून ठेवा. दात घासल्यानंतर पिण्यासाठी त्याचा उपयोग होईल. त्यानंतर व्यायामाचा पोशाख घाला. आता तुम्ही एस.ए.व्ही.ई.आर.एस. पार पाडण्यासाठी तयार झाला आहात. पुढच्या प्रकरणात याविषयी आपण सविस्तर माहिती पाहणार आहोत.

६

जीवनाचे एस.ए.व्ही.ई.आर.एस.

तुमच्या जीवनाचा कायापालट करणाऱ्या ६ सवयी

'आपल्या व्यक्तिमत्त्वात सुधारणा करून तुम्ही ज्या प्रकारच्या व्यक्तिमत्त्वात स्वतःला बदलवून टाकता, त्या व्यक्तिमत्त्वाकडे एक गोष्ट आकर्षित होते – ते यश असतं.'

–जिम रॉन

'आपल्याला जी क्षेत्रं सर्वाधिक महत्त्वाची वाटतात, त्या क्षेत्रांमध्ये दैनंदिन, सातत्यपूर्ण सुधारणा करत राहणं हेच असामान्य जीवन असतं.'

–रॉबिन शर्मा

तणावग्रस्त. चिंताग्रस्त. जेरीस येणं. दडपलं जाणं. नैराश्यग्रस्त, अतृप्त. नीरस, निरर्थक.

हे काही अप्रिय वाटणारे अप्रसन्न शब्द आहेत. ते दुर्दैवी परिस्थिती दाखवून देत असले तरी सर्वसामान्य व्यक्तीला आपल्या जीवनाविषयी सहसा वरचेवर कसं वाटतं, त्याचं वर्णन या शब्दांतून अतिशय अचूकपणे व्यक्त होतं.

अर्थातच, जीवन अवघड असू शकतं. आपल्या परिस्थिती आपल्याला अन्याय्य, अनुचित वाटू शकतात. आपल्यापैकी बहुतेक जणांनी आपल्या वाट्याची आव्हानं पेललेली असतात. आपल्याला पाठबळ, आधार देणाऱ्या वातावरणात जन्मण्याइतका प्रत्येक जणच नशीबवान नसतो. आपल्याला सर्वांना समान किंवा एकसारख्या संधी मिळत नाहीत. मात्र, प्रत्येक जण आपल्या उत्तम स्वरूपापर्यंत पोहोचण्याच्या अमर्याद क्षमता घेऊन जन्माला आलेला असतो. तुम्हाला एखादी गोष्ट जशी वाटते, तशी ती मला वाटतेच असं नाही. मला तिच्याविषयी वेगळ्या प्रकारे काही वाटू शकतं. तसंच इतर लोकांच्या तिच्याविषयीच्या भावनाही वेगवेगळ्या असू शकतात. परंतु, आपण कोण व्हावं किंवा आपला किती विकास करून घ्यावा आणि आपला वेळ व ऊर्जा आपण कशी व कुठे गुंतवावी, या एका गोष्टीवर मात्र आपलं नियंत्रण असतं.

आपण मागच्या काळात म्हणजेच भूतकाळात जाऊन आपल्या भूतकाळात बदल घडवू शकत नाही. (म्हणून आपण अमुक केलं असतं किंवा अमुक झालो असतो तर किती बरं झालं असतं, वगैरे विचारांमध्ये वेळ दवडणं उचित नसतं.) अगदी आतापासून, या क्षणापासून सुरुवात करून आपण आपल्या क्षमतांचा परिपूर्ण वापर करून घेण्यासाठी अर्थपूर्ण बदल करून घेण्यास निश्चितपणे सुरुवात करू शकतो.

क्षमतेतील दरी किंवा तफावत

तुम्ही कोण आहात आणि तुम्ही कोण होऊ शकला असतात, यांमधील दरीच्या किंवा तफावतीच्या चुकीच्या बाजूला तुम्ही जगत आहात, असं तुम्हाला कधी वाटलं आहे का? तुम्हाला जगण्याची इच्छा असलेलं जीवन आणि त्याकरिता तुम्ही जी व्यक्ती होण्याची गरज आहे त्या व्यक्तीची निर्मिती करणं या गोष्टी तुमच्या आवाक्याच्या पलीकडच्या आहेत का? तुम्हाला यशाच्या ज्या पातळ्या गाठणं शक्य झालेलं नाही, त्या यशाच्या पातळ्या इतर लोक गाठत असल्याचं तुम्हाला कधी आढळलं आहे का? अशा वेळी तुम्हाला जे माहीत नाही असं काहीतरी त्यांना माहीत आहे आणि तुम्हाला ते समजलं तर तुम्हीही यशाच्या पातळ्या भराभर गाठू शकाल असं तुमच्या मनात कधी आलं आहे का?

आपल्यापैकी बहुतेक जण – आपण कोण आहोत आणि आपण कोण होऊ शकलो असतो यांना एकमेकांपासून स्वतंत्र करणाऱ्या दरीच्या चुकीच्या बाजूला असतात. सातत्यपूर्ण प्रेरणा, प्रयत्न आणि परिणाम यांची आपल्याकडे उणीव असते आणि त्यामुळे आपण नेहमीच निराश होतो. आपल्याला हवे असलेले परिणाम मिळवण्यासाठी कोणत्या कृती केल्या पाहिजेत याचा विचार करण्यात आपण बराचसा वेळ घालवतो. परंतु, आपण त्या कृती करत नाही. आपल्यापैकी बहुतेकांना आपण काय करण्याची गरज आहे ते माहीत असतं, परंतु आपल्याला जे माहीत असतं ते आपण सातत्यानं करत नाही. तुम्हीही असंच करता, असं तुम्हाला वाटतं का?

प्रत्येक व्यक्तिनुसार या दरीचा आकार बदलत जातो. तुमच्या क्षमतांना कमाल मर्यादेपर्यंत नेण्याकरिता हातात असलेली जवळजवळ प्रत्येक गोष्ट तुम्ही करत आहात असं तुम्हाला कदाचित वाटत असेल आणि फक्त काही सुधारणा केल्या की सगळा फरक घडू शकेल असंही तुम्हाला वाटत असेल किंवा कदाचित, तुम्ही याच्या विरुद्ध विचारही करत असाल. तुमच्या क्षमतेच्या तुलनेत तुम्ही खूपच खालच्या पातळीवर जगत आहात आणि यातून बाहेर पडण्यासाठी आपण कुठून सुरुवात केली पाहिजे हे तुम्हाला समजत नसेल. तुमच्या क्षमतेच्या दरीच्या चुकीच्या बाजूला तुम्ही असाल आणि दुसऱ्या बाजूला कसं जाता येईल याचा विचार करत असाल किंवा तुम्ही उचित बाजूला काम करत असाल, परंतु एखाद्या पठारी प्रदेशात (अडथळ्यात) अडकून पडला असाल आणि त्याच्यातून बाहेर पडून पुढच्या पातळीवर पोहोचणं तुम्हाला शक्य होत नसेल. यांपैकी कुठलीही गोष्ट तुम्हाला लागू होत असली तरी या प्रकरणात मी तुम्हाला ही दरी भरून काढण्यास तुम्हाला सक्षम करण्याकरिता आवश्यक असलेल्या सहा सवयी सांगणार आहे.

तुम्ही ज्या प्रकारचं जीवन जगण्यास पात्र आहात ते जीवन वाचवण्याची वेळ आली आहे

वैयक्तिक विकासाची कोणती सवय किंवा सराव सर्वाधिक प्रभावशाली आहे, हे ठरवण्याचा मी प्रयत्न केला तेव्हा मला कोणतीही एक सवय सर्वाधिक प्रभावी आहे असं ठरवता आलं नाही. खरं म्हणजे मी सर्वाधिक प्रभावी असलेल्या ६ सवयींची यादी तयार केली. ती अशी आहे : ध्यान, सकारात्मक पुष्टिदायक विधानं, मनःचक्षूसमोर कल्पनाचित्र आणणं, व्यायाम, वाचन आणि लेखन. या सहाही गोष्टींना मी एकत्रित केलं तर त्या किती प्रभावशाली होतील याचा विचार केल्यानंतर मी त्यांच्या आद्याक्षरांना जोडून एक संक्षिप्त रूप तयार केलं.

हे पुस्तक लिहिण्यास सुरुवात करून काही महिने उलटले होते त्या वेळी हे सराव एकमेकांशी संलग्न करण्याचा, संघटित करण्याचा आणि सादर करण्याचा कोणताही तर्कसंगत, संस्मरणीय मार्ग माझ्याकडे नसल्यामुळे मी निराश झालो होतो. एके दिवशी मी लिखाणातून थोडा वेळ विश्रांती घेतली आणि अर्सुलाचा दृष्टिकोन काय आहे हे जाणून घेण्यासाठी तिच्याकडे गेलो. मी तिला माझ्या मनातील नैराश्य बोलून दाखवलं. तिने तत्काळ मला संभाव्य उपाययोजना असलेलं उत्तर दिलं. (खरं तर ती नेहमीच असं करते.) 'तू थिसॉरसचा वापर करून यांपैकी काही संज्ञांच्या समानार्थी संज्ञा का शोधत नाहीस? त्यानंतर या सहाही सरावांची आद्याक्षरं जोडून तयार होणारं एखादा संक्षिप्त अर्थपूर्ण शब्द तुला सापडू शकेल. असं नाव लक्षात ठेवणं सोपंही असू शकेल.' मला ती कल्पना आवडली. तिने मला हुशारीनं उत्तर दिल्याचं मी तिला सांगितलं आणि मग तिचं चुंबन घेऊन मी पुन्हा संगणकाकडे गेलो. लवकरच ध्यानासाठी मी शांतता किंवा मौन हा शब्द निवडला (मेडिटेशनऐवजी सायलेन्स). त्यानंतर लेखन या अर्थाच्या जर्नलिंगऐवजी स्क्रायबिंग हा शब्द निवडला. त्यानंतर त्यांच्या आद्याक्षरांनी पुढील संक्षिप्त रूप तयार झालं.

- सायलेन्स (मौन)
- ॲफर्मेशन्स (सकारात्मक पुष्टिदायक सत्य विधानं)
- व्हिज्युअलायझेशन (मनःचक्षूंसमोर कल्पनाचित्र आणणं)
- एक्सरसाईज (व्यायाम)
- रीडिंग (वाचन)
- स्क्रायबिंग (लेखन)

मी 'लाईफ एस.ए.व्ही.ई.आर.एस.' असं लिहून काढलं आणि एकदम रोमहर्षित झालो, कारण त्याच्यातून 'सेव्हर्स' असा शब्द तयार झाला होता. हे संक्षिप्त रूप मला विश्वासार्ह आणि उचित वाटलं. माझ्या मनात ज्या प्रकारचं आयुष्य जगण्याची आकांक्षा होती, ते माझ्या हातून निसटून जाऊ नये, याकरिता या आचरणांनी मला अगदी शब्दशः वाचवलं. या यादीतील कोणतंही आचरण मला नवीन नव्हतं आणि त्याप्रमाणेच तुम्हालाही ते नवीन नसेल. ही सहाही आचरणं कालातीत आहेत आणि वैयक्तिक विकासाची सिद्ध झालेली आचरणं आहेत. अनेक क्षेत्रांमधील जगभरच्या अनेक यशस्वी लोकांनी शतकानुशतकांपासून ती पार पाडली आहेत. त्यांची बांधिलकी पत्करली आहे. यांपैकी कोणत्याही एका आचरणाच्या सातत्यपूर्ण सरावामुळेही तुमची जाणीव उन्नत होते आणि तुम्हाला अधिक चांगली

व्यक्ती होण्यास साहाय्य करते. तुम्ही या सर्व सहाही आचरणांना एकत्रित केलं तर तुम्ही या सर्व प्राचीन उत्तम आचरणांचं एकत्रीकरण करता आणि तुमच्या वैयक्तिक विकासात व कायापालटात त्यांच्यापासून लाभ मिळवता.

ध्यान (मेडिटेशन), सकारात्मक पुष्टिदायक सत्य विधानं (ॲफर्मेशन्स) आणि मनःचक्षूंसमोर कल्पनाचित्र आणणं (व्हिज्युअलायझेशन) या शब्दांचा तुम्ही विचार करता, त्या वेळी काही पूर्वनिर्धारित कल्पना मनात आल्याशिवाय राहत नाहीत. त्यांच्यापैकी काही नकारात्मक असू शकतात. ही कालातीत आचरणं नेहमीच काही अनुचित व चुकीच्या, विचित्र पद्धतीनं लोकप्रिय झाली आहेत. उदाहरणार्थ, सकारात्मक, पुष्टिदायक सत्य विधानं (ॲफर्मेशन्स) म्हणून सत्य नसलेल्या विधानांवर लक्ष केंद्रित करणं. त्यात 'मी कोट्यधीश झालो आहे,' किंवा 'मी आनंदी आहे,' अशी विधानं घेतली जातात. मात्र, प्रत्यक्षात या विधानांशी तुमचा काडीचाही संबंध नसतो. अशा वेळी तुम्हाला ही विधानं सत्य वाटतच नाहीत. ती अनुचित वाटतात आणि तुम्ही आपला वेळ वाया दवडता. म्हणून तुमच्या मनात या आचरणांविषयी एखादी नकारात्मक पूर्वकल्पना असू शकते. परंतु, इथेच थोडा संयम बाळगावा आणि हे प्रकरण खुल्या मनानं वाचावं असं मी तुम्हाला सुचवतो. तुम्हाला असं आढळून येईल की, एस.ए.व्ही.ई.आर.एस.पैकी प्रत्येक आचरण हे अद्वितीय पद्धतीनं सादर करण्यात आलं आहे. प्रत्येक आचरण परिणामाभिमुख, व्यवहार्य आणि प्रभावशाली असल्याचं सिद्ध झालं आहे.

पहाटेच्या चमत्काराचा एक सर्वाधिक उत्साहवर्धक पैलू असा आहे की, तुम्ही वैयक्तिक विकासाच्या या सहाही प्रभावशाली सरावांची अमलबजावणी साध्या, अनुक्रमात्मक नित्यक्रमात करू शकाल. त्यात या प्रत्येक सरावासाठी किंवा आचरणासाठी तुम्हाला फक्त दहा मिनिटांचा वेळ द्यावा लागेल. त्यामुळे सगळ्या आचरणांसाठी मिळून तुम्हाला जास्तीतजास्त एखादा तास द्यावा लागेल किंवा त्याहून थोडा कमी वेळ द्यावा लागेल. तुमच्या माहितीसाठी सांगतो की, पहाटेच्या चमत्काराच्या आचरणांचा सराव करणाऱ्यांपैकी जवळजवळ ७० टक्के लोक ६० मिनिटांचं वेळापत्रक आखतात. सुमारे २० टक्के लोकांना सर्व आचरणं पूर्ण करण्यासाठी साधारणपणे ३० मिनिटं लागतात आणि उर्वरित १० टक्के लोक त्यांच्या नित्यक्रमावर कमी-जास्त प्रमाणात वेळ खर्च करतात. तुमच्या एस.ए.व्ही.ई.आर.एस.च्या प्रत्येक आचरणावर तुम्ही ६ मिनिटं खर्च करणार आहात की त्याकरिता ६० मिनिटं देणार आहात की त्या दरम्यानचा वेळ देणार आहात, हे तुमच्यावर अवलंबून आहे. तुम्ही कितीही वेळ दिला तरी तुमच्या उर्वरित दिवसाची सुरुवात होण्याच्या आधीच तुम्ही ही सहाही कालातीत आचरणं पूर्ण कराल.

यानंतर आपण एस.ए.व्ही.ई.आर.एस.पैकी प्रत्येक आचरणाचा सखोल विचार करणार आहोत. तुमच्या क्षमतेपैकी अधिकाधिक क्षमता उपलब्ध करून घेण्यासाठी या सहाही आचरणांना कसं एकत्रित करावं ते मी तुम्हाला दाखवणार आहे. त्यानंतर तुमच्यामध्ये, तुमच्या जीवनात बदल, सुधारणा करण्यासाठी किंवा तुमच्या जीवनातील एखाद्या पैलूचा संपूर्ण कायापालट घडवून आणण्यासाठी तुम्ही त्या क्षमतेचा वापर करू शकाल.

लाइफ सेव्हर्स (एस.ए.व्ही.ई.आर.एस.)

एस म्हणजे सायलेन्स (शांतता) : ध्यान

'ध्यानाच्या (शांततेच्या किवा मौनाच्या) स्थितीत आत्म्याला अधिक स्पष्ट प्रकाशाचा मार्ग सापडतो आणि भ्रामक, फसव्या गोष्टी आपोआपच स्फटिकासारख्या स्पष्टतेत विरघळून जातात.'

–महात्मा गांधी

'तुम्ही वर्षभर पुस्तकं वाचून जे शिकू शकाल, त्याहून अधिक गोष्टी एक तासाच्या शांततापूर्ण ध्यानातून शिकू शकाल.'

–मॅथ्यु केली

आपली जीवनं पूर्वी कधीही नव्हती इतकी गोंगाटानं, कोलाहलानं भरून गेली आहेत. आपण सकाळी जाग आल्यावर डोळे उघडतो, तेव्हापासून ते आपण पुन्हा रात्री अंथरुणावर पडेपर्यंत आपल्यापैकी बहुतेक जण अतिउत्तेजित झालेले असतात. त्यांचं लक्ष विचलित झालेलं असतं आणि ते जेरीस आलेले असतात किंवा दडपले गेलेले असतात.

एस.ए.व्ही.ई.आर.एस.पैकी पहिला सराव हा शांतपणे मौनात बसण्याचा आहे आणि अर्थातच तो ध्यानाचा सराव आहे. बहुधा आपल्या अतिजलद गतीच्या जीवनशैलींना समतोल करून आपल्यामध्ये सुधारणा घडवून आणणारं ते सर्वाधिक लक्षणीय क्षेत्र आहे. सहेतुक शांतता किंवा मौन असं मी ज्याला म्हणतो त्या आपल्या दैनंदिन सरावाचा मी इथे संदर्भ देत आहे. माझ्या दृष्टीनं याचा अत्यंत साधा अर्थ आहे. याचा अर्थ तुम्ही फक्त वेळ घालवण्यासाठी नव्हे, तर मनात अत्यंत लाभदायक हेतू धरून काही काळ शांततेत किंवा मौनात बसता. म्हणजेच ध्यानात बसता. सहेतुक शांततेच्या कालावधींमध्ये आपली जाणीव उंचावलेली असते आणि आपल्याला आपल्या अत्यंत विशाल अंतर्दृष्टींचा आणि विपुल कल्पनांचा प्रामुख्यानं अनुभव येतो.

पूर्वी दैनंदिन जीवनांमध्येच शांत चिंतनाच्या क्षणांची उभारणी केली जात होती. रांगांमध्ये प्रतीक्षेत असताना, विमानतळावर बसलेले असताना, फिरायला गेल्यावर किंवा बसच्या खिडकीतून बाहेर पाहत असताना आपल्या मनातील विचार ऐकण्यासाठी आपल्याला वेळ मिळत होता. आता, आपल्या स्मार्टफोनमुळे अशा प्रकारचा एकांत आपल्याला मिळत नाही. अनेक लोक अशा एकांताला कंटाळवाणेपणा म्हणतात. हा एकांत आता जवळजवळ संपुष्टात आला आहे. आपण एक तर मजकूर टाइप करतो, गेम खेळतो, ईमेल पाहतो, व्हिडिओ पाहतो, खरेदी करतो किंवा सोशल मीडियावर निरर्थक वेळ घालवतो. आपल्या डिजिटल साधनांनी आपण आपल्या विचारांच्या सोबत कधीही एकटं राहूच नये, याची पुरेपूर दक्षता घेतली आहे. दुर्दैवानं, असं दिसून येतं की, आपल्या जीवनातील शांततामय, सहेतुक शांततेच्या कालावधींच्या लाभांविषयीची आणि त्यांच्या आत्यंतिक गरजेविषयीची अंतर्दृष्टी आपले आधुनिक समाज गमावून बसले आहेत.

तुमच्या सकाळींची सुरुवात सहसा कशी होते?

तुम्ही पहिल्यांदा जागे होता, त्या वेळी तुम्हाला केंद्रस्थानी ठेवून तुम्ही तुमच्या दिवसाचा सुरुवातीचा वेळ तुमच्यावर व्यतीत करता का? तुमच्या उत्कृष्ट मानसिक, भावनिक आणि आध्यात्मिक अवस्था निर्माण करून तुम्ही उर्वरित दिवसाला सामोरे जाता का? की तुम्हाला अगदी एखादी गोष्ट करण्याची गरजच असते त्या वेळीच तुम्ही उठता आणि पहिल्यांदा तुमचा स्मार्टफोन हातात घेऊन तुमच्या दिवसाची सुरुवात करता? साहजिकच, उठल्याबरोबर तुमच्या मनातून लगेच बाह्य उत्तेजनांचा पूर वाहू लागतो का?

इंटरनॅशनल डेटा कॉर्पोरेशननं (आयडीसीनं) केलेल्या एका समावेशक संशोधन अभ्यासातून असं दिसून आलं आहे की, स्मार्टफोनचा वापर करणारे सर्वसामान्यपणे ८० टक्के लोक उठल्यानंतर १५ मिनिटांत स्मार्टफोनवरचे मेसेज, मेल इ. तपासतात. काही जण तर काही सेकंदांतच हे काम करतात. डॉ. निकोल बेंडर्स–हॅडी या मज्जाशास्त्र विषयाचा विशेष अभ्यास केलेल्या मानसोपचारतज्ज्ञाच्या मते, 'उठल्याबरोबर लगेच तुमच्या फोनकडे वळल्यामुळे तुमच्या दिवसाची सुरुवात वाढत्या तणावानं होते आणि त्यामुळे तुम्हाला बरंचसं जेरीस आल्यासारखं, थकल्यासारखं वाटू लागतं.'

तुमचा फोन तुम्ही कधी हातात घेता याचा विचार जरी सोडून दिला तरी आपल्यापैकी बहुतेकांच्या सकाळी या एक तर धावपळीच्या, तणावग्रस्त, विस्कळीत आणि अनुत्पादक असतात. आपल्यापैकी काही जण दिवसभराच्या कामावर जाण्यासाठी घाईघाईनं तयार होऊ लागतात. इतर जण दिवसाची सुरुवात करण्यासाठी धावपळ करत असतात. आपल्यापैकी अनेकांच्या मनात असलेला – आपल्याला

आज काय करावंच लागणार आहे – त्याविषयीचा अंतर्गत कोलाहल त्यांचा ताबा घेतो आणि त्या कामांच्या अतिरेकानं ते थकून जातात. आपण काल जे केलं नव्हतं, त्या आपल्या करावयाच्या कामांच्या कधीही न संपणाऱ्या यादीतील राहिलेली कामं आपण आज उरकू लागतो. आपल्याला कुठे जावंच लागणार आहे, कोणाला भेटावंच लागणार आहे, आपल्या जोडीदाराबरोबर झालेला अगदी अलीकडचा वाद किंवा तसं काही नसलं, तरी आपल्या मनात भरलेल्या आणि आपल्या नियंत्रणाच्या बाहेर असलेल्या असंख्य काळज्या, असं सगळं आपल्या मनात सुरू झालेलं असतं. म्हणून आपल्यावर आपलं नियंत्रण नसल्यासारखं वाटतं. त्याच्यातूनच आपल्या मनात कायमस्वरूपी तणाव, चिंता आणि काळज्या ठाण मांडून बसतात.

इतरांच्या दृष्टीनं सकाळी तशाच पुढे ढकलत राहणं ही संघर्षमय बाब असते. अनेक लोक कंटाळलेल्या, आळसावलेल्या आणि विस्कळीत मनःस्थितीत दिवसाची सुरुवात करतात. उठून सकाळची सुरुवात करण्यात काही काळ जातो. तुमच्या दिवसाची सुरुवात करण्याचा किंवा तुमचं उद्दिष्ट साध्य करण्याचाही हा फारसा उत्पादक मार्ग नाही.

नशिबानं यात एक अधिक चांगला मार्ग आहे. पहाटेच्या चमत्कारातून तुमच्या मनाला शांत करण्याची दैनंदिन खात्रीशीर पद्धत तुम्हाला सापडते. त्यामुळे तुमची मज्जासंस्था शांत होते. तणाव कमी होतो. तुमच्या मनात शांततेची भावना निर्माण होते. तुमच्या मानसिक आणि भावनिक कल्याणात सुधारणा होते. शिवाय, तुम्हाला मनातील स्पष्टतेत सातत्यानं वाढ झाल्याचा अनुभव येत राहतो. साहजिकच, असं झालं की, तुमच्या जीवनातील अत्यंत महत्त्वाच्या गोष्टीवर तुम्हाला लक्ष एकवटता येतं.

मौनात किंवा ध्यानात काही काळ व्यतीत करण्याचे अनेक लाभ आहेत. युगानुयुगांपासून त्यांविषयी लिहिण्यात आलं आहे. इतिहासातील अनेक महान लोकांनी प्रार्थनेच्या शक्तीपासून ते ध्यानाच्या चमत्कारापर्यंतच्या शक्तीचा वापर करून घेऊन आपापल्या मर्यादांवर मात केली होती आणि त्यांना असामान्य परिणामही मिळाले होते. 'थ्री सिंपल स्टेप्स' या आपल्या पुस्तकात त्रिवेर ब्लेकनं याचा उल्लेख 'शांतता मिळवण्यासाठी वेळ काढणं' असा केला आहे. त्याने म्हटलं आहे की :

> 'स्वयंभू स्त्री–पुरुषांच्या कथा वाचताना मी एका गोष्टीकडे कमालीचा आकर्षित झालो. त्यांच्यापैकी बहुतेकांनी त्यांच्या वेळापत्रकातील वेडपटपणापासून सुटका करून घेण्यासाठी फक्त कुठेतरी जाऊन शांतपणे बसण्याच्या पद्धतीची निवड केली होती. ते तिथे बसून काही काळ चिंतन करत होते. ज्या वेळी त्यांनी समस्येचा विचार करणं थांबवलं त्याच वेळी त्यांच्या मनात त्याविषयीच्या उत्तम कल्पना निर्माण झाल्या असं त्यांनी म्हटलं आहे. त्या सगळ्यांनीच वेगवेगळ्या पद्धतींनी या प्रक्रियेचं वर्णन

केलं आहे. त्या काळात कशावर विश्वास ठेवला जात होता, त्यानुसार त्यांनी हे वर्णन केलं आहे. एकांतात चिंतन करण्यासाठी काढलेला वेळ हा त्यांच्या कल्पना निर्मितीच्या त्यांच्या यंत्रणांचा सामाईक घटक आहे. जितकं शक्य होईल तितकं कोलाहल करणाऱ्या गर्दीपासून दूर जाऊन पहाटे अनौपचारिकपणे दैनंदिन सराव करणं ही त्यांची पद्धत होती.'

तुमच्या सहेतुक शांततेच्या आचरणाकरिता निवड करण्यासाठी आणि त्या आचरणात समाविष्ट करण्यासाठी पुढे काही अत्यंत सर्वसामान्य सराव देत आहे. (ते त्याच अनुक्रमानं समाविष्ट केले पाहिजेत असं नाही.)

- ध्यान
- प्रार्थना
- कृतज्ञता
- श्वसनावर काम करणं
- चिंतन

यांपैकी प्रत्येक सराव तुम्हाला मन शांत करण्यास मदत करेल. आतूनच आलेल्या ज्ञानाला स्वीकारण्यासाठी, त्याचं स्वागत करण्यासाठी तो तुमच्यासाठी जागा निर्माण करेल आणि उर्वरित एस.ए.व्ही.ई.आर.एस.कडून मिळणाऱ्या लाभांचा अनुभव घेण्यासाठी तुम्हाला ही जागा अधिक खुलं करेल.

काही सकाळी मी वर दिलेल्या यादीतील फक्त एखादी गोष्ट करतो. परंतु, बहुतांश सकाळी मी त्यांच्याशी या यादीतील इतर काही गोष्टींची सांगडही घालतो. उदाहरणार्थ, मी नेहमीच पहाटेच्या चमत्काराची सुरुवात कृतज्ञतेच्या प्रार्थनेनं करतो आणि नंतर ५ ते २० मिनिटांपर्यंत ध्यान करतो. त्या दिवशी मला किती वेळ ध्यान करण्याची आवश्यकता आहे असं मला वाटतं, त्यानुसार मी हा वेळ ठरवतो. ध्यानाची सुरुवात करताना मी सहसा माझ्या मनाला शांत करण्यासाठी हलकेफुलके श्वसनप्रकार करतो. त्यानंतर मन शांत करण्यासाठी मी श्वासाच्या हालचालीवर लक्ष केंद्रित करतो. या संदर्भात थोड्याच वेळात आपण आणखी सविस्तर माहिती घेणार आहोत. टीप : माझी वही मी माझ्या समोर ठेवतो. त्यामुळे ध्यान करताना मला कोणतीही कल्पना सुचली तर मी ती लगेच लिहून ठेवतो. मानसिक स्पष्टता आणि ध्यान करताना सुचणाऱ्या कल्पना या काही वेळा माझ्या सरावाचा अत्यंत मूल्यवान पैलू असतात.

एस.ए.व्ही.ई.आर.एस. करण्यासाठी मी तुम्हाला अंथरुणातून बाहेर पडण्याचा आणि शक्य असेल तर तुमच्या शयनकक्षातूनही बाहेर पडण्याचा सल्ला देईन. अन्यथा,

पलंगावर शांतपणे डोळे मिटून बसल्यानंतर हळूहळू पाठ टेकून गाढ झोपी जाण्याची इच्छा बळावू शकते. हा मोह टाळण्यासाठी पहाटेच्या चमत्काराची माझी आचरणं मी लिव्हिंग रूममध्ये कोचावर ताठ बसून पार पाडतो. तिथे या आचरणांसाठी आवश्यक असलेल्या सगळ्या गोष्टी मी आधीच ठेवून देतो. माझी वही, योग करण्याची चटई, माझ्या ॲफर्मेशन्सचं (सकारात्मक पुष्टिदायक विधानांचं) प्रिंट आउट आणि मी त्या वेळी वाचत असलेलं पुस्तक या सगळ्या गोष्टी तिथेच असतात. त्यामुळे अत्यंत सहजगत्या माझ्या एस.ए.व्ही.ई.आर.एस.ला मी सुरुवात करू शकतो. मला मध्ये-मध्ये उठून त्यासाठी आवश्यक असलेल्या गोष्टींची शोधाशोध करावी लागत नाही.

ध्यानानं सुरुवात

एक आध्यात्मिक आचरण म्हणून ध्यानाचा विचार केला जात असला तरी मी हे लेखन करत आहे तोपर्यंत १,४०० हून अधिक शास्त्रीय अभ्यासांतून असं दिसून आलं आहे की, ध्यानाचे प्रचंड प्रमाणात मानसिक, भावनिक आणि शरीरशास्त्रीय लाभही आहेत. त्यांच्यापैकी अनेक अभ्यासांमधून असं दिसून आलं आहे की, सातत्यपूर्ण ध्यानामुळे मेंदूच्या कामकाजात, चयापचयात, रक्तदाबात आणि इतर शारीरिक कार्यांमध्ये शाश्वत सुधारणा घडून येतात. ध्यानामुळे तणाव आणि चिंता कमी होण्यास मदत होते आणि शारीरिक वेदनांचं निर्मूलन होतं. अधिक चांगली झोप लागणं, मनःस्थितीत सुधारणा होणं, अवधानात आणि एकाग्रचित्ततेत वाढ होणं असे त्याचे इतर काही लाभ आहेत. इतकंच नव्हे तर ध्यानानं आयुष्याची कालमर्यादाही वाढते. खरं म्हणजे फॉर्च्युन ५००० सीईओजविषयीच्या लेखात असं सांगितलं गेलं होतं की, या सीईओंनी त्यांच्या व्यावसायिक आणि आर्थिक यशाचं श्रेय ध्यानाच्या सरावाला दिलं होतं. त्यामुळे आपणही हा सराव करून पाहिला पाहिजे याविषयी माझी खात्री पटली.

ध्यानाचे अनेक प्रकार आहेत आणि त्याबरोबर त्यांची अनेक प्रकारची तंत्रंही आहेत. परंतु, तुम्ही त्या सर्वांचं वर्गीकरण दोन वर्गांमध्ये करू शकता. मार्गदर्शकाच्या मार्गदर्शनाखाली करण्यात आलेलं ध्यान आणि स्वतःच्या जबाबदारीवर केलेलं म्हणजेच स्वयंनिर्देशित ध्यान. मार्गदर्शकाच्या मार्गदर्शनाखाली केलेल्या ध्यानात तुम्ही दुसऱ्या व्यक्तीचा आवाज ऐकता आणि तो आवाज तुम्हाला - तुमच्या विचारांना, अवधानाला आणि जाणिवेला मार्गदर्शन करणाऱ्या सूचना देतो. तुम्हाला यू ट्यूबवर हा प्रकार मिळू शकेल. याप्रमाणेच काम (Calm), हेडस्पेस (Headspace), आणि मिरॅकल मॉर्निंग ॲप (Miracle Morning App) यांवर जाऊनही तुम्ही या प्रकारे ध्यान करू शकाल. स्वयंनिर्देशित ध्यान म्हणजे दुसऱ्याच्या साहाय्याशिवाय तुम्ही स्वतःच जे ध्यान करता ते ध्यान होय.

गेल्या १५ वर्षांत मी असंख्य प्रकारच्या ध्यानांचा शोध घेतला आहे आणि प्रयोग केले आहेत. त्याच्यातून मी विविध प्रकारांचं एकत्रीकरण करून मला जो सर्वाधिक प्रभावी प्रकार वाटला तो तयार केला. एस.ए.व्ही.ई.आर.एस.विषयीच्या माझ्या दृष्टिकोनाचा तुम्ही विचार केला तर, प्रत्येक सरावाला व्यवहार्य, कृती करण्याजोगा आणि परिणाम देणारा सराव करणं हा माझा दृष्टिकोन असल्याचं तुमच्या लक्षात येईल. आता तुम्ही साध्या टप्प्या-टप्प्याच्या (स्वयंनिर्देशित) भावनिकदृष्ट्या सर्वोत्कृष्ट परिणामकारक ध्यान सरावाविषयी म्हणजेच इमोशनल ऑप्टिमायझेशन मेडिटेशनविषयी शिकणार आहात. तुम्ही आधी कधीही ध्यान केलं नसलं तरी त्याची तुम्ही लगेच अंमलबजावणी करू शकाल.

सर्वोत्कृष्ट भावनिक परिणाम देणारं ध्यान

ध्यानाची अनेक तंत्रं तुमचं मन स्वच्छ करणं, तुमच्या विचारांचं निरीक्षण करणं किंवा तुमच्या श्वासाचा मागोवा घेणं यांभोवती फिरतात. (ही सगळीच तंत्रं अत्यंत परिणामकारक आहेत.) भावनिकदृष्ट्या सर्वोत्कृष्ट परिणामकारक ध्यान करणं ही तुम्हाला कोणत्या भावनिक आणि मानसिक अवस्थांचा अनुभव घेण्याची इच्छा आहे त्यांची जाणीवपूर्वक निवड करण्याची कृती असते. एकदा ही निवड केल्यानंतर त्या अवस्थांमध्ये ध्यान करत राहून या अवस्थांना तुमच्या मज्जासंस्थेत पक्क्या बसवण्याचं काम केलं जातं. आपल्याला सगळ्यांना नेहमीच आपल्याला चांगलं वाटावं (आनंदी, कृतज्ञ, शांत, आत्मविश्वासू, प्रेरणा मिळालेले, शक्ती प्राप्त झालेले, उत्साही, प्रेम मिळालेले, प्रशंसा प्राप्त झालेले इ.) असं वाटतं हे आपण सगळेच जण मान्य करू. परंतु, आपल्यापैकी बहुतेक जण आपल्याला आतून कसं वाटतं हे ठरवण्याची मुभा बाह्य परिस्थितींना देतात. एक तर असं असतं किंवा आपण नेहमीच ज्या स्थितीत असतो, ती स्थिती आपल्याला फारशी उपयुक्त नसली तरी आपण त्याच स्थितीत पुढेही राहण्याची निवड करतो. तुमच्या बाह्य परिस्थिती कशाही असल्या किंवा तुम्हाला अगदी तोपर्यंत काहीही वाटत असलं तरी त्यापुढे तुम्हाला कसं वाटावं याची निवड तुम्ही या ध्यानामुळे करू शकता. हे ध्यान करून तुम्ही अशी निवड करण्यास सक्षम होता. तुमच्या जीवनातील विशिष्ट क्षणी तुम्हाला ज्या कशाची गरज असते त्यानुसार तुम्ही ही निवड केलेली असू शकते. वादानंतरही तुमच्या जोडीदाराविषयी प्रेमाच्या भावनांची निर्मिती करणं, आगामी प्रेझेंटेशनसाठी आत्मविश्वासाची निर्मिती करणं किंवा अगदी दुःखाच्या किंवा वाईट वाटण्याच्या भावना स्वीकारणं यांसारख्या कुठल्याही गोष्टीची गरज तुम्हाला त्या क्षणी असू शकते. किंवा तुमच्या सर्वांगीण मानसिक आणि भावनिक कल्याणात सातत्यानं वाढ करत राहण्याची निवड तुम्ही केलेली असू शकते. सर्वसामान्यपणे तुमच्या सर्वांगीण मानसिक आणि भावनिक कल्याणात सातत्यानं वाढ करत

राहण्याची निवड करण्याकडे तुमचा कल असतो. तुम्ही कशाचीही निवड केली तरी सर्वोत्कृष्ट भावनिक परिणाम देणाऱ्या ध्यानामुळे तुम्हाला त्या इच्छित अवस्थेत जाणं भाग पडतं. त्यामुळे अंतिमतः त्या अवस्था आपोआपच जीवन जगण्याच्या, त्याच्याविषयी जाणून घेण्याच्या आणि त्याचा अनुभव घेण्याच्या तुमच्या पद्धतीत समाविष्ट होतात. तुमच्या सर्वोत्कृष्ट भावनिक अवस्थेत राहून तुम्ही जितक्या अधिक प्रमाणात रोज पहाटे ध्यान करता (आदर्श विचार करता), तितकं ते अधिक सोपं वाटतं. ध्यान करणं आणि त्या अवस्थांमध्ये कायमस्वरूपी राहणं या गोष्टी त्यामुळे अधिक प्रमाणात सोप्या होतात.

एखाद्या गोष्टीविषयी सातत्यानं विचार करत राहण्याची गरज सोडून देण्याची मुभा मिळवण्याची ध्यान ही एक संधी असते. आपले बरेचसे विचार आपण पुनःपुन्हा करत राहतो आणि ते अनुत्पादक असतात. आपण एक तर भूतकाळात रमतो किंवा भविष्याची चिंता करतो किंवा आपल्या समस्यांमध्ये कुढत राहतो. या सगळ्या गोष्टींमुळे आपण वर्तमान क्षणातून बाहेर पडतो. आयुष्य म्हणजे वर्तमान क्षण आहे याचा विचार करा. आपण प्रत्येक क्षणावर लक्ष केंद्रित केलं तर तो आपला जीवनानुभव होतो. म्हणून आपण भूतकाळात रमतो किंवा भविष्याची चिंता करतो त्या वेळी वर्तमानकाळाला पूर्णपणे गमावून बसतो. ध्यानामुळे तुमच्या समस्यांची काळजी करण्यातून तुम्हाला सुटका मिळते आणि एक चमत्कार असलेल्या तुमच्या जीवनात पुरेपूर राहण्याची मुभा मिळते.

अखेरीस तुमच्या सरावासाठी उचित अपेक्षा प्रस्थापित करणं महत्त्वाचं असतं. तुमचं मन पूर्णपणे स्वच्छ झालं पाहिजे किंवा दर वेळी ध्यानाला बसल्यानंतर तुम्हाला खूप मोठा अनुभव आला पाहिजे अशी तुमची अपेक्षा असेल तर, तुम्ही निराश होण्याची शक्यता आहे. ही गोष्ट दर वेळी आपण व्यायाम केला की काही पाऊंड वजन कमी झालंच पाहिजे अशी अपेक्षा बाळगण्यासारखी चुकीची आहे. तुमच्या विचारांबरोबर आणि भावनांबरोबर तुम्हाला शांततेनं राहता यावं, याकरिता स्वतःला हळूहळू प्रशिक्षित करण्यासाठी तुम्ही प्रामुख्यानं ध्यान करता. ध्यान करण्यामागचं हेच मुख्य कारण असतं. प्रत्येक वर्तमान क्षणात पूर्णपणे जगता यावं हे ध्यानामागचं मुख्य कारण असतं. तुमचं अवधान वाढवण्यासाठी आणि एकाग्रचित्तता वाढवण्यासाठी, तसंच तुमची मानसिक आणि भावनिक अवस्था सर्वोत्कृष्ट करण्यासाठी तुम्ही ध्यान करता.

ध्यानाला सुरुवात करण्याच्या आधी आधारभूत वातावरण तयार करा. बसण्यासाठी शांत, निवांत जागेची निवड करा. तुम्ही कोचावर, खुर्चीवर ताठ बसू शकता किंवा मांडी घालून जमिनीवर बसू शकता किंवा तुमचा कणा ताठ ठेवण्यासाठी व तुम्हाला आणखी आरामशीरपणा देण्यासाठी उशीवर बसू शकता. तुम्ही डोळे मिटू शकता किंवा नजर खिळवून ठेवण्यासाठी खोलीतील एखाद्या

गोष्टीची निवड करू शकता. तुम्हाला यापैकी जे आवडेल ते करा. आपल्याला किती वेळ ध्यानस्थ बसायचं आहे ते ठरवा आणि ध्यानाची वेळ संपल्याचं तुमच्या लक्षात यावं यासाठी तितक्या वेळेनंतर होणारा गजर लावून ठेवा. तुम्ही अगदी पहिल्यांदाच ध्यान करत असाल तर तुमच्या मनाला स्थिर करण्यासाठी किमान १० मिनिटांचा अवधी तरी द्या. खरं तर आणखी थोडा अधिकच वेळ द्यावा लागेल. त्यामुळे तुम्हाला घाई झाल्यासारखं वाटणार नाही.

सर्वोत्कृष्ट भावनिक परिणाम देणारं ध्यान पूर्ण करण्याच्या तीन पायऱ्या मी पुढे देत आहे.

१. **तुमच्या सर्वोत्कृष्ट मानसिक किंवा भावनिक अवस्थेची निवड करा**

एक गोष्ट लक्षात ठेवा. तुमच्या सर्वोत्कृष्ट मानसिक आणि भावनिक अवस्थेची किंवा अवस्थांची जाणीवपूर्वक निवड करणं आणि त्यानंतर त्या अवस्था निर्माण करणं, हा या ध्यानाचा हेतू आहे. आपल्या विचारपद्धतीवर बाह्य शक्तींचा प्रभाव असतो असा विचार करणं सर्वसामान्य असलं तरी जोपर्यंत तुम्ही त्या शक्तींना तुमच्यावर प्रभाव पाडू देता तोपर्यंतच ही गोष्ट खरी असते. तुमच्या बाह्य परिस्थिती कशाही असल्या तरी तुमच्या जीवनातील प्रत्येक क्षणाचा तुम्ही कसा अनुभव घेता ते निवडण्याची शक्ती तुमच्याकडे आहे हे जाणून घेणं आणि नंतर रोज त्या शक्तीचा उपयोग करणं याच्याशी हे ध्यान संबंधित आहे.

'यावेळी कोणती मानसिक किंवा भावनिक अवस्था माझ्या दृष्टीनं अधिक चांगली आहे?' हा प्रश्न स्वतःला विचारून तुम्ही या ध्यानाची सुरुवात करू शकता. आपल्याला कसं वाटावं अशी तुमची इच्छा आहे? आज तुमच्या कार्यक्रमपत्रिकेवर नेमकं काय आहे आणि तुमच्यासाठी व इतरांसाठी कोणत्या अंतर्गत अवस्थेतून तुम्ही काम करणं उत्तम ठरेल? असे प्रश्न विचारा.

आपल्याला हव्या असलेल्या उत्कृष्ट अवस्था धारण करता याव्यात यासाठी काही वेळा आधी काही नकारात्मक मानसिक किंवा भावनिक अवस्था सोडून देण्याची गरज असते. तुम्ही प्रचंड दबावाखाली असाल आणि तुम्हाला तणावग्रस्तता जाणवत असेल किंवा अगदीच जेरीस आल्यासारखं वाटत असेल तर शांततेनं राहण्यासाठी आणि तुमच्या मनात उत्कृष्ट अवस्थेची रुजवणूक करण्यासाठी ते तणावग्रस्ततेचे विचार आणि भावना सोडून देणं उपयुक्त असल्याचं आणि खरं म्हणजे गरजेचंच असल्याचं तुमच्या लक्षात येईल. जर असं असेल तर स्वतःला पुढील प्रश्न विचारा : 'सोडून देणं आवश्यक असलेली एखादी गोष्ट आहे

का?' जर तसं असेल तर निदान तुमच्या ध्यानाच्या कालावधीत तरी ती गोष्ट सोडून देण्याची इच्छा बाळगा.

त्याचप्रमाणे, तुम्हाला अलीकडे दुःखीपणा किंवा उदासपणा जाणवत असेल तर तुम्ही स्वतःला कदाचित काही साध्या कारणासाठी आनंदी होण्याची मुभा देण्याची गरज असू शकते. इतर कोणीही तुम्हाला तशी परवानगी देऊ शकत नाही. फक्त तुम्हीच तुम्हाला तशी परवानगी देऊ शकता. आयुष्य अवघड, क्लेशदायक आणि दुःखद किंवा अप्रिय वाटत असलं तरी आपण ज्याकरिता कृतज्ञता बाळगली पाहिजे अशा गोष्टींवर आपण लक्ष केंद्रित करू शकतो आणि आनंदीपणाच्या प्रामाणिक भावनांची निर्मिती करू शकतो.

तुम्ही निवड करत असलेल्या अवस्थेत तुम्ही किती काळ आधी होतात, त्यानुसार ती अवस्था तुम्हाला पहिल्यांदा परकी, खोटी किंवा अवघड वाटू शकेल. उदाहरणार्थ, समजा, तुम्ही आनंदी किंवा आत्मविश्वासू होतात, त्याला बराच काळ लोटला असेल तर आता ती अवस्था तुम्हाला नेमकेपणानं आठवणार नाही. म्हणून तुम्ही आता तुम्हाला आनंद किंवा आत्मविश्वास मिळवून दिलेल्या किंवा देणाऱ्या कशाचा तरी विचार केला पाहिजे. तुम्हाला अलीकडे कधी आत्मविश्वासाची जाणीव झाली होती, त्या गोष्टीचा तुम्ही विचार केला पाहिजे. जर अलीकडे तशी घटना घडली नसेल, तर कोणत्या घटनेनं ती निर्माण होईल याचा विचार केला पाहिजे किंवा पूर्वी कधी आत्मविश्वास जाणवला असेल तर त्या घटनेची तीव्रतेनं आठवण काढली पाहिजे. त्यामुळे वर्तमानातही तुमच्या मनात आनंदाची आणि आत्मविश्वासाची भावना जागृत होईल. एक गोष्ट लक्षात ठेवा, व्यायामाप्रमाणेच तुम्हाला याचेही परिणाम तत्काळ मिळत नाहीत, तर हळूहळूच मिळतात. त्याला चिकटून राहा, मग कालौघात अशा निवडी करणं अधिकाधिक सोपं होत जाईल.

स्वतःला मर्यादा घालू नका. तुम्हाला कसं वाटावं याची तुम्ही जी निवड कराल, त्या निवडीला तुम्ही पात्र असाल. तुम्हाला आज आपल्याला कसं वाटावं असं वाटतं? तुमची उत्कृष्ट मानसिक आणि भावनिक अवस्था कोणती आहे? याचा अतिविचार करू नका. ज्या अवस्थेचा अनुभव घेणं तुम्हाला लाभदायक वाटेल अशा कोणत्याही सकारात्मक अवस्थेचा विचार करा. त्यानंतर त्या अवस्थेचा अनुभव घेण्यास स्वतःला परवानगी द्या. ध्यानाच्या काळात या अवस्थेकडे वळण्यासाठी तुमच्या अवधानाला आणि ऊर्जेला तुम्ही दिशा देणार आहात.

२. मन शांत करण्यासाठी श्वासावर लक्ष केंद्रित करा

मनाची अथकपणे सुरू असलेली अंतर्गत निरर्थक बडबड हा बहुतांश लोकांच्या दृष्टीनं ध्यानातील सगळ्यात मोठा अडथळा असतो. म्हणूनच साधं श्वसन ध्यान हे काळाच्या कसोटीवर उतरलेलं ध्यान आहे. श्वसनावर लक्ष केंद्रित केल्यामुळे तुमच्या अंतर्गत संभाषणाकडे असलेलं तुमचं लक्ष तिथून दूर जातं हा श्वसनावर लक्ष केंद्रित करण्यामागचा हेतू आहे. त्यामुळे तुम्ही वर्तमानात घडत असलेल्या गोष्टींमध्ये राहता आणि तुमचं मन शांत होण्यास मदत होते.

तुमच्या अवधानाला तुमच्या श्वासाकडे वळवून ध्यानाची सुरुवात करा. नैसर्गिकपणे, परंतु हळूहळू श्वसन करा. नाकानं हळूहळू दीर्घ श्वास घ्या आणि तुमच्या सोईनुसार नाकातून किंवा तोंडातून तसाच दीर्घ उच्छ्वास सोडा. तुमच्या श्वासांना नाव देणं किंवा ते मोजणं या गोष्टीही तुम्हाला कदाचित उपयुक्त ठरत असल्यासारखं वाटेल. अर्थातच, असंच केलं पाहिजे असं नाही. श्वासाला नाव देण्याचं उदाहरण हे स्वतःशी पुढील विचार करण्यासारखं असेल. श्वास आत घेताना....आत......आत.....आत.....असं म्हणत राहणं आणि उच्छ्वास सोडताना बाहेर......बाहेर.....बाहेर असं म्हणत राहणं (थोडक्यात श्वास आणि उच्छ्वास अशी नावं श्वासाला देणं) यामुळे श्वासावर लक्ष केंद्रित करता येतं. काही वेळा श्वास मोजणं ही गोष्टही उपयुक्त ठरते. काही लोक प्रत्येक श्वास आणि उच्छ्वास म्हणजे एक श्वसन अशाप्रमाणे श्वास मोजतात. श्वास घेताना हळूहळू एक..... एक......एक.....एक.......असं म्हणण्यास आणि उच्छ्वासाच्या वेळी दोन......दोन......दोन......दोन......असं म्हणण्यास मी प्राधान्य देतो. या पद्धतीत त्यानंतर पुढच्या श्वासाच्या वेळी तीन..... तीन......तीन......तीन.......असं म्हणावं आणि उच्छ्वासाच्या वेळी चार.......चार.......चार.....चार....असं मोजावं. या प्रकारे तुम्ही श्वास व उच्छ्वास मोजत राहू शकता. सहसा मी अशा प्रकारे २० आकडे (१० श्वास आणि १० उच्छ्वास) मोजेपर्यंत माझं मन अधिक शांत होतं आणि मी तिसऱ्या पायरीवर जाण्यास तयार होतो.

मनाला शांत करणं ही गोष्ट सुरुवातीला तुम्हाला अवघड वाटत असली तरी (हे अवघड वाटणं अगदी स्वाभाविक, अपेक्षित आहे आणि त्यामुळेच या भागात तुमच्या विकासाचं क्षेत्र आहे हेही स्पष्ट होईल.) हळूहळू तुमच्या असं लक्षात येईल की, तुम्ही जसजसं

श्वासाचं निरीक्षण करत, त्याचा मागोवा घेत राहाल तसतसे तुमचे विचार आणि भावना हळूहळू स्थिरावू लागतात. हे करत असताना तुमच्या अशांत मनामुळे त्रासून जाणं, उद्विग्न होणं किंवा उतावीळ होणं या गोष्टी वर्ज्य आहेत. असं न करणं हीच याची गुरुकिल्ली आहे. ज्या वेळी तुमचं लक्ष श्वासावरून उडाल्याचं आणि त्याऐवजी तुमच्या विचारांकडे वळल्याचं तुमच्या लक्षात येईल, त्या वेळी फक्त हा बदल मान्य करा. त्याच्याकडे शांततेनं पाहा आणि पुन्हा एकदा तुमच्या श्वासावर लक्ष केंद्रित करा. आपलं लक्ष केंद्रित करणं आणि विचारांकडे शांततेनं पाहणं हे एक प्रकारचं कौशल्य आहे. कोणत्याही कौशल्याप्रमाणेच तुम्ही त्याचा जितका अधिक सराव कराल, तितकं ते अधिक सहजपणे करणं शक्य होईल. दहाव्या प्रकरणात देण्यात आलेल्या तुमच्या सकाळच्या चमत्काराच्या ३० दिवसांच्या प्रवासाची सांगता होईपर्यंत तुम्ही तो करण्यात किती अधिक चांगले झाला आहात ते पाहून तुम्हाला आश्चर्य वाटण्याची शक्यता आहे.

३. तुमच्या उत्कृष्ट अवस्थेत राहून ध्यान करा

आता तुमचं मन अधिक शांत झालं आहे आणि थोडंफार अधिक स्तब्धही झालं असावं अशी आशा करू या. त्यामुळे आता तुम्ही निवडलेल्या सर्वोत्कृष्ट मानसिक आणि भावनिक अवस्थेची निर्मिती करण्याकडे थेट तुमचं लक्ष वळवण्याची वेळ आली आहे. हे करण्यासाठी तुमचं मन मोकळं करण्याचा प्रयत्न करण्याऐवजी (अनेक प्रकारच्या ध्यानांमध्ये तुम्ही असं केलं असेल) तुम्हाला ज्या प्रकारच्या अवस्थेचा अनुभव घेण्याची इच्छा असेल तिच्याशी सुसंगत असे विचार, प्रतिमा आणि सकारात्मक, पुष्टिदायक विधानं तुमच्या मनात तुम्ही थेट भरू शकाल. उदाहरणार्थ, समजा, तुम्ही कृतज्ञतेच्या अवस्थेची निवड केली आहे. तुम्ही मंद, मन शांत करणारे, दीर्घ श्वास घेऊ लागाल त्या वेळी तुम्ही स्वतःशी पुढील विचार करू शकाल : 'मी कृतज्ञ राहावं अशा कित्येक गोष्टी माझ्याकडे आहेत. या क्षणी मी सुरक्षित आहे त्याबद्दल मी कृतज्ञ आहे. माझ्याकडे ध्यान करण्याची क्षमता आहे, त्याबद्दल मी कृतज्ञ आहे. माझ्यावर प्रेम करणारे आणि मी ज्यांच्यावर प्रेम करतो असे लोक माझ्या जीवनात आहेत, त्याबद्दल मी कृतज्ञ आहे. देवाशी असलेल्या माझ्या आध्यात्मिक नात्याबद्दल मी कृतज्ञ आहे. माझ्या डोक्यावर छप्पर आहे, खायला अन्न आहे आणि घालायला कपडे आहेत, शिवाय, माझ्याकडे आणखीही बरंच काही

आहे, त्याबद्दल मी कृतज्ञ आहे. माझ्या समोरच्या आव्हानांविषयी मी कृतज्ञ आहे, कारण या आव्हानांमधूनच मला शिकता आलं, माझी वाढ करून घेता आली आणि माझं अधिक चांगलं स्वरूप होता आलं. माझ्या बाबतीत काहीही घडलं असलं तरी ज्या गोष्टी मी बदलू शकत नाही त्यांच्या संदर्भात मी नेहमीच शांतपणे वागेन. मी नेहमीच शांत राहण्याची निवड करेन आणि माझ्या उत्कृष्ट मानसिक व भावनिक अवस्थेची निर्मिती करेन.' इ.

वर देण्यात आलेले विचार लिहून काढणं अपेक्षित नाही (अर्थातच, तुम्हाला हवं असेल तर तुम्ही ते लिहूनही तयार करू शकता). तुम्ही ज्या कशावर लक्ष केंद्रित करण्याची निवड कराल, त्या संदर्भातील विचारांचा तुमच्या मनावर तुम्ही कसा वर्षाव करू शकाल त्याचं हे फक्त एक उदाहरण आहे. त्यामुळे उत्कृष्ट मानसिक आणि भावनिक अवस्थांची निर्मिती करण्याकडे तुमची जाणीव वळेल.

तुमच्या इच्छित अवस्थेशी तुमच्या शारीरिक अवस्था (श्वसन, बसण्याची स्थिती, चेहऱ्यावरचे हावभाव इ.) सुसंगत असाव्यात असंही मी तुम्हाला सुचवेन. कृतज्ञतेविषयीच्या वर दिलेल्या उदाहरणाचाच पुढे विचार केला तर तुम्हाला ज्या सगळ्या गोष्टींविषयी कृतज्ञता वाटली पाहिजे, त्यांचा विचार करताना ओठ मिटून चेहऱ्यावर किंचित स्मित आणा. 'एक्सपेरिमेंटल सायकॉलॉजी' या शास्त्रीय नियतकालिकातील अलीकडच्या एका अभ्यासानुसार, सुरुवातीला स्मित प्रामाणिकपणे निर्माण झालेलं नसलं तरीही स्मिताच्या क्रियेमुळे सकारात्मकतेशी संबंधित रसायन स्रवण्यास उत्तेजन मिळतं. त्याऐवजी आपली उत्कृष्ट अवस्था म्हणून तुम्ही आत्मविश्वास किंवा प्रेरणा यांची निवड केली असेल तर ताठ बसा किंवा उभे राहा. खांदे ताठ ठेवा (खेचून मागे घ्या). आणि आत्मविश्वास वाटत असलेल्या किंवा प्रेरणा मिळालेल्या एखाद्या व्यक्तीसारखी भावना मनात निर्माण करून श्वसन करा. तुमच्या उत्तम अवस्थेला पूर्णपणे आत्मसात करा.

तुमच्या ध्यानाच्या कालावधीत तुमच्या विचारांना, भावनांना तुमच्या निवडलेल्या अवस्थेकडे वळवा. ध्यानाच्या श्वसनाच्या भागाप्रमाणेच जर तुमचे विचार भरकटत असतील किंवा तुम्ही निवडलेल्या अवस्थेशी विसंगत असतील तर फक्त त्या आधार न देणाऱ्या विचारांना मान्य करा आणि त्या जागी सकारात्मक, पाठबळ देणारे विचार भरा. (तुम्ही स्वतःशी एखादा सकारात्मक विचार करणं आणि त्याबरोबर लगेच तुमच्या अर्धबोध अवस्थेनं त्याच्या विरुद्ध

विचार समोर आणणं ही सर्वसामान्य बाब आहे.) इथेही पुन्हा एकदा तुम्ही ध्यानाचा जितका अधिक सराव कराल, तितकं ते अधिक स्वाभाविक आणि सहज होत जाईल.

मी इतर प्रकारच्या ध्यानांचाही सराव करत असलो तरी सर्वोत्कृष्ट भावनिक परिणाम देणारं ध्यान हे माझं आवडतं आहे, कारण ते माझ्या मनाला शांत करतंच, पण त्याशिवाय माझ्या जीवनात काहीही घडत असलं तरी ते मला रोज सर्वोच्च मानसिक आणि भावनिक अवस्थेत राहण्यास सक्षम करतं. तुम्ही जितका अधिक काळ याचा सराव कराल, तितकं ते अधिक सहज होत जाईल आणि त्याचे लाभही चक्रवाढीनं वाढतील.

शांततेत किंवा ध्यानात वेळ व्यतीत करणं ही तुम्हाला शांत राहण्याकरिता, कृतज्ञतेचा अनुभव घेण्याकरिता आणि तुमच्या दैनंदिन तणावांमधून व काळज्यांमधून मुक्त होण्याकरिता मिळालेली संधी असेल. इथे एक गोष्ट लक्षात घ्या. ध्यान करताना कोणीतरी त्या संपूर्ण मार्गावर आपल्याला मार्गदर्शन करत राहावं म्हणून तुम्हाला मार्गदर्शनपर श्राव्य ध्यान करून पाहायचं असेल तर यू ट्यूबवर ध्यानाचे असंख्य प्रकार मोफत उपलब्ध आहेत. तसेच Miracle Morning app ही उपलब्ध आहे. मला स्वतःला ध्यानाला सुरुवात करताना मार्गदर्शनपर ध्यान अधिक चांगलं वाटलं, कारण विशेषतः ध्यान करत शांततेत बसणं ही गोष्ट माझ्यासाठी अत्यंत आव्हानात्मक होती. कशावर लक्ष केंद्रित केलं पाहिजे आणि कोणत्या गोष्टी सोडून दिल्या पाहिजेत, याविषयी दुसरं कोणीतरी मार्गदर्शन करत असताना ते ऐकत त्याच्या सूचनांनुसार लक्ष केंद्रित करत पुढे जाणं मला तुलनेत सोपं वाटलं आणि अतिशय उपयुक्तही ठरलं. मार्गदर्शनपर ध्यानातून स्वनिर्देशित ध्यान करण्यापर्यंतच्या टप्प्यापर्यंत पोहोचण्यासाठी आणि मला ध्यान कसं करावं ते समजलं आहे असं वाटण्यासाठी मला तीन ते चार आठवड्यांचा कालावधी लागला. अखेरीस मी विचारांना आत प्रवेश करू देण्याची मुभा देत असलेलं स्थान मला सापडलं. मी विचारांना शांतपणे मान्यता देत होतो आणि नंतर त्यांना तसंच शांतपणे आणि अजिबात निराश न होता हाकलून देत होतो. म्हणून मौनात, शांततेत किंवा ध्यान करण्यात अधिक वेळ व्यतीत होत असला तरी अजिबात निराश होऊ नका. सुरुवातीला ते आव्हानात्मक वाटलं तरी त्यामुळे हतोत्साहित होऊ नका. त्याला तसेच चिकटून राहा. त्यानंतर ध्यानामुळे तुमच्या जीवनाला मिळणारे परिणाम अमूल्य असतील.

लाइफ सेव्हर्स (एस.ए.व्ही.ई.आर.एस.)

'ए' म्हणजे सकारात्मक पुष्टिदायक विधानं

'सकारात्मक पुष्टिदायक विधानांच्या पुनरुक्तीतूनच विश्वास निर्माण होतो. एकदा तो विश्वास ठाम निर्धारात परिवर्तित झाला की सगळ्या गोष्टी घडू लागतात.'

–मुहंमद अली

'तुम्ही यशस्वी आहात हे तुमच्या सुप्त मनाला तुम्ही ठाम निर्धारानं पटवून देईपर्यंत आणि त्याच्यावर ते ठसवेपर्यंत तुम्ही अपयशीच ठराल. खात्रीशीर सकारात्मक विधानं करून हे करता येतं.'

–फ्लोरेन्स स्कॉवेल शिन

'मी कृतज्ञ आहे,' मुहंमद अलीनं हेच सकारात्मक विधान पुनःपुन्हा जाणीवपूर्वक घोकलं आणि त्यानंतर तो खरोखरच कृतज्ञ झाला. आपण जे पुनःपुन्हा सांगतो किंवा आपल्या मनाशी जी सकारात्मक पुष्टिदायक वाक्यं जाणीवपूर्वक पुनःपुन्हा घोकत राहतो, ती आपली आंतरिक वास्तव होतात आणि आपल्या बाह्य वास्तवावर परिणाम करण्याच्या आपल्या क्षमतेवर प्रभाव टाकतात आणि नंतर आपण ती व्यक्ती होतो. अशा प्रकारे, तुम्हाला ज्या प्रकारची व्यक्ती व्हायचं असेल त्या प्रकारची व्यक्ती होण्यासाठी सकारात्मक, पुष्टिदायक विधानांची पुनरुक्ती करा, त्यानंतर तुम्ही त्या प्रकारची व्यक्ती व्हाल.

आपल्यापैकी प्रत्येकाच्या मनात अंतर्गत संभाषण सुरू असतं आणि जवळजवळ अथकपणे आपण स्वतःशीच संवाद साधत असतो. यातली समस्या अशी आहे की, आपण जो विचार करतो तो अबोधपणे करतो. याचा अर्थ आपल्या अंतर्गत संभाषणाची निवड आपण सक्रियपणे आणि जाणीवपूर्वक करत नाही. परिणामी, आपल्या भूतकालीन अनुभवांना आणि मर्यादांना आपल्या डोक्यात आपण पुन्हा एकदा जिवंत करतो, अनुभवतो. असं केल्यामुळे आपल्या मर्यादित विश्वासांवर

आपण शिक्कामोर्तब करतो आणि त्यांना आपल्यामध्ये व आपल्या भोवतालच्या जगात शाश्वत करतो. आपण करत असलेली ही 'सर्वसामान्य' गोष्ट असली तरी आपल्या क्षमतांचा परिपूर्ण वापर करण्यापासून आपल्याला मागे खेचणारा तो एक अतिशय घातक घटक असतो. हेन्री फोर्डनं केलेलं विधान प्रसिद्धच आहे. त्याने म्हटलं होतं की : 'आपण हे करू शकतो किंवा आपण हे करू शकत नाही, यांपैकी कोणताही विचार तुम्ही केला तरी तो बरोबरच असतो.'

तुमची मानसिक रचना कशी आहे?

अर्धबोध पातळीवर आपल्या सगळ्यांची एक मानसिक रचना तयार झालेली असते. विचार करणं, विश्वास ठेवणं आणि वर्तन करणं या गोष्टी आपण ज्या प्रकारे करतो, त्या गोष्टी या रचनेवर अवलंबून असतात. यालाच आपण आपली 'जडणघडण' झालेली असते असं म्हणतो. अनेक प्रभावांनी आपली ही जडणघडण होते. इतरांनी आपल्याला जे सांगितलेलं असतं, आपण स्वतःला जे सांगतो आणि आपले सगळे चांगले-वाईट जीवनानुभव आपल्याला जे सांगतात - त्या सगळ्यातून आपली जडणघडण होत जाते. काही जणांची जडणघडण ही आनंदी राहण्यासाठी आणि यशस्वी होण्यासाठी झालेली असते. तर इतर बहुसंख्य लोकांच्या जडणघडणीमुळे त्यांचं जीवन गरजेपेक्षाही अधिक अवघड होतं.

यातली वाईट गोष्ट अशी आहे की, जर आपल्या अंतर्गत संभाषणाची निवड आणि रचना आपण जाणीवपूर्वक केली नाही तर आपण भीती, असुरक्षितता आणि भूतकालीन मर्यादा यांनी जखडले जातो. आपण त्यांचीच पुनरावृत्ती करत राहतो आणि त्यांचीच निर्मिती करत राहतो. जर आपण आपल्या चुकांवर आणि आपण कुठे कमी पडत आहोत यावरच सातत्यानं लक्ष केंद्रित करत राहिलो तर आपल्या मनात अपराधीपणा, अपुरेपणा आणि आपल्याला खरोखरच हवं असलेलं यश मिळवण्यास आपण अपात्र असल्याची भावना निर्माण होईल.

यातली चांगली गोष्ट अशी आहे की, आपली ही जडणघडण बदलणं किंवा तिच्यात सुधारणा करणं केव्हाही शक्य असतं. आपल्या मनातील सगळ्या भीती, असुरक्षितता आणि भूतकालीन मर्यादा यांच्यावर मात करण्यासाठी आपल्या मनांची जडणघडण करण्यास आपण अगदी आता, लगेच सुरुवात करू शकतो. असं करून जीवनाच्या कोणत्याही क्षेत्रात आपल्याला हव्या तितक्या प्रमाणात आपण यशस्वी होऊ शकतो. मी तुम्हाला एका साध्या, परंतु प्रभावशाली सूत्रामधून टप्प्या-टप्प्यानं पुढे नेणार आहे. त्यामुळे अर्थपूर्ण परिणामांची निर्मिती करण्यासाठी तयार करण्यात आलेल्या लेखी सकारात्मक पुष्टिदायक विधानांमुळे तुम्हाला फक्त अधिक बरं वाटणार नाही, तर त्यांच्यातून तुम्हाला खरोखरचे चांगले परिणाम मिळतील.

तुम्हाला काय मिळवायचं आहे, कशात यश मिळवायचं आहे आणि जीवनात कशाचा अनुभव घ्यायचा आहे, ते शोधण्यास, त्याची रचना करण्यास आणि त्याला पुष्टी देण्यास तुम्ही सक्षम व्हाल. ते यश किंवा अनुभव तुमच्यासाठी आवश्यकच का आहेत आणि ते प्राप्त करण्यासाठी तुम्हाला कोणत्या नेमक्या कृती कराव्या लागणार आहेत याविषयी तुम्ही सांगत असलेल्या गोष्टींवर तुमचं अर्धबोध मन विश्वास ठेवू लागतं. त्यानुसार कार्य करू लागतं आणि अखेरीस तुम्ही जाणीवपूर्वक निवडलेल्या वास्तवाची ते निर्मिती करतं.

तुम्ही कागदावर किंवा डिजिटल अशा कोणत्याही पद्धतीनं, पण लेखी स्वरूपात तुमची सकारात्मक विधानं तयार करणं आवश्यक असतं. अशा प्रकारे, तुम्ही अतिशय काळजीपूर्वक नेमकी भाषा वापरू शकता. त्यामुळे त्यांची प्रमाणित वाक्यं तयार होतात आणि तुमच्यासाठी उपयुक्त असलेली वाक्यं तुमच्या समोर येतात. प्रत्येकाची इच्छित फलितं वेगवेगळी असतात. इथे स्वतःच लादलेल्या मर्यादा मार्गात आडव्या येतात. त्यामुळे तुम्ही निवडलेली भाषा तुमच्या मनात निनादत, घुमत राहणं ही गोष्ट महत्त्वाची असते. तुम्ही रोज त्यांचं पाठांतर करू शकता, हा ती वाक्यं लिहून काढण्याचा आणखी एक फायदा असतो. या पुनरुक्तीमधून तुमचं मन तुमच्या समोर निर्माण होण्याची शक्यता असलेल्या नवीन वास्तवाला मान्य करू लागतं. सकारात्मक पुष्टिदायक विधानांच्या सातत्यानं केलेल्या पुनरुक्तीमुळे तुमच्या जीवनात खरोखरच बदल घडवून आणण्यासाठी आवश्यक असलेली कृती करण्याची स्फूर्ती तुम्हाला मिळते.

सकारात्मक, पुष्टिदायक विधानं तयार करण्याची जुनी पद्धत उपयुक्त न ठरण्याची कारणं

ज्या वेळी सकारात्मक पुष्टिदायक विधानं अचूकपणे तयार केली जातात त्या वेळी आपल्या विचारांमध्ये आणि वर्तनांमध्ये कायापालट घडवून आणण्यासाठी ती अत्यंत परिणामकारक असल्याचं सिद्ध झालं आहे. पण सकारात्मक विधानांमध्येही एक वाईट परिणाम आहे. त्यांच्याकडे नेहमीच परिणामशून्य किंवा जास्तीतजास्त एक कमी दर्जाचा प्रकार म्हणून पाहिलं जातं. अनेक दशकांपासून स्वयंसाहाय्यता क्षेत्रातील तज्ज्ञ आणि गुरू अनेक प्रकारे सकारात्मक वाक्यांचा उपयोग करण्यास शिकवत आहेत. परंतु, हे प्रकार परिणामकारक नाहीत. खरं तर ते निष्प्रभ आहेत. त्यांच्यामुळे अगदी निर्हेतुकपणे लोक अपयशाकडे जाण्यास सिद्ध होतात. अनेक लोकांनी त्यांचा वापर करून पाहिला, पण अखेरीस ते निराश झाले आहेत.

जे लोक सकारात्मक पुष्टिदायक विधानांना निष्प्रभ आणि हलक्या प्रतीचं साधन समजत होते, त्यांच्यातच लहान असताना माझाही समावेश होता. मला असं

वाटत होतं की, फक्त मनाला बरं वाटण्यासाठी तयार करण्यात आलेला तो एक प्रकार होता. प्रत्यक्षात त्यात काहीही तथ्य नव्हतं. ती फक्त लोकांना भ्रमात ठेवत होती आणि काही क्षण त्यांच्या मनात चांगल्या भावना निर्माण करत होती, इतकंच! आपल्यापैकी ज्या लोकांना परिणाम हवे असतात आणि जे सुज्ञ असतात, ते मनाला फक्त चांगलं वाटावं यासाठी अशा प्रकारची सकारात्मक पुष्टिदायक वाक्यं घोकत बसत नाहीत आणि आपल्या असुरक्षितपणावर पांघरूण घालण्याच्या प्रयत्नांमध्ये वेळ दवडत नाहीत, असंच मला वाटत होतं. अशा वाक्यांमुळे काही चांगले परिणाम निर्माण होतील यावर त्या वेळी माझा विश्वास नव्हता.

मॅट रेकर या माझ्या घनिष्ठ आणि अत्यंत यशस्वी मित्रासोबत राहत असताना मला पहिल्यांदा सकारात्मक वाक्यांच्या ताकदीचा प्रत्यक्ष अनुभव मिळाला. त्याच्या शय्यागृहाला लागून असलेल्या त्याच्या बाथरूममध्ये शॉवर घेत असताना मॅट जवळजवळ रोजच ओरडत असे. बहुधा तो मला जोरजोरात ओरडून हाका मारत असावा, असं वाटून मी सुरुवातीला त्याच्या शयनकक्षाच्या दरवाजापर्यंत गेलो होतो आणि त्या वेळी मला तो पुढील वाक्यांसारखी काही वाक्यं ओरडून, ओरडून बोलत असल्याचं ऐकू आलं होतः 'मी नियतीच्या नियंत्रणात आहे. मी यश मिळवण्यास पात्र आहे. माझी उद्दिष्टं साध्य करण्यासाठी आणि माझ्या स्वप्नातील जीवनाची निर्मिती करण्यासाठी जे जे करण्याची गरज आहे ते सगळं आज करण्यास मी बांधील आहे.'

'काय वेडपटपणा आहे, अगदीच विचित्र आहे हा!' असा विचार मी करत होतो. त्याआधी १९९०च्या दशकात एका टीव्हीवर 'सॅटर्डे नाइट लिव्ह' हा लोकप्रिय कार्यक्रम लागत असे. त्यात अल फ्रँकननं स्टुअर्ट स्मॉलीचं पात्र साकारलं होतं. हे पात्र 'डेली अॅफर्मेशन्स विथ स्टुअर्ट स्मॉली' नावाच्या काल्पनिक कार्यक्रमाचं सूत्रधार होतं. या प्रत्येक भागाची सुरुवात स्टुअर्ट आरशात पाहून स्वतःशीच पुढील वाक्यांची घोकंपट्टी करत असल्याच्या दृश्यानं होत असे. ही वाक्यं अशी होती : 'मी अतिशय चांगला आहे. मी अतिशय हुशार आहे. मी हे लपूनछपून करत आहे. मी लोकांना आवडतो.' ही थोडीशी गमतीशीर, विनोदी गोष्ट होती, परंतु त्यांच्यामुळे माझ्या मनात पक्का विश्वास निर्माण झाला की, सकारात्मक विधानांच्या पुनरुक्तीला गांभीर्यानं घेण्याची गरज नाही.

मॅटच्या सुदैवानं, त्याला माझ्यापेक्षा अधिक चांगली माहिती होती. तो टोनी रॉबिन्सचा दीर्घकालीन विद्यार्थी होता. त्यामुळे आपल्या अबोध मनाची काळजीपूर्वक जडणघडण करण्यासाठी आणि यशाच्या असामान्य पातळ्यांची निर्मिती करण्यासाठी तो गेल्या काही वर्षांपासून सकारात्मक पुष्टिदायक विधानांचा आणि मंत्रोच्चारांचा वापर करत होता. तो एक स्वयंभू कोट्यधीश होता आणि त्याच वेळी जेमतेम २५ वर्षांचा असताना त्याच्या मालकीची पाच घरं होती. मॅट काय करत होता, हे त्याला स्पष्टपणे माहीत होतं. मी त्याच वेळी त्याच्याकडे बारकाईनं लक्ष दिलं असतं तर शॉवरखाली

असताना मॅट जे ओरडत होता आणि त्याने जे यश मिळवलं होतं त्याच्यात असलेला घनिष्ठ संबंध तेव्हाच माझ्या लक्षात आला असता. काहीही झालं तरी मी त्याच्या घरातच एक खोली भाड्यानं घेतली होती. दुर्दैवानं, त्यानंतर सकारात्मक पुष्टिदायक विधानांच्या पुनरुक्तीच्या लाभाचं महत्त्व मला समजण्यासाठी आणखी काही वर्षांचा काळ लोटावा लागला. त्यानंतर वैयक्तिक कायापालटासाठी सकारात्मक विधानांची पुनरुक्ती हे सर्वाधिक प्रभावी साधन असल्याचं माझ्या लक्षात आलं.

मी वैयक्तिक विकासाचा अभ्यास करण्यास सुरुवात केल्यानंतर कायापालटाचं अधिकृत, उत्तम साधन म्हणून सकारात्मक पुष्टिदायक विधानांची मला ओळख झाली. यात मला मिळालेलं वचन असं होतं की, माझा त्या वाक्यांवर विश्वास बसेपर्यंत मी त्यांचा पुनरुच्चार करत राहिलो तर ती सकारात्मक पुष्टिदायक वाक्यं माझं अवघं जीवन बदलून टाकतील. मी आळशी आहे, यावर विश्वास ठेवून एखादी व्यक्ती मोठी झाली (कारण मी आळशी होतोच.) असेल तर तिला माझी समस्या काय होती ते समजेल. मला काहीही करण्याची गरज नाही, असा विचार मी करत होतो. माझ्याकडे सारं काही होतं.

पण अखेरीस बहुतेक लोक सकारात्मक पुष्टिदायक वाक्यांच्या साहाय्यानं ज्या भिंतीवर जाऊन आदळतात त्या भिंतीवर जाऊन आदळण्यास मला फारसा वेळ लागला नाही. स्वयंसाहाय्यता क्षेत्रात पायाभूत काम केलेल्या लोकांनी सर्वसामान्यपणे मला जे काही शिकवलं होतं ती चौकट वापरल्यानंतर माझ्या बाबतीत काहीही घडलं नव्हतं. मी जे महान जीवन माझ्या समोर अवतरणार असल्याचं म्हणत होतो, ते काही केल्या माझ्या समोर अवतरलंच नव्हतं. 'मी.....आहे,' (मधल्या गाळलेल्या जागी तुम्हाला जे होण्याची इच्छा असेल तो शब्द घालावा.) प्रकारच्या सकारात्मक पुष्टिदायक विधानांचा वापर मी केला होता. मला ती विधानं असत्य आहेत असं न वाटेपर्यंत मी ती घोकत राहिलो होतो.

त्यानंतर एके दिवशी मला तो साक्षात्कार झाला. प्रत्यक्ष सकारात्मक वाक्यांमध्ये काहीही दोष नव्हता. त्यांच्याबद्दल फक्त गैरसमज करून घेतला गेला होता. त्यांना चुकीच्या पद्धतीनं शिकवलं गेलं होतं आणि त्यांचा गैरवापर झाला होता. अखेरीस मी त्या दोषांपैकी सगळ्यात महत्त्वाचे दोन दोष लक्षात घेतले. त्यांच्यामुळेच माझ्या दृष्टिकोनात मला पूर्ण बदल घडवून आणावा लागला आणि अधिक व्यवहार्य, कृती करण्यायोग्य आणि सातत्यानं मूर्त, मापन करण्यायोग्य परिणाम घडवून आणणारी सकारात्मक विधानं तयार करणं शक्य झालं.

यानंतर तुमची स्वतःची पहाटेच्या चमत्काराच्या आचरणाची परिणामाभिमुख सकारात्मक विधानं मी तुम्हाला देणार आहे. त्यांचा पाया सत्यात खोलवर रुजलेला आहे आणि तुमच्या अबोध मनाची पुनर्जडणघडण करण्याकरिता ती व्यूहरचनात्मकरीत्या तयार करण्यात आली आहेत. तुमच्या सबोध वर्तनावर त्यांचा थेट परिणाम होईल.

आपण त्याविषयी चर्चा करण्याच्या आधी पहिल्यांदा सकारात्मक पुष्टिदायक विधानांच्या पुनरुक्तीच्या संदर्भात दोष होते असं मी जे म्हटलं आहे, त्याचा विचार करू या.

दोष १ : स्वतःशी असत्य बोलण्याचा उपयोग होत नाही

'मी लक्षाधीश किंवा कोट्यधीश आहे,' असं वाक्य तुम्ही उच्चारता. तुम्ही खरोखरच लक्षाधीश किंवा कोट्यधीश आहात का? 'माझ्या शरीरात ७ टक्के चरबी आहे.' खरंच तसं आहे का? 'या वर्षी माझी सगळी उद्दिष्टं मी पूर्ण केली आहेत.' खरंच तुम्ही तसं केलं आहे का?

तुम्ही आधीच सगळ्या गोष्टी मिळवल्या आहेत, अशा प्रकारे शब्दरचना करून सकारात्मक पुष्टिदायक विधानं तयार करणं किंवा आपण कोणीतरी झालो आहोत, असं म्हणणं (अर्थातच जे तुम्ही तोपर्यंत प्रत्यक्षात झालेलेच नसता) हे बहुतांश लोकांकरिता सकारात्मक विधानांची घोकंपट्टी निष्प्रभ ठरण्याचं पहिलं महत्त्वाचं कारण आहे. या तंत्रातून आपल्याला जी गोष्ट सत्यात उतरावी असं वाटत असतं, त्या गोष्टीला सातत्यानं पुष्टी देण्यास शिकवलं जातं. अशा वेळी आपल्याला जे व्हावं अशी इच्छा, अपेक्षा असते ते झाल्याचा आभास निर्माण करून, त्यावर स्वतःला विश्वास ठेवायला लावून आपण स्वतःलाच फसवतो. मनात कुठेतरी खोलवर आपल्याला हे माहीत असतं की, ही वाक्यं खोटी आहेत. असं काहीही घडलेलं नाही. जे विधान सत्य नाही, त्याची दर वेळी पुनरुक्ती करून तुम्ही स्वतःशीच खोटं बोलता. तुमचं अर्धबोध मन त्यामुळेच त्या वाक्यांना विरोध करतं आणि त्यांना नाकारतं. 'मी श्रीमंत आहे,' किंवा 'मी आनंदी आहे,' या वाक्याचा तुम्ही सातत्यानं पुनरुच्चार करत राहिलात आणि तुमच्या सत्य परिस्थितीशी त्याचा काडीमात्र संबंध नसेल तर तुम्ही अकारण अंतर्गत विसंवाद आणि संघर्ष निर्माण करता. (जणू काही आधीचे आपले संघर्ष कमीच असतात!)

तुम्ही बुद्धिमान व्यक्ती असल्यामुळे तुम्ही भ्रामक व्यक्ती नाही. तुम्ही भ्रामक विधानानं स्वतःचं समाधान करू शकत नाही. उलटपक्षी अशी विधानं करून तुम्ही सातत्यानं स्वतःशी खोटं बोलता आणि ही व्यूहरचना कधीच मूळ उत्कृष्ट व्यूहरचना असू शकणार नाही. सत्य नेहमीच प्रभुत्व मिळवेल.

दोष २ : कर्मणिवाचक प्रयोगाची वाक्यरचना अर्थपूर्ण परिणाम निर्माण करत नाही

आपल्या एखाद्या इच्छित गोष्टीचं त्या वेळेपुरतं पोकळ आश्वासन देऊन आपल्याला त्या क्षणापुरतं बरं वाटावं म्हणून तयार करण्यात आलेली अनेक सकारात्मक पुष्टिदायक विधानं ही कोणत्याही प्रयत्नावर अवलंबून नसतात. उदाहरणार्थ, इथे मी

पैशाशी संबंधित लोकप्रिय सकारात्मक विधान देत आहे. अनेक उत्तम आध्यात्मिक गुरूंनी आणि स्वयंसाहाय्यता तज्ज्ञांनी ते दिलं आहे. 'मी पैशाला आकर्षित करणारा चुंबक आहे. पैसा माझ्याकडे सहजपणे आणि विपुल प्रमाणात वाहत येतो.'

जर पैसा कमावणं इतकं सोपं असेल तर मलाही तुमच्या त्या गटात सहभागी करून घ्या ना!

आपण सकारात्मक पुष्टिदायक विधानांची घोकंपट्टी करण्यासाठी, त्यांची पुनरुक्ती करण्यासाठी वेळ काढणार असू, तर त्यांच्यातून परिणामांची निर्मिती झाल्याचं पाहण्याचीही आपली इच्छा असणं साहजिकच आहे. त्यांच्यामुळे आपल्याला फक्त त्या क्षणांपुरतं तात्पुरतं समाधान मिळून काहीच उपयोग होणार नाही. आपल्या आर्थिक परिस्थितीत सुधारणा घडवून आणणाऱ्या सकारात्मक विधानाची आपण पुनरुक्ती करत असलो तर आपल्या उत्पन्नात सुधारणा झाल्याचं किंवा बँकेतील शिलकीत वाढ झाल्याचं पाहायला आपल्याला आवडेल. आपण वजन कमी करण्याच्या संदर्भातील सकारात्मक विधानाची पुनरुक्ती करत असलो तर आपल्याला दर वेळी आपण वजनकाट्यावर उभे राहिल्यानंतर निदान थोडं तरी वजन कमी झाल्याचं पाहायला मिळावं अशी आपली अपेक्षा असणारच. आपल्या वैवाहिक जीवनात सुधारणा घडवून आणण्यासाठी आपण सकारात्मक विधानांचा उपयोग करत असलो तर आपण केलेल्या सुधारणा आपल्या जोडीदाराला जाणवल्या पाहिजेत, त्याला किंवा तिला त्यांचा अनुभव आला पाहिजे (आणि आदर्श परिस्थितीत त्याच्याकडून किंवा तिच्याकडूनही तसाच सकारात्मक प्रतिसादही दिला केला पाहिजे), अशी आपली अपेक्षा असतेच.

निश्चित, ठाम परिणाम मिळवण्यासाठी आपल्या सकारात्मक पुष्टिदायक विधानांनी आपल्या वर्तनांमध्ये बदल घडवलेच पाहिजेत. म्हणूनच अशा विधानांमध्ये वापरली जाणारी कर्मणिवाचक वाक्यरचना निष्प्रभ ठरते.

३. पहाटेच्या चमत्काराच्या परिणामांची निर्मिती करण्यासाठी सकारात्मक पुष्टिदायक विधानं तयार करण्याच्या पायऱ्या

तुमच्या जीवनातील कोणत्याही क्षेत्रात सुधारणा घडवून आणण्यास तुम्हाला सक्षम करणारी सकारात्मक विधानं निर्माण करणं ही गुंतागुंतीची, किचकट गोष्ट नाही. तुम्हाला तुमच्या विधानांमधील अपेक्षांपर्यंत पोहोचवणारा दृष्टिकोन समजून घेण्याशी याचा संबंध आहे. तुमच्या अर्धबोध मनाची प्रभावी पुनर्जडणघडण करणारी आणि तुमच्या सबोध विचारांना तुमच्या वर्तनाशी सुसंगत करणारी व्यवहार्य, कृती करण्यायोग्य, परिणाम मिळवून देणारी सकारात्मक विधानं तयार करण्याकरिता तीन साध्या पायऱ्या पार पाडाव्या लागतात. त्यानंतर तुमची उद्दिष्टं तुम्हाला साध्य करता

येतील आणि तुमच्या जीवनात जे बदल करण्याची तुमची इच्छा असेल ते बदलही करता येतील.

पायरी १ : तुम्ही कशाची बांधिलकी पत्करली आहे, ते ठामपणे सांगा

तुम्हाला काय हवं आहे त्याने आपण सुरुवात केलेली नाही हे इथे लक्षात घ्या. आपल्याला सगळ्यांना असंख्य गोष्टी हव्या असतात. परंतु, आपण ज्या गोष्टी मिळवण्याची बांधिलकी पत्करतो त्याच गोष्टी आपल्याला मिळतात. आपण असाही युक्तिवाद करू शकतो की, आपण आपलं उद्दिष्ट साध्य करू शकतो का किंवा आपल्या जीवनांमध्ये अर्थपूर्ण बदल घडवून आणू शकतो का, ही गोष्ट प्रामुख्याने त्या गोष्टीशी आपण पूर्णपणे एकनिष्ठ राहण्याच्या किंवा ती मिळवण्यासाठी तिला पूर्णपणे वाहून घेण्याच्या आपल्या क्षमतेवर अवलंबून असते. ती गोष्ट पूर्णपणे मिळेपर्यंत-तितका दीर्घ काळ तुम्हाला ही बांधिलकी टिकवावी लागते. ज्या वेळी तुम्ही ती गोष्ट मिळवण्याची बांधिलकी पत्करलेली असते, त्या वेळी तिथे नेहमीच मार्ग असतो. इच्छा तिथे मार्ग असं आपण म्हणतोच की, तसंच हे आहे. ठाम बांधिलकी तिथे मार्ग असतोच. मात्र, बहुतेक लोक आधीपासूनच जे करत असतात त्याच्या पलीकडच्या नवीन बांधिलकी पत्करण्यासाठी नाखूश असतात. तसं करण्यासाठी त्यांना स्वतःशीच संघर्ष करावा लागतो. त्यामुळे कसलाच फरक पडत नाही.

तुम्ही ज्या गोष्टीची बांधिलकी पत्करली असेल, तिच्याशी तुम्ही बांधील असल्याचा रोजच्या रोज पुनरुच्चार केल्यामुळे तुमची बांधिलकी तुमच्या मनात अग्रस्थानी राहते आणि कालौघात तुमच्या बांधिलकीची पातळीही वाढत जाते. म्हणून तुमच्या सकारात्मक विधानांपैकी प्रत्येक विधानाची रचना ही पहिल्यांदा अगदी स्पष्ट असली पाहिजे. तुमच्या सकारात्मक विधानात, तुम्हाला नेमकं कोणतं फलित – म्हणजेच कोणतं उद्दिष्ट साध्य करायचं आहे किंवा कोणता परिणाम हवा आहे, कोणती सुधारणा हवी आहे इ. अगर तुम्हाला कोणता उपक्रम म्हणजे – कोणती कृती, सवय, विधी इ. हवा आहे याची स्पष्ट रचना असली पाहिजे. तुमच्या जीवनात तुम्हाला यापैकी कशाचा अनुभव घेण्याची इच्छा आहे ते स्पष्ट असलं पाहिजे. फलित आणि क्रिया किंवा कृती यांच्यातील फरक स्पष्ट करण्यास मदत व्हावी म्हणून पुढे उदाहरण देत आहे. '१० पाऊंड वजन कमी करणं' हे फलित असेल, तर 'आठवड्यातून पाच दिवस व्यायाम करणं' ही क्रिया किंवा कृती असेल.

लेखी सकारात्मक पुष्टिदायक विधानाच्या स्वरूपात हे लिहिलं तर ते कसं दिसेल ते पुढे दिलं आहे :

'काहीही झालं तरी हरकत नाही, माझ्याकडे दुसरा पर्यायच नाही. मी ____________________ ची बांधिलकी पत्करत आहे.'

तुम्ही ज्याच्याशी बांधिलकी पत्करली असेल त्याला अधिक सातत्यानं, निर्धारपूर्वक पुष्टी देऊन तुम्ही जितकी अधिक बांधिलकी पत्कराल, तितकी तुम्ही ती गोष्ट घडवून आणण्यास साहाय्य कराल.

तुमच्या कदाचित असंही लक्षात येईल की, काही सकारात्मक विधानांनंतर उद्‌गारवाचक चिन्हाची जागा असते. परंतु ही गोष्ट जाणीवपूर्वक केलेली असते. कारण त्यामुळे ते वाचून भावनेसह ठाम निश्चयानं आत्मसात केलं पाहिजे याची मला आठवण होते. खरोखरची बांधिलकी तुम्ही अव्यस्थितपणानं कशीबशी पत्करून चालत नाही. तुम्ही जितक्या अधिक प्रमाणातील भावनेसह आणि निर्धारानं तुमची सकारात्मक विधानं आत्मसात कराल, तितकी ती अधिक परिणामकारक ठरतील.

आता तुमची पाळी आहे : तुमच्या सकारात्मक विधानांना पहिली पायरी लागू करा

तुम्हाला ज्याच्याशी बांधिलकी पत्करण्याची इच्छा आहे, असं जीवनात तुम्हाला काय मिळवायचं आहे किंवा कोणता बदल करायचा आहे? तुम्ही एखादं महत्त्वाचं उद्दिष्ट बाजूला ठेवून देत आहात का? तुमच्या जीवनातील एखादं क्षेत्र हा तुमच्या दुःखाचा आणि नैराश्याचा स्रोत आहे का? तुम्ही एखादा बदल घडवून आणण्याचा प्रयत्न करत आहात, पण अद्याप तुम्हाला त्यात यश आलं नाही, असं काही आहे का?

तुम्हाला आव्हान देत असलेलं, ज्याच्यामुळे तुमच्या जीवनात लक्षणीय बदल घडून येईल असं काही आहे का याचा विचार करा. आपल्याला संबंधित उपक्रम नेमका कसा पार पाडता येईल किंवा ते फलित नेमकं कसं मिळवता येईल याची तुम्हाला खात्री नसली किंवा ती गोष्ट पूर्ण करण्यात आपण कमी पडू अशी भीती तुम्हाला वाटत असली तरी ज्याच्याशी बांधिलकी पत्करण्यास तुम्ही तयार असाल असं नेमकं, अर्थपूर्ण फलित किंवा उपक्रम लिहून काढून सुरुवात करा.

तुम्ही वहीत किंवा एखाद्या कागदावर तुमचं सकारात्मक विधान हातानं लिहू शकाल. पण मी तुमच्या संगणकावरचं नोट्स ॲप, फोन किंवा मोफत असलेलं मिरॅकल मॉर्निंग रुटिन ॲप (Miracle Morning Routine App) यांसारख्या डिजिटल साधनाचा वापर करण्याची शिफारस करेन. इथे एक गोष्ट लक्षात घ्या. या ॲपमध्ये सकारात्मक विधानं निर्माण करण्याची अंगभूत सुविधा आहे आणि त्यात या तिन्ही पायऱ्यांचं अनुसरण केलं जातं. डिजिटल साधन वापरण्यातील उत्तम गोष्ट अशी आहे की, त्यामुळे तुम्ही मागे जाऊन अगदी सहजपणे तुमच्या सकारात्मक

पुष्टिदायक विधानांमध्ये बदल घडवून आणू शकता, त्यांना अद्ययावत करू शकता. बहुधा तुम्हाला असं करायला वरचेवर आवडेल, कारण तुम्ही जसे शिकता, वाढता आणि विकसित होता, तशीच तुमची सकारात्मक विधानंही विकसित होत जातात.

एकदा तुम्हाला अर्थपूर्ण फलित किंवा उपक्रम किंवा कृती ओळखता आली की, मग तुम्ही तिला सत्यात उतरवण्यासाठी तिच्याशी बांधिलकी पत्करली पाहिजे. त्यानंतर पुढील पहिल्या पायरीचं अनुसरण करून ती लिहून काढा किंवा टाइप करा. पुढे देण्यात आलेल्या उदाहरणातील गाळलेली जागा भरा आणि तुमचं सकारात्मक पुष्टिदायक विधान तयार करा.

'काहीही झालं तरी, माझ्याकडे दुसरा पर्याय नाही.
मी ____________________ ची बांधिलकी पत्करत आहे.'

या गाळलेल्या जागेत काय भरावं हे सर्वस्वी तुमच्यावर अवलंबून असेल. तुमच्या मनात स्पष्टता नसल्यामुळे तुम्हाला तिथे कोणते शब्द भरावेत याची खात्री नसण्याची किंवा तुम्हाला काय हवं आहे याबद्दल अद्याप तुम्हाला निश्चितपणे ठरवता येत नसण्याची शक्यता आहे. अशा वेळी तुम्ही स्पष्टतेच्या अभावाप्रमाणेच बांधिलकी पत्करण्याच्या आणि ती पार पाडण्याविषयीच्या तुमच्या मनातील आत्मविश्वासाच्या अभावामुळे कदाचित स्वतःला मागे खेचत असाल. ही गोष्ट अगदीच सर्वसामान्य आणि स्वाभाविक आहे. मात्र, तुमच्या सकारात्मक विधानांची सुरुवात करण्यापासूनच तुमच्या मनात सगळ्या गोष्टी अतिशय स्पष्ट असल्याच पाहिजेत असं नाही. खरं म्हणजे तुम्ही एखाद्या गोष्टीशी बांधिलकी पत्करल्यानंतर ती स्पष्टपणे तुमच्या समोर उघड होते. बांधिलकी पार पाडत असताना तुम्हाला तिचा शोध सागतो. तुमचं सकारात्मक विधान लिहून काढणं ही तुमची बांधिलकी प्रस्थापित करण्यातील पहिली पायरी आहे. त्यानंतर रोज तुमच्या सकारात्मक विधानाला ठामपणे पुष्टी देत राहणं महत्त्वाचं असतं. त्यामुळे ती गोष्ट तुमच्या मनात सर्वोच्च स्थानी राहते आणि तुमच्या बांधिलकीची पातळी कालौघात सातत्यानं वाढत जाते. एक गोष्ट लक्षात ठेवा : तुम्ही बांधिलकी पत्करली की तिथे नेहमी मार्ग असतोच.

पायरी २ : तुमच्यासाठी ते का महत्त्वाचं आहे ते खात्रीपूर्वक सांगा

त्यानंतर आता 'का'चा समावेश करून तुमच्या बांधिलकीला पाठबळ देण्याची, ती वाढवण्याची आणि तिची अंमलबजावणी करण्याची वेळ आली आहे. अत्यंत अर्थपूर्ण, विश्वासार्ह आणि पटणारी कारणं देऊन तुम्ही सातत्यानं तुमच्या बांधिलकींना पुष्टी देत राहिलं पाहिजे. त्यामुळे त्या सत्यात उतरतील. ही बांधिलकी

तुमच्या दृष्टीनं अर्थपूर्ण का आहे? ती तुमच्या दृष्टीनं अत्यावश्यक का आहे? तुमच्या जीवनाचा आणि /किंवा तुम्हाला काळजी असलेल्या इतरांच्या जीवनाचा या बांधिलकीमुळे कसा विकास होईल? या प्रश्नांची उत्तरं शोधा. तुमची बांधिलकी पार पाडण्याकरिता तुम्हाला जितकं अत्यावश्यक कारण किंवा जितकी अत्यावश्यक कारणं आढळतील, तितक्या अधिक प्रमाणात तुम्ही तुमची बांधिलकी पाळाल.

तुमची पाळी : तुमच्या सकारात्मक विधानांना दुसरी पायरी लागू करा

तुमची सकारात्मक विधानं तयार करत राहा. तुमच्या बांधिलकीमागच्या (पायरी क्र.१) कारणांची यादी करण्यास सुरुवात करा. ती बांधिलकी तुम्हाला का महत्त्वाची वाटते ते स्पष्टपणे लिहून काढा. ती तुम्हाला अर्थपूर्ण का वाटते? ती तुम्हाला अत्यावश्यक का आहे? तुमच्या आणि तुम्हाला काळजी असलेल्या इतरांच्या जीवनाचा तिच्यामुळे अधिक विकास कसा होईल? काहीही झालं तरी तुम्हाला ती बांधिलकी पत्करलीच पाहिजे अशी स्फूर्ती देणारी कोणती अत्यावश्यक कारणं किंवा तुम्हाला मिळणारे लाभ आहेत? यांसारख्या प्रश्नांचा समावेश करा.

मी ____________________ शी बांधिलकी पत्कली आहे, कारण :

- ____________________ (इथे अर्थपूर्ण कारण /लाभ लिहा.)
- ____________________ (इथे अर्थपूर्ण कारण /लाभ लिहा.)
- ____________________ (इथे अर्थपूर्ण कारण /लाभ लिहा.)

ही तुमची वैयक्तिक कारणं आहेत, ही गोष्ट लक्षात ठेवा. तुमची इच्छा नसेल तर, तुम्ही दुसऱ्या कोणालाही तुमची सकारात्मक पुष्टिदायक विधानं सांगण्याची कधीच गरज नाही. शिवाय, आणखी एक गोष्ट लक्षात ठेवा. हा तुमचा कच्चा मसुदा आहे. तुमच्या सकारात्मक विधानांचं तुम्ही नेहमीच संपादन करू शकता. म्हणून सारं काही अगदी परिपूर्ण कसं लिहिता येईल याची बिलकूल काळजी करू नका. निकृष्टपणे लिहिलेलं सकारात्मक विधान हे अजिबातच नसलेल्या सकारात्मक विधानाहून कितीतरी पटीनं अधिक परिणामकारक असतं.

पायरी ३ : तुम्ही कधी आणि कोणत्या कृती करणार आहात ते निश्चित करा

सकारात्मक पुष्टिदायक विधान लिहिल्यामुळे तुमची कोणत्या फलिताशी बांधिलकी आहे आणि ती तुमच्या दृष्टीनं का महत्त्वाची आहेत – फक्त तेवढंच सांगितलं जातं.

मात्र, त्याच्यातून फलितं निर्माण करण्यासाठी करावयाच्या आवश्यक कृती स्पष्ट होत नाहीत. अशा वेळी ही विधानं उत्पादकतेला खीळ घालणारी असतील आणि तुम्ही कोणताही प्रयत्न न करता सगळ्या गोष्टी आपोआप घडून येतील अशी तुमच्या अर्धबोध मनाची फसवणूक करणारी असतील.

या तिसऱ्या आणि अंतिम पायरीत, तुमचं आदर्श फलित प्राप्त करण्यासाठी तुम्ही काय करण्याची आवश्यकता आहे हा प्रश्न तुम्ही विचाराल. त्याच्यातून तुमच्या बांधिलकी पाळत असताना तुम्हाला कराव्या लागणाऱ्या विशिष्ट, नेमक्या कृती स्पष्ट कराव्या लागतील. आवश्यक असलेल्या कृतीची तुम्ही कशी आणि केव्हा अंमलबजावणी करणार आहात तेही स्पष्ट होईल. ही पायरी स्पष्ट असली पाहिजे. मग तिच्याविषयी तुमच्या मनात झटपट उत्तरं येतील. आपल्याला कोणत्या गोष्टींमध्ये सुधारणा करण्याची गरज आहे ते सहसा नेहमीच आपल्याला आधीपासूनच माहीत असतं. पण आपण फक्त ते करण्याची बांधिलकी पत्करलेली नसते.

मी कटकोसाठी सहा वर्षं काम केलं. अखेरच्या सहाव्या वर्षी विक्री क्षेत्रातील माझ्या उत्तम वर्षाच्या उद्दिष्टात दुपटीनं वाढ करणं हे उद्दिष्ट मी बाळगलं होतं. एकाच वर्षात विक्रीत (आणि अर्थातच उत्पन्नातही) दुपटीनं वाढ करणं ही गोष्ट अत्यंत दचकवणारी, भीतिदायक वाटणारी होती. माझ्या असं लक्षात आलं होतं की, ही गोष्ट प्रत्यक्षात आणण्यासाठी मला फक्त मी करत असलेल्या फोन कॉलच्या संख्येत दुपटीनं वाढ करावी लागणार होती. नेहमीच्या कॉलच्या तुलनेत दुप्पट कॉल याचा अर्थ तितक्या भेटीच्या वेळांची वेळापत्रकं तयार करावी लागणार होती. त्यांमुळे सैद्धांतिकदृष्ट्या विक्रीत दुप्पट वाढ झाली असती. उत्तम विक्रीच्या माझ्या आधीच्या वर्षात मी रोज सरासरी १० कॉल करत होतो. त्यामुळे आता रोज सकाळी ८ ते ९ या वेळात सरासरी २० कॉल करायचे, असं मी ठरवलं होतं. त्यानंतर मी करत असलेल्या विक्रीत अगदी अटळपणे दुप्पट वाढ झाली असती. हे करण्याची गरज आहे, हे मला माहीत होतं. परंतु फक्त त्याआधी मी ते करण्याची बांधिलकी पत्करली नव्हती. म्हणून मी फक्त रोज २० कॉल केले जातील अशी बांधिलकी पत्करून त्या वेळेचं तसं नियोजन केलं. रोज काहीही झालं तरी या वेळेत ठरलेले २० कॉल करायचेच असं मी मनाशी पक्कं ठरवून टाकलं. वर्षाच्या अखेरीपर्यंत मी ही बांधिलकी पत्करली आणि मी करत असलेल्या विक्रीत दुपटीहून अधिक वाढ केली. त्यामुळे आदल्या वर्षीच्या तुलनेत माझं उत्पन्न दुपटीहून अधिक वाढलं.

मात्र, तुमच्या इच्छित फलितानुसार तुमच्या मनात तुम्ही कशा प्रकारे सुरुवात केली पाहिजे, याविषयीची थोडीफारच कल्पना असू शकेल किंवा मुळीच कल्पना नसण्याची शक्यताही आहे. अशा वेळी तुम्हाला इतर कोणत्या कृती करण्याची गरज आहे हे शोधून काढण्यासाठी आपल्या वेळेचं नियोजन करणं ही तुमची पहिली कृती असेल. उदाहरणार्थ, असं समजू या की, तुम्हाला अगदी पहिल्यापासूनच तुमचा

स्वतःचा व्यवसाय सुरू करण्याची इच्छा होती किंवा तुमचा विवाह टिकवण्याची तुम्हाला अगदी तळमळ लागून राहिली आहे. परंतु त्याकरिता काय केलं पाहिजे हे तुम्हाला समजत नाही. अशा वेळी तुम्ही पहिल्यांदा पायऱ्या शोधून काढण्यासाठी तुमच्या वेळेचं नियोजन केलं पाहिजे. 'हाऊ टू स्टार्ट अ बिझनेस?' (व्यवसाय कसा सुरू करावा?) किंवा 'हाऊ टू सेव्ह अ मॅरेज?' (विवाह कसा वाचवावा?) असे शब्द टाकून गूगलवर शोध घ्या. यामुळे तुम्ही योग्य दिशेनं पावलं टाकण्यास सुरुवात कराल. अर्थातच, तिथे तुम्हाला प्रचंड स्रोत सापडतील. (लेख, यू ट्यूब व्हिडिओ, पॉडकास्ट, इ.) ते मोफत असतील. कोणत्याही विषयावर असे असंख्य स्रोत आढळतील. अधिक तपशिलात शिरलात तर, तुम्ही ज्या गोष्टी मिळवण्याचा प्रयत्न करत आहात त्यांचे अनुभव घेतलेल्या कित्येक लेखकांची आणि तज्ज्ञांची असंख्य पुस्तकंही उपलब्ध होतील.

तुमची वेगवेगळी उद्दिष्टं असू शकतील आणि ती साध्य करण्यासाठी तुम्ही विशिष्ट कृतीही करू शकाल. इथे त्यांची काही उदाहरणं देत आहे :

'माझं उत्पन्न वाढावं आणि माझ्या कुटुंबाला आर्थिक सुरक्षितता देता यावी, याची हमी मिळवण्यासाठी मी पुढील कृतींनी वेळेचं नियोजन करेन :

- अधिक पैसा कसा मिळवावा यावरची पुस्तकं अगदी रोजच्या रोज वाचणं, त्यामुळे मला परिणामकारक व्यूहरचना तयार करण्यासाठी शिकता येईल.
- स्थानिक व्यवसाय नेटवर्किंग गट शोधून त्याच्यात सहभागी होणं.
- सकाळी ८ ते ९ या वेळात रोज २० याप्रमाणे संभाव्य ग्राहकांना किंवा संबंधित लोकांना कॉल करणं.

माझ्या आरोग्यात उत्कृष्ट सुधारणा करण्याविषयीच्या माझ्या बांधिलकीला पार पाडण्यासाठी माझ्या वेळेचं नियोजन मी पुढील कृतींनी करेन :

- अधूनमधून उपवास करणं. रोजच्या दिवसाची सुरुवात उच्च आरोग्यपूर्ण स्निग्धांश असलेल्या कमी साखरेच्या, सेंद्रिय, वनस्पती-आधारित स्मूदीनं करणं.
- माझ्या पहाटेच्या चमत्काराच्या आचरणांच्या सरावाच्या वेळी रोज सकाळी १० मिनिटं व्यायाम करणं. चांगलं हवामान असताना रात्रीच्या जेवणानंतर रोज १० मिनिटं फिरायला जाणं.

- झोपण्याच्या तीन ते चार तास आधी प्रत्येक दिवसाअखेरचं खाणं संपवणं. त्यामुळे खाल्लेल्या अन्नाचं मी झोपण्यापूर्वीच पूर्ण पचन होईल.

माझ्या जोडीदाराचा उत्तम पती किंवा पत्नी होण्याची माझी बांधिलकी पूर्ण करण्याची हमी मिळवण्यासाठी माझ्या वेळेचं नियोजन करण्यासाठी मी पुढील कृती करेन :

- इतर कोणतीही पुस्तकं वाचण्याच्या आधी रोज सकाळी वैवाहिक जीवनाविषयीची पुस्तकं वाचणं. त्यामुळे जास्तीतजास्त उत्तम जोडीदार कसं होता येईल याविषयी मला सातत्यानं शिकता येईल.
- माझ्या पत्नीचं किंवा पतीचं जीवन अधिक चांगलं किंवा सुलभ व्हावं याकरिता मला रोज कोणती गोष्ट करता येईल ते मी शोधून काढेन. (उदा., पत्नी असेल तर तिला फुलं किंवा भेटकार्ड देणं, तिचे हात-पाय दुखत असतील तर मालिश करणं, तिला एखादा प्रेमाचा संदेश लिहिणं, एकत्र फिरायला जाणं, एकत्रितपणे एखादा पदार्थ तयार करणं, मुलांना शाळेतून आणणं, तिच्या सोबत एखादा बैठा खेळ खेळणं, संध्याकाळी तिच्या सोबत बसून गप्पा मारणं, आमच्या आवडत्या कार्यक्रमाला जाणं, इ. पती असेल तर यानुसार वेगळ्या गोष्टी तयार करू शकता.)
- दर महिन्यात दोनदा, बुधवारी रात्रीची (आठवडाअखेरची गर्दी टाळण्यासाठी) डेट आयोजित करून आमच्या नात्यात मी शृंगार आणि प्रेम परत आणेन.

तुमची पाळी : तुमच्या सकारात्मक विधानांना तिसरी पायरी लागू करा.

या तिसऱ्या आणि अंतिम पायरीची अमलबजावणी करताना पुढील गोष्टी लक्षात ठेवा :

- काही कृतींची पुनरावृत्ती होण्याची शक्यता असली तरी (उदा., माझ्या विक्रीच्या उद्दिष्टात दुपटीनं वाढ करण्यासाठी आठवड्यातून ५ दिवस रोज सकाळी ८ ते ९ या वेळात २० कॉल करण्याची बांधिलकी मी पत्करली होती, त्या वेळी रोज ठरावीक वेळी एकच कृती पुनःपुन्हा करावीच लागत होती.) इतर काही कृती क्रमाक्रमानं पार पाडाव्या लागतील.
- कोणत्या कृती करण्याची गरज आहे, याची तुम्हाला खात्री नसली तर त्या कृती काय असतील हे निश्चित करण्यासाठी कसा वेळ काढता येईल त्याचं नियोजन करा आणि नंतर हळूहळू त्या कृती ठरवा.

अर्थातच, तुम्ही सुरुवातीलाच प्रत्येक गोष्ट शोधून काढलीच पाहिजे असं मुळीच नाही. खरं म्हणजे आपल्याला सुरुवातीलाच सारं काही शोधता आलंच पाहिजे हा चुकीचा विश्वासच मुळात आपल्याला सुरुवात करण्यापासून रोखतो.

- ही गोष्ट शक्य तितकी साधी ठेवा. स्वतःला घाबरवून सोडू नका किंवा स्वतःवर अति ओझंही लादू नका.

तुमच्या कृती जितक्या अधिक नेमक्या असतील, तितकं ते अधिक चांगलं असेल. तुमच्या कृतींची वारंवारिता आणि तुम्ही कृती करण्यास कधी सुरुवात करणार आहात आणि त्या कधी संपवणार आहात याची नेमकी कालबद्ध चौकट यांचा समावेश करण्याची खात्री करून घ्या.

माझ्या बांधिलकी मी पार पाडेन याची हमी मिळवण्यासाठी मी या नेमक्या वेळी किंवा वारंवारितेनं पुढील कृतींची अमलबजावणी करेन :

- ____________________
- ____________________
- ____________________

सगळ्या पायऱ्यांचं एकत्रीकरण करणं (पायरी १+पायरी २+पायरी ३)

बांधिलकी पत्करण्याच्या आणि तुमची इच्छा नसली तरी ती पूर्ण करण्यास जितका काळ लागेल तितका काळ ती पत्करण्याच्या क्षमतेचा वापर करणं ही कोणतंही उद्दिष्ट साध्य करण्याची किंवा तुमच्या जीवनाच्या कोणत्याही पैलूत सुधारणा करण्याची गुरुकिल्ली आहे. तुमच्या पहाटेच्या चमत्काराच्या आचरणातील परिणामाभिमुख सकारात्मक पुष्टिदायक विधानं ही तुम्हाला नेमकं हेच करण्यास साहाय्य व्हावं यासाठी तयार करण्यात आलेली असतात. ही विधानं तुम्ही ज्यात सुधारणा करण्याची किंवा तुमच्या जीवनात जे काही मिळवण्याची बांधिलकी पत्करली असेल तिच्यावरच तुम्ही लक्ष एकवटून राहण्याची हमी मिळवून देऊन तुम्हाला साहाय्य करतात. या प्रत्येक सुधारणेसाठी किंवा यशासाठी शक्य ती प्रत्येक कृती करण्याची तुमची तयारी आहे, कारण यापैकी प्रत्येक सुधारणा किंवा यश तुमच्यासाठी का महत्त्वाचं आहे हे ती तुम्हाला समजावून देतात. तसंच त्याकरिता कोणत्या कृती तुम्ही केव्हा करणार आहात तेही ती तुम्हाला सांगतात.

मी आधीच सांगितलं आहे त्याप्रमाणे सकारात्मक पुष्टिदायक विधानांचा वापर केल्यानंतर त्यांच्याविषयीचा माझा अनुभव अतिशय उत्तम होता. मला ती वैयक्तिक

विकासाचं सर्वाधिक प्रभावी स्वरूप असल्याचं जाणवलं. या प्रकरणात मी त्या संदर्भातील रूपरेषा दिली आहे. तुमच्या वर्तमान आणि भावी वास्तवाची रचना करताना ती तुम्हाला संपूर्ण नेमकेपणाचा वापर करण्याची मुभा देतात. म्हणून तुम्हाला जीवनाच्या ज्या क्षेत्रात सुधारणा करण्याची इच्छा असेल, असं एक क्षेत्र निवडा किंवा तुमचं एखादं सर्वाधिक महत्त्वाचं उद्दिष्ट निवडा आणि तुम्हाला सर्वाधिक महत्त्वाच्या वाटत असलेल्या गोष्टीविषयीचं सकारात्मक विधान लिहिण्यासाठी तीन पायऱ्यांचं अनुसरण करा.

तुमच्या सकारात्मक पुष्टिदायक विधानांची परिणामकारकता कमाल मर्यादेपर्यंत वाढवण्यासाठीच्या टिपा

- **या सूत्राच्या पलीकडे जाऊन अतिरिक्त सकारात्मक पुष्टिदायक विधानं निर्माण करण्याचा विचार करा.** सकारात्मक विधानं ही तुम्हाला महत्त्वाचं वाटत असलेल्या आणि तुम्हाला आत्मसात करण्याची किंवा तुमच्या जीवनात समाविष्ट करण्याची इच्छा असलेल्या कोणत्या ना कोणत्या गोष्टीची अगदी साध्या स्वरूपात फक्त आठवण करून देतात. तुम्ही ज्या गोष्टीची बांधिलकी पत्करली आहे, ती गोष्ट तुम्ही प्राप्त करणं अत्यावश्यक का आहे आणि त्याकरिता तुम्हाला कोणत्या विशिष्ट कृती केव्हा कराव्याच लागतील याची आठवण तुम्हाला सकारात्मक पुष्टिदायक विधानांचं हे परिणाम मिळवून देणारं सूत्र करून देतं. मात्र, सकारात्मक पुष्टिदायक विधानाच्या इतर शैलींचा पाया जोपर्यंत सत्यात असेल तोपर्यंत त्याही उपयुक्तच ठरतील. 'मी आनंदी राहण्याची निवड केली आहे,' हे सकारात्मक विधान आहे. 'मी जे बदलू शकत नाही, त्याच्याशी जुळवून घेऊन शांतपणे राहीन,' हेही सकारात्मक विधान आहे. 'मला हव्या असलेल्या जीवनाची निर्मिती करण्यासाठी मी जिथे असायला हवं होतं आणि जे शिकायला हवं होतं, नेमक्या त्याच ठिकाणी मी आहे आणि नेमकं तेच शिकत आहे.' हेही सकारात्मक विधान आहे. खरं म्हणजे माझं एक आवडतं सकारात्मक पुष्टिदायक विधान असं आहे : 'या पृथ्वीवरची इतर प्रत्येक व्यक्ती तिचं इच्छित जीवन मिळवण्यास जितकी पात्र व सक्षम आहे, तितकाच मीही ते मिळवण्यास पात्र व सक्षम आहे आणि माझ्या कृतींनी आज मी ते सिद्ध करून दाखवेन.' हे आधारभूत सकारात्मक पुष्टिदायक विधान माझ्या मनातील असुरक्षिततांवर मात करण्यास आणि आपण सगळेच जण ज्या कशाची बांधिलकी पत्करू, ते प्राप्त करण्यास तितकेच पात्र, तितक्याच

मूल्याचे आणि तितकेच सक्षम आहोत, या गोष्टीची मला आठवण करून देण्यास मदत करतं. तुमची उद्दिष्टं साध्य करण्यास आणि प्रभावी सुधारणा करण्यास तुम्हाला मदत करण्यासाठी परिणाम मिळवून देणारी सकारात्मक पुष्टिदायक विधानं तयार करण्याकरिता या प्रकरणात देण्यात आलेलं तीन पायऱ्यांचं सूत्र वापरण्याची मी शिफारस केली आहे, हे खरं आहे. परंतु तरीही तुम्ही त्यांच्या मर्यादांमध्ये बद्ध आहात असं मुळीच समजू नका. तुम्हाला जे महत्त्वाचं वाटतं आणि ज्या गोष्टीला तुम्ही मनात सर्वोच्च स्थानी ठेवता त्या गोष्टीचा विचार करून त्यानुसार तुमचं स्वतःचं सकारात्मक पुष्टिदायक विधान तुम्ही तयार करू शकता.

- **गरजेनुसार तुमची सकारात्मक पुष्टिदायक विधानं अद्ययावत करा :** तुम्ही तयार केलेल्या सकारात्मक पुष्टिदायक विधानांचा मजकूर हा कधीच निर्णायक, अंतिम असू शकणार नाही, हे लक्षात ठेवा, कारण तुम्ही शिकण्यास, वाढण्यास आणि विकसित होण्यास सुरुवात केली की, तुमची सकारात्मक पुष्टिदायक विधानंही तशीच वाढू लागतील आणि विकसित होऊ लागतील. तुम्हाला जीवनात समाविष्ट करावयाचं असलेलं मनातील एखादं नवीन उद्दिष्ट, स्वप्न, सवय किंवा तत्त्वज्ञान आढळलं तर त्याला पाठबळ देणारं सकारात्मक पुष्टिदायक विधान तयार करा. तुम्ही एखादं उद्दिष्ट साध्य केलं किंवा एखादी नवीन सवय अगर तत्त्वज्ञान यांचा तुमच्या जीवनात पूर्णपणे समावेश केला तर, मग तुम्हाला कदाचित त्यानंतर रोजच्या रोज त्या सकारात्मक पुष्टिदायक विधानाचा पुनरुच्चार करण्याची गरज आहे, असं वाटणार नाही. अशा वेळी अशा प्रकारच्या सकारात्मक पुष्टिदायक विधानाला तुमच्या लेखी सकारात्मक पुष्टिदायक विधानांमधून तुम्ही काढून टाकू शकाल.

  तुमच्या सकारात्मक पुष्टिदायक विधानांचं सातत्यानं अद्ययावतीकरण केल्यामुळे त्यांच्यात शिळेपणा येत नाही आणि तुम्ही त्यांच्यामुळे कंटाळून जात नाही. म्हणूनच तुमची सकारात्मक पुष्टिदायक विधानं तुम्ही संगणक किंवा फोन यांमध्ये डिजिटल स्वरूपात लिहावीत अशी शिफारस मी तुम्हाला करतो. अशा प्रकारे ती लिहिलेली असली तर तुम्ही हव्या तितक्या वेळा आणि हव्या त्या प्रकारे त्यांना अद्ययावत करू शकाल.

- **तुमची सकारात्मक पुष्टिदायक विधानं रोजच्या रोज वाचा :** सकारात्मक पुष्टिदायक विधानं वाचण्यात सातत्य असणं महत्त्वाचं असतं. दिवसात निदान एकदा तरी ती वाचलीच पाहिजेत. सकारात्मक पुष्टिदायक विधानं वरचेवर वाचणं ही गोष्ट नियमितपणे व्यायाम करण्याइतकीच

परिणामकारक असते. तुम्ही या विधानांना तुमच्या दैनंदिन नित्यक्रमाचा अविभाज्य भाग केल्याशिवाय तुम्हाला त्यांचे परिणाम दिसणार नाहीत. तुम्ही जितक्या अधिक प्रमाणात आणि वरचेवर ही सकारात्मक पुष्टिदायक विधानं वाचत राहाल, तितक्या जलद गतीनं ती तुमच्या अर्धबोध मनाची पुनर्जडणघडण करतील आणि तुमच्या सवयीच्या विचार संरचनांचं अद्ययावतीकरण करतील. त्यामुळे तुम्हाला कसं वाटावं (अर्थातच चांगलं वाटावं) अशी तुमची इच्छा असेल, तसंच तुम्हाला वाटू लागेल. तुम्हाला जे करण्याची इच्छा असेल (अर्थातच उत्पादक स्वरूपाचं) ते तुम्ही कराल.

- **तुमची सकारात्मक पुष्टिदायक विधानं भावनांसह वाचा :** तुमच्या सकारात्मक विधानांना तुम्ही जवळजवळ घोकंपट्टी केल्याप्रमाणे वाचता, त्या वेळी तुम्ही ती मोठ्यानं किंवा मनातल्या मनात अशी कशीही वाचत असलात तरी मी तुम्हाला अशी शिफारस करेन की, त्या वेळी तुम्ही ती अगदी मनापासून, मनातील सगळ्या भावना ओतून वाचा. त्यामुळे तुमचा निर्धार आणि बांधिलकी या दोहोंचीही पूर्ण अंमलबजावणी होईल. एक गोष्ट लक्षात घ्या. तुमच्या सकाळच्या चमत्काराच्या आचरणाच्या वेळी तुम्ही ही विधानं फक्त वाचणं इतकाच त्यांचा हेतू नाही. फक्त वाचण्यासाठी ती वाचणं इतकाच तुमचा हेतू नाही.

  ही विधानं तुमच्या अर्धबोध मनाची तशी जडणघडण करण्यासाठी आणि तुमच्या ओळखीला अद्ययावत करण्यासाठी विचारपूर्वक तयार करण्यात आली आहेत. तुमची इच्छित फलश्रुती मिळवण्यासाठी तुमचे विश्वास, उद्देश आणि बांधिलकी यांच्यासह तुमची ओळख अद्ययावत करणं या गोष्टीचा यात समावेश असतो. त्याच वेळी तुमच्या सबोध मनाला तुमच्या सर्वोच्च प्राधान्यांवर आणि कृतींवर तुम्हाला एकवटावं लागतं, तेव्हाच तुम्ही तुमच्या इच्छित गोष्टींपर्यंत पोहोचू शकता. तुमची सकारात्मक विधानं उत्तम प्रकारे परिणामकारक ठरावीत यासाठी तुम्ही ती वाचत असताना त्यांच्यात तीव्र भावना ओतणं आवश्यक असतं. निर्विकारपणे त्यांची घोकंपट्टी करण्यानं त्यांचा किमान परिणामच मिळू शकेल. तुम्ही उत्साह, निर्धार यांसारख्या प्रामाणिक भावनांची निर्मिती करण्याची जबाबदारी पत्करलीच पाहिजे. तसंच प्रत्येक सकारात्मक विधान वाचताना या भावना प्रभावीपणे त्या वाचनात गुंतल्या पाहिजेत. हीसुद्धा तुमची जबाबदारीच असते. ही गोष्ट तुम्हाला नैसर्गिकपणे करता आली नाही किंवा तुमच्या मनात हतोत्साहित झाल्याच्या भावना अगर नैराश्याच्या भावनांसारख्या

शाश्वत नकारात्मक मानसिक आणि भावनिक अवस्था निर्माण झाल्याचं तुम्हाला आढळलं तर ही गोष्ट करून दाखवणं तुम्हाला कठीण जाईल. तुम्ही फक्त त्यांचं वाचन कराल, त्या घोकाल, पण तुम्हाला त्या प्रत्यक्षात उतरवता येणार नाहीत. सर्वोत्कृष्ट भावनिक परिणाम देणाऱ्या ध्यानाशी (ईओएमशी) तुम्ही याची उत्तम प्रकारे सांगड घालू शकाल, कारण सकारात्मक पुष्टिदायक विधानं वाचण्याच्या आधी तुम्ही तुमच्या ईओएमचा वापर करून स्वतःला अत्यंत भावनाशील अवस्थेत नेऊ शकाल. तुम्हाला अनुभव घेण्याची इच्छा असलेल्या मानसिक आणि भावनिक अवस्थेवर किंवा अवस्थांवर लक्ष केंद्रित करा. त्यानंतर स्वतःला पुढील प्रश्न विचारा : 'मला असं आधी कधी वाटलं होतं? हे कसं वाटलं होतं? मला असंच वाटत राहिलं तर मला आता पुढे कसं जाता येईल? मी कसा विचार केला पाहिजे? मी स्वतःशी काय म्हटलं पाहिजे? मी आता काय केलं पाहिजे? माझ्या शरीराची हालचाल मी कशी केली पाहिजे?'

त्यानंतर विचार करा, बोला आणि तुम्हाला त्या तीव्र भावनांचा अनुभव येत असल्याप्रमाणे हालचाल करा. तुम्ही पहाटेच्या चमत्काराच्या आचरणांचा सराव करत असताना रोज हे करा. अशा प्रकारे, नैसर्गिकपणे आणि खरोखरच त्या भावनांचा अनुभव येण्याकरिता तुम्ही स्वतःच्या मनाची रचना कराल.

लाइफ सेव्हर्स (एस.ए.व्ही.ई.आर.एस.)

'व्ही' म्हणजे मनःचक्षूंसमोर कल्पनाचित्र आणणं

'सर्वसामान्य लोक फक्त जे शक्य असतं त्याच्यावरच विश्वास ठेवतात. असामान्य लोक फक्त शक्य असलेल्या गोष्टींचंच कल्पनाचित्र मनःचक्षूंसमोर आणत नाहीत, तर ज्या गोष्टी अशक्य असतात, त्यांचं कल्पनाचित्र मनःचक्षूंसमोर आणतात. अशक्य गोष्टींचं कल्पनाचित्र मनःचक्षूंसमोर आणून ते त्या शक्य आहेत, म्हणून त्यांच्याकडे पाहतात.'

–चार्ली कार्टर–स्कॉट

'गोष्टी जशा आहेत तशाच प्रकारे त्यांच्याकडे पाहण्याऐवजी तुम्हाला त्या जशा हव्या आहेत तशा प्रकारे त्यांच्याकडे पाहा.'

–रॉबर्ट कोलियर

सहा मे १९५४ रोजी रॉजर बॅनिस्टर चार मिनिटांहून कमी वेळात एक मैल अंतर धावणारा मानवी इतिहासातील पहिला खेळाडू झाला. अगदी नेमकेपणानं सांगायचं तर त्याने ते अंतर ३:५०:४ मिनिटांत पूर्ण केलं होतं. बॅनिस्टरच्या या अभूतपूर्व कामगिरीच्या आधी कोणीही एका मैलाचं अंतर चार मिनिटांहून कमी वेळात पार केलं नव्हतं. ही गोष्ट मानवी शरीरविज्ञानानुसार, माणसाच्या आवाक्याच्या पलीकडची आहे असं मानलं जात होतं.

त्याने ही जवळजवळ अशक्य असलेली कामगिरी कशी केली होती असं त्याला विचारल्यानंतर त्याने असं सांगितलं की, अंशतः प्रशिक्षणामुळे हे घडलं होतं. पण त्याच्या मनात व शरीरात निश्चिततेची जाणीव निर्माण करण्यासाठी तो सातत्यानं आपल्या या कामगिरीचं कल्पनाचित्र मनःचक्षूंसमोर आणत होता, त्यालाही याचं श्रेय होतं. उत्तम कामगिरी करण्यासाठी आपण मनःचक्षूंसमोर कल्पनाचित्र आणण्याचा उपयोग कसा करू शकतो याचं रॉजर हे असामान्य उदाहरण आहे. मनःचक्षूंसमोर

कल्पनाचित्र आणण्याचा मानसिक सराव असंही याला म्हटलं जातं. तुम्हाला जी गोष्ट साध्य करावयाची आहे किंवा जिचा अनुभव घ्यायचा आहे तिची तंतोतंत कल्पना करणं आणि नंतर त्याकरिता आवश्यक असलेली भावनिक अवस्था निर्माण करून, ती गोष्ट साध्य करण्याकरिता तुम्हाला नेमकं काय करण्याची गरज आहे त्याचा मानसिक सराव करणं या गोष्टींचा या प्रक्रियेत समावेश असतो. प्रतिष्ठित ॲथलीटकडून आणि तशाच प्रकारच्या प्रख्यात व्यक्तींकडून या प्रक्रियेचा वरचेवर उपयोग केला जातो. हे लोक मानसिकदृष्ट्या त्यांच्या कामाचा सराव करतात. त्यामुळे अखेरीस सर्वोच्च स्तरावरची कामगिरी करण्याची त्यांची तयारी होते.

जवळजवळ रोजच आपण अजाणतेपणी मानसिक सराव करत असतो आणि सहसा बहुतेक वेळा आपल्या यशाला घातक पद्धतीनं आपण तो करतो. दर वेळी आपण एखाद्या अप्रिय, नकोशा किंवा अवघड कामाचा विचार करतो त्या वेळी आपल्याला ते करण्याची इच्छा नसते. अशा वेळी आपण ते करण्याची इच्छा नसलेल्या भावनेचा सराव करत राहतो. 'मला आज नोकरीवरून परत जाताना व्यायामशाळेत जावं लागेल. पण खरं तर माझी आज तशी इच्छाच नाही,' असा विचार तुम्ही स्वतःशी केलात तर, पाचचे टोल पडले की, तुमची मनोरचना आणि तुम्ही त्या मनोरचनेतून अजाणतेपणी सराव करून निर्माण होणाऱ्या भावना तुमचं त्या क्षणीचं वर्तन निश्चित करण्याची दाट शक्यता असते. अशाच प्रकारे आपण जे करण्याची गरज असते ते न करण्याचा सराव आपण सातत्यानं करतो आणि अखेरीस ते न करण्यात आपण त्याची परिणती करतो. आपण जे करण्याची गरज असते ते न करण्याचा विचार करून आपण करणं आवश्यक असलेल्या गोष्टी न करण्याची सवय अजाणतेपणी लावून घेतो. त्यामुळे आपल्या जीवनात आपल्याला ज्या कशाची निर्मिती करण्याची इच्छा असते, ती प्रत्येक गोष्ट आपण गमावून बसतो.

मनःचक्षूंसमोर किंवा साध्या शब्दांत बोलायचं झालं तर, नजरेसमोर किंवा डोळ्यांसमोर कल्पनाचित्र निर्माण करणं हा - या नकळत पार पाडल्या जाणाऱ्या विनाशक सवयीवरचा आपला उतारा आहे. रोज सकाळी फक्त काही मिनिटं सराव करून आपण याची अंमलबजावणी करू शकतो. मात्र, ज्या वेळी ही गोष्ट विपरीत परिणाम घडवणाऱ्या प्रकारे किंवा उद्दिष्टपूर्तीत अडथळा आणल्याप्रमाणे पार पाडली जाते, त्या वेळी सकारात्मक पुष्टिदायक विधानांच्या पुनरुच्चारणाप्रमाणेच ती निष्प्रभ ठरते.

मनःचक्षूंसमोर कल्पनाचित्र आणणं आणि व्हिजन बोर्ड यांच्याशी निगडीत समस्या

सन २००६मध्ये 'द सिक्रेट' हे उत्तम खपाचं पुस्तक आणि त्याच नावाचा माहितीपट आल्यापासून मनःचक्षूंसमोर कल्पनाचित्र आणण्याची पद्धत लोकप्रिय झाली. मात्र,

ही पद्धत निष्प्रभ आणि विपरीत परिणाम घडवणारीही असू शकते. या पद्धतीत, तुमच्या जीवनात तुम्हाला जे हवं असतं त्याचं कल्पनाचित्र मनःचक्षूंसमोर आणण्याचा समावेश असतो, परंतु त्याकरिता आवश्यक असलेल्या उपक्रमांमध्ये किंवा कृतींमध्ये तुम्ही स्वतः व्यग्र असल्याचं कल्पनाचित्र डोळ्यांसमोर आणण्याचा समावेश मात्र नसतो. तुम्हाला हवं असलेलं घर, कार, शरीर आणि तुमच्या स्वप्नातील जीवन यांची चित्रं काढून ती पोस्टर बोर्डावर लावण्यास सांगितलं जातं. जर आपण असं केलं तर आपल्याला जीवनात हव्या असलेल्या सगळ्या गोष्टी आपल्याकडे आकर्षित होतील असं आपल्याला सांगितलं जातं.

व्हिजन बोर्डिंग हा तुमच्या कुटुंबाबरोबर आठवडाअखेरीला गंमत म्हणून पार पाडावयाचा कलाकुसरीचा प्रकल्प असतो. त्यात तुम्हाला जे कोणी होण्याची उत्कट इच्छा असते किंवा जे आपल्याकडे असावं असं वाटतं किंवा करावंसं वाटतं, पण ज्या गोष्टी फारशा महत्त्वाच्या नसतात अशा गोष्टींचा समावेश असतो. मनःचक्षूंसमोर कल्पनाचित्र आणण्याचा हा फारसा परिणामकारक नसलेला प्रकार असतो. त्याच्यामुळे लोकांच्या मनात खोटी आशा निर्माण होते. त्यांचं आदर्श फलित हे जादूनं वास्तवात उतरेल या त्यांच्या मनातील विश्वासाला प्रोत्साहन मिळतं. पोस्टर बोर्डावर त्यांनी काही चित्रं ठेवल्यामुळे हे सारं आपोआप घडेल असं त्यांना वाटतं. ही सगळी भ्रामकतेच्या सीमेवरची गोष्ट आहे, यात कसलीच शंका नाही.

मनःचक्षूंसमोर कल्पनाचित्र आणण्याचे लाभ (आपल्या उर्वरित सर्वांसाठी)

प्रख्यात खेळाडू आणि कामगिरी करणारे यशस्वी लोक हे उत्तम कामगिरी करण्यासाठी मनःचक्षूंसमोर कल्पनाचित्र आणण्याचा वापर करतात हे सर्वज्ञात आहे. मला याच्या आणखी एका लाभाचा शोध लागला आहे. ऑलिम्पिक स्पर्धांमध्ये न उतरणाऱ्या किंवा ब्रॉडवेवर कामगिरी न करणाऱ्या आपल्यासारख्या उर्वरित लोकांच्या दृष्टीनं तो अधिक महत्त्वाचा आहे. त्याच्यामुळे आपण आणि आपल्याला जीवनात जी यशं प्राप्त करण्याची इच्छा असते ती यशं - यांच्या दरम्यान उभ्या असलेल्या सगळ्यात मोठ्या अडथळ्यांवर मात करणं आपल्याला शक्य होतं. ज्या वेळी आपल्याला एखादी गोष्ट करावीशी वाटत नाही, परंतु आपल्याला हवी असलेली गोष्ट मिळवण्यासाठी ती करण्याची गरज आहे हे आपल्याला माहीत असतं, त्या वेळी कल्पनाचित्र मनःचक्षूंसमोर आणल्यामुळे आपण ती गोष्ट करतो किंवा आपल्याला ती करणं भागच पडतं.

स्फूर्ती, प्रेरणा किंवा शारीरिक ताकद यांपैकी कशाचीही कमतरता असेल तर, अशा वेळी जी गोष्ट करणं गरजेचंच असतं ती गोष्ट करावी असं आपल्याला वाटत नाही. आपण आपल्या भावनांना आपलं वर्तन ठरवण्याची मुभा देतो. त्या

आपल्याला दिरंगाई करायला लावतात, कारण काहीही न करणं किंवा आपण जे आधी केलेलं असतं, तेच पुढेही करत राहणं ही गोष्ट नेहमीच अधिक सोपी असते. ज्या वेळी तुम्हाला या अडथळ्यावर कशी मात करावी आणि तुम्ही ज्या कृती करणं आवश्यकच आहे हे तुम्हाला माहीत असतं, त्या कृती करण्यासाठी गरजेची असलेली स्पष्टता आणि प्रेरणा यांची सातत्यानं निर्मिती कशी करावी याचा शोध लागतो, त्या वेळी तुमच्या पूर्ण क्षमतेचा वापर करणं आणि तुमची उद्दिष्टं साध्य करणं यांपासून तुम्हाला रोखणं जवळजवळ अशक्यच असतं.

ज्या वेळी तुम्ही एखादी गोष्ट करण्याची आवश्यकता असते, त्या वेळी ती करण्याची तुमची इच्छा असो वा नसो, मनःचक्षूंसमोर कल्पनाचित्र आणून ती करण्यासाठी आवश्यक असलेली स्पष्टता आणि प्रेरणा तुम्ही मिळवू शकता आणि अशा प्रकारे ती गोष्ट करण्यास सक्षम होऊ शकता. हे कसं करता येतं हे स्पष्ट करण्यासाठी माझा वैयक्तिक अनुभव मी आता तुम्हाला सांगणार आहे.

मला बरीच वर्षं धावायला मुळीच आवडत नव्हतं. अगदी धावण्याचा तिरस्कारच वाटत होता. तिरस्कार हा शब्द खूपच टोकाचा आहे हे माझ्या लक्षात आल्यामुळे मी त्याचा क्वचितच उपयोग करतो, पण आपण असं म्हणू शकू की, मला धावण्याची घृणा वाटत होती किंवा मी त्याला तुच्छ लेखत होतो. त्यामुळे मला आठवतंय तेव्हापासून मी धावायला जाणं टाळलंच होतं. हायस्कूलमध्ये शारीरिक शिक्षणाच्या तासाला एक मैलभर धावायला लागेल हे ऐकूनच माझ्या अंगावर काटा येत असे. मात्र, सन २००९मध्ये मी पहाटेच्या चमत्काराच्या विधींचा सराव करायला लागून जेमतेम सहा महिने झाले होते, त्या वेळी मी स्वतःलाच विचारलं की, शारीरिक तंदुरुस्तीच्या वर्गवारीतील दहाव्या पातळीची तंदुरुस्ती म्हणजे काय असतं? २६.२ मैल मॅरेथॉन शर्यतीत धावणं म्हणजे तंदुरुस्ती, असं मीच मला उत्तर दिलं. मात्र, माझ्या दोन मित्रांनी तर ५२ मैलांच्या अल्ट्रा मॅरेथॉन स्पर्धेत भाग घेतला होता. मी असा विचार केला की, जर ते या स्पर्धेत धावू शकतात, तर कदाचित मीसुद्धा या स्पर्धेत धावू शकेन. मी त्याआधी कधीही एका मैलाहून अधिक अंतर धावलो नव्हतो. तेही शाळेत माझ्या इच्छेविरुद्ध मी मैलभर धावत होतो. त्यामुळे मी असा विचार केला की, सलग ५२ मैल धावण्यामुळे मी सध्या जो कोणी आहे, त्या माझ्या व्यक्तित्वाचा माझ्या अपेक्षेच्या पलीकडे विकास होईल. मी आधीपासूनच जो कोणी होतो, त्या तुलनेत मला मानसिकदृष्ट्या आणि शारीरिकदृष्ट्याही खूपच विकसित होण्याची इच्छा होती.

अल्ट्रा मॅरेथॉनमध्ये धावणारी व्यक्ती होण्याची कल्पना थोडीफार रोमांचित करणारी असली तरी प्रामुख्यानं ती भीतिदायक वाटणारीही होती. त्या वेळी मी फ्रंट रो फाउंडेशनच्या संचालक मंडळावर होतो. ही धर्मादाय कार्य करणारी संस्था होती. त्या वर्षीच्या ऑक्टोबरमध्ये निधी उभारणीसाठी तिने अटलांटिक सिटी

मॅरेथॉनचं आयोजन केलं होतं. त्यामुळे मला सहा महिने प्रशिक्षण घेता आलं. आता मी फाउंडेशनशी बांधिलकी पत्करली आणि जाहीरपणे सांगितलं की, फ्रंट रो फाउंडेशनच्या निधी उभारणीसाठी मी प्रशिक्षण घेईन आणि अल्ट्रा मॅरेथॉन स्पर्धा पूर्णही करेन. आता मी ही बांधिलकी पत्करली होती. त्यानंतर माझ्या मनात धावण्यास असलेल्या विरोधावर मात करण्यास मला मदत व्हावी म्हणून मी लगेच मनःचक्षूंसमोर कल्पनाचित्र आणण्यास सुरुवात केली.

पहिल्यांदा मी सुमारे ६० सेकंद इतका वेळ माझं आदर्श फलित नजरेसमोर आणून पाहत होतो. अटलांटिक सिटी मॅरेथॉन शर्यत पूर्ण करून मी अंतिम रेषा ओलांडत आहे असं दृश्य मी मनःचक्षूंसमोर आणत होतो आणि ते प्रत्यक्ष झालंच असावं अशा प्रकारे ती भावनाही अनुभवत होतो. याचे दुहेरी लाभ होते. पहिली गोष्ट म्हणजे यामुळे मला नेमकं काय हवं होतं, त्या मला अपेक्षित असलेल्या फलिताच्या बाबतीत स्पष्टता आली. त्यामुळे वरवर पाहता अशक्य असलेली ही कामगिरी मला हळूहळू आवाक्यात असल्यासारखी आणि सत्यात उतरत असल्यासारखी वाटू लागली. दुसरी गोष्ट म्हणजे हे कल्पनाचित्र प्रत्यक्षात उतरवण्याच्या माझ्या इच्छेला अधिक ज्वलंत करण्यास आणि त्याकरिता प्रेरणा निर्माण करण्यास मला मदत झाली.

यानंतरची आणि सगळ्यात महत्त्वाची किंवा जवळजवळ गुरुकिल्लीच म्हणावी अशी गोष्ट म्हणजे शर्यतीच्या दिवशी मी जे करण्याची गरज होती ते मी अगदी तंतोतंत करत असल्याचं कल्पनाचित्र मी डोळ्यांसमोर आणू लागलो. त्या वेळी आवश्यक कृती करणं मला भागच पडावं अशा प्रकारे माझ्या मनात मी आत्यंतिक भावनाशील अवस्था निर्माण करत होतो. मी डोळे मिटले आणि माझ्या लिव्हिंग रूममध्ये चहाच्या टेबलावर ठेवलेल्या माझ्या आयफोनचं चित्र स्पष्टपणे नजरेसमोर आणलं. त्यात सकाळचे ७ वाजले आहेत असं मी पाहिलं आणि आता धावायला जाण्याची वेळ झाल्याचं दर्शवणारा गजर वाजत असल्याचं आपण ऐकत आहोत अशी कल्पना केली. त्यानंतर मी स्वतः कोचावरून उठून उभा राहत आहे, असं मी कल्पनेतच पाहिलं. तसाच मी शय्यागृहाच्या बाहेर पडल्याचं आणि कपाटाच्या दिशेनं गेल्याचं कल्पनाचित्र मी पाहिलं. तिथे मी धावण्याचा पोशाख घातल्याचं मी पाहिलं. त्यानंतर मी पुन्हा दिवाणखान्यात आलो आणि दर्शनी दरवाजाकडे गेलो, मी दरवाजा उघडत आहे, असं कल्पनाचित्र मी पाहिलं आणि नंतर मी बाहेर पडल्याचं चित्र नजरेसमोर आणलं. मी त्या कल्पनाचित्रात असंही पाहिलं की, त्या वेळी मी निर्धारानं आणि उत्साहानं असं म्हणत होतो की, 'आज धावायला जाण्यासाठी मी अतिशय रोमहर्षित झालो आहे, कारण त्यामुळे मी उत्तम व्यक्ती होण्यास सक्षम होणार आहे.' मी याच भावना पुनःपुन्हा व्यक्त केल्या आणि त्याला जोडून काही शारीरिक हालचालीही केल्या. हे बोलत असताना मी मान डोलावल्याचं मी पाहिलं

आणि त्या दिवशी धावायला जाण्यासाठी माझ्या मनात अत्यंत रोमहर्षित करणाऱ्या भावना निर्माण झाल्याची कल्पना केली.

मला धावायला जाणं भागच पडावं अशी माझी इच्छा नव्हती किंवा मला ते हवं होतं असंही नाही आणि मला तशी आशा किंवा अपेक्षाही नव्हती. पण मी त्या भावना निर्माण केल्या होत्या. काही अल्पावधीत आवश्यक असलेल्या त्या कृती मी करत असल्याचा मानसिक सराव मी केला. पुनःपुन्हा ते कल्पनाचित्र तसंच्या तसं नजरेसमोर आणलं. मला पूर्वनिर्धारित कृती त्या वेळी करण्यास भाग पाडण्याकरिता स्वतःला उत्तम भावनाशील स्थितीत ठेवून माझं उद्दिष्ट पूर्ण करण्याची गरज होती हे मला माहीत होतं.

कल्पनाचित्र मनःचक्षूंसमोर आणण्याच्या या पद्धतीचा लाभ असा झाला की, ज्या वेळी सकाळी ७ वाजता गजर झाला, त्या वेळी मी तो बंद केला नाही आणि 'ह्यॅ! मला धावण्याचा तिरस्कार वाटतो. मी आजचा दिवस जाणार नाही. उद्यापासून बघू,' असा विचारही माझ्या मनात आला नाही. तसं काहीच घडलं नाही, कारण मी ज्याचा सराव केला होता, त्यात या विचाराचा समावेश नव्हता. त्या दिवशी पहाटे मी जे कल्पनाचित्र मनःचक्षूंसमोर आणलं होतं, नेमका तसाच मी आपोआप वागलो. माझ्या त्या वागण्याला माझ्याकडून कोणताही प्रतिरोध किंवा विरोध झाला नव्हता. मी उठून उभा राहिलो. कपाटाकडे गेलो. धावण्याचा पोशाख घातला आणि दिवाणखान्यातून पुढच्या दरवाजाकडे गेलो. दरवाजा उघडला, बाहेर पडलो. माझ्या मनात त्या वेळी आत्यंतिक भावना दाटून आल्या होत्या. त्या दिवशी पहाटे मी ज्या भावना मनात निर्माण केल्या होत्या, नेमक्या त्याच भावना त्या वेळी माझ्या मनात दाटल्या होत्या. अगदी तेच शब्दही माझ्या डोक्यात घुमत होते : 'आज धावायला जाण्यासाठी मी अतिशय रोमहर्षित झालो आहे, कारण त्यामुळे मी उत्तम व्यक्ती होण्यास सक्षम होणार आहे.' त्यानंतर मी बाहेर गेल्यानंतर अचानकच मी ती गोष्ट केली. ज्या गोष्टीचा मी जन्मभर तिरस्कार केला होता आणि टाळलं होतं ती गोष्ट मी केली. मी चक्क धावलो. मनःचक्षूंसमोर कल्पनाचित्र आणण्याची हीच ताकद आहे आणि हाच त्याचा महत्त्वाचा लाभही आहे.

तुमच्या पहाटेच्या चमत्काराच्या सरावाच्या वेळी मनःचक्षूंसमोर कल्पनाचित्र आणण्याच्या ३ पायऱ्या

तुम्ही एस.ए.व्ही.ई.आर.एस. अगदी याच अनुक्रमानं करू शकत असलात तरी तुमच्या सकारात्मक पुष्टिदायक वाक्यांच्या पुनरुक्तीनंतर तुम्ही कल्पनाचित्र डोळ्यांसमोर आणण्याचा सराव केलात तर ते अधिक चांगलं ठरतं. सुरुवातीला तुमची सकारात्मक वाक्यं म्हटल्यानंतर तुम्ही त्या वाक्यांशी सुसंगत गोष्टी करत

असल्याचं चित्र रंगवा. हे करण्यासाठी इथे तीन साध्या, अनुक्रमे करावयाच्या पायऱ्या देत आहे :

पायरी १ : मनोरचना तयार करा

कोणताही अनुभव घेण्यासाठी आपली मनोरचना त्या दृष्टीने अनुकूल असलेला मनाचा कल तयार करते. म्हणून प्राथमिक उद्दिष्टांमध्ये आणि मनःचक्षूंसमोर आणावयाच्या सकारात्मक पुष्टिदायक विधानांमध्ये पुढील गोष्टींचा समावेश असला पाहिजे, हे लक्षात ठेवा.

- तुमचं आदर्श फलित प्राप्त करणं कसं असू शकेल ते पाहा आणि त्याची जाणीव करून घ्या. त्यामुळे तुमच्या मनात त्याविषयीची स्पष्टता आणि प्रेरणा निर्माण होईल. साहजिकच ते प्राप्त करण्यासाठी काय गरजेचं आहे त्याकरिता मदत करण्यास तुमच्या प्रेरणेला उत्तेजन मिळेल.
- तुमचं आदर्श फलित प्राप्त करून घेण्यासाठी तुम्हाला ज्या कृती करण्याची गरज आहे असं तुम्ही निर्धारित केलं असेल त्या करण्याचा मानसिक सराव करा.
- स्वतःला भावनोत्कट अवस्थेत ठेवून हे सारं करा, त्यामुळे तुम्ही पूर्वनिर्धारित केलेल्या कृती तुम्ही कोणत्याही वेळी गरज असेल तेव्हा आपोआपच पार पाडाल.

नजरेसमोर कल्पनाचित्र रंगवणं ही गोष्ट तशी फारशी अवघड नाही. तरीही काही लोक त्यांच्या स्वतःच्या मनातील भीती, असुरक्षितता किंवा इतर मानसिक अगर भावनिक अडथळे यांच्यामुळे ही प्रक्रिया खूपच क्लिष्ट करून ठेवतात किंवा तिच्याशी झगडतात. त्यामुळे आपल्या यशाचं कल्पनाचित्र तयार करणं त्यांना कठीण जातं आणि ते अस्वस्थ होतात. आपण जी उद्दिष्टं साध्य करत आहोत, त्यांच्याविषयी इतर लोक काय म्हणतील, याची काही जणांना भीती वाटते. तर, काही जणांच्या मनात आपणच पुढे जाऊन, आपलं उद्दिष्ट साध्य करून आपल्या प्रियजनांना मागे पाडत आहोत अशी अपराधीपणाची भावना निर्माण होते.

कल्पनाचित्र रंगवण्याचा प्रयत्न करत असताना ज्यांच्या मनात मानसिक किंवा भावनिक अडथळे निर्माण होतात, त्यांच्या मनात बहुधा मारियाना विल्यम्सच्या 'अ रिटर्न टू लव्ह' या पुस्तकातील पुढील ओळीच घोळत राहत असाव्यात :

> 'आपण अपुरे आहोत ही आपल्या मनातील अत्यंत खोलवरची भीती नाही. आपण प्रचंड शक्तिशाली आहोत हीच आपल्या मनातील अत्यंत खोलवर

दडलेली भीती आहे. आपला अंधार नव्हे, तर आपला प्रकाश आपल्याला अधिक घाबरवून सोडतो. आपण स्वतःला विचारतो, 'मी बुद्धिमान, सुंदर, हुशार, अद्‌भुत आहे. मी कोण आहे?' प्रत्यक्षात तुम्ही कोण नसता? तुम्ही देवाचं मूल असता. तुम्ही कमी प्रमाणात काम केलं तर त्यामुळे जगाला काहीच उपयोग होत नाही. तुमच्या भोवतालच्या लोकांना असुरक्षितता जाणवावी इतकं स्वतःला आक्रसून घेणं यात कसलाच शहाणपणा नाही. मुलांप्रमाणेच आपल्याला सगळ्यांनाही चमकण्यासाठीच निर्माण करण्यात आलं आहे. आपल्यामध्ये असलेली देवाची उदात्तता साकार करण्यासाठीच आपण जन्मलो होतो. आपल्यापैकी काही जणांनीच असं करावं असं नाही, आपण सर्वांनीच ते केलं पाहिजे आणि आपल्या स्वतःच्या प्रकाशाला चमकू दिलं पाहिजे. आपण अजाणतेपणी इतर लोकांना हेच करण्याची मुभा देतो. आपल्या भीतीपासून आपण मुक्त झालो की, आपल्या उपस्थितीनं आपण इतरांना मुक्त करू शकू.'

तुम्ही प्रेम करत असलेल्या आणि तुम्ही नेतृत्व करत असलेल्या लोकांना तुम्ही देऊ शकत असलेल्या सर्वांत महान भेटीचा विचार करा. आपल्या क्षमतेचा पुरेपूर वापर करून घेण्यासाठी सातत्यानं प्रयत्न करणं ही ती भेट आहे. तुमच्या क्षमतेचा तुम्ही पुरेपूर वापर करून घेतला तरच इतरांनाही तसंच करण्यासाठी मदत करण्याची क्षमता तुम्हाला प्राप्त होईल.

कोणत्याही भीती, असुरक्षितता किंवा इतर लोकांना काय वाटेल, याविषयीच्या चिंतांना रोखून धरून शक्यतेच्या मनोरचनेत शिरण्याची हीच वेळ आहे. तुम्हाला खरोखरच काय हवं आहे? तुम्ही चिकटून राहिलेल्या आणि स्वतःवरच लादलेल्या कोणत्याही मर्यादा विसरून जा. एक गोष्ट लक्षात ठेवा. तुम्ही मागे जाऊन भूतकाळ बदलू शकत नाही, परंतु तुम्ही अगदी आता सुरुवात करून इतर प्रत्येक गोष्ट बदलू शकता. आपल्या जीवनात सुधारणा घडवून आणून तुम्हाला ज्या प्रकारची व्यक्ती होण्याची इच्छा असते, त्या प्रकारची व्यक्ती होण्यास या पृथ्वीतलावरची इतर कोणतीही व्यक्ती जितकी पात्र आणि सक्षम असेल, तितकेच तुम्हीही पात्र आणि सक्षम आहात, हे लक्षात ठेवा. पृथ्वीवरच्या इतर कोणत्याही व्यक्तीकडे तिला हव्या असलेल्या सगळ्या गोष्टींची तिच्या जीवनात निर्मिती करण्याची जितकी क्षमता आहे, तितकीच क्षमता आपल्याला हव्या असलेल्या सगळ्या गोष्टींची तुमच्या जीवनात निर्मिती करण्याकरिता तुमच्याकडेही आहे. तुम्ही आनंदी, निरोगी आणि आर्थिकदृष्ट्या सुरक्षित राहण्यास पात्र आहात. आता ही गोष्ट तुमच्याही बाबतीत कशी लागू करता येईल ते पाहू या.

ज्या प्रकारच्या अवस्थेत तुम्ही निवांत बसू शकता त्या अवस्थेत ताठ बसा. तुम्ही खुर्चीवर, कोचावर, जमिनीवर किंवा अशा प्रकारे इतर कुठेही बसू शकता. एक

दीर्घ, खोल श्वास घ्या. डोळे मिटा. मनातील विचार दूर करा आणि कल्पनाचित्र पाहण्यास तयार व्हा.

पायरी २ : तुमच्या आदर्श फलिताचं कल्पनाचित्र डोळ्यांसमोर आणा

आपल्याला जे हवं असतं त्याचा आपण अनुभव घेत असल्याचं कल्पनाचित्र आपण नजरेसमोर आणतो त्या वेळी आपल्या भावना उचंबळतात आणि आपला उत्साह दुणावतो. त्यामुळे आपल्या कल्पनाचित्राकडे आपण खेचले जातो. तुम्हाला हवी असलेली गोष्ट तुम्ही जितक्या स्पष्टपणे पाहाल आणि एकदा आपलं उद्दिष्ट साध्य केल्यानंतर तुमच्या मनात निर्माण होणाऱ्या भावनांचा तुम्ही 'आताच' अनुभव घेतला की, ते उद्दिष्ट प्रत्यक्षात उतरवण्याची शक्यता तुम्ही अधिक प्रमाणात निर्माण करता.

म्हणून मनात अंतिम फलिताला निश्चित करून सुरुवात करू या. तुम्हाला कोणतं उद्दिष्ट साध्य करायचं आहे? कोणती सुधारणा किंवा कामगिरी प्रत्यक्षात आल्याचं पाहण्यास तुम्हाला अधिक आवडेल? ती पुस्तक लिहिणं, व्यवसाय सुरू करणं किंवा विश्वपर्यटन करणं यांसारखी कोणतीही गोष्ट असू शकेल. तुमचं उद्दिष्ट हे अल्पावधीचं किंवा दीर्घ कालावधीचं असू शकेल. १० पाऊंड वजन कमी करणं, तुमच्या वैवाहिक जीवनाचा कायापालट करणं, तुमच्या उत्पन्नात वाढ करणं किंवा आनंदी राहणं आणि तुम्हाला जगण्यासाठी देण्यात आलेल्या या एका जीवनाचा उपभोग घेणं, यांपैकी किंवा यांसारखं कुठलंही तुमचं उद्दिष्ट असू शकेल. कदाचित, तुमच्या जोडीदाराला किंवा मुलांना त्या दिवसाकरिता तुम्ही कसं अभिवादन करू इच्छिता यांसारखं ते अगदीच किरकोळ आणि लगेच पूर्ण करावयाचं उद्दिष्टही असू शकेल. तुमचं इच्छित फलित काहीही असलं तरी नजरेसमोर कल्पनाचित्र आणून त्याचा सराव केल्यामुळे ते प्रत्यक्षात येण्यास मदत होईल. ते प्रत्यक्षात उतरवण्यास तुम्ही तयार व्हाल.

तुमच्या जीवनाच्या कोणत्याही क्षेत्रातील तुमचं आदर्श फलित काय असेल याचा विचार केला की, तुम्ही फक्त डोळे मिटून ते फलित कसं दिसेल आणि कसं वाटेल याची कल्पना करायची असते. त्या क्षणामुळे तुमच्या मनात निर्माण होणाऱ्या सकारात्मक भावनांची अगदी स्पष्टपणे कल्पना करा. अटलांटिक सिटी मॅरेथॉनची अंतिम सीमारेषा पार करणं हे माझ्यासाठीचं अपेक्षित फलित होतं. आरोग्यात सुधारणा करणं, व्यवसायाची वाढ करणं किंवा तुमचं प्रेम असलेल्या एखाद्या व्यक्तीशी अधिक मनापासून निकटचे संबंध प्रस्थापित करणं, यांसारखं एखादं फलित हे कदाचित तुमचं इच्छित फलित असू शकेल.

तुमच्या आदर्श फलिताचं कल्पनाचित्र तुम्ही डोळ्यांसमोर आणलं की त्याला शक्य तितकं स्पष्ट करा. त्याला तुमच्या कल्पनेतील प्रत्येक तपशिलासह पाहा, त्याचा अनुभव घ्या, त्याची जाणीव करून घ्या. त्याला ऐका, स्पर्श करा. त्याचा

स्वाद घ्या आणि त्याचा गंधही घ्या. मनःचक्षूंसमोर कल्पनाचित्र आणण्याच्या तुमच्या पद्धतीची परिणामकारकता तिच्या कमाल मर्यादेपर्यंत वाढवण्यासाठी तुमच्या एकाहून अधिक ज्ञानेंद्रियांना त्यात समाविष्ट करा. तुम्ही जे मिळवण्याची इच्छा करत आहात, ते तुम्ही मिळवलं आहे असं पाहणं आणि ते प्रत्यक्षात उतरल्यानंतर तुम्हाला त्यामुळे किती चांगलं वाटेल याचा अनुभव घेणं हा यातला मुद्दा आहे. तुमच्या कल्पनाचित्राला सत्यात उतरवणं, त्याला साकार करणं हा यामागचा हेतू आहे. तुमच्या नजरेसमोर तुम्ही आणत असलेलं दृश्य जितकं अधिक स्पष्ट असेल तितकं ते तुम्हाला अधिक खरं वाटेल आणि ते सत्यात उतरवण्यासाठी आवश्यक कृती करण्यास तुम्हाला तितक्याच अधिक प्रमाणात भागही पडेल.

पायरी ३ : आवश्यक कृती करत असल्याचं कल्पनाचित्र उत्तम भावनिक अवस्थेत राहून मनःचक्षूंसमोर आणा

काय शक्य आहे आणि त्याचा अनुभव घेताना तुम्हाला काय वाटतं याविषयीचं तुमच्या आदर्श फलिताचं स्पष्ट मानसिक चित्र नजरेसमोर आणण्यात तुम्ही एकदा काही मिनिटांचा कालावधी व्यतीत केला की, मग त्यापुढची पायरी पार पारा. ते फलित प्राप्त करण्यासाठी कोणत्या कृती केल्या पाहिजेत ते ठरवणं आणि नंतर त्या कृतींचा सराव करणं ही ती पायरी आहे. आपल्या इच्छित आयुष्यांची निर्मिती करणं आणि आपण स्वतः या दोन गोष्टींमध्ये उभ्या असलेल्या सर्वाधिक महत्त्वाच्या अडथळ्यावर मात करण्यासाठी मनःचक्षूंसमोर कल्पनाचित्र आणण्याचा उपयोग करणं अशी ही पायरी आहे. तुमची इच्छा असो वा नसो, पण तुम्ही जे करण्याची गरज असते ते उचित वेळी तुम्हाला करायला भाग पाडणं ही गोष्ट या पायरीत समाविष्ट आहे. या अडथळ्यावर मात केल्यानंतर खरोखरच तुम्हाला रोखणं शक्यच नसतं.

आपल्या अत्यंत महत्त्वाच्या कृतींचं अनुसरण करण्यास आपण टाळाटाळ करतो, कारण एक तर त्या आपल्या निवांत, सुखासीन क्षेत्राच्या (कम्फर्ट झोनच्या) बाहेर असतात. तसंच त्या पार पाडल्यावर त्यांचे स्वतःचे काही महत्त्वपूर्ण परिणाम निर्माण होतात. त्यांमुळे आपल्या मनात काही पातळीवर भीती निर्माण होते किंवा फक्त त्या कृती करण्यापेक्षा त्या न करणं अधिक सोपं असतं. मनःचक्षूंसमोर कल्पनाचित्र आणण्याची ही पद्धत हा एक मानसिक सराव आहे. तो तुम्हाला कृती करण्यास तयार करतो. तुमच्या उत्कृष्ट भावनिक अवस्थेत राहून तुमच्या अत्यंत परिणामकारक कृतींमध्ये तुम्ही आज गुंतल्याचं पाहण्याचा हा सराव असतो. त्यामुळे खरोखरची वेळ आल्यानंतर त्या कृती करणं तुम्हाला भाग पडतं.

फक्त डोळे मिटा आणि तुम्ही आज करणं गरजेच्या असलेल्या कृती (व्यायाम, काम, संशोधन, लेखन, फोन कॉल करणं, इतर लोकांशी सकारात्मक पद्धतीनं जोडलं जाणं इ.) तुम्ही करत आहात असं कल्पनाचित्र पाहा आणि त्या सगळ्या

कृती करताना तुम्हाला आनंद होत असल्याची, मजा वाटत असल्याची खात्री करून घ्या. ट्रेडमिलवर धावत असताना तुम्ही स्मित करत आहात, तुम्ही पाळत असलेल्या स्वयंशिस्तीविषयी तुमच्या मनात अभिमानाची भावना निर्माण होत आहे, असं कल्पनाचित्र तयार करून ते पाहा. तुम्ही फोन कॉल करत असताना, तुमच्या अहवालावर किंवा तुम्ही दीर्घ काळ प्रलंबित ठेवलेल्या प्रकल्पावर काम करत असताना – अखेरीस कृती करत असताना तुमच्या चेहऱ्यावर निर्माण झालेल्या निर्धाराचं आणि निश्चयाचं दृश्य पाहा. दिवसभरासाठी तुमच्या कुटुंबीयांना तुम्ही अभिवादन करत असल्याचं कल्पनाचित्र रेखाटताना तुमच्या चेहऱ्यावर प्रेमाच्या आणि खेळकरपणाच्या भावना निर्माण झाल्याचं पाहा. त्या भावनांचा अनुभव घ्या. आपण उत्तम मानसिक आणि भावनिक अवस्थेत असल्याचं कल्पनाचित्र रेखाटा. तसंच तुमच्या आदर्श फलितांच्या दिशेनं जाण्यासाठी तुम्ही आज करत असलेल्या गोष्टी करत असल्याचं चित्रही रेखाटा आणि त्याचं बारकाईनं निरीक्षण करा.

लाइफ सेव्हर्स (एस.ए.व्ही.ई.आर.एस.)

‘ई’ याचा अर्थ व्यायाम

‘तुम्ही व्यायामासाठी वेळ काढला नाही तर बहुधा तुम्हाला आजारपणासाठी वेळ काढावाच लागेल.’

रॉबिन शर्मा

‘बहुसंख्य लोक सारासार विचार न करता एकदम निष्कर्षावर उडी मारणं, स्पर्धा करून आपल्या मित्रांना मागे टाकणं, जबाबदाऱ्या झटकून टाकणं आणि आपल्या नशिबांना मागे खेचणं हेच व्यायाम करतात.’

–अज्ञात.

आपलं आरोग्य चांगलं राखण्यासाठी, आपल्या ताकदीत आणि चिकाटीत वाढ करण्यासाठी व्यायाम किती महत्त्वाचा असतो हे आपल्याला सर्वांनाच चांगलंच माहीत असतं. परंतु पहाटे किंवा सकाळी व्यायाम करण्याचे नेमके लाभ आपल्याला कदाचित माहीत नसतात. पहाटे व्यायाम करण्याच्या लाभांकडे दुर्लक्ष करताच येणार नाही, इतके ते अतिशय मोठे असतात. तुम्ही उठल्यानंतर तुमच्या मनात झोप आणि जाग या अवस्थांच्या दरम्यान असलेला गोंधळ हळूहळू दूर करण्यासाठी आणि तुमच्या सावधपणाला प्रोत्साहन देण्यासाठी, तुमच्या मानसिक स्पष्टतेत आणि एकाग्रतेत वाढ करण्यासाठी, दिवसभरात तुमच्या ऊर्जेच्या पातळ्या तशाच उच्चतर राखण्यासाठी अशा अनेक गोष्टींसाठी – तुम्ही पहाटे किंवा सकाळी उठल्यानंतर व्यायाम करणं लाभदायक ठरतं. यामुळे दिवसभरात तुम्हाला चांगलं वाटतं, ताजंतवानं वाटतं आणि तुमची दैनंदिन कामं तुम्ही अधिक चांगल्या प्रकारे पार पाडू शकता.

अगदी काही मिनिटंच का असेना, पण ज्या वेळी तुम्ही व्यायाम करता, त्या वेळी तुमच्या शरीरात रक्त आणि प्राणवायू यांचं अभिसरण होतं. त्यामुळे तुमची ऊर्जा, आकलनात्मक कार्यं यांच्यामध्ये सुधारणा होते आणि तुम्हाला अधिक

परिणामकारकतेनं विचार करणं व अधिक काळ लक्ष केंद्रित करणंही शक्य होतं. व्यायाम लांबणीवर टाकला तर, व्यायाम केल्यामुळे आपल्या उत्पादकतेवर होणारे सकारात्मक परिणाम आपल्याला मिळणंही लांबणीवर पडतं.

जेवण केल्यावर व्यायाम करण्यापेक्षा रिकाम्या पोटी व्यायाम केल्यामुळे अधिक चरबीचं म्हणजेच उष्मांकांचं ज्वलन होतं. रात्रभर झोपल्यानंतर तुमच्या शरीराला कर्बोदकांचा पुरवठा लगेच उपलब्ध नसतो. (तुमचं शरीर ऊर्जा स्रोताला प्राधान्य देतं.) युनिव्हर्सिटी ऑफ केंब्रिजमध्ये करण्यात आलेल्या एका अभ्यासानुसार, 'कर्बोदकयुक्त आहार घेतल्यानंतर व्यायाम करण्यापेक्षा उपाशी पोटी कमी किंवा मध्यम तीव्रतेचा एअरोबिक व्यायाम केला तर चरबीच्या ज्वलनात वाढ होते.'

इबन पागन हा वैयक्तिक विकास तज्ज्ञ, उत्तम खपाच्या पुस्तकाचा लेखक आणि उद्योजक आहे. मी नुकतीच त्याची मुलाखत पाहिली. टोनी रॉबिन्सनं त्याची ही मुलाखत घेतली होती. त्याने पागनला विचारलं, ''इबन, तुझ्या यशाची अव्वल गुरुकिल्ली काय आहे?'' इबननं त्याला उत्तर दिलं, ''मी रोज पहाटे वैयक्तिक यशाची आचरणं पार पाडतो आणि माझ्या सकाळची सुरुवात या आचरणांनीच करतो. हीच यशाची अत्यंत महत्त्वाची गुरुकिल्ली आहे.'' त्याचं उत्तर ऐकून मला सुखद आश्चर्याचा धक्का बसला.

तो पुढे म्हणाला, ''रोज सकाळी तुम्ही तुमच्या नाडीचे ठोके वाढवले पाहिजेत. तुमच्या शरीरातून वाहणारा रक्तप्रवाह वाढवला पाहिजे आणि तुमच्या फुफ्फुसांना प्राणवायूनं भरून टाकलं पाहिजे. दिवसाच्या अखेरीला किंवा मध्यावर व्यायाम करू नका. अगदी तुम्ही त्या वेळी व्यायाम केला तरी नेहमीच सकाळी निदान १० ते २० मिनिटं उड्या मारणं किंवा एखाद्या प्रकारचा एअरोबिक व्यायाम जरूर करा.''

तुमच्या पहाटेच्या चमत्काराच्या आचरणांना तुम्ही तयार करता त्या वेळी तुम्ही व्यायामाला किती वेळ द्यावा हे ठरवलं पाहिजे. परंतु तुम्हाला पुढच्या प्रकरणात समजेल त्याप्रमाणे तुम्हाला पहाटे केलेल्या अगदी ६० सेकंदांच्या व्यायामाचे लाभही जाणवतील. आता हे लक्षात ठेवा की, तुम्ही पहाटेच्या काळात जे व्यायाम करता, त्यांच्यावर तुम्ही फक्त काही मिनिटांचाच वेळ व्यतीत करत असण्याची शक्यता आहे. उड्या मारणं, वजनं उचलणं, यू ट्यूबवर योगासनांचे व्हिडिओ पाहून योग करणं किंवा भराभर चालण्यास जाणं, धावणं यांपैकी तुमच्या आवडीनुसार, तुम्ही कोणतीही गोष्ट केली तरी काहीच हरकत नाही. काय करावं हे तुम्ही ठरवायचं आहे. यातली महत्त्वाची गोष्ट अशी आहे की, पहाटेच्या चमत्काराच्या आचरणांचा सराव करत असताना तुम्ही शारीरिक हालचाली करता आणि त्यामुळे तुमच्या शरीरभर आणि मेंदूपर्यंत रक्त व प्राणवायू यांचा पुरवठा होतो. त्यामुळे तुम्हाला अतिशय छान वाटतं आणि तुम्ही उत्तम प्रकारे विचारही करू शकता.

आता योगाविषयी बोलू या

मी योगी नाही, हे आधीच स्पष्ट करतो. परंतु, उर्वरित जीवनभर मला फक्त एकाच प्रकारचा व्यायाम करता येईल असं मला सांगण्यात आलं तर मी निःसंशयपणे योगाचीच निवड करेन. यामागचं कारण असं आहे की, हा परिपूर्ण व्यायाम आहे. तो सर्वांगीण प्रकारचा व्यायाम आहे. त्यात अवयवांना ताणणं म्हणजेच स्ट्रेचिंग, ताकद मिळवण्याचं प्रशिक्षण, हृदयातून रक्ताभिसरण उत्तम प्रकारे होण्यासाठीचं प्रशिक्षण, श्वसनावर करावं लागणारं काम आणि अगदी ध्यान या सगळ्याचा समावेश होतो. ते अतिशय परिपूर्ण आहे, कारण त्याच्यामुळे एकाच वेळी मन, शरीर आणि आत्मा या तिहींना लाभ मिळतो.

मी पहाटेच्या चमत्काराच्या आचरणांची सुरुवात केल्यानंतर थोड्याच दिवसांत योगाचा सराव करण्यास सुरुवात केली आणि अद्यापही तो करत आहे. मला आजतागायत तो करायला आवडत आहे. दशामा या माझ्या एक आवडत्या योगगुरू आणि लेखिका आहेत. मला आजपर्यंत भेटलेल्या योगगुरूंपैकी त्या अत्यंत विश्वासार्ह, मजेत, हसत-खेळत शिकवणाऱ्या, व्यवहार्य विचार करणाऱ्या योगगुरू आहेत. एक खऱ्याखुऱ्या तज्ज्ञ आणि योगाचा सराव व अध्यापन यात १०,००० तासांहून अधिक काळ व्यतीत केलेल्या गुरू म्हणून त्यांचे अद्वितीय विचार त्यांनी मांडावेत, असं मी त्यांना सांगितलं. त्या म्हणाल्या :

> ''योग हे बहुआयामी शास्त्र आहे. जीवनाच्या शारीरिक, मानसिक, भावनिक आणि आध्यात्मिक पैलूंना त्याचा उपयोग होतो. हॅलनं मला या पुस्तकासाठी योगाची थोडक्यात ओळख करून देण्याकरिता लिहायला सांगितल्यानंतर मला असं वाटलं की, योग हा 'द मिरॅकल मॉर्निंग'शी (पहाटेच्या चमत्काराच्या आचरणांशी) अगदी परिपूर्णपणे सुसंगत आहे. माझ्या वैयक्तिक अनुभवांवरून मला हे माहीत आहे की, योग तुमच्या जीवनात चमत्कार घडवून आणण्यास तुम्हाला साहाय्य करतो. माझ्या जीवनात मी या चमत्काराचा अनुभव घेतला आणि जगभरातील ज्या अनेक लोकांना मी शिकवलं त्यांच्या जीवनातही असेच चमत्कार घडताना पाहिले.
>
> योग विविध स्वरूपांत केला जाऊ शकतो, ही यातली महत्त्वाची गोष्ट आहे. शांतपणे ध्यानस्थ बसणं, फुफ्फुसांची क्षमता वाढवण्यासाठी प्राणायाम करणं किंवा हृदय खुलं करण्यासाठी पाठ वाकवण्याचे व्यायाम करणं यांसारख्या सरावांमुळे जीवनाच्या प्रत्येक पैलूला लाभ होतो. तुम्हाला ज्या वेळी उपचार म्हणून योग शिकायचा असतो त्या वेळी कोणत्या तंत्रांचा सराव करावा हे शिकणं आणि स्वतःला समतोल

अवस्थेत ठेवण्याचा लाभ मिळवण्यासाठी त्याचा वापर करणं ही यातली महत्त्वाची बाब आहे.

योगाच्या सातत्यपूर्ण सरावामुळे तुमच्या जीवनाचा अनेक प्रकारे विकास होतो, उत्तम गोष्टी घडतात. ज्या गोष्टी एकसंधपणातून निसटून सुट्या झालेल्या असतात त्यांना एकत्र केलं जातं. शरीराची एकात्मता जपली जाते. मनाची एकात्मता जपली जाते. योगाच्या साहाय्यानं तुमच्या शरीरात अडकून पडलेली किंवा रोखली गेलेली ऊर्जा खुली करून शरीरभर खेळवली जाते. त्यामुळे नवीन द्रवपदार्थाची हालचाल घडून येण्याकरिता जागा निर्माण केली जाते. रक्तप्रवाह उत्तम प्रकारे शरीरभर संचार करतो आणि ऊर्जेचंही उत्तम वहन होतं. ज्या वेळी तुम्हाला तुम्ही तयार झाला आहात असं वाटेल, त्या वेळी तुम्ही काही नवीन अनुक्रमांचा वापर करावा असं मी तुम्हाला सुचवते.

आशीर्वाद आणि प्रेम,

–दशामा''

तुमच्या स्वतःच्या घरात राहून निवांतपणे तुम्हाला योग शिकायचा असेल तर फक्त यू ट्यूबला भेट द्या आणि 'योग' असं टाइप करून शोध घ्या. तुम्हाला दशमांचे योगाविषयी मार्गदर्शन करणारे असंख्य व्हिडिओ सापडतील. तसंच इतर योगगुरूंचे व्हिडिओही आढळतील.

व्यायामाविषयीचे अंतिम विचार

आपलं आरोग्य उत्तम राखण्यासाठी आणि ऊर्जेच्या पातळ्याही उत्कृष्ट अवस्थेत ठेवण्यासाठी व्यायाम किती लाभदायक ठरतो हे आपल्याला सर्वांनाच माहीत असलं तरीही टाळाटाळ करून, वेगवेगळी कारणं शोधून व्यायाम करणं लांबणीवर टाकणं ही खूपच अधिक सोपी गोष्ट असते. 'मला वेळ नाही,' आणि 'मी खूपच थकलो/थकले आहे' ही याकरिता देण्यात येणारी दोन सर्वाधिक सामाईक कारणं आहेत. तुम्हीही यांपैकी एखाद्या कारणामुळे व्यायाम करणं थांबवलं आहे का?

तुमच्या सकाळच्या आणि खरं म्हणजे पहाटेच्या चमत्काराच्या आचरणांमध्ये व्यायामाचा समावेश केल्यामुळे सगळ्या दिवसाचा नूरच एकदम पालटून जातो. तुम्ही व्यायाम टाळण्यासाठी कारणं देण्याच्या आधीच तुमचा व्यायाम होऊन गेलेला असतो. शिवाय, दिवसभराच्या कामांनी तुम्ही अत्यंत थकून गेल्यामुळे व्यायाम टाळण्याची गरजही उरत नाही, कारण दिवसाच्या सुरुवातीलाच तुम्ही व्यायाम करून मोकळे झालेले असता. पहाटेचा चमत्कार हा व्यायाम करण्याची दैनंदिन सवय लावून घेण्याचा एक खात्रीशीर मार्ग आहे. त्यामुळे रोजच उत्तम शारीरिक, मानसिक आणि भावनिक अवस्थेत असतानाच तुम्ही व्यायाम करता.

एक इशारा : सहसा ही गोष्ट आरामात पार पडते, परंतु तरीही कोणताही व्यायाम प्रकार सुरू करण्याच्या आधी तुमच्या डॉक्टरचा किंवा आरोग्य सल्लागाराचा सल्ला घ्या. विशेषतः तुम्हाला शारीरिक वेदना, अस्वस्थता, अक्षमता किंवा तत्सम लक्षणं जाणवली तर सल्ला न घेता संबंधित व्यायाम प्रकार तसाच पुढे सुरू ठेवू नका. तुमच्या वैयक्तिक गरजांनुसार, तुम्हाला कदाचित तुमच्या व्यायामात काही प्रमाणात सुधारणा अगर बदल करण्याची किंवा तो व्यायाम प्रकार पूर्णपणे बंद करण्याची आवश्यकता असू शकते.

लाइफ सेव्हर्स (एस.ए.व्ही.ई.आर.एस.)

'आर' म्हणजे वाचन

'शरीराच्या बाबतीत व्यायाम जे काम करतो, तेच काम वाचन मनाच्या बाबतीत करतं आणि प्रार्थना आत्म्याच्या बाबतीत करते. आपण जी पुस्तकं वाचतो, तसेच आपण होतो.'

–मॅथ्यु केली

'आजचा वाचक हा उद्याचा नेता असतो.'

–मार्गारेट फुलर

अनुभव हा आपला सगळ्यात महान गुरू असतो, असं म्हटलं जातं. ज्या कोणी हे म्हटलं आहे त्याने हा अनुभव आपला स्वतःचाच असला पाहिजे की आपल्या या सगळ्यात महान गुरूला आपण इतरांच्या अनुभवातूनही प्राप्त करू शकतो का, हे स्पष्टपणे सांगितलेलं नाही. जर दुसऱ्यांच्या अनुभवांतूनही आपण शिकू शकतो हे सत्य असेल तर एस.ए.व्ही.ई.आर.एस.मधील वाचनाचं पाचवं आचरण ही ज्ञान, माहिती, दृष्टिकोन आणि तुमच्या जीवनाच्या कोणत्याही क्षेत्रात बदल घडवण्यासाठी, सुधारणा करण्यासाठी किंवा त्याला उत्तम करण्यासाठी आवश्यक असलेली व्यूहरचना संपादित करण्याची सर्वाधिक सक्षम आणि परिणामकारक पद्धत आहे.

मी हे आधीच स्पष्ट करतो की, इथे मी काल्पनिकांखेरीज इतर माहितीप्रद पुस्तकांच्या वाचनाचा संदर्भ देत आहे. तुम्हाला हव्या असलेल्या परिणामांशी सुसंगत परिणाम मिळवलेल्या लेखकांनी लिहिलेले त्यांचे अनुभव वाचण्याच्या संदर्भात मी बोलत आहे. त्यामुळे तुम्हाला या संदर्भातील गोष्टींचा पुनर्शोध घेण्याची गरज भासत नाही. तुम्हाला हवी असलेली कोणतीही गोष्ट त्याआधी कोणीतरी मिळवलेली असते आणि त्याला तुमचं मॉडेल समजून तुम्ही अधिक जलद गतीनं तुम्हाला हवी असलेली ती गोष्ट मिळवू शकता. जवळजवळ प्रत्येक विषयावरची असंख्य पुस्तकं सध्या बाजारात उपलब्ध आहेत. त्यामुळे तुम्हाला दैनंदिन वाचनातून किती ज्ञान मिळवता येईल, याला काहीच मर्यादा नाही.

तुम्हाला अधिक आनंदी व्हायचं आहे? अधिक निरोगी व्हायचं आहे? तुम्हाला व्यवसाय सुरू करायचा आहे? मॅरेथॉनमध्ये धावायचं आहे? किंवा तुम्हाला अधिक चांगला पालक व्हायचं आहे? या सगळ्या गोष्टी आधीच केलेल्या अनेक लोकांनी त्या विषयांवरची असंख्य पुस्तकं लिहिली आहेत. ती पुस्तकं तुम्हाला ती गोष्ट कशी करायची ते शिकवतात. त्यामुळे तुम्हाला झटपट अध्ययन करता येतं आणि तुमच्या यशाला गती येते.

तुम्ही किती काळ वाचन केलं पाहिजे?

पुढच्या दोन प्रकरणांमध्ये आपण एस.ए.व्ही.ई.आर.एस.मधील प्रत्येक घटकाचा धांडोळा घेण्यासाठी किती कालावधी लागेल ते पाहणार आहोत. परंतु, मी तुम्हाला असं सुचवतो की, तुमच्या पहाटेच्या चमत्काराच्या आचरणांमधील वाचनाच्या आचरणासाठी तुम्ही किमान १० मिनिटांचा वेळ द्यावा. तुम्हाला शक्य असेल आणि तुम्ही वाचनाला प्राधान्य देत असाल तर तुम्ही त्याकरिता २० मिनिटांचा वेळही देऊ शकता. वैयक्तिकरीत्या बोलायचं झालं तर माझ्या पहाटेच्या चमत्काराच्या आचरणांमध्ये मी वाचनासाठी २० मिनिटांचा वेळ देतो. शिवाय, रात्री झोपण्यापूर्वीही मी पुन्हा एकदा १० ते २० मिनिटं वाचन करतो. तुमचं जीवन बदलून टाकण्यासाठी फक्त एखादी मोठी कल्पनाच पुरेशी असते, ही गोष्ट लक्षात ठेवून मी तुम्हाला असं सुचवेन की, तुम्ही संख्येपेक्षाही गुणवत्तेला अधिक प्राधान्य द्यावं. हीच गोष्ट कमी-जास्त प्रमाणात वाचनालाही लागू पडते.

तुलनेत कमी प्रमाणातील वाचनाचाही तुमच्या जीवनावर कसा प्रचंड परिणाम होऊ शकतो हे तुमच्या लक्षात येण्यास मदत व्हावी म्हणून आता आपण थोडीशी आकडेमोड करू या. वाचनाची गती नैसर्गिकरीत्याच व्यक्तिपरत्वे भिन्न असते. तरीही सर्वसामान्य वाचक एका मिनिटात सरासरी तीनशे शब्द वाचतो. बहुतांश पुस्तकांच्या एका पानात सरासरी सुमारे तीनशे शब्द असतात. याचा अर्थ, एक पान वाचण्यास एका मिनिटाचा कालावधी लागतो. समजा, तुम्ही अतिशय संथपणे वाचन करत असाल, तर त्यासाठी तुम्हाला जास्तीतजास्त दोन मिनिटं लागतील. अशा प्रकारे १० मिनिटांत तुम्ही सरासरी ५ ते १० पानं वाचाल.

तुम्ही दिवसाला फक्त १० पानं वाचली असं गृहीत धरलं तर वर्षात तुम्ही ३,६५० पानं वाचाल. याचा अर्थ, वर्षभरात तुम्ही २०० पानांची १८ पुस्तकं वाचून काढाल. आता मी तुम्हाला असं विचारतो की : तुम्ही आगामी १२ महिन्यांत वैयक्तिक किंवा व्यावसायिक विकासावरची १८ पुस्तकं वाचली तर तुम्ही अधिक माहितगार, ज्ञानी, सक्षम आणि आत्मविश्वासू व्यक्ती व्हाल असं तुम्हाला वाटतं का? तुमच्या व्यक्तिमत्त्वाची एक नवीन आणि सुधारित आवृत्ती तयार झालेली असेल

असं तुम्हाला वाटतं का? नक्कीच! रोज १० पानं वाचल्यामुळे तुम्ही थकून जाणार नाही, तर तुम्ही स्वतःला तयार कराल, तुमची नव्यानं उत्तम जडणघडण कराल.

तुम्ही काय वाचलं पाहिजे?

तुम्ही काय वाचलं पाहिजे ही गोष्ट तुमच्या उद्दिष्टांनुसार ठरेल. ज्या वेळी लोकांचं सर्वेक्षण करण्यात आलं आणि त्यांना कोणती गोष्ट अधिक प्रमाणात हवी आहे, असं विचारण्यात आलं त्या वेळी सर्वाधिक लोकांनी 'आनंदी व्हायला आवडेल' असं सांगून आनंदीपणाला प्राधान्य दिलं. मला तुमच्याविषयी माहीत नाही, परंतु मला नेहमीच आनंदी राहण्याची आणि जीवनाचा आनंद घेण्याची तळमळ लागून राहिलेली असते. त्याकरिता मला ज्या पुस्तकांची मदत झाली त्यांची आणि त्यांच्या लेखकांची नावं मी पुढे देत आहे :

- द हॅपिनेस इक्वेशन : नील पसरिचा
- द हॅपिनेस ॲडव्हान्टेज : शॉन अँकर
- द आर्ट ऑफ हॅपिनेस : दलाई लामा
- लव्हिंग व्हॉट इज : बायरन केटी
- द अनटिथर्ड सोल, लिव्हिंग अनटिथर्ड अँड द सरेंडर एक्सपेरिमेंट : मायकेल सिंगर

लोकांना काय हवं आहे या संदर्भात त्यांनी या खालोखाल अधिक प्रमाणात दिलेलं उत्तर हे 'अधिक पैसा हवा आहे,' असं होतं आणि अर्थातच यात आश्चर्य वाटण्याची गरज नाही. तुम्हाला तुमच्या आर्थिक परिस्थितीत सुधारणा करायची असेल तर इथे माझी काही आवडती पुस्तकं मी तुम्हाला देत आहे. यात मिरॅकल मॉर्निंग मालिकेतील सर्वांत नवीन पुस्तकाचाही समावेश आहे. ही पुस्तकं आणि त्यांचे लेखक पुढीलप्रमाणे आहेत :

- थिंक अँड ग्रो रिच : नेपोलियन हिल
- सिक्रेट्स ऑफ द मिल्यनेअर माइंड : टी. हार्व एकर
- टोटल मनी मेकओव्हर : डेव रॅम्से
- द मिरॅकल मॉर्निंग फॉर आंत्रप्रेनर्स : ऑनरी कॉर्डरसह सहलेखक कॅमेरॉन हेरॉल्ड
- मिरॅकल मॉर्निंग मिल्यनेअर्स : ऑनरी कॉर्डरसह सहलेखक डेव्हीड ऑस्बोर्न

अविश्वसनीय वाटण्याइतका प्रेमळ, आधार देणारा आणि एकात्म स्वरूपाचा प्रेमसंबंध तुम्हाला निर्माण करायचा आहे का? ही गोष्ट नेमकी कशी करावी हे दाखवणारी बहुधा इतकी पुस्तकं आहेत की, तुम्ही दहा वर्षांतसुद्धा ती वाचून संपवू शकणार नाही. त्यांच्यापैकी माझी काही आवडती पुस्तकं आणि त्यांच्या लेखकांची नावं पुढे देत आहे :

- द ५ लव्ह लँग्वेजेस – गॅरी चॅपमन
- चूज हर एव्हरी डे – ब्रायन बीव्ह्ज
- द सेव्हन प्रिन्सिपल्स फॉर मेकिंग अ मॅरेज वर्क – जॉन एम. गॉटमन आणि नान सिल्व्हर
- द मिरॅकल मॉर्निंग फॉर कपल्स : ऑनरी कॉर्डरसह लान्स आणि ब्रँडी सालाझार (ज्या जोडप्यांना आपल्या संबंधावर एकत्रितपणे काम करण्याची इच्छा असेल त्यांच्यासाठी.)
- द मिरॅकल मॉर्निंग फॉर ट्रान्सफॉर्मिंग युवर रिलेशनशिप : ऑनरी कॉर्डरसह स्टासी आणि पॉल मार्टिनो (जोडीदार समवेत नसताना, त्याच्यासह एकत्रितपणे काम न करता आपल्या नातेसंबंधात कशी सुधारणा घडवून आणावी याविषयी जाणून घेण्याची इच्छा असलेल्यांसाठी).

तुम्हाला अधिक आनंदी व्हायचं असो, अधिक पैसा कमवायचा असो, तुमच्या नातेसंबंधात कायापालट घडवून आणायचा असो, तुमचा आत्मविश्वास वाढवायचा असो, अधिक चांगला जोडीदार व्हायचं असो किंवा तुमच्या जीवनातील इतर कोणत्याही क्षेत्राचा कायापालट घडवायचा असो, तुम्ही एक तर पुस्तकांच्या स्थानिक दुकानात जा किंवा ॲमेझॉन डॉटकॉमवर जा. तिथे तुम्हाला जीवनाच्या किंवा स्वतःमधील ज्या पैलूत सुधारणा करायची असेल त्यापैकी कोणत्याही पैलूविषयीची ढीगभर पुस्तकं सापडतील. तुम्हाला आपल्यामुळे होणारं प्रदूषण कमी करायचं असो किंवा पैशांची बचत करायची असो, तुमचं स्थानिक ग्रंथालय हे त्यासाठीचं विलक्षण संसाधन असेल.

तुमच्या वाचनाचं मूल्य कमाल मर्यादेपर्यंत वाढवण्याच्या टिपा

- **उद्दिष्ट मनात ठेवून वाचनाला सुरुवात करा :** रोज वाचनाला सुरुवात करण्याच्या आधी 'मी हे पुस्तक का वाचत आहे?' आणि 'तुम्ही जे वाचत आहात त्यामुळे तुमच्यात कशी सुधारणा होईल?' असा प्रश्न स्वतःला विचारा. हे करण्यासाठी अगदी आताच तुम्ही क्षणभराचा वेळ काढा असं

मी तुम्हाला सांगत आहे. 'हे पुस्तक वाचून तुम्हाला काय मिळवण्याची इच्छा आहे?' असा प्रश्न तुम्ही स्वतःला विचारा. त्याहूनही महत्त्वाची गोष्ट म्हणजे, 'दहाव्या प्रकरणात पहाटेच्या चमत्काराचं ३० दिवसांचं आचरण पूर्ण करून तुम्ही जे शिकणार आहात त्याची अमलबजावणी करण्यास तुम्ही बांधील आहात का?' असा प्रश्नही स्वतःला विचारा.

- **धार्मिक मजकूर वाचा** : पहाटेच्या चमत्काराचं आचरण करणारे काही लोक या आचरणातील वाचनाच्या वेळाचा उपयोग धार्मिक वाचनासाठी करतात. (त्यात बायबल, हिब्रू बायबल, कुराण, गीता किंवा इतर धार्मिक ग्रंथांचा समावेश असतो.)
- **पुस्तकावर खुणा करा** : मला असं वाटतं की, या पुस्तकाच्या सुरुवातीला मी केलेली सूचना तुम्ही मनावर घेतली असावी. त्यामुळे मजकूर अधोरेखित करणं, त्याच्या भोवती गोल करणं, त्याला हायलाइट करणं, पानांचे कोपरे दुमडणं आणि समासात टिपा लिहिणं यांसारख्या गोष्टी करण्यास तुम्ही आतापर्यंत सुरुवात केली असावी. कोणत्याही पुस्तकातून जास्तीतजास्त गोष्टी मिळवण्यासाठी मी ते वाचतो आणि भविष्यात पुन्हा कधीही आवश्यक असेल तेव्हा त्याच्यातील महत्त्वाची माहिती लगेच मिळवणं सोपं व्हावं म्हणून अशा खुणा करून ठेवतो. मला पुन्हा वाचण्याची इच्छा असेल किंवा गरज पडेल असं वाटलेल्या मजकुराला मी अधोरेखित करतो किंवा त्याच्या भोवती गोल करतो. त्या विशिष्ट विभागाला मी का अधोरेखित केलं आहे, ते नंतर लक्षात यावं म्हणून मी समासात टिपा लिहून ठेवतो. वाचत असतानाच पुस्तकावर खुणा करून ठेवण्याच्या या प्रक्रियेमुळे मला कोणत्याही वेळी पुन्हा महत्त्वाचे धडे, कल्पना मिळवणं सोपं जातं. त्यामुळे संपूर्ण पुस्तक पुन्हा वाचावं न लागता गरजेच्या वेळी मला हवे असलेले लाभ मी चुटकीसरशी मिळवू शकतो.
- **माहितीवर प्रभुत्व मिळवण्यासाठी पुस्तकांचं पुनर्वाचन करा** : वैयक्तिक विकासावरच्या उपयुक्त पुस्तकांचं पुनर्वाचन करण्याची मी जोरदार शिफारस करतो. पुस्तक फक्त एकदाच वाचून त्याच्यातील सगळं मूल्य आत्मसात करणं शक्य नसतं. आपल्या पहिल्या वाचनातून आपल्या समोर फक्त त्या पुस्तकातील कल्पना येतात. परंतु, प्रभुत्व मिळवण्यासाठी पुनर्वाचनाची आवश्यकता असते. आपल्या अर्धबोध मनानं संबंधित विशिष्ट कल्पना, व्यूहरचना आणि तंत्रं पूर्णपणे आत्मसात करण्यासाठी आणि त्यांना आपल्या जीवनाचा अविभाज्य भाग करण्यासाठी आपल्याला त्या सगळ्या गोष्टी

पुनःपुन्हा वाचाव्याच लागतात. मी ज्या ज्या वेळी एखादं पुस्तक वाचतो, त्या प्रत्येक वेळी माझ्या जीवनाच्या एखाद्या क्षेत्रावर त्याचा परिणाम झाला पाहिजे, याकडे माझं लक्ष असतं. मी त्या पुस्तकाचं पहिलं वाचन संपवलं की त्याचं पुनर्वाचन करण्याची बांधिलकी पत्करतो (किंवा निदान मी अधोरेखित केलेले, गोल केलेले आणि ठळक केलेले भाग तरी पुनःपुन्हा वाचतो.) मला पुनर्वाचन करण्याची गरज आहे, असं वाटत असलेल्या पुस्तकांसाठी मी पुस्तकांच्या फडताळात खास वेगळी जागा ठेवतो आणि वर्षभर सातत्यानं त्याचा संदर्भ घेत राहतो. पुनर्वाचनासाठी शिस्तीची गरज असते, कारण तुम्ही आधी कधीच न वाचलेलं पुस्तक वाचण्यात नक्कीच अधिक मजा असते. पुनर्वाचन हे कंटाळवाणं होऊ शकतं किंवा किचकटही वाटू शकतं. (म्हणूनच काही लोक एखाद्या गोष्टीवर कधीच प्रभुत्व मिळवू शकत नाहीत.) पण म्हणूनच उच्च पातळीवरची स्वयंशिस्त विकसित करण्यासाठी आपण ते केलं पाहिजे.

या पुस्तकाच्या बाबतीत तुम्ही ते का करून पाहत नाही? तुम्ही हे पुस्तक वाचून संपवलं रे संपवलं की, त्याच्यातील शिकवण आत्मसात करता यावी यासाठी लगेच त्याचं पुनर्वाचन करा आणि तुमच्या पहाटेवर प्रभुत्व मिळवण्यासाठी स्वतःला अधिक वेळ द्या.

लाइफ सेव्हर्स (एस.ए.व्ही.ई.आर.एस.)

'एस' म्हणजे लेखन

'तुम्ही जे लिहिता, ते म्हणजे कागदावर शब्द उतरवणं असतं. ती एक प्रकारची उपचारपद्धती असते आणि त्यासाठी एक छदामसुद्धा मोजावा लागत नाही.'

–डायना राब

'कल्पना कुठूनही मिळतात आणि कधीही मिळू शकतात. त्यांची मनात नोंद करण्यातील समस्या अशी आहे की, मानसिक नोंदींची शाई लवकर फिकी पडते.'

–रॉल्फ स्मिथ

लेखन हे एस.ए.व्ही.ई.आर.एस.मधील अखेरचं आचरण आहे. स्क्रायबिंग हा लेखनासाठी वापरण्यात आलेलाच पर्यायी शब्द आहे. खरं म्हणजे इंग्रजीतील रायटिंग ऐवजी स्क्रायबिंग या शब्दाचा वापर मी सहसा करत नाही, परंतु मला 'सेव्हर्स' या शब्दासाठी शेवटी 'एस' हे अक्षर हवं होतं. त्याकरिता 'डब्ल्यू' वापरलं असतं तर विचित्र शब्द तयार झाला असता. त्याकरिता मी थिसॉरसचा ऋणी आहे.

टिपा लिहिणं हा माझा आवडता लेखनप्रकार आहे. माझ्या पहाटेच्या चमत्काराच्या आचरणात मी पाच मिनिटं त्याचा सराव करतो. आपल्या डोक्यातून आपले विचार बाहेर काढून आणि त्यांना लेखनाच्या स्वरूपात मांडून आपल्याला एरवी कधीही मिळाल्या नसत्या अशा मूल्यवान अंतर्दृष्टी आपण मिळवतो. तुमच्या पहाटेच्या चमत्काराच्या आचरणातील लेखनाच्या घटकामुळे तुमच्या अंतर्दृष्टी, कल्पना, यशाचा मार्ग, साक्षात्कार, यशं, शिकलेले धडे आणि त्याबरोबरच कोणत्याही क्षेत्रातील संधी, वैयक्तिक वाढ किंवा सुधारणा लिहून काढण्यास तुम्ही सक्षम होता.

नोंदी करून ठेवण्याचे प्रचंड लाभ असल्याचं मला अनेक वर्षांपासून माहीत होतं. काही वेळा मी त्याचा वापरही केला होता. परंतु, तरीही मी त्याला कधीही

सातत्यानं चिकटून राहिलो नव्हतो, कारण तो माझ्या दैनंदिन आचरणांचा भाग नव्हता. सहसा, माझी रोजनिशी मी माझ्या पलंगाशेजारीच ठेवतो. बहुतेक वेळा, म्हणजे जवळजवळ १० पैकी ९ वेळा मी घरी उशिरा परततो. अशा बहुतेक वेळी 'आता काही लिहायचं म्हटलं तर मी खूपच थकून गेलो आहे,' असं कारण मी स्वतःलाच देत होतो. साहजिकच, माझ्या रोजनिशी नेहमी सहसा कोऱ्याच राहत. माझ्याकडच्या पुस्तकांच्या फडताळात आधीपासूनच अनेक कोऱ्या रोजनिशी असल्या तरी सहसा मी वरचेवर माझ्यासाठी नवनवीन रोजनिशी आणत होतो. त्या अधिकच महागड्या असत. त्यांच्यावर मी इतका पैसा खर्च केल्यामुळे तरी मी नक्कीच लिहीत राहीन असं मी स्वतःलाच बजावत होतो. हा अगदीच चांगला सिद्धान्त असल्यासारखं वाटतं, परंतु दुर्दैवानं त्याचा काहीही उपयोग झाला नव्हता. मी मात्र अधिकाधिक वाढत्या प्रमाणातील महागड्या रोजनिशी खरेदी करून त्यांचा संग्रह करत राहिलो होतो. परंतु तरीही त्या सगळ्या अनेक वर्षं तशाच रिकाम्या राहिल्या होत्या.

हे सगळं पहाटेच्या चमत्काराचं आचरण सुरू करण्याच्या आधी होतं. पण पहाटेच्या चमत्काराच्या आचरणास मी सुरुवात केल्याच्या अगदी पहिल्या दिवसापासूनच माझ्या या आचरणानं मला रोज लिखाण करण्यास वेळ मिळवून दिला. लवकरच तो माझा आवडता छंद झाला आणि सवयही झाली. मी आता तुम्हाला सांगू शकतो की, वह्यांमध्ये किंवा रोजनिशींमध्ये लिहिणं ही माझ्या जीवनातील अत्यंत कृतज्ञता आणि समाधान मिळवून देणारी सवय झाली आहे. मला त्यांच्यातून माझ्या विचारांना जाणीवपूर्वक दिशा देण्याचे आणि लेखनाच्या स्वरूपात त्यांची नोंद करण्याचे दैनंदिन लाभ मिळतातच, शिवाय मी मागे जाऊन माझ्या रोजनिशींचा आढावा घेऊ शकतो. मला आलेल्या अर्थपूर्ण अनुभवांचा पुनःअनुभव घेऊ शकतो आणि त्यांच्यातून शक्तिशाली अंतर्दृष्टी मिळवू शकतो.

क्षमतेतील तफावतींवर लक्ष केंद्रित करणं : त्यामुळे तुम्ही दुखावले जाता की तुम्हाला साहाय्य होतं?

या प्रकरणाच्या सुरुवातीला आपण लाइफ सेव्हर्सचा वापर करून तुमच्या क्षमतेतील तफावती सांधण्याविषयी बोललो आहोत. मी ज्याला क्षमतेतील तफावतींवर लक्ष केंद्रित करणं असं म्हणतो, तसं करणं हा मानवी स्वभावधर्मच आहे. आपण सध्या कुठे आहोत आणि आपण कुठे असायला हवं होतं असं आपल्याला वाटतं, त्या वेळी आपल्या जीवनातील या दोन्ही गोष्टींच्या संदर्भातील तफावतींवर लक्ष केंद्रित करण्याकडे आपला कल असतो. आपण जे यश प्राप्त केलेलं असतं आणि जे यश आपण प्राप्त करायला हवं होतं असं आपल्याला वाटतं त्या तफावतीवर आपण

लक्ष एकवटतो. आपण कोण आहोत आणि आपण कोणत्या प्रकारची व्यक्ती व्हायला हवं होतं, असं आपल्या आदर्श दृष्टिकोनानुसार आपल्याला वाटत असतं त्याच्यातील तफावतीवर आपण लक्ष एकाग्र करतो.

यातली समस्या अशी आहे की, तफावतीवर सातत्यानं लक्ष केंद्रित करणं ही गोष्ट आपल्या आत्मविश्वासाच्या आणि आत्मप्रतिमेच्या दृष्टीनं घातक असते. त्यामुळे आपल्याकडे पुरेशा गोष्टी नाहीत, आपण पुरेसं यश मिळवलेलं नाही आणि आपण हवे तितके चांगले नाही किंवा निदान आपण जितके चांगले असावयास हवं होतं, तितके चांगले तरी नाही असं आपल्याला वाटत राहतं.

उच्च कामगिरी करणारे लोक या बाबतीत अत्यंत वाईट असतात. ते सातत्यानं आपल्या यशाच्या पलीकडच्या अधिक उच्च यशाकडे नजर ठेवून असतात. प्रत्येक चुकीबद्दल आणि आपल्यातील अपरिपूर्णतेबद्दल ते स्वतःलाच खडसावत राहतात. त्यामुळे आपण काहीही केलं तरी ते तितकंसं चांगलं नाही, असंच त्यांना वाटत राहतं.

यातला औपरोधिक भाग असा आहे की, तफावतीवर लक्ष केंद्रित करणं हा उच्च कामगिरी करणारे लोक हे उच्च कामगिरी करणारेच असतात याचा पुरावा असतो. ही तफावत भरून काढण्याच्या त्यांच्या अतृप्त इच्छेमुळेच ते सातत्यानं उत्कृष्टतेचा पाठपुरावा करत राहतात आणि सातत्यानं यश मिळवण्याची प्रेरणा त्यांच्या मनात तेवत राहते. 'माझ्या क्षमतेची पूर्तता करण्याविषयी माझ्या मनात उत्साह आहे आणि माझी त्याच्याशी बांधिलकी आहे,' अशा विचारातून तफावतीवर लक्ष केंद्रित करण्याची गोष्ट आली असेल तर ती सकारात्मक, सक्रिय असते आणि अशी गोष्ट निकोप आणि उत्पादक असू शकते. परंतु दुर्दैवानं, असं फारसं नसतं. सर्वसामान्य व्यक्तीचा आणि अगदी उच्च यश मिळवणाऱ्या सर्वसामान्य व्यक्तीचा कलही आपल्या तफावतींवर नकारात्मकपणे लक्ष केंद्रित करण्याकडे असतो.

समतोल व लक्ष एकवटून काम करणारे आणि जीवनाच्या प्रत्येक क्षेत्रात यशाची १० क्रमांकाची सर्वोच्च पातळी प्राप्त करून सर्वोच्च कामगिरी करणारे लोक सहसा नेहमीच त्यांना जे मिळालेलं असतं त्याविषयी अतिशय कृतज्ञ असतात. आपण जे यश संपादित केलेलं असतं त्याविषयी ते नेहमीच आनंदी असतात आणि नेहमीच त्यांच्या जीवनात शांततेनं जगतात. 'या क्षणी मला जे करणं शक्य आहे, त्यापैकी सर्वोत्तम शक्य गोष्ट मी करत आहे, परंतु त्याच वेळी मी याहूनही अधिक चांगलं करू शकतो,' ही एक द्वंद्वात्मक कल्पना आहे. या समतोल आत्ममूल्यांकनामुळे आपल्याकडे पुरेसं नाही, आपण पुरेशी कृती करत नाही आणि आपण जे कोणी आहोत ते पुरेसं नाही असं वाटण्यास प्रतिबंध होतो. मात्र, तरीही प्रत्येक क्षेत्रातील त्यांच्या क्षमतेतील कमतरता दूर करण्याचा, तिच्यातील तफावत दूर करण्याचा ध्यास त्यांनी सातत्यानं घेतलेला असतो.

ज्या वेळी एखादा दिवस, आठवडा, महिना किंवा वर्ष संपतं आणि आपण तफावतीवर लक्ष केंद्रित करण्याच्या मनःस्थितीत असतो त्या वेळी आपलं आणि आपल्या प्रगतीचं अचूक मूल्यमापन करणं जवळजवळ अशक्य असतं. उदाहरणार्थ, असं समजा की, तुम्हाला त्या दिवशी १० गोष्टी करायच्या आहेत. त्यांच्यापैकी सहा जरी तुम्ही पूर्ण केल्या तरी तफावतीवर लक्ष केंद्रित करण्याच्या तुमच्या भावनेमुळे तुम्हाला ज्या गोष्टी पूर्ण करायच्या होत्या, त्या सगळ्या तुम्ही पूर्ण केल्या नाहीत असं तुम्हाला वाटू लागतं.

बहुतांश लोक दिवसभरात डझनावारी आणि अगदी शेकडो गोष्टी अचूकपणे करतात आणि अल्प प्रमाणात चुका करतात. पण हे लोक कोणत्या गोष्टी लक्षात ठेवतात याचा अंदाज बांधून बघा बरं! कोणत्या गोष्टी त्यांच्या मनात पुनःपुन्हा येत राहतात असं तुम्हाला वाटतं? तुम्ही अचूकपणे केलेल्या शंभर गोष्टींवर लक्ष केंद्रित करण्याला अधिक अर्थ नाही का? नक्कीच तसं करणं अधिक चांगलं असतं.

या सगळ्याचा वहीत किंवा रोजनिशीत लिखाण करण्याशी काय संबंध आहे? रोज रचनात्मक, विधायक आणि व्यूहरचनात्मक प्रक्रियेच्या साहाय्यानं वहीत किंवा रोजनिशीत लिहिण्यानं तुम्हाला तुमच्या यशाकडे, तुम्हाला कृतज्ञता वाटत असलेल्या गोष्टींकडे आणि तुम्ही ज्या गोष्टी उद्या अधिक चांगल्या पद्धतीनं करण्यास बांधील असता त्यांच्याकडे तुमचं लक्ष केंद्रित करण्यास साहाय्य होतं. तुम्हाला या सगळ्यामुळे तुमच्या प्रवासाचा आनंद घेण्यास मदत होते. तुमच्या पुढच्या प्रगतीविषयी तुमच्या मनात चांगल्या भावना निर्माण होतात आणि तुमच्या परिणामांना गती देण्यासाठी तुमच्या मनातील स्पष्टतेच्या उंचावलेल्या पातळीपर्यंत पोहोचण्यास तुम्हाला साहाय्य होतं.

रोजनिशी लेखनाचा पहिला आढावा

पहाटेच्या चमत्काराचं आचरण करायला सुरुवात केल्यानंतर आणि रोजच्या रोज रोजनिशीत लिहिल्यानंतर एका वर्षानं मला रोजनिशीत लिहिण्याच्या एका लाभदायक परिणामाचा शोध लागला. रोजनिशीतील लिखाणाचा आढावा घेणं हा तो परिणाम होता. त्या वर्षाच्या अखेरच्या आठवड्यात मी पुन्हा मागच्या पानावर गेलो आणि त्या वर्षीची प्रत्येक नोंद वाचली. माझ्या प्रत्येक दिवसाचा अगदी एकामागून एक अशा प्रकारे मला आढावा घेता आला. प्रत्येक दिवस मला आठवता आला आणि अशा प्रकारे माझ्या नजरेसमोर संपूर्ण वर्ष साकार झालं. प्रत्येक दिवसाच्या माझ्या मनोरचनेला मला पुन्हा एकदा अनुभवता आलं आणि त्या संपूर्ण वर्षभरात माझी कशी वाढ झाली होती त्याविषयीचा नवीन दृष्टिकोन मला प्राप्त झाला. माझ्या कृतींचं, कामकाजांचं आणि प्रगतीचं मी पुनर्परीक्षण केलं. गेल्या १२ महिन्यांत मी

किती यश मिळवलं होतं त्याविषयीची कौतुकाची भावना माझ्या मनात नव्यानंच निर्माण झाली. त्यातही सगळ्यात महत्त्वाची गोष्ट म्हणजे, मी शिकलेले धडे मला पुन्हा एकदा आठवले. फक्त एका वर्षातच त्यांच्यापैकी अनेक धडे मी विसरून गेलो होतो.

मी जिला 'कृतज्ञता २.०' म्हणतो तिचाही मी अनुभव घेतला. मी आधी अनुभवलेल्या कृतज्ञतेचा तो अधिक सखोल गुणधर्म आहे. कृतज्ञतेच्या या दोन पातळ्या आहेत. त्यांच्यापैकी दुसरी पातळी म्हणजेच 'कृतज्ञता २.०' अधिक सखोल असते. आता मी याला 'बॅक टू द फ्यूचर' क्षण असं म्हणतो. इथे माझा पाठलाग करण्याचा प्रयत्न करा (आणि १९८१ डीलॉरिनमधून बाहेर पडणारा मार्टी मॅक्फ्लाय म्हणून खुशाल माझं चित्रण करा.) माझ्या रोजनिशीतील सगळं लिखाण वाचल्यानंतर पुन्हा एकदा मला त्या वर्षभरात भेटलेल्या सगळ्या लोकांवर नजर टाकता आली. माझ्या सगळ्या अनुभवांवरून, संपूर्ण वर्षभर मी माझ्या ज्या धड्यांविषयी आणि यशांविषयी कृतज्ञ होतो, त्या सगळ्या धड्यांवरून आणि यशांवरून मला नजर फिरवता आली. मला भूतकाळात वाटलेली सगळी कृतज्ञता माझ्या समोर पुन्हा एकदा साकार होत होती. त्याच वेळी मी त्या वेळी किती दूरवर वाटचाल केली होती ते पाहून माझ्या सध्याच्या काळाविषयीही माझ्या मनात कृतज्ञता दाटली होती. तो एक लक्षणीय आणि थोडासा स्वप्नवत अनुभव होता. तुम्ही स्वतःही असा अनुभव घेऊन पाहावा असं मी तुम्हाला अतिशय उत्साहानं सांगत आहे.

त्यानंतर माझ्या रोजनिशींचा आढावा घेऊन मी मिळवता येण्याजोगं सर्वोच्च मूल्य म्हणजेच गतिमान वाढ कशी मिळवता येईल त्याचा विचार करू लागलो. मी कोरा कागद घेतला आणि मध्यभागाच्या खाली एक रेषा आखून तिच्या वरच्या बाजूला दोन शीर्षकं लिहिली. 'शिकलेले धडे' आणि 'नवीन बांधिलकी' अशी ती दोन शीर्षकं होती. माझ्या वहीत केलेल्या नोंदी वाचल्यानंतर माझ्या असं लक्षात आलं की, मी अनेक मूल्यवान धडे पुन्हा शिकलो. शिकलेले धडे पुन्हा शिकण्याची आणि त्या धड्यांची अंमलबजावणी करण्याशी नव्यानं बांधिलकी पत्करण्याची प्रक्रिया ही इतर कोणत्याही गोष्टीहून माझ्या वाढीवर व विकासावर अधिक परिणाम करणारी गोष्ट होती. मी या एका स्वाध्यायालाच माझ्या स्वतःच्या प्रगतीचं बरंचसं श्रेय देतो.

लाईफ सेव्हर्स (एस.ए.व्ही.ई.आर.एस.)वरचे अंतिम विचार

सोपी होण्याआधी प्रत्येक गोष्टच अवघड असते. प्रत्येक नवीन सवय अंगवळणी पडेपर्यंत अस्वस्थता निर्माण करणारीच असते. तुम्ही एस.ए.व्ही.ई.आर.एस.चा जितका अधिक सराव कराल तितकं तुम्हाला त्यांपैकी प्रत्येक आचरण अधिक

सर्वसामान्य असल्यासारखं वाटेल. मी पहिल्यांदाच ध्यान करायला बसलो होतो, तेच माझं अखेरचं ध्यानही ठरणार होतं. माझं मन झपाट्यानं सैरभैर होऊन इतस्ततः भरकटत होतं. माझे विचार पिनबॉल मशीनमधील चंदेरी गोलासारखे अनियंत्रितपणे उसळ्या मारत होते. परंतु, आता मला ध्यान करायला आवडतं. त्याचप्रमाणे मी पहिल्यांदाच योग केला त्या वेळी मी पाण्याबाहेर पडलेल्या माशासारखा तळमळत होतो. माझं शरीर लवचीक नव्हतं. त्यामुळे मला आसनं अचूकपणे करता येत नव्हती. मला अवघडल्यासारखं आणि अस्वस्थ झाल्यासारखं वाटलं. परंतु, आता योगासनं करणं हा माझा आवडता व्यायाम आहे. मला योगाविषयी इतकी कृतज्ञता वाटते की, आता मी त्याला अगदी चिकटून राहिलो आहे.

पहाटेच्या चमत्काराचा सराव करणाऱ्या ॲलिना कॅशने एक अतिशय सुंदर सल्ला दिला आहे. विशेषतः एस.ए.व्ही.ई.आर.एस.पैकी एखादं आचरण करण्याविषयी तुमच्या मनात आत्मविश्वास नसेल तर हा सल्ला नक्कीच अधिक उपयुक्त आहे. तिने म्हटलं आहे की, 'एस.ए.व्ही.ई.आर.एस.पैकी कोणत्याही एकावर एका वेळी लक्ष एकवटा. उदाहरणार्थ, तुम्हाला शांतपणे मौनात बसून ध्यान करण्याचा आत्मविश्वास नसेल तर ॲप डाउनलोड करा. काही यू ट्यूब व्हिडिओ पाहा किंवा मिरॅकल मॉर्निंग कम्युनिटी फेसबुक ग्रुपकडे मदत मागा. त्यानंतर एखादा आठवडा ध्यानाकडे अधिक लक्ष द्या. जोपर्यंत तुम्हाला त्याविषयीचा आत्मविश्वास आल्यासारखं वाटत नाही, तोपर्यंत ध्यानाकडे अधिक लक्ष द्या. एस.ए.व्ही.ई.आर.एस.पैकी इतर आचरणं पार पाडत असतानाच हेही आचरण पार पाडा. दर आठवड्यात एका वेळी एकाच आचरणावर लक्ष केंद्रित केल्यामुळे आणि या सरावांविषयी अधिक आत्मविश्वास मिळवण्यासाठी बाह्य संसाधनांचा अधिक वापर केल्यामुळे मला चांगलाच लाभ झाला आहे. यामुळे अधिक सोप्या किंवा अधिक मजा वाटण्याजोग्या एस.ए.व्ही.ई.आर.एस.वर अधिक लक्ष केंद्रित करण्यापासून माझं लक्ष दुसरीकडे वळवण्यास आणि एस.ए.व्ही.ई.आर.एस.मध्ये समतोल साधण्यास मला मदत झाली.'

क्रिस्तोफर मॉस्कॅरिनोनं दिलेल्या या टिपचा विचार करा. या पुस्तकाच्या सुरुवातीला त्याच्या आणि त्याच्या पत्नीच्या आर्थिक परिस्थितीवर पहाटेच्या चमत्काराच्या आचरणांचा कसा परिणाम झाला त्याविषयीचा अनुभव त्याने सांगितला आहे. तो म्हणतो : 'लहान गोष्टींनी सुरुवात करा. एका वेळी एका किंवा दोन एस.ए.व्ही.ई.आर.एस.वर लक्ष एकवटा आणि पाच मिनिटांच्या सरावानं सुरुवात करा. त्यानंतर हळूहळू हा वेळ वाढवत जा. तुम्ही नेहमी उठता त्याहून एक तास किंवा त्याहून थोडा अधिक वेळ आधी उठण्याचं तुमचं उद्दिष्ट असेल तर सुरुवातीला फक्त १५ मिनिटं आधी उठा. त्यानंतर ३० मिनिटं आधी उठू लागा. अशा प्रकारे हळूहळू अलीकडे उठण्याचा सराव करा. लहान गोष्टींनी सुरुवात करा.

सगळ्या गोष्टी साध्या ठेवा. त्यानंतर तुम्हाला काही समजण्याच्या आतच तुम्ही पहाटेच्या चमत्काराचं आचरण करणारे सातत्यपूर्ण सरावकर्ते होऊन जाल.'

पहाटेच्या चमत्काराच्या जवळजवळ प्रत्येक मुद्द्याला किंवा सरावाला तुम्ही कशा प्रकारे तुमच्या वैयक्तिक गरजेनुरूप तयार करू शकता, याविषयी तुम्ही आठव्या प्रकरणात शिकणार आहात. सध्यापुरतं मी तुम्हाला एस.ए.व्ही.ई.आर.एस. वापरून साठ मिनिटांच्या पहाटेच्या चमत्काराच्या दैनंदिन सरावाचं एक उदाहरण देणार आहे.

- ध्यान : (१० मिनिटं)
- पुष्टिदायक सकारात्मक विधानं (१० मिनिटं)
- मनःचक्षूंसमोर कल्पनाचित्र आणणं (५ मिनिटं)
- व्यायाम (१० मिनिटं)
- वाचन (२० मिनिटं)
- लेखन (५ मिनिटं)

तुमच्या एस.ए.व्ही.ई.आर.एस.चे सराव याच क्रमानं केले पाहिजेत असं नाही. तुमच्या सोईनुसार तुम्ही हा अनुक्रम बदलू शकता. उदाहरणार्थ, काही लोक पहिल्यांदा व्यायाम करण्यास प्राधान्य देतात. त्यामुळे रक्ताभिसरण उत्तम होऊन आपण एकदम जागरूक होतो आणि पुढची आचरणं उत्तम प्रकारे करतो असं त्यांना वाटतं. मात्र कदाचित, तुम्हाला घामाघूम झालेल्या अवस्थेत बसून इतर सराव करणं नकोसं वाटू शकेल. त्यामुळे तुम्ही अखेरीस व्यायाम कराल. वैयक्तिकरीत्या, मी ध्यानाच्या शांततामय आणि उद्दिष्टपूर्ण कालावधीनं सुरुवात करण्यास प्राधान्य देतो. त्यामुळे मी हळूहळू सजग होतो. माझ्या मनात स्पष्टता येते आणि तो दिवसभर मी उत्तम मानसिक आणि भावनिक अवस्थेत राहतो.

मी तुम्हाला आताच एस.ए.व्ही.ई.आर.एस.च्या सरावाला सुरुवात करण्यास आमंत्रित करत आहे, त्यामुळे तुम्ही त्यांपैकी प्रत्येकाशी परिचित व्हाल आणि प्रत्येकाची तुम्हाला सवय होऊन जाईल. दहाव्या प्रकरणातील ३० दिवसांच्या तुमच्या जीवनाच्या कायापालटाला सुरुवात करण्यापूर्वी तुम्ही त्या सगळ्याला सरावलेले असाल. या आचरणांना तुमच्या दैनंदिनीत समाविष्ट करण्यासाठी वेळ कसा काढावा हीच अद्यापही तुमच्या समोरची सगळ्यात मोठी समस्या असेल तर काळजी करू नका. मी तुम्हाला त्याविषयी सांगणार आहे. पुढच्या प्रकरणात दिवसात फक्त सहा मिनिटांचाच वेळ काढूनही संपूर्ण पहाटेच्या चमत्काराचे लाभ कसे मिळवावेत याविषयी तुम्ही शिकणार आहात.

७

पहाटेच्या चमत्काराचं सहा मिनिटांचं आचरण

(ज्या वेळी तुमच्याकडे वेळेचा अभाव असतो त्या दिवसांकरिता)

'एकीकडे आपल्याला सगळ्यांना आनंदी होण्याची इच्छा असते, तर दुसरीकडे आपल्याला कोणत्या गोष्टींमुळे आनंद होतो, त्या गोष्टी आपल्याला माहीत असतात. पण तरीही आपण त्या गोष्टी करत नाही. का? याचं कारण साधं आहे. आपण खूपच व्यग्र आहोत. पण आपण काय करण्यात खूपच व्यग्र आहोत? आपण आनंदी राहण्याचा प्रयत्न करण्यात खूपच व्यग्र आहोत.'

–मॅथ्यु केली

'मला सकाळी लवकर उठायला वेळ नाही.'

–अनामिक

अरेच्चा, तुम्हीही व्यग्र आहात का? मला वाटलं होतं की, फक्त मीच एकटा इतका व्यग्र आहे.

पहाटेच्या चमत्काराची आचरणं नव्यानंच करत असलेल्या लोकांकडून मला एक अत्यंत सामाईक चिंता ऐकू येते. त्यांच्या आधीच कमालीच्या व्यग्र, धावपळीच्या जीवनशैलीत आणखी एका नवीन गोष्टीची भर कशी टाकावी याची त्यांना चिंता असते. मात्र, पहाटेच्या चमत्काराच्या आचरणांची भर टाकल्यामुळे तुमची धावपळ कमी होते. तुम्ही अधिक शांततेनं, अधिक लक्ष एकाग्र करून, अधिक उत्पादकतेनं वागता. त्यानंतर आयुष्य तुमच्या समोर जी जी आव्हानं उभी करतं त्यांना पेलण्यासाठी तुम्ही सज्ज असता. तरीही काही सकाळी तुमच्याकडे पहाटेच्या चमत्काराचा सराव करण्यासाठी पूर्ण ३० किंवा ६० मिनिटांचा कालावधी नसू शकतो.

पहाटेच्या चमत्काराच्या आचरणातील एखादं आचरण करण्यासाठी आपण किती वेळ काढू शकतो असं आपल्याला वाटतं याचा विचार करताना, केली तर सगळीच्या सगळी आचरणं करायची, नाही तर एकही करायचं नाही, याकडे आपल्यापैकी अनेकांचा कल असतो. माझ्या पहाटेच्या चमत्काराच्या आचरणांच्या बाबतीत मी स्वतःही हेच करत असल्याचं आधी माझ्या लक्षात आलं होतं. या आचरणांकरिता मला हवा असलेला पूर्ण एक तासाचा वेळ माझ्याकडे नसला तर मी ती सरळ सोडून देत होतो. त्या दिवशी त्यांपैकी एकही आचरण मी पार पाडत नव्हतो. परंतु ही गोष्ट उचित नसल्याचं माझ्या लक्षात आलं. वैयक्तिक विकासाशी संबंधित कोणतीही एक गोष्ट करणं हे काहीही न करण्यापेक्षा नेहमीच कितीतरी अधिक चांगलं असतं. एके दिवशी सकाळी अगदी लवकर मला एका बैठकीला जायचं होतं. मी कपडे बदलले. त्यानंतर बैठकीला जाण्यासाठी घराबाहेर पडण्यासाठी माझ्याकडे अद्याप १५ मिनिटांचा अवधी असल्याचं माझ्या लक्षात आलं. माझ्या पहाटेच्या चमत्काराची आचरणं मी जवळजवळ सोडूनच देण्याचा विचार केला होता. तेवढ्यात माझ्या मनात असा विचार आला की, या सगळ्या आचरणांना मी फक्त एकेक मिनिटांचा वेळ दिला तर काय होईल?

मी कोचावर बसलो. माझ्या मोबाइलवर टायमर लावला आणि पहिल्यांदाच सहा मिनिटांच्या पहाटेच्या चमत्काराच्या आचरणांना सुरुवात केली.

आता अशी कल्पना करा की, तुमच्या पहाटेची किंवा सकाळची पहिली सहा मिनिटं पुढीलप्रमाणे सुरू झाली आहेत :

पहिलं मिनिट : ध्यान

तुमच्या धावपळीच्या दिवसाला तणावग्रस्त, थकलेल्या अवस्थेत निष्काळजीपणे घाईघाईनं सुरुवात करण्याच्याऐवजी तुम्ही पहिलं मिनिटं

शांत बसण्यात व्यतीत करता आणि शांततापूर्ण, अर्थपूर्ण ध्यानाचा आनंद घेता. शांतपणे बसा. कोणाकडेही आणि कोणत्याही गोष्टीकडे आपलं लक्ष भरकटू न देता मंद, खोल श्‍वास घ्या. त्या वेळी तुम्ही कृतज्ञता व्यक्त करणारी प्रार्थना करू शकता किंवा तुमच्या प्रवासाला मार्गदर्शन करण्याची प्रार्थना करू शकता. कदाचित, तुम्ही मिनिटभर ध्यान करू शकता. तुम्ही शांतपणे मौनात बसा. तुम्ही पूर्णपणे फक्त त्या वर्तमान क्षणातच असलं पाहिजे. मन शांत करा. शरीर शिथिल करा आणि तुमच्या तणावाला मनातून घालवून टाका.

दुसरं मिनिट : सकारात्मक पुष्टिदायक विधानं

पहाटेच्या चमत्काराची तुमची सकारात्मक पुष्टिदायक विधानं समोर घ्या. तुमच्या जीवनात ज्या उत्साहवर्धक सुधारणा करण्याची बांधिलकी तुम्ही पत्करली आहे त्यांची तुम्हाला आठवण करून देण्यासाठी सुस्पष्ट रचनेत तयार करण्यात आलेली ती वाक्यं वाचा. ती तुमच्या दृष्टीनं इतकी महत्त्वाची का आहेत त्याची कारणं वाचा आणि नंतर ती उद्दिष्टं साध्य करण्यासाठी, तुम्हाला हवी असलेली प्रत्येक गोष्ट प्रत्यक्षात उतरवण्यासाठी तुम्ही कोणत्या कृती करणार आहात तेही वाचा. तुम्ही सर्वोच्च महत्त्वाच्या विधानापासून कमी महत्त्वाच्या विधानापर्यंत, या क्रमानं या विधानांचं वाचन करा. त्यानंतर तुमच्या दृष्टीनं काय महत्त्वाचं आहे त्याच्यावर तुम्ही लक्ष केंद्रित केलं की, तुमच्या अंतर्गत प्रेरणेची पातळी उंचावेल. अशा प्रकारे दिवसेंदिवस तुमच्या सकारात्मक पुष्टिदायक विधानांचं तुम्ही वास्तवात परिवर्तन करू लागाल.

तिसरं मिनिटं : मनःचक्षूंसमोर कल्पनाचित्र आणणं

डोळे मिटा आणि त्या दिवशी तुम्हाला तुमची उद्दिष्टं साध्य करण्यासाठी काय करण्याची गरज आहे त्याचं कल्पनाचित्र डोळ्यांसमोर आणा. दिवस अतिशय उत्तमपणे, परिपूर्णपणे जात असल्याचं चित्र डोळ्यांसमोर आणा. तुम्हाला तुमचं काम करताना खूपच मजा वाटत आहे, तुमच्या प्रिय व्यक्तींबरोबर तुम्ही स्मित करत आहात, हसत आहात आणि त्या दिवशी तुम्ही ज्या ज्या गोष्टी साध्य करण्याचं ठरवलं असेल त्या सगळ्या गोष्टी साध्य करत आहात असा विचार करा. तुम्हाला ते कसं दिसेल, त्या वेळी कसं वाटेल आणि तुम्ही ज्या कशाची निर्मिती कराल त्यामुळे तुम्हाला कसा अनुभव येईल, या सगळ्याची मनातल्या मनात अनुभूती घ्या. त्या सगळ्याचं कल्पनाचित्र नजरेसमोर आणा. अत्यंत भावनाशील अवस्थेत राहून तुम्ही या सगळ्याचा सराव करा. तुम्ही अत्यंत उत्तम

अवस्थेत असल्याचं पाहणं आणि त्याची जाणीव करून घेणं, यांमुळे तुम्ही किती सक्षम आहात याची तुम्हाला उत्तम प्रकारे आठवण होत राहील आणि साहजिकच त्यामुळे तुमच्या मनात आत्मविश्वासाची भावना निर्माण होईल.

चौथं मिनिट : लेखन

तुमच्या जीवनात तुम्हाला ज्या गोष्टींविषयी कृतज्ञता वाटते, त्यांपैकी एक गोष्ट लिहा. त्यानंतर हृदयावर हात ठेवा आणि मोठ्या प्रमाणात कृतज्ञतेच्या भावनेची जाणीव करून घ्या. तुमची त्या दिवसाची सर्वोच्च प्राधान्यं लिहून काढा. सर्वसामान्यपणे 30 सेकंदांमध्ये तुमच्या उत्पादकतेला तुम्ही उत्तम स्थितीत नेता. त्यानंतर तुमच्या उद्दिष्टाच्या 10व्या पातळीच्या दिशेनं तुम्ही प्रगती करत असल्याची खात्री करून घ्या. फक्त 60 सेकंद लेखन करूनही तुमच्या भावनिक हितात वाढ करण्यास तुम्ही सक्षम होता आणि त्याबरोबरच तुमची त्या दिवसाची उत्पादकताही वाढते.

पाचवं मिनिट : वाचन

त्यानंतर तुम्ही वाचत असलेलं पुस्तक उघडा आणि फक्त जी गोष्ट तुम्ही आयुष्यात लागू करू शकाल व तुम्हाला उपयुक्त वाटेल अशी गोष्ट एका मिनिटात वाचा. कदाचित, सगळ्या गोष्टींकडे नवीन दृष्टीनं पाहण्याचा दृष्टिकोन तुम्हाला मिळू शकेल किंवा त्याहूनही अधिक चांगली गोष्ट म्हणजे, तुमच्या दिवसात समाविष्ट करता येण्याजोगी एखादी दृश्य गोष्ट तुम्ही शिकाल. तिच्यामुळे कदाचित तुमच्या कामातून किंवा नातेसंबंधातून मिळणाऱ्या फलनिष्पत्तीत सुधारणा होऊ शकेल. जीवनात सुधारणा घडवून आणण्यासाठी तुम्ही वापरू शकाल अशा या नवीन ज्ञानामुळे तुम्हाला सक्षम झाल्यासारखं वाटेल.

सहावं मिनिट : व्यायाम

अखेरीस उभे राहा आणि या अखेरच्या मिनिटात व्यायाम करा. अखेरच्या 60 अर्थपूर्ण सेकंदांमध्ये तुमच्या शरीराची हालचाल करा. कदाचित, तुम्ही जागच्या जागीच धावाल किंवा उड्या माराल. कदाचित तुम्ही सिट-अप्स किंवा पुश-अप्स काढू शकाल. तुम्हाला बहुधा घाम येणार नाही, पण यातला मुद्दा असा आहे की, तुमच्या हृदयाची धडधड वाढेल. ऊर्जा निर्मितीत आणि रक्तप्रवाहात वाढ होईल. तुमच्या मेंदूला होणाऱ्या रक्तपुरवठ्यात वाढ होईल आणि त्यामुळे तुमची सजग राहण्याची व लक्ष एकवटण्याची क्षमता वाढेल.

प्रत्येक दिवसाच्या पहिल्या सहा मिनिटांचा उपयोग तुम्ही अशा प्रकारे केला तर तुम्हाला कसं वाटेल? तुमच्या दिवसाच्या आणि तुमच्या जीवनाच्या गुणवत्तेत कशी वाढ होईल?

इथे मला एक गोष्ट स्पष्ट करायची आहे. तुमच्या पहाटेच्या चमत्काराच्या आचरणांची वेळ तुम्ही सहा मिनिटं इतकी मर्यादित ठेवावी असं सुचवण्याची माझी बिलकूल इच्छा नाही. एस.ए.व्ही.ई.आर.एस.मध्ये अधिक वेळेची म्हणजे ३० ते ६० मिनिटांची गुंतवणूक केल्यामुळे निश्चितपणे या सरावाचा परिणाम वाढतो व अधिक सखोल होतो. परंतु ज्या वेळी तुमच्याकडे वेळेची अत्यंत कमतरता असते त्या वेळी सहा मिनिटांच्या सरावानंही तुमच्या वैयक्तिक विकासाला गती देण्यासाठी आणि तुमचा दिवस उत्कृष्ट जावा यासाठी तुम्हाला उत्तम शारीरिक, मानसिक व भावनिक अवस्थेत ठेवण्यासाठी एक शक्तिशाली चौकट पुरवली जाते.

आणखी काय सांगणार? पहाटेच्या चमत्काराच्या आचरणांच्या सहा मिनिटांच्या सरावामुळे 'माझ्याकडे वेळ नाही,' असं सराव न करण्यासाठी देण्यात येणाऱ्या उत्तराचं समर्थन तुम्ही करू शकणार नाही. दैनंदिन सरावाच्या सवयीची उभारणी करण्यासाठी सरावातील सातत्य अत्यंत महत्त्वाचं असतं.

८

पहाटेच्या चमत्काराच्या आचरणाला सानुकूल करण्याविषयी...

'पहाटेच्या चमत्काराची आचरणं विलक्षण आश्चर्यजनक आहेत. त्यांच्यामुळे माझ्या जीवनात स्पष्टता, एकाग्रता आणि ऊर्जा यांच्या नवीन पातळ्या निर्माण झाल्या. यातली सगळ्यात उत्तम गोष्ट अशी आहे की, प्रत्येक व्यक्तीच्या वेगवेगळ्या दैनंदिनीनुसार, तिच्या उद्दिष्टानुसार व वेळापत्रकानुसार या आचरणांचं सानुकूलन (कस्टमायझेशन) करता येतं. मी एक व्यावसायिक आहे आणि एक वर्षाच्या मुलाची आई आहे. पहाटेच्या चमत्काराच्या आचरणांमधून माझ्या उद्दिष्टांवर, स्वप्नांवर, व्यायामावर आणि तणावमुक्तीवर मी विचार करू शकते. मला त्यांच्यातून प्रार्थना करण्यासाठी आणि या गोष्टींवर एकाग्रतेनं लक्ष केंद्रित करण्यासाठी वेळ मिळतो. माझ्या जीवनातील व्यक्तींविषयी, घटना-घडामोडींविषयी आणि मला लाभलेल्या सुदैवी गोष्टींविषयी कृतज्ञता व्यक्त करण्यासाठी मला या आचरणांमधून वेळ मिळतो. आपल्या सगळ्यांनाच १६८ तासांचाच आठवडा मिळालेला असतो. पहाटेच्या चमत्काराची आचरणं करण्यास सुरुवात करा. त्यानंतर तुमच्या जीवनात आधी कधीही न घडलेले चमत्कार घडू लागल्याचं तुम्हाला आढळेल.'

–केटी हिनी (सेंट लुईस, मिसौरी)

तुमच्या पहाटेच्या चमत्कारांच्या आचरणांचं अगदी १०० टक्के सानुकूलन करणं शक्य आहे. तुम्ही उठलेल्या वेळापासून तुम्ही कोणत्या गोष्टी करता आणि एस.ए.व्ही.ई.आर.एस.मधील प्रत्येक गोष्टीवर तुम्ही किती वेळ व्यतीत करता, हे सगळं तुमच्यावर अवलंबून असतं. तुमच्या पहाटेच्या चमत्काराच्या आचरणांना तुमच्या जीवनशैलीत चपखल बसवून तुम्ही आपली अत्यंत महत्त्वाची उद्दिष्टं साध्य करण्यासाठी त्यांची कशी व किती मदत घेता आणि त्यांना आपल्या दिनक्रमांचा किती व कसा चपखल भाग करता, याला कसल्याही मर्यादा नाहीत. या आचरणांनी तुमच्यासाठीही काम करावं यासाठी या प्रकरणात मी तुम्हाला काही कल्पना आणि व्यूहरचना सांगणार आहे. सकाळी कधी खावं, तुमच्या पहाटेच्या चमत्काराच्या आचरणांना तुमच्या मुख्य उद्दिष्टांशी आणि स्वप्नांशी कसं सुसंगत करावं, आठवडाअखेरींना काय करावं आणि चालढकल करण्याच्या वृत्तीवर कशी मात करावी, हे मी तुम्हाला या प्रकरणात सांगणार आहे.

याशिवाय, खऱ्या जीवनातील विविध सत्यकथांचा समावेशही मी करणार आहे. त्यात घरीच राहणाऱ्या पालकांपासून आणि उद्योजकांपासून ते हायस्कूलच्या व महाविद्यालयीन विद्यार्थ्यांपर्यंत सगळ्यांच्या वेगवेगळ्या वेळापत्रकांनुसार, प्राधान्यांनुसार आणि जीवनशैलींनुसार तयार करण्यात आलेल्या पहाटेच्या चमत्काराच्या पद्धतींचा अंतर्भाव आहे.

तुमच्या पहाटेच्या चमत्काराच्या आचरणांना आणि... एस.ए.व्ही.ई.आर.एस.ना लवचीक ठेवा.

ही गोष्ट कमालीची विसंगत वाटू शकेल, परंतु माझ्यावर विश्वास ठेवा. पहाटेच्या चमत्काराची आचरणं तुम्ही पहाटे किंवा सकाळीच केली पाहिजेत, असं बिलकूल नाही.

अर्थातच, पहाटे लवकर उठून तुमच्या दिवसाची सक्रिय सुरुवात करण्याचे लाभ नाकारणं शक्यच नाही. त्या संदर्भात आपण सविस्तर चर्चा केली आहे. मात्र, काही वाचकांच्या वेळापत्रकांमुळे आणि जीवनशैलींमुळे त्यांना तसं करता येत नाही. अर्थातच, जो कोणी मध्यरात्रीपर्यंत काम करत असेल, रात्रपाळीत काम करत असेल आणि दिवसा झोपत असेल त्याची उठण्याची वेळ ही रोज रात्री नऊ वाजता झोपणाऱ्या व्यक्तीहून वेगळी असते.

वेगवेगळ्या लोकांची वेळापत्रकं वेगवेगळी असतात, याचा विचार केला तर आपल्याला एक गोष्ट लक्षात घ्यावीच लागेल की, तुमच्या उठण्याच्या ठरलेल्या वेळेच्या आधी उठून संबंधित आचरणं करणं आणि तुमच्या दिवसाची सुरुवात वैयक्तिक विकासानं करणं हे पहाटेच्या चमत्काराच्या आचरणांचं सार आहे. तुम्ही

सेमिट्रक चालवत असाल किंवा रुग्णालयात रात्री १० ते पहाटे ६ असं काम करत असाल, तर सहसा तुम्ही दुपारी २ पर्यंत झोपाल. अशा वेळी तुमच्या पहाटेच्या चमत्कारांच्या आचरणांचा सराव हा दुपारी दीड वाजता सुरू होईल. तुमच्या दिवसाची सुरुवात तुम्ही एस.ए.व्ही.ई.आर.एस.नी करावी, त्यामुळे तुम्हाला रोजच्या दिवसाची सुरुवात उत्कृष्ट शारीरिक, मानसिक, भावनिक आणि आध्यात्मिक अवस्थेतून करता येईल. मग ती वेळ कुठली आहे त्याने काहीही फरक पडणार नाही.

काही जणांचं वेळापत्रक हे याहूनही खंडित, अनियमित किंवा सातत्य नसलेलं असू शकेल. ऑन-कॉल डॉक्टर किंवा नर्स, अगर एखाद्या अर्भकाचे पालक हे अशा वेळापत्रकाची उदाहरणं आहेत. तुम्हाला जर अशा प्रकारच्या वेळापत्रकाचं वर्णन लागू होत असेल तर पहाटेच्या चमत्काराची आचरणं आपल्याला लागू होत नाहीत, असं तुम्हाला वाटू शकेल. परंतु, तुम्हीही यात सहभागी होऊ शकता. आता असा विचार करा की, एस.ए.व्ही.ई.आर.एस. ही सहा अत्यंत कालातीत, काळाच्या कसोटीवर सिद्ध झालेल्या वैयक्तिक विकासाच्या सरावांचं प्रतिनिधित्व करतात आणि त्यांचे लाभ हे सकाळच्या वेळेपुरते मर्यादित नाहीत.

मिरॅकल मॉर्निंग कम्युनिटीमध्ये काही नवोदित मातांनी टाकलेल्या पोस्ट मी पाहिल्या आहेत. एस.ए.व्ही.ई.आर.एस.चं विभाजन करून त्यांचं नवजात अर्भक झोपलेल्या वेळात त्या एका वेळी त्यांपैकी एका किंवा दोनच आचरणांचा कसा सराव करतात, याविषयी त्यांनी लिहिलं आहे. न्यू यॉर्क सिटीत वेगवेगळ्या पाळ्यांमध्ये काम करणाऱ्या कामगारांनी कामावर जाताना रेल्वेत बसल्यानंतर त्यांची एस.ए.व्ही.ई.आर.एस. पूर्ण केल्याचं सांगितलं आहे. एस.ए.व्ही.ई.आर.एस. करण्यासाठी वेळ काढणं ही यातली महत्त्वाची गोष्ट आहे आणि ज्या वेळी तुम्ही मनापासून एखाद्या गोष्टीची बांधिलकी पत्करता, त्या वेळी तुम्हाला वेळ काढता येतो. इच्छा असली की मार्ग सुचतोच.

इथे या संदर्भातील एक कथा मी देत आहे. मोली मॅथ्युजने ती पाठवली आहे. ती दोन मुलांची आई आहे आणि गेलं वर्षभर पहाटेच्या चमत्काराचं आचरण सातत्यानं करत आहे. तिने लिहिलं आहे की :

> 'सुमारे वर्षभरापूर्वी अनेक यशस्वी मार्गदर्शकांनी मला अतिशय कळकळीनं सुचवल्यानंतर पहाटेच्या चमत्काराच्या आचरणांना मी सुरुवात केली. त्या वेळी मी दोन मुलांची आई होते आणि गृहिणी म्हणून घरीच होते. रोजच्या रोज सगळ्या गोष्टी व्यवस्थित पार पाडणं, थकल्यासारखं आणि अगदीच गळून गेल्यासारखं वाटणं यावर मात करण्यासाठी मी सातत्यानं संघर्ष करत होते. एस.ए.व्ही.ई.आर.एस.मधील प्रत्येक आचरणासाठी मी फक्त पाच मिनिटं देऊन सुरुवात केली. त्याकरिता माझी मुलं उठत होती त्यापेक्षा

मी फक्त ३० ते ४० मिनिटं आधी उठू लागले. त्यानंतर माझा दिवस किती व्यवस्थितपणे पार पडू लागला आहे, ही गोष्ट जवळजवळ लगेच माझ्या लक्षात आली. एस.ए.व्ही.ई.आर.एस. मधील सगळीच्या सगळी आचरणं मला अगदी नेहमीच माझी मुलं उठण्याच्या आधी पार पाडता येत नव्हती. परंतु, माझ्यासाठी थोडा वेळ काढून दिवसाची सुरुवात करण्यानं खूपच फरक पडला होता. जर दिवसाची सुरुवात करतानाची पहिली गोष्ट म्हणून मी एस.ए.व्ही. ई.आर.एस. करू शकले नाही, तर नंतर डुलकी घेण्याच्या माझ्या वेळात मी ती करू लागले. आता माझ्या फावल्या वेळात मी दोन व्यवसाय चालवत आहे. शिवाय, मी पूर्ण वेळ आई आणि पत्नीही आहेच. तरीही आता माझ्या जीवनात खूपच महत्त्वाकांक्षा आणि उत्साह भरून राहिला आहे. पहाटेच्या चमत्काराविषयी मला समजलं याचा मला अतिशय आनंद वाटत आहे!'

म्हणून पहाटेच्या चमत्काराच्या आचरणांनी तुमच्या दिवसाची सुरुवात करणं, रोजच्या रोज तुमची एस.ए.व्ही.ई.आर.एस. पार पाडणं ही आदर्श बाब आहे. मात्र, वेळ, क्रम किंवा कालावधी या कशाचाही परिणाम न होऊ देता सातत्यपूर्ण वाढ, विकास करून घेण्यासाठी आणि ज्या प्रकारच्या व्यक्तीत स्वतःला रूपांतरित करण्याची तुमची इच्छा असेल, त्या प्रकारची व्यक्ती होण्यासाठी तुम्ही फक्त सातत्यानं एस.ए.व्ही.ई.आर.एस. करत राहणं आवश्यक आहे. तुम्हाला आयुष्यात जे जे हवं असेल ते मिळवण्यासाठी ही गोष्ट करणं गरजेचं आहे.

आठवडाअखेरींच्या दिवशी काय केलं पाहिजे?

मी या पुस्तकासाठी संशोधन करत असताना मला ऑप्रा विनफ्रीचं एक विधान आढळलं. त्याने माझ्या मनावर चांगलाच प्रभाव टाकला. 'शनिवारी पहाटेच उठल्यामुळे अतिशय निवांत मानसिक अवस्थेत माझी कामं आटोपण्याकरिता मला वेळ मिळतो. आठवड्याच्या इतर दिवशी मनात वेळेच्या दबावाची जाणीव असते. पण आठवडाअखेरीला असा दबाव नसतो. मी इतर कोणाच्याही आधी उठले तर मी संपूर्ण दिवसाचं व्यवस्थित नियोजन करू शकते किंवा निदान निवांत मनःस्थितीत माझी कामं उरकू शकते.'

इतर अनेक नवोदितांप्रमाणेच मीही ज्या वेळी पहिल्यांदाच पहाटेच्या चमत्काराच्या आचरणांची सुरुवात केली होती, त्या वेळी मी ती सोमवार ते शुक्रवार याच दिवशी करत होतो. त्यानंतर मी दोन दिवस सुट्टी घेत होतो. त्यानंतर रोज एस.ए.व्ही.ई.आर.एस. केल्यानंतर मी अधिक चांगल्या, सुखी, तृप्ततेच्या आणि अधिक उत्पादक अवस्थेत असतो हे माझ्या लक्षात येण्यास फार वेळ लागला नाही. पण सुट्टीच्या दोन दिवशी मी अधिक वेळ झोपत होतो, त्या वेळी उठल्यानंतर

माझ्या शरीरात आळस भरल्यासारखं, मन सैरभैर झाल्यासारखं आणि अनुत्पादक झाल्यासारखं मला वाटत होतं.

तुम्ही स्वतःवर हा प्रयोग करून पाहा. माझ्याप्रमाणेच तुम्हीही आठवड्यातील पाचच दिवस एस.एव्ही.ई.आर.एस. करा आणि दोन दिवस सुट्टी घ्या. मग त्या शनिवारी आणि रविवारी तुम्हाला कसं वाटतं ते पाहा. इतर अनेक लोकांप्रमाणेच तुम्हालाही असं वाटेल की, पहाटेच्या चमत्काराच्या आचरणांना सुरुवात केल्यानंतर ज्या दिवशी आपण ती आचरणं करतो तो दिवस अधिक चांगला असतो, पण त्याबरोबरच तुमच्या असंही लक्षात येईल की, आठवडाअखेरीला तुम्ही अधिक निवांतपणे आणि आवडीनं ती पार पाडत आहात.

सकाळी कधी, का आणि काय खावं...

अगदी आतापर्यंत तुम्ही असा विचार करत असाल की, पहाटेच्या चमत्काराच्या आचरणांनंतर मी न्याहरी कधी केली पाहिजे? शिवाय, ज्या वेळी आपण खाऊ त्या वेळी आपण काय खाल्लं पाहिजे? कारण तुम्ही कधी खाता यापेक्षाही तुम्ही काय खाता ही गोष्ट अधिक महत्त्वाची असते. तसंच तुम्ही खाण्यासाठी ज्या पदार्थांची निवड केली असेल ती का केली ही गोष्ट त्याहूनही अधिक महत्त्वाची असते.

कधी खावं?

अन्नाचं पचन करणं ही गोष्ट शरीर रोज पार पाडत असलेल्या प्रक्रियांपैकी ऊर्जेचा सर्वाधिक क्षय करणारी प्रक्रिया आहे ही गोष्ट लक्षात ठेवा. तुमचं जेवणाचं प्रमाण जितकं अधिक असेल, तितका तुम्ही शरीरावर त्याचं पचन करण्याच्या कामाचा अधिक बोजा टाकता आणि अशा वेळी तुम्हाला थकल्यासारखं वाटतं. ही गोष्ट लक्षात घेऊन मी तुम्हाला नेहमीच एस.ए.व्ही.ई.आर.एस. पार पाडल्यानंतरच खावं असं सुचवेन. यामुळे तुमच्या मनात एस.ए.व्ही.ई.आर.एस.च्या वेळी उत्तम सजगता निर्माण झाली असेल. तुमचं रक्त तुमच्या पोटाला पचनासाठी पुरवलं जाण्याच्या ऐवजी तुमच्या मेंदूला पुरवलं जात असेल.

सकाळी पहिल्यांदा काहीतरी खाल्लंच पाहिजे असं तुम्हाला वाटत असेल तर अगदी हलकं, अत्यल्प प्रमाणातील आणि सहजपणे पचणारं अन्नच खा. त्यात ताजी फळं किंवा स्मूदी यांचा समावेश असावा. आरोग्यपूर्ण स्निग्ध पदार्थांचा समावेशही तुम्ही करू शकाल. त्यामुळे तुमच्या मेंदूला अधिक इंधनाचा पुरवठा होईल. याविषयी आपण नंतर अधिक माहिती पाहणार आहोत.

का खावं?

तुम्ही खात असलेलं अन्न का खाता यावर क्षणभर चर्चा करू या. तुम्ही किराणा मालाच्या दुकानात खरेदी करता किंवा रेस्टॉरंटच्या मेन्यूकार्डावरून अन्नपदार्थांची निवड करता, त्या वेळी आपल्या शरीरात आपण कोणतं अन्न घालणार आहोत त्याची निवड करण्यासाठी तुम्ही कोणते निकष लावता? तुम्ही फक्त चव, स्वाद यांचाच विचार करता का? पदार्थाचं दिसणं किंवा पोत पाहता का? सोईस्करपणाचा विचार करता का? की तुमच्या निवडी या आरोग्याचा विचार करून केलेल्या असतात? तुम्ही ऊर्जेचा आणि दीर्घायुष्याचा विचार करून त्या करता का?

बहुतेक लोक खाद्यपदार्थांच्या चवीचा विचार करूनच खातात. त्यांच्या आवडत्या पदार्थांशी त्यांच्या भावना खोलवर निगडित असतात. तुम्ही जर एखाद्याला विचारलं की, 'तुम्ही हे आइसक्रीम का खाता?' किंवा 'तो सोडा तुम्ही का पिता?' तर तुम्हाला पुढील उत्तरांसारखी उत्तरं ऐकायला मिळण्याचीच शक्यता असते : 'अं..कारण मला आइसक्रीम आवडतं.' किंवा 'मला सोड्याची चव आवडते.' किंवा 'आज मला फ्राइड चिकन खाण्याची लहर आली, बस्स!' ही सगळी उत्तरं प्रामुख्यानं त्या खाद्यपदार्थांच्या किंवा पेयांच्या चवीवरच आधारित असतात. भावनिकदृष्ट्या त्या चवी आवडल्यामुळे ते पदार्थ खाल्ले जातात. अशा वेळी संबंधित व्यक्ती ही आपल्या आरोग्यात या पदार्थामुळे किती चांगली भर पडेल असा विचार करून ते पदार्थ खात नाही. तसा विचार करून ती आपल्या निवडीचं स्पष्टीकरणही देत नाही. तो अन्नपदार्थ खाल्ल्यामुळे आपल्याला किती ऊर्जा मिळेल याचा विचार तर तिच्या गावीही नसतो.

मला इथे इतकंच सांगायचं आहे की : जर तुम्हाला अधिक ऊर्जा हवी असेल (खरं तर आपल्याला सर्वांनाच ती हवी असते.) आणि तुमचं जीवन निरोगी व रोगमुक्त असावं असं तुम्हाला वाटत असेल (असं कोणाला वाटणार नाही?) तर तुम्ही जे अन्न खाल्लं असेल किंवा खात असाल ते तुम्ही का खाता याचं पुनर्परीक्षण तुम्हाला करावंच लागेल. ही गोष्ट महत्त्वाची आहे. तुमच्या आरोग्यात अधिक मूल्यनिर्मिती करणाऱ्या आणि तुम्हाला ऊर्जेचे लाभ मिळवून देणाऱ्या अन्नाची निवड तुम्ही केली पाहिजे. याचा अर्थ, चवीला चांगलं असलेलं अन्न टाळून त्याबदल्यात तुम्हाला आरोग्य आणि ऊर्जा यांचे लाभ मिळवून देणारंच अन्न तुम्ही खावं असं मी तुम्हाला सांगत नाही. तुम्ही दोन्ही प्रकारचं अन्न खा, असं मी तुम्हाला सांगत आहे. तुम्हाला रोज भरपूर शक्तीनं, विपुल ऊर्जेनं जगण्याची इच्छा असेल तर, तुम्ही आरोग्य चांगलं ठेवण्यात अधिक योगदान देणारं आणि तुमच्या आरोग्यात भर घालून तुम्हाला शाश्वत ऊर्जा पुरवणारं व त्याबरोबरच चवदार असलेलं अन्न अधिक प्रमाणात खाल्लं पाहिजे.

काय खावं? (आणि काय प्यावं?)

काय खावं याविषयी बोलण्याच्या आधी क्षणभर थांबून काय प्यावं याविषयी आपण बोलू या. पाच पायऱ्यांची स्नूझरोधक, उठण्याची व्यूहरचना आठवते का? जाग येण्यासाठी तुम्ही पेलाभर पाणी प्यायलं पाहिजे असं आपण म्हटलं आहे. ही तुम्ही सकाळी पहिल्यांदा करावयाची गोष्ट आहे. त्यामुळे रात्रभराच्या झोपेनंतर तुम्ही स्वतःच्या शरीराला आवश्यक आर्द्रता मिळवून देता आणि त्याचं पुनरुज्जीवन करता. त्या पाण्यात तुम्ही थोडंसं सैंधव आणि लिंबाचा ताजा रस घातला तर तुम्हाला आणखी अधिक लाभ मिळतो. सैंधवामुळे तुमच्या शरीरातील पोटॅशिअमची आणि सोडिअमची पातळी समतोल करण्यास तुम्हाला मदत होते. अनेक लोकांच्या बाबतीत हीच मोठी समस्या असते, परंतु त्यांना ती माहीत नसते. पाण्यात विरघळ्यानंतर पोटॅशिअम आणि सोडिअम यांचं आयनमध्ये रूपांतर होतं. हे आयन मज्जासंस्थेच्या, रक्ताभिसरण संस्थेच्या (हृदय व रक्तवाहिन्या) कार्याच्या उत्तम आरोग्यासाठी अतिशय उपयुक्त असतात. तसेच ते पेशींच्या आरोग्यासाठीही उपयुक्त असतात. लिंबाच्या रसामुळे शरीराचं अल्कलीकरण होतं. त्यामुळे सर्वसामान्य व्यक्ती खात असलेल्या आम्ल-संपृक्त आहारामुळे निर्माण झालेला असमतोल दूर होतो.

काय खावं याचा विचार करताना, चैतन्यमय आहार खाणं उपयुक्त ठरतं. यात सेंद्रिय फळं आणि भाज्या, तसंच मेंदूला उपयुक्त असलेले आरोग्यपूर्ण स्निग्ध पदार्थ यांचा समावेश होतो. त्यांच्यामुळे ऊर्जेची पातळी मोठ्या प्रमाणात वाढते. त्यामुळे निरोगी राहण्यास, रोगांपासून संरक्षण करण्यास आणि मानसिक व भावनिक हित सुधारण्यासही मदत होते.

पेलाभर पाणी प्यायल्यानंतर मी पहिल्यांदा एक मोठा चमचा (टेबलस्पून) भरून सेंद्रिय नारळाचं तेल पितो. बहुतांश आरोग्यदायी अन्नपदार्थांच्या दुकानात ते मिळतं. या तेलामुळे दिवस सुरू करण्यासाठी आणि पहाटेच्या चमत्काराची आचरणं करण्यासाठी माझ्या मेंदूला इंधन मिळतं. आधी पोटात काहीतरी गेल्यानंतर मी माझी व्हिटॅमिन्स घेतो. त्यानंतर मी सकाळच्या चमत्काराच्या सहाही आचरणांचा सराव करतो.

सकाळी साडेसातच्या सुमारास आमच्या मुलांना शाळेत जाण्यासाठी तयार करण्याकरिता मी अर्सुलाला मदत करतो. त्यानंतर मी ज्याला सकाळच्या चमत्काराचं सुपरफूड म्हणतो ती स्मूदी तयार करतो. तिच्यात साखरेचं प्रमाण कमी असतं. सेंद्रिय पेकन आणि चिया सीड्स यांच्यातून मिळणाऱ्या आरोग्यदायी स्निग्ध पदार्थांच्या पोषक द्रव्यांनी ती समृद्ध असते. शिवाय, तिच्यात सेंद्रिय बेरीज आणि पालक असतो. त्यामुळे रोगप्रतिकारशक्तीला प्रोत्साहन मिळतं. त्यात कॅफिन आणि सेंद्रिय मॅचा ग्रीन टी यामधून मिळणारे मानसिक स्थिती उत्तम ठेवणारे फायटोन्यूट्रिअंट

देणारे कॅकाव निब्जही असतात. या सगळ्यावर मी सेंद्रिय वनस्पतींपासून तयार केलेली व्हॅनिला प्रोटीन पावडर टाकतो. हे पेय पिताना कंटाळा येऊ नये म्हणून मी त्याच्या घटकांमध्ये सातत्यानं बदल करत राहतो. या संदर्भातील अगदी अद्ययावत पाककृती तुम्हाला MiracleMorning.com/resources वर मिळू शकेल. अशा प्रकारे तुमच्या ब्लेंडरच्या शेजारी पाककृतीचा छापील कागद ठेवून तुम्ही माझी सुपरफूड स्मूदी तयार करू शकाल. मात्र, त्याकरिता या पुस्तकाची ही प्रत समोर ठेवू नका. तुम्ही माझ्यासारखेच असाल तर बऱ्याचदा तुम्ही ब्लेंडरला झाकण लावायचं विसरून जाल आणि अशा वेळी ब्लेंडर चालू केल्यानंतर तुमची सुपरफूड स्मूदी अगदी स्वयंपाकघरभर पसरेल. (सत्य वचन!) मग मात्र तो निश्चितपणे सकाळचा चमत्कार नसतो!

'तुम्ही जे खाता तसेच तुम्ही होता,' ही जुनी म्हण आठवते का? तुम्ही शरीराची काळजी घ्या, मग शरीरही तुमची काळजी घेईल. इथे तुम्ही ८०/२० चा नियम लागू करावा असं मी तुम्हाला सुचवेन. जोपर्यंत तुमच्या आहाराच्या ८० टक्के निवडी आरोग्यदायी असतात, तोपर्यंत तुम्ही २० टक्क्यांपर्यंत इकडे-तिकडे काहीतरी खाऊ शकता. मी उठल्यानंतरच्या पहिल्या १० ते १२ तासांत सेंद्रिय वनस्पती-आधारित आहार घेतो. (नाष्ट्यासाठी मी स्मूदी घेतो. दुपारच्या जेवणात सॅलड खातो. मधल्या वेळेत सेंद्रिय सुका मेवा खातो.) त्यामुळे माझ्या शरीराला आणि मेंदूला भरपूर ऊर्जेचा पुरवठा होतो. त्यानंतर रात्रीच्या जेवणात मी सहसा उच्च गुणवत्तेचं मांस खातो. त्यात कुरणात वाढवलेल्या कोंबड्या, मासे, गवतावर चरायला लावून वाढवलेल्या वासराचं मांस इ.चा समावेश असतो. त्याबरोबर सेंद्रिय भाज्याही असतातच. याचा विचार तुम्ही 'दिवसभर शाकाहारी आणि रात्री आदिम जमातींप्रमाणे मांसाहारी' असा करू शकता.

तुमच्या उद्दिष्टपूर्तीसाठी आणि स्वप्नांसाठी एस.ए.व्ही.ई.आर.एस.चा वापर

आपल्यापैकी बहुतेकांकडे साध्य करावयाची काही उद्दिष्टं असतात आणि आपल्याला काही बदल करायचे असतात. पहाटेच्या चमत्काराच्या आचरणांचा सराव करणारे लोक त्यांच्या उद्दिष्टपूर्तीकरिता आणि इच्छित बदल घडवून आणण्याकरिता त्यांच्या क्षमतेत वाढ करण्यासाठी एस.ए.व्ही.ई.आर.एस.चा वापर करतात. त्यांनी जी उद्दिष्टं बाजूला ठेवून दिलेली असतात किंवा ज्यांच्या पूर्ततेसाठी त्यांच्याकडे वेळ नसतो त्या उद्दिष्टांच्या बाबतीत विशेषतः हे सत्य आहे. व्यवसाय सुरू करणं किंवा पुस्तक लिहिणं यांसारखी ही उद्दिष्टं असतात. एस.ए.व्ही.ई.आर.एस. ही सातत्यपूर्ण प्रगतीसाठी उद्दिष्टावर लक्ष केंद्रित करण्याच्या आणि त्याकरिता रोज

तुम्हाला कोणत्या कृती करण्याची गरज आहे ते ओळखण्याच्या तुमच्या क्षमतेत पूर्णपणे सुधारणा घडवून आणतात.

उदाहरणार्थ, तुम्ही ध्यान करता किंवा शांतपणे मौनात बसता त्या वेळी त्यातील काही वेळ तुमच्या उद्दिष्टांवर चिंतन करण्यात आणि ती उद्दिष्टं साध्य करण्यासाठी आवश्यक असलेल्या मानसिक आणि भावनिक अवस्था आत्मसात करण्यात व्यतीत करा.

तुम्ही आधी शिकला आहात त्याप्रमाणे, परिणामाभिमुख सूत्रांचा वापर करून तुमची सकारात्मक पुष्टिदायक विधानं तुम्ही तयार करता त्या वेळी त्यांच्यात तुमच्या सर्वाधिक महत्त्वाच्या उद्दिष्टांचा आणि स्वप्नांचा समावेश केल्याची खात्री करून घ्या. त्यामुळे तुमच्या सकारात्मक पुष्टिदायक विधानांमधून तुमच्या मनात तुमच्या उद्दिष्टांविषयी आणि स्वप्नांविषयी अधिकाधिक स्पष्टता आणि बांधिलकी निर्माण होत राहील. ती रोज वाचल्यामुळे तुमच्या सर्वोच्च प्राधान्यांवर तुम्ही लक्ष एकवटू शकाल आणि ती साध्य करण्यासाठी आवश्यक असलेल्या कृतीही कराल.

तुम्ही कल्पनाचित्र नजरेसमोर आणण्याचा सराव करत असाल त्या वेळी तुम्ही अगदी सहजपणे तुमची उद्दिष्टपूर्ती करण्याच्या प्रक्रियेचा आनंद घेत आहात अशी कल्पना करा. (अल्ट्रा मॅरेथॉनकरिता प्रशिक्षण घेताना मी केलं होतं तसं.) एकदा साध्य केल्यानंतर ते कसं दिसेल त्याचं चित्र मनःचक्षूंसमोर आणा. तुम्ही हे कल्पनाचित्र तयार करत असताना अत्युच्च भावनिक पातळीवर असाल याची खात्री करून घ्या. त्यामुळे तुम्ही निश्चित केलेल्या कृती करणं तुम्हाला भागच पडेल. तुमचं कल्पनाचित्र जितकं अधिक स्पष्ट आणि अधिक पटणारं, विश्वास बसण्याजोगं असेल तितकी रोज तुमच्या उद्दिष्टाच्या दिशेनं पुढे पाऊल टाकण्यास आवश्यक असलेली तुमची इच्छाशक्ती व प्रेरणा वाढवण्यात ते अधिक प्रभावी ठरेल.

या प्रकरणात व्यायाम हा काहीसा असंगत असेल. (तुमची उद्दिष्टं तंदुरुस्तीशी संबंधित असतील तर असं नसेल.) परंतु व्यायाम करत असताना तुम्ही नेहमीच तुमच्या उद्दिष्टांशी संबंधित पॉडकास्ट किंवा श्राव्य पुस्तकं (ऑडिओ बुक्स) ऐकू शकाल. माझी एक मैत्रीण तिची सकारात्मक पुष्टिदायक विधानं ध्वनिमुद्रित करते आणि नंतर ट्रेडमिलवर धावत असताना ती ऐकते.

वाचनासाठी तुमच्या उद्दिष्टांशी सुसंगत असलेल्या आणि ती झटपट साध्य करण्यास तुम्हाला मदत करणाऱ्या लेखांची आणि पुस्तकांची निवड करा. जर तुमच्या वैवाहिक जीवनात तुम्हाला सुधारणा करायची असेल किंवा अधिक पैसा मिळवायचा असेल तर, त्या विषयावरची पुस्तकं वाचल्यामुळे तुमच्या यश मिळण्याच्या शक्यता अटळपणे वाढतील. माझ्या पहाटेच्या चमत्काराच्या सरावाला मी महामंदीच्या काळात सुरुवात केली होती, असं मी तुम्हाला आधीच सांगितलं आहे. त्या वेळी मी कर्जबाजारी झालो होतो आणि जवळजवळ दिवाळखोरीतच

गेलो होतो. मायकेल पोर्टचं 'बुक युवरसेल्फ सॉलिड' हे पुस्तक वाचल्यानंतर अधिक ग्राहक मिळवण्याच्या व्यूहरचना मी शिकलो आणि मग माझ्या आर्थिक स्थितीचा कायापालट झाला.

अखेरीस तुमच्या लेखनाच्या वेळेत तुम्ही पूर्णपणे तुमच्या उद्दिष्टावरच लक्ष केंद्रित करा. असं करून तुमच्या उद्दिष्टापर्यंत पोहोचण्याचे कोणकोणते मार्ग आहेत त्यावर तुम्ही गहन विचार करू शकाल. लेखनातून तुमची सर्वोच्च प्राधान्यं तुम्ही स्पष्ट करू शकाल. तुम्ही केलेल्या प्रगतीला तुम्ही मान्यता देऊ शकाल. तुमच्या प्रयत्नांचा तुम्ही विचार करू शकाल आणि तुमच्या दृष्टिकोनाच्या कुठल्या बाबतीत तडजोड करण्याची आवश्यकता आहे, ते तुम्ही शोधून काढू शकाल.

वैवाहिक जीवनात सुधारणा करणं, उत्पन्नात वाढ करणं, वजन कमी करणं, कर्करोगावर मात करणं, ब्लॉग सुरू करणं, करिअरमध्ये बदल करणं, उद्योजक होणं किंवा इतर कोणतंही अर्थपूर्ण फलित मिळवणं, यांपैकी काहीही तुमची उद्दिष्टं असली तरी तुमच्या दैनंदिन एस.ए.व्ही.ई.आर.एस.च्या नित्यक्रमामुळे तुम्हाला रोज अधिकाधिक उत्तम होत जाणं शक्य होईल आणि मग हळूहळू तुम्ही ती उद्दिष्टं साध्य कराल.

तुमच्या पहाटेच्या चमत्काराच्या सरावाला ताजातवाना, आनंददायी आणि उत्साहवर्धक ठेवणं

गेल्या पंधरा वर्षांहून अधिक काळात मी जवळजवळ साडेचार हजार वेळा पहाटेच्या चमत्काराच्या आचरणांचा सराव केला आहे. त्या काळात माझ्या असं लक्षात आलं आहे की, माझी पहाटेच्या चमत्काराची आचरणं विकसित होत राहणं कधीच थांबलेलं नाही आणि थांबणारही नाही. मी अद्याप रोज एस.ए.व्ही.ई.आर.एस.चा सराव करत आहे आणि त्या सहा सरावांचा अनुभव व लाभ घेणं थांबवण्याजोगं कोणतंच कारण मला दिसत नाही. त्यामुळे हा सराव मी असाच सुरू ठेवेन. मात्र, या गोष्टींचं एकत्रीकरण करणं आणि तुमच्या पहाटेच्या चमत्कारात वैविध्य आणणं ही गोष्ट महत्त्वाची आहे असं मला वाटतं. त्यामुळे त्या सगळ्या गोष्टींमध्ये तोचतोचपणा किंवा शिळेपणा येत नाही.

उदाहरणार्थ, तुमच्या सकाळच्या व्यायामाच्या नित्यक्रमात तुम्ही दर महिन्यात बदल करू शकता. तुम्ही अनेक प्रकारच्या मार्गदर्शनपर किंवा स्वयं-निर्देशित ध्यानांचा उपयोग करू शकता. सकारात्मक, पुष्टिदायक विधानांवर चर्चा करताना मी आधीच उल्लेख केला आहे त्याप्रमाणे, तुम्ही शिकणं, वाढणं, विकसित होणं आणि तुमच्या जाणिवेला उन्नत करणं या गोष्टी सातत्यानं सुरू ठेवता त्या वेळी तुम्ही कोण होत आहात आणि तुमची सध्याची उद्दिष्टं काय आहेत, याविषयीच्या तुमच्या सकारात्मक पुष्टिदायक विधानांचं तुम्ही अद्ययावतीकरण करत राहिलं पाहिजे. तुम्ही

वाचत असलेली पुस्तकं वाचून पूर्ण झाली की, साहजिकच तुम्ही ती बदलता. त्यामुळे पुढे जाण्यासाठी तुम्हाला काहीतरी नवीन मिळत राहतं.

शिवाय, तुमच्या त्या दिवशीच्या बदलत्या वेळापत्रकानुसार, परिस्थितींनुसार आणि प्राधान्यांनुसार तुमच्या सकाळच्या चमत्काराच्या कार्यक्रमात तुम्ही बदल करू शकता. ज्या वेळी मी एखाद्या महत्त्वाच्या व्याख्यानाची तयारी करत असतो, त्या वेळी माझ्या त्या व्याख्यानाच्या सरावासाठी आणि त्याची रंगीत तालीम करण्यासाठी मी मनःचक्षूंसमोर कल्पनाचित्र आणण्याच्या आचरणाचा उपयोग करतो. मी प्रवास करत असतो किंवा हॉटेलांमध्ये राहतो, त्या वेळी माझ्या पहाटेच्या चमत्काराच्या आचरणांना मी त्या वेळच्या परिस्थितींशी सुसंगत करतो. त्याकरिता त्यांच्यात काही बदल करतो. उदाहरणार्थ, जर मला रात्री उशिरा व्याख्यान द्यायचं असेल किंवा एखाद्या परिषदेतील कार्यशाळेत बोलायचं असेल तर अशा वेळी माझी उठण्याची वेळ मी पुढे ढकलतो आणि त्यानुसार थोडा वेळ उशिरा माझ्या पहाटेच्या चमत्काराच्या आचरणांना सुरुवात करतो. मी हे पुस्तक लिहीत असताना पुस्तकाचं लेखन हे माझं प्रथम क्रमांकाचं प्राधान्य होतं. त्या वेळी माझ्या एस.ए.व्ही.ई.आर. एस.ना मी माझं हे काम पूर्ण करण्यावर मोठ्या प्रमाणात एकाग्र केलं होतं.

तुमच्या जीवनशैलीशी सुसंगत प्रकारे तुमच्या पहाटेच्या चमत्काराच्या आचरणांची तुम्ही रचना करू शकता, त्यांच्यात बदल घडवून तुमच्या तत्कालीन जीवनशैलीशी त्यांना जुळवून घेऊ शकता आणि त्यानुसार त्यांना विकसित करू शकता.

तुमच्या पहाटेच्या चमत्काराच्या आचरणाला सानुकूल करण्याविषयीचे अंतिम विचार

प्रत्येक गोष्टीत वैविध्यपूर्णता असणं ही बहुतेक लोकांची अंगभूत गरज असते. आपल्यापैकी बहुतेकांसाठी आपली पहाटेच्या चमत्काराची आचरणं ताजीतवानी आणि नवीन असणं महत्त्वाचं असतं. जेस्से या माझ्या मार्गदर्शकाकडे मी एकदा अशी तक्रार केली होती की, विक्री प्रतिनिधी म्हणून मी करत असलेली नोकरी ही कंटाळवाणी आणि नीरस होत चालली आहे. त्याच त्या गोष्टी मी पुनःपुन्हा करत आहे. त्यावर त्यांनी मला असं विचारलं होतं की, 'हा तोचतोचपणा येणं, नोकरी कंटाळवाणी होत जाणं ही कोणाची चूक आहे? आपलं कामकाज पुन्हा छान, आवडण्याजोगं, मजा वाटावी असं करणं ही कोणाची जबाबदारी आहे?' वैयक्तिक जबाबदारीविषयीचा हा मूल्यवान धडा होता आणि मी तो कधीही विसरू शकणार नाही. आपला नित्यक्रम, दिनक्रम असो वा आपले नातेसंबंध, ते कसे असावेत असं आपल्याला वाटतं, तसे त्यांना सक्रियपणे आणि सातत्यानं तयार करत राहणं ही आपली जबाबदारी असते.

९

असह्यपासून अत्यावश्यकपर्यंतचा प्रवास

तीस दिवसांत कोणतीही सवय कायमची जडवण्याची तीन पायऱ्यांची व्यूहरचना

'यशस्वी लोक आपोआप, असेच यशस्वी होत नाहीत. अयशस्वी लोकांना ज्या गोष्टी करायला आवडत नाहीत, त्या गोष्टी करण्याच्या सवयी कायमस्वरूपी लावून घेऊन ते यशस्वी होतात. यशस्वी लोकांनाही त्या गोष्टी करायला नेहमीच आवडतं असं नाही, पण तरीही ते पुढाकार घेतात आणि त्या करतात.'

–डॉन मार्क्विस

'प्रेरणा तुम्हाला काम करण्यास प्रवृत्त करते आणि सवय तुम्हाला सातत्यानं ते करायला लावते.'

–जिम रॉन

आपल्या सवयींच्या गुणवत्तेतून आपल्या जीवनाची गुणवत्ता तयार होते असं म्हटलं जातं. जर एखादी व्यक्ती आनंदानं, निरोगी व सर्वसामान्यपणे यशस्वी जीवन जगत असेल तर त्या व्यक्तीकडे तिच्या आनंदीपणाच्या, आरोग्यपूर्णतेच्या आणि यशाच्या पातळ्या निर्माण करणाऱ्या आणि टिकवून ठेवणाऱ्या अशा काही सवयी असतात. दुसरीकडे, एखाद्या व्यक्तीला हव्या असलेल्या यशाच्या पातळ्यांचा अनुभव तिला घेता येत नसेल तर तिला हवे असलेले परिणाम मिळवण्यासाठी आवश्यक असलेल्या सवयी तिने अद्याप लावून घेतल्या नसण्याची शक्यताच अधिक असते. सवयी अंगी बाणवा, त्यानंतर त्यांचे परिणाम दिसू लागतील.

या पुस्तकाच्या प्रवासात आपण आता या टप्प्यापर्यंत आलो आहोत, त्यामुळे तुम्हालाही आता दैनंदिन जीवनात पहाटेच्या चमत्कारांची आचरणं बिंबवून घेण्याची उत्सुकता वाटत असेल अशी मला आशा आहे. तुम्ही जे आयुष्य जगण्यास पात्र आहात ते आयुष्य जगण्यास साहाय्य करणाऱ्या या सवयी आहेत आणि त्या तुम्ही आयुष्यभर लावून घेतल्या पाहिजेत. या प्रकरणात नवीन सवयी जडवून घेण्याचा दृष्टिकोन कसा रुजवावा ते तुम्ही शिकणार आहात आणि त्यानंतरच्या प्रकरणात पहाटेच्या चमत्काराच्या आचरणाच्या ३० दिवसांच्या कायापालटाच्या पहिल्या प्रवासाकरिता या तंत्रांचा उपयोग कसा करावा, ते आपण पाहणार आहोत.

तुमच्या सवयीच तुमच्या जीवनाची गुणवत्ता मोठ्या प्रमाणात निश्चित करतात याचा विचार केला तर, एखादं कौशल्य शिकणं आणि त्याच्यावर प्रभुत्व मिळवणं ही गोष्ट तुमच्या सवयींना उत्तम, उत्कृष्ट करण्याच्या तुलनेत तितकीशी महत्त्वाची नाही हे तुमच्या लक्षात येईल. तुमच्या जीवनात तुम्हाला जे परिणाम हवे असतील त्यांची निर्मिती करण्यासाठी आवश्यक असलेल्या सवयी ओळखणं, त्यांची अंमलबजावणी करणं आणि त्यांना कायमस्वरूपी अंगी बाणवणं ही गोष्ट महत्त्वाची असते. मात्र, त्याच वेळी तुमच्या खऱ्या क्षमतेचा पुरेपूर वापर करण्यापासून ज्या विनाशक, घातक सवयी तुम्हाला मागे खेचत राहतात, त्या सवयींना कसं सोडून द्यावं ते शिकण्याचीही गरज असते.

सवयी ही नियमितपणे पुनरावृत्ती होणारी वर्तनं असतात. सवयींनी काही गोष्टी नकळत करण्याकडे आपला कल असतो. तुमच्या लक्षात येवो अथवा न येवो, पण तुमच्या जीवनाला तुमच्या सवयींनी आकार आला आहे आणि यापुढेही येत राहील. तुमच्या सवयींवर तुम्ही नियंत्रण ठेवलं नाही तर तुमच्या सवयी तुमच्यावर नियंत्रण ठेवतील.

दुर्दैवानं, तुम्हीही आम्हा उर्वरित लोकांसारखेच असाल तर आपल्याला उत्तम सवयी कशा लावून घ्याव्यात हे मोठे होत असताना तुम्हीही शिकलेले नसाल. शाळेत कधीही 'हॅबिट १०१' प्रकारचा तास नसतो. पण तसा तास असता तर खरोखरच आपल्यासाठी तो अतिशय मूल्यवान ठरला असता. म्हणून आपण घातक

वाईट सवयींसह प्रौढावस्थेत पोहोचतो. शिवाय, आपण जसजसे अधिकाधिक प्रौढ होत जातो, तसतशी त्या सवयींमध्ये अधिक गंभीर, अधिक वाईट सवयींची भरही टाकत जातो. परंतु, आता सवयींच्या महत्त्वपूर्ण विषयांवरचे असंख्य लेख आणि पुस्तकं उपलब्ध आहेत. त्यांच्यामध्ये जेम्स क्लिअरचं ॲटॉमिक हॅबिट्स, बी.जे. फॉगचं टायनी हॅबिट्स, ब्रेंडन बर्चर्डचं हाय परफॉर्मन्स हॅबिट्स आणि एस. जे. स्कॉटचं हॅबिट स्टॅकिंग या उत्तम खपाच्या पुस्तकांचा समावेश आहे.

परंतु, जर आपण सकारात्मक सवयींचा वापर कसा करावा आणि त्यांना कसं टिकवून ठेवावं हे कधीच शिकलो नसलो तर आपल्यापैकी बहुतेकांना आपापल्या सवयींमध्ये सुधारणा करणं स्पष्टपणे शक्य होत नाही. त्यात आपण पुनःपुन्हा अपयशी ठरतो. उदाहरणार्थ, नवीन वर्षी दर वेळी आपण करत असलेल्या संकल्पांचा विचार करा.

नवीन वर्षांचे संकल्प : सराईतपणे येणारं अपयश

दरवर्षी लाखो लोक अतिशय सद्हेतूनं नवीन वर्षांचे संकल्प करतात. परंतु, आपल्यापैकी थोडेच जण त्यांना चिकटून राहतात. नवीन वर्षांचा कोणताही संकल्प ही सहसा सकारात्मक सवय असते. त्यात व्यायाम करणं, लवकर उठणं यांसारख्या सवयींचा समावेश असतो. या सवयींना आपल्या आयुष्यात समाविष्ट करण्याची तुमची इच्छा असते किंवा तुम्हाला धूम्रपान, फास्ट फूड खाणं यांसारख्या नकारात्मक सवयी सोडायच्या असतात. नवीन वर्षांच्या संकल्पांचा विषय येतो त्या वेळी बहुतांश लोकांनी जानेवारीच्या अखेरीपर्यंत आधीच हात-पाय गाळलेले असतात आणि केव्हाच त्या संकल्पांकडे पाठ फिरवलेली असते, हे सांगण्यासाठी कोणत्याही आकडेवारीची गरज नाही.

कदाचित, तुम्ही ही प्रक्रिया नेहमीच पाहत आला असाल. जानेवारीच्या पहिल्या आठवड्यात तुम्ही कधी व्यायामशाळेत गेला असाल तर त्या वेळी गाडी उभी करण्यासाठी जागेची कायमच अडचण असते हे तुमच्या लक्षात आलं असेल. वजन कमी करणं किंवा शरीर आकारबद्ध करणं, यांसारख्या नवीन वर्षांच्या संकल्पांनी त्या वेळी लोक भारलेले असतात आणि अशा लोकांनीच व्यायामशाळा भरलेल्या असतात. मात्र, त्यानंतर त्या महिनाअखेरीपर्यंत तुम्ही व्यायामशाळेत जात राहिलात तर त्यादरम्यान पार्किंगची जवळजवळ निम्मी जागा मोकळी असल्याचं तुम्हाला दिसतं. आपल्या नवीन सवयींना चिकटून राहण्याकरिता काळाच्या कसोटीवर उतरलेली एखादी व्यूहरचना नसल्यामुळे बहुतांश लोकांनी आपला संकल्प अर्धवट सोडून दिलेला असतो.

आपल्याला आनंदी, निरोगी आणि यशस्वी होण्याकरिता ज्या सवयींची गरज असते त्या सवयी लावून घेणं, त्या टिकवणं ही गोष्ट इतकी अवघड का असते?

कोणतीही व्यक्ती ही सवयीची गुलाम असते आणि आपल्यापैकी कोणीही याला अपवाद नसतं. मानसिकदृष्ट्या किंवा शारीरिकदृष्ट्या एकदा ठरावीक पुनरावृत्तीच्या साहाय्यानं ती सवय आपल्याला जडली की ती बदलणं केव्हाही अतिशय अवघड असतं. नवीन सवयी लावून घेण्यात आणि त्या तशाच टिकवून ठेवण्यात लोक का अपयशी ठरतात, त्याची तीन कारणं पुढे दिली आहेत :

- नवीन सवय लागण्यासाठी किती काळ लागेल हे त्यांना माहीत नसतं. पूर्वनिर्धारित कालमर्यादेची चौकट नसल्यामुळे हा काळ अनंत असू शकेल असं वाटू शकतं. मग कुठल्याही व्यक्तीकडे इतका वेळ कुठे असतो?
- ही सगळी प्रक्रिया कशा प्रकारे सुरू राहिली पाहिजे, याविषयीची कोणतीही स्पष्ट अपेक्षा त्यांच्या मनात नसते. त्यामुळे कोणत्याही प्रकारची शारीरिक किंवा मानसिक अस्वस्थता निर्माण झाली अगर कोणतंही अनपेक्षित आव्हान समोर आलं तर ती सवय ते सरळ सोडून देतात.
- त्यांना यशाची खात्री देण्याजोगी कोणतीही साधी आणि प्रभावी व्यूहरचना त्यांच्याकडे नसते.

दुसऱ्या शब्दांत, तुमच्याकडे प्रभावी, काळाच्या कसोटीवर उतरलेली व्यूहरचना नसेल तर सवय लावून घेण्यात तुम्ही अपयशी होण्याची मोठीच शक्यता असते. या सगळ्या अडचणींना दूर करण्यासाठी आणि त्यांना उचित प्रकारे हाताळण्यासाठी काय करावं लागेल ते आता पाहू या.

नवीन सवय जडण्यासाठी 'खरोखरच' किती कालावधी लागतो?

तुम्ही कोणतंही पुस्तक किंवा लेख वाचला असेल किंवा कोणत्याही तज्ज्ञाचं मार्गदर्शन घेतलं अगर ऐकलं असेल तर त्यामध्ये तुम्हाला खात्रीशीरपणे देण्यात आलेले वेगवेगळ्या कालावधींचे सप्रमाण आकडे सापडतात. मात्र, त्या सगळ्याचा एकत्रित विचार केला तर सारांश असा निघतो की, कोणतीही सवय जडवून घेण्यासाठी किंवा नकोशी सवय सोडून देण्यासाठी संमोहनाच्या एका सत्रापासून ते तीन महिन्यांपर्यंतचा कालावधी लागतो.

सायको–सायबरनेटिक्स : 'अ न्यू वे टू गेट मोअर लिव्हिंग आउट ऑफ लाइफ' हे डॉ. मॅक्सवेल माल्झ यांचं सन १९६०चं पुस्तक आहे. या पुस्तकातून समोर आलेलं एक लोकप्रिय तत्त्वज्ञान असं आहे की, नवीन सवय लावून घेण्यासाठी २१ दिवस लागतात. डॉ. माल्झना असं आढळून आलं होतं की, एखाद्याला अपंगत्व

आलं असेल, त्याने हात किंवा पाय गमावला असेल तर, त्याला त्या परिस्थितीशी जुळवून घेण्यासाठी २१ दिवस लागतात. त्यांनी असंही म्हटलं होतं की, जीवनातील कोणत्याही मुख्य बदलाशी जुळवून घेण्यासाठी व्यक्तीला २१ दिवस लागतात.

सवय लावून घेण्यासाठी किती दिवस लागतात, यावर भाष्य करणाऱ्या इतर काही तत्त्वज्ञानांमध्ये असा नेमका आकडा सांगितल्याचं आढळत नाही. संबंधित सवय किती अवघड आहे, त्यावर हा कालावधी अवलंबून असतो, यावरच बहुतेकांनी भर दिल्याचं दिसून येतं. पहाटेच्या चमत्काराच्या आचरणाचा सराव करणाऱ्या हजारो लोकांबरोबरच्या माझ्या वैयक्तिक अनुभवातून मी असा निष्कर्ष काढला आहे की, तुमच्याकडे अचूक व्यूहरचना असली तर तुम्ही कोणतीही सवय ३० दिवसांत किंवा त्याहूनही कमी कालावधीत बदलू शकता, सोडून देऊ शकता किंवा जडवून घेऊ शकता. यातली समस्या अशी असते की, बहुतेक लोकांकडे कोणतीच व्यूहरचना नसते, त्यामुळे ती अचूक आहे की नाही, हे पाहणं ही खूपच नंतरची बाब असते. म्हणून सातत्यानं अपयशांचे ढिगारे साचत राहिल्यामुळे वर्षानुवर्षं त्यांचा आत्मविश्वास ढासळत राहतो आणि सुधारणा करण्याची क्षमता क्षीण होत जाते. त्यामुळे ते स्वतःच गारद होतात.

तुम्हाला तुमच्या सवयींवर प्रभुत्व कसं मिळवता येईल? तुम्हाला हवी असलेली कोणतीही सकारात्मक सवय ओळखून, ती लावून घेण्याचे व टिकवण्याचे प्रयत्न करणं किंवा नको असलेली आणि कायमची घालवायची असलेली एखादी नकारात्मक सवय ओळखून, ती घालवण्याचे प्रयत्न करणं आणि ती कायमची घालवणं असं करून तुमच्या जीवनावर आणि भवितव्यावर तुम्हाला संपूर्ण नियंत्रण कसं मिळवता येईल? त्यासाठी तुम्हाला उचित किंवा अचूक व्यूहरचना हवी असते आणि बहुतांश लोकांना ती माहीत नसते. आता तुम्ही त्याच व्यूहरचनेविषयी शिकणार आहात.

पहाटेचा चमत्कार : ३ टप्प्यांच्या, ३० दिवसांच्या सवयीची व्यूहरचना

आपण कशाची अपेक्षा ठेवली पाहिजे हेच तुम्हाला माहीत नसेल आणि नवीन सवय जडवून घेण्याच्या प्रक्रियेचा एक भाग असलेल्या मानसिक व भावनिक आव्हानांवर मात करण्यासाठी तुमची तयारी झाली नसेल, तर तुम्ही अपयशी होणं अगदी सहजशक्य असतं. ही व्यूहरचना त्यावरची उपाययोजना आहे.

आपण त्याकरिता तीस दिवसांच्या कालमर्यादेला प्रत्येकी १० दिवसांच्या कालबद्ध चौकटीत विभाजित करू या. तुम्ही नवीन सकारात्मक सवय लावून घेणार असाल किंवा जुन्या नकारात्मक सवयीचा त्याग करणार असाल, तर हा

प्रत्येक टप्पा वेगवेगळ्या भावनिक आव्हानांच्या आणि नवीन सवयीला चिकटून राहण्यातील मानसिक अडथळ्यांच्या वेगवेगळ्या संचाचं प्रतिनिधित्व करतो. हे अडथळे सर्वसामान्य आणि अपेक्षित असतात हे सर्वसामान्य व्यक्तीच्या लक्षात येत नसल्यामुळे त्यांना असं वाटतं की, आपलं काहीतरी चुकलं आहे. मग त्यांना संबंधित गोष्टी केल्यामुळे बरं वाटत नसल्यामुळे ते त्या गोष्टी करणं सोडून देतात. त्या अडथळ्यांवर कशी मात करावी हे त्यांना माहीत नसल्यामुळे हे होतं. तुम्हालाही हे चांगलंच माहीत असेल.

पहिला टप्पा : असह्य दिवस (पहिले १ ते १० दिवस)

कोणतीही नवीन सवय लावून घेण्याचे किंवा कोणतीही जुनी सवय सोडवण्याचे पहिले १० दिवस हे जवळजवळ असह्य असल्यासारखे वाटतात. सुरुवातीचे काही दिवस सगळ्या गोष्टी सोप्या वाटू शकतात, कारण आपण काहीतरी नवीन करत असतो. परंतु, नव्याची नवलाई संपली की वास्तव समोर येतं. तुम्हाला त्या गोष्टीचा तिरस्कार वाटतो. ते वेदनादायक, क्लेशदायक असतं. त्यानंतर तुम्हाला त्या नवीन गोष्टीत फारशी गंमत वाटेनाशी होते. तुमच्या मनाचा आणि शरीराचा प्रत्येक धागा न् धागा तुम्हाला प्रतिकार करू लागतो. तुमचं मन तुम्हाला सांगू लागतं, 'मला हे नको आहे, ते आवडत नाही.' तुमचं शरीर आक्रंदन करू लागतं, 'हे जसं वाटतंय, ते वाटणं मला आवडत नाही.'

लवकर उठण्याची नवीन सवय तुम्हाला जडवून घ्यायची आहे, असं समजू या. ती आताच सुरू करणं ही गोष्ट तुमच्या दृष्टीनं उपयुक्त असू शकते. पण पहिले दहा दिवस घड्याळाचा गजर झाला की. तुम्हाला असं वाटू शकतं : 'अरे देवा, किती लवकर उजाडलं! मला उठवतच नाही. मी खूप थकलो /थकले आहे. मला आणखी झोपेची गरज आहे. फक्त आणखी दहाच मिनिटं मी झोपणार आहे.' (मग तुम्ही खटकन स्नूझचं बटण दाबता.)

बहुतांश लोकांची समस्या अशी असते की, वरवर पाहता असह्य वाटणारे हे पहिले १० दिवस हा फक्त एक तात्पुरत्या स्वरूपाचा टप्पा असतो. त्याऐवजी त्यांना असं वाटतं की, ही नवीन सवय असह्य आहे आणि आपल्याला ती नेहमी तशीच असह्यच वाटत राहील. मग ते विचार करतात की, ही नवीन सवय इतकी क्लेशदायक असेल तर तिला विसरून जाणंच बरं आहे. ती जडवून घेण्याइतकी महत्त्वाची नाही.

परिणामी, आपल्यापैकी अनेक जण व्यायामाचा समावेश नित्यक्रमात करण्यासाठी पुनःपुन्हा फक्त संघर्ष करत, झगडत राहतात. हीच गोष्ट धूम्रपान सोडणं, आरोग्यदायी आहार घेऊन आहारात सुधारणा करणं, आपल्या अंदाजपत्रकाला

चिकटून राहणं किंवा आपल्या जीवनात सुधारणा करू शकणाऱ्या अनेक बाबतींत घडते. याचं कारण एकच असतं. सगळ्याच नवीन सवयी सुरुवातीला वाईटच वाटतात. (तुमच्या बाबतीत असं घडलंच पाहिजे असं नाही. कदाचित, तुम्हाला असं वाटणारही नाही.)

ज्या वेळी या पहिल्या १० दिवसांसाठी तुम्ही मनाची तयारी कराल, तुम्ही यश मिळवण्यासाठी ही किमत चुकती करत आहात हे तुम्हाला माहीत असेल, ज्या वेळी पहिले १० दिवस आव्हानात्मक आहेत, परंतु हा तात्पुरत्या स्वरूपाचा टप्पा आहे हे तुम्ही ओळखून असाल त्या वेळी तुम्ही संकटांवर, प्रतिकूलतांवर मात कराल आणि यशस्वी व्हाल. जर मिळणारे लाभ भरपूर मोठे असतील तर आपण फक्त १० दिवस काय वाटेल ते करू. बरोबर?

म्हणून कोणत्याही नवीन सवयीची अंमलबजावणी करण्याचे पहिले १० दिवस ही गमतीची गोष्ट नाही. तुम्ही तिला विरोध कराल. तिला प्रतिकार कराल. अगदी तुम्हाला तिचा तिरस्कारही वाटेल. परंतु, तुम्ही ती करू शकाल. विशेषतः या दहा दिवसांनंतर ती सवय पार पाडणं अधिक सोपं जाईल, हे माहीत असलं तर तुम्ही ती नक्कीच अंगी बाणवण्यासाठी प्रयत्न कराल. त्यामुळे काय बक्षीस मिळेल? तुमच्या जीवनात तुम्हाला हव्या असलेल्या प्रत्येक गोष्टीची निर्मिती करण्याची क्षमता तुम्हाला प्राप्त होईल. तुम्हाला सुरुवातीच्या अस्वस्थतेचा, तुमच्या मनातील असंतोषाचा अंदाज असला तर तुमचं इच्छित उद्दिष्ट साध्य करण्यासाठी तुम्ही त्यावर मात करू शकाल.

दुसरा टप्पा : अस्वस्थता (११ ते २० दिवस)

पहिले अत्यंत अवघड असलेले १० दिवस पार पाडल्यानंतर तुमच्या समोर पुढच्या १० दिवसांचा दुसरा टप्पा असतो. तो तुलनेत लक्षणीयरीत्या सोपा असतो. तुमच्या नवीन सवयीची तुम्हाला सवय होऊ लागेल. तुमच्या मनात काही प्रमाणात आत्मविश्वास आणि तुमच्या सवयीच्या लाभांशी सकारात्मक संलग्नता निर्माण होईल.

अकराव्या दिवसापासून विसाव्या दिवसापर्यंतचे दिवस असह्य असणार नाहीत. अद्यापही तुम्हाला अस्वस्थता जाणवत राहील. तुमच्या मनात असंतोष निर्माण होईल. अजूनही आपल्या जुन्या वर्तनांकडे वळण्याचा मोह तुम्हाला मागे खेचण्याचा प्रयत्न करेल. जर लवकर उठणं ही तुमची नवीन सवय असेल तर तुम्हाला झोपेतून उठणं आणखी सोपं वाटेल, कारण दीर्घ काळापर्यंत तुम्ही ते केलेलं असेल. बांधिलकी पत्करून राहा. तुम्ही आधीच असह्य टप्प्यातून पार पडलेले आहात आणि आता अस्वस्थतेच्या टप्प्यात पोहोचला आहात. आपल्या सवयीशी असलेली बांधिलकी तशीच ठेवा. आता सवय बंद करण्यापासून परावृत्त होण्याच्या,

सवयीला रोखणं अवघड असलेल्या टप्प्यापर्यंत तुम्ही पोहोचाल. आता आपल्या नवीन सवयीला रोखणं अशक्य असलेल्या टप्प्यापर्यंत आपण पोहोचल्यानंतर कसं वाटतं ते तुम्हाला लवकरच समजणार असतं.

तिसरा टप्पा : रोखणं केवळ अशक्य (२१ ते ३० दिवस)

ज्या थोड्या लोकांनी अखेरच्या टप्प्यापर्यंत पोहोचण्याचं काम केलेलं असतं ते इथेच एक घातक चूक करतात. त्यांना असं वाटतं की, नवीन सवय जडवून घेण्यासाठी फक्त २१ दिवस पुरेसे असतात. सवय लावून घेण्याविषयीच्या लोकप्रिय तत्त्वज्ञानाचा त्यांनी आधार घेतलेला असतो.

जे तज्ज्ञ या दाव्याला पाठिंबा देतात त्यांचं म्हणणं अंशतः बरोबर असतं. पहिल्या दोन टप्प्यांसाठी २१ दिवस लागतात. नवीन सवय 'तयार' होण्यासाठी २१ दिवस लागतात. परंतु ती सवय दीर्घ काळापर्यंत टिकवून ठेवण्यासाठी त्यानंतरच्या १० दिवसांचा अखेरचा टप्पा महत्त्वाचा असतो. या अंतिम १० दिवसांत तुमच्या नवीन सवयीची तुम्ही सकारात्मकपणे अंमलबजावणी करता आणि तिच्याशी आनंदाला जोडून टाकता. तोपर्यंत प्राथमिक स्वरूपात तुम्ही या सवयीशी दुःखाला, क्लेशाला आणि अस्वस्थतेला जोडलेलं असतं. आता तुम्ही ही मनोरचना पूर्णपणे बदलता आणि तुम्ही या टप्प्यापर्यंत पोहोचल्याबद्दल तुम्हाला तुमचा अभिमान वाटू लागतो.

प्रत्यक्षात, तिसऱ्या टप्प्यातच खरोखरचा कायापालट घडतो, कारण याच वेळी तुमची नवीन सवय तुमच्या ओळखीचा एक भाग होते. तुम्ही ज्या गोष्टीसाठी प्रयत्न करता आणि तुम्ही जे होत असता त्याच्यातील दरी ती ओलांडते. आता ती सवय जगत असलेली व्यक्ती म्हणून तुम्ही स्वतःकडे पाहण्यास सुरुवात करता.

उदाहरणार्थ, तुमच्या गजराच्या घड्याळाचा धसका तुम्ही घेत नाही. 'मी सकाळी लवकर उठू शकत नाही,' या तुमच्या ओळखीपासून 'मी सकाळी लवकर उठतो,' असं म्हणण्यापर्यंतचा प्रवास तुम्ही पार पाडलेला असतो. आता पहाटे उठण्याच्या विचारानं तुम्ही रोज रोमहर्षित होता आणि ज्या वेळी गजर होतो त्या वेळी तुम्ही उठता, कारण तुम्ही ते आधीही, जवळजवळ सलग २० दिवस केलेलं असतं. तुम्हाला त्याचे लाभ दिसण्यास आणि जाणवण्यास सुरुवात झालेली असते.

अनेक लोक फाजील आत्मविश्वास बाळगतात, स्वतःच्याच पाठीवर शाबासकीची थाप देतात आणि विचार करतात की, 'मी हे २० दिवस सलग केलं आहे, म्हणून आता मी काही दिवस सुट्टी घेण्यास हरकत नाही.' आता यातली समस्या अशी आहे की, ते सुरुवातीचे २० दिवस या प्रक्रियेतील अत्यंत आव्हानात्मक दिवस असतात. त्या सवयीची सकारात्मकतेनं अंमलबजावणी करण्यासाठी आवश्यक असलेल्या काही काळाची गुंतवणूक करण्याच्या ऐवजी ज्या

वेळी तुम्ही काही दिवस तिच्यापासून दूर राहता त्या वेळी तुमची गाडी पुन्हा रुळावर येणं अवघड असतं. २१व्या दिवसापासून तिसाव्या दिवसापर्यंत तुम्हाला लाभांचे प्रचंड अनुभव येऊ लागतात आणि तुम्हाला ती सवय आवडूही लागते. त्यामुळे भविष्यातही तुम्हाला त्या सवयीचं पालन करणं अधिक सोपं जाणार असतं.

आपण स्वतःच स्वतःवर लादलेल्या मर्यादांवर मात करणं

या पुस्तकाच्या सुरुवातीला माझी कथा मी सांगितली आहे. ज्या वेळी जॉन बर्गहॉफ या माझ्या जिवलग मित्रानं नैराश्यावर मात करण्यासाठी मी धावायला जावं आणि माझ्या आर्थिक समस्या सोडवण्यासाठी माझ्या मनात जी स्पष्टता असणं आवश्यक आहे, ती मी या सवयीतून मिळवावी असं मला सुचवलं, त्या वेळी मी त्याला सांगितलं, 'मी धावपटू नाही. खरं म्हणजे मला धावण्याचा तिरस्कार वाटतो. त्यामुळे मी हे करू शकेन असं मला वाटत नाही.' मी धावपटू नाही, यावर विश्वास ठेवण्यापासून ते ५२ मैलांची अल्ट्रा मॅरेथॉन शर्यत पूर्ण करेपर्यंतचा माझा प्रवास कसा झाला ते मी आता तुम्हाला सांगतो.

मी पहाटेच्या चमत्काराच्या आचरणांचा सराव करण्यास सुरुवात केल्यापासून सुमारे सहा महिन्यांनी जॉनने मला अॅटलांटिक सिटी मॅरेथॉनमध्ये धावण्यास आमंत्रित केलं. फ्रंट रो फाउंडेशनसाठी निधी उभारणीकरिता या अल्ट्रा मॅरेथॉनचं आयोजन करण्यात आलं होतं. आम्ही दोघेही या फाउंडेशनचे संचालक होतो. मी काही अंतर धावू किंवा जॉगिंग तरी करू शकेन का, याविषयी त्याच्या मनात साशंकता आणि त्यामुळे निर्माण झालेला तणाव होता. मी त्याच्या आजीबरोबर तरी ५ किलोमीटर चालू शकेन का, असं म्हणून त्याने विनोद केला होता. त्याने मला असंही स्पष्ट करून सांगितलं होतं की, एके काळी तो मॅरेथॉनमध्ये धावू शकेल यावर त्याचा विश्वास नव्हता, परंतु हळूहळू काही दिवस सराव करून त्याने धावपटू म्हणून स्वतःचा विकास केला होता. अखेरीस जॉन केवळ एकाच नव्हे, तर तीन-तीन अल्ट्रा मॅरेथॉनमध्ये धावला होता. त्यात एका डबल अल्ट्रा मॅरेथॉनचा समावेश होता. ती सलग शंभर मैलांची शर्यत होती. ''हॅल, मी शंभर मैल धावू शकतो, तर तू नक्कीच २६ मैल धावू शकशील!'' तो विनोदानं म्हणाला.

''होय, मी यावर विचार करेन,'' मी त्याला लगेच थेट 'नाही' म्हणण्याऐवजी तो निर्णय लांबणीवर टाकण्याच्या हेतूनं म्हटलं.

माझ्या म्हणण्याचा चुकीचा अर्थ काढू नका. फ्रंट रो फाउंडेशननं अनेकांच्या जीवनात परिवर्तन घडवून आणण्याचं काम केलं होतं आणि त्यांच्या या कामावर माझा विश्वास होता. त्याला माझा पूर्ण पाठिंबाही होता. त्या संस्थेची स्थापना झाल्यापासूनच माझ्या जॉन रोमन या एका मित्राबरोबर तिच्या कामाकरिता माझ्या

उत्पन्नातील काही टक्के उत्पन्न मी देणगी म्हणून देत होतो. परंतु मॅरेथॉनमध्ये धावण्यापेक्षा धनादेश लिहिणं ही गोष्ट कितीतरी पटीनं सोपी होती. मी हायस्कूलमध्ये असताना नाइलाजानं मला धावावंच लागत होतं. परंतु, तिथून ग्रॅज्युएट होऊन बाहेर पडल्यापासूनच्या दहा वर्षांत मी जाणीवपूर्वक कधीही धावलो नव्हतो. शाळेत असतानाही मी फक्त पीईचा वर्ग चुकवण्यासाठीच पळून जात होतो.

मी २० वर्षांचा असताना झालेल्या कारच्या अपघातात माझं मांडीचं हाड मोडलं होतं आणि ओटीपोटाला गंभीर इजा झाली होती. तेव्हापासून माझ्या पायांवर मी खूप भार टाकला तर काय होईल, याची भीती सातत्यानं माझ्या मनात दबा धरून होती. दर वेळी बर्फावरून स्किइंगला गेल्यानंतर माझ्या नजरेसमोर मी जोरात पडत असल्याचं चित्र तरळून जात असे. त्यानंतर माझ्या पायात बसवण्यात आलेला टिटॅनिअम रॉड माझ्या मांडीच्या त्वचेतून बाहेर येत असल्याचं मला दिसत असे. ही भीषण प्रतिमा आहे हे मला माहीत आहे, पण पायाची हाडं मोडणं आणि त्यांना स्क्रूंच्या व रॉडच्या साहाय्यानं दुरुस्त केलं जाणं, तसंच आता तुम्ही कधीही चालू शकणार नाही, असं तुम्हाला सांगितलं जाणं या सगळ्या गोष्टींमुळे असं होणं स्वाभाविक आहे.

योगायोगानं, जॉनशी बोलणं झाल्यानंतर आठवडाभरताच माझी एक प्रशिक्षणार्थी ग्राहक किटी फिंगरहटनं तिची दुसरी मॅरेथॉन शर्यत पूर्ण केली. आम्ही तिचं यश साजरं केल्यानंतर मी तिला सांगितलं की, मीही मॅरेथॉनमध्ये धावण्याचा विचार करत होतो. 'हॅल, ही खूपच सुंदर कल्पना आहे,' तिने मला सांगितलं. 'मी आता काहीही करू शकते असं मला वाटतं. तुम्हीही ते नक्कीच केलं पाहिजे.'

मॅरेथॉनमध्ये धावण्याच्या अत्यंत उत्साही आठवणींविषयी जॉन आणि किटी यांच्याकडून ऐकल्यानंतर मी असा विचार करू लागलो की, आपण धावपटू नाही, असं सांगून मी स्वतःवर मर्यादा घालत होतो. आता बहुधा या गोष्टींवर मात करण्याची वेळ आली होती. जर ते करू शकत होते, तर मीही ते करू शकत होतो. मी असाही विचार केला की, मॅरेथॉनमध्ये धावल्यामुळे माझ्या व्यक्तिमत्त्वाची आणखी पुढच्या पातळीवरची एक आवृत्ती तयार झाली असती. सोप्या भाषेत सांगायचं तर, मी कदाचित पुढच्या पातळीवर पोहोचण्याइतका उन्नत झालो असतो. ती माझ्या व्यक्तिमत्त्वाची दहाव्या पातळीवरची प्रगल्भ आवृत्ती असली असती. त्यामुळे मी अतिशय रोमहर्षित झालो. म्हणून आपण मॅरेथॉनमध्ये धावायचंच असा मी मनाशी चंग बांधला.

दुसऱ्या दिवशी पहाटे माझ्या शारीरिक क्षमतांचं मूल्यमापन करावं, असं मी ठरवलं. मी किती धावू शकत होतो ते मला अजमावून पाहायचं होतं. याकरिता माझ्या पहाटेच्या चमत्काराच्या सरावाचा मी उपयोग केला. मी शांततेवर म्हणजेच ध्यानावर लक्ष केंद्रित केलं. माझ्या मज्जासंस्थेला माझ्या धावण्याच्या कल्पनेविषयी

मी अनुकूल केलं. माझ्या सकारात्मक पुष्टिदायक विधानांमधून मी धावपटू होण्याच्या माझ्या दृष्टिकोनाची अंमलबजावणी केली. कल्पनाचित्र नजरेसमोर आणण्याच्या सरावाच्या वेळी मी अत्यंत भावनाशील अवस्थेतून धावण्यास जात असल्याचं पाहिलं. माझ्या पहाटेच्या चमत्काराच्या सरावाच्या वेळी मी एस.ए.व्ही.ई. आर. एस.ची आचरणं पूर्ण केल्यानंतर नायके एअर जॉर्डन बास्केटबॉल शूजची लेस बांधली (माझ्याकडे धावण्याचे शूजसुद्धा नव्हते.) आणि माझ्या घराच्या मुख्य दरवाजाकडे गेलो. यातली विचित्र गोष्ट अशी होती की, मी खरोखरच धावायला जाण्यास उत्सुक होतो. अर्थातच, माझ्या पहाटेच्या चमत्काराच्या आचरणांनाच याचं श्रेय जात होतं.

माझ्या घराच्या मुख्य दरवाजातून मी घाईघाईनं बाहेर पडून अत्यंत स्फूर्तिदायक, प्रेरणामय अवस्थेत ड्राइव्ह वेवरून बाहेर गेलो. मी दीर्घ श्वास घेतले आणि वेग वाढवून पदपथावर पोहोचलो. 'हे तितकंसं वाईट नाही, मी धावपटू होणार आहे,' असा विचार मी केला. पण त्यानंतर अचानकच मी पदपथावरून रस्त्यावर पाऊल टाकल्यावर माझा पाय मुरगळला आणि मी जमिनीवर पडलो. आता तुम्ही मला चिडवू शकाल. त्या वेळी मी रस्त्यावर पडलो होतो आणि वेदनेनं विव्हळत होतो.

काही मिनिटांनी मी असं ठरवलं की, ही तर किरकोळ वेदना आहे. त्यानंतर मी काळजीपूर्वक उठलो, पाऊल उचललं आणि लंगडत, लंगडत घराच्या दिशेनं परत जाऊ लागलो. मी निराश झालो होतो, पण माझ्या मनात थोडासा सुटकेचा दिलासाही होती, कारण मला धावावं लागलं नव्हतं. पण त्याच वेळी मी पुन्हा एकदा प्रयत्न करून पाहायचं असं ठरवलं. मला जीवनात आलेल्या अनुभवांनी मला असं शिकवलं होतं की, ज्या वेळी आपण एखाद्या गोष्टीची बांधिलकी पत्करतो, त्या वेळी तुम्ही त्या गोष्टीशी खरोखरच किती बांधील आहात याकरिता सहसा देव आपली परीक्षा पाहतो. या वेळीही मी स्वतःशी असाच विचार केला. 'मी पुन्हा उद्या सकाळी प्रयत्न करेन,' असं मी स्वतःलाच वचन दिलं.

३० दिवस : असह्यपासून न थांबवता येणाऱ्या अत्यावश्यक कृतीपर्यंतचा प्रवास

दुसऱ्या दिवशी माझा घोटा चांगला होता. त्यानंतर मी मॅरेथॉनच्या प्रशिक्षणाला अधिकृतपणे सुरुवात केली. परंतु, तरीही मला काही अडथळ्यांना तोंड द्यावं लागलं. मला धाप लागू लागली. 'मी धावपटू नाही,' यावर माझा आधीपासून पूर्ण विश्वास होता आणि त्याची मला आठवण होत राहिली. माझे नितंब दुखू लागले. आधीच मोडलेल्या मांडीच्या हाडाच्या जागी आणखी गंभीरपणे दुखू लागलं. २६ मैल धावणं तर दूरच, पण माझ्याकडे मैलभर धावण्याची ताकदही नव्हती.

मला मदतीची गरज असल्याचं माझ्या लक्षात आलं. मी नियोजन करण्याची गरज होती. माझ्याकडे आराखडा असण्याची गरज होती. मी ॲमेझॉन डॉटकॉमवर गेलो आणि तिथून 'द नॉन-रनर्स मॅरेथॉन ट्रेनर' हे डेव्हीड व्हिटसेटचं पुस्तक खरेदी केलं. आता माझ्याकडे पक्का आराखडा आणि नियोजन होतं.

१ ते १० दिवस

पहिले १० दिवस धावणं ही गोष्ट शारीरिकदृष्ट्या आणि मानसिकदृष्ट्याही आव्हानात्मक होती. रोजच मी सातत्यानं माझ्या डोक्यात सुरू असलेल्या सामान्य प्रतीच्या आवाजाशी सातत्यपूर्ण लढा देत होतो. तो आवाज मला सांगत होता की, हा प्रयत्न सोडून देणंच ठीक होतं. मी तो करण्याची काहीच गरज नव्हती. परंतु मला हे माहीत होतं की, तो प्रयत्न सोडून देणं ही अगदीच सोपी गोष्ट होती, पण मी पत्करलेल्या बांधिलकीमुळे माझ्यामध्ये जे परिवर्तन घडून येणार होतं, त्यामुळे मी खूपच अधिक चांगली व्यक्ती झालो असतो. 'सोपी नव्हे, तर उचित गोष्ट कर.' मी स्वतःलाच आठवण करून दिली. मी तसाच धावत राहिलो. मी धावण्याची बांधिलकी पत्करली होती.

११ ते २० दिवस

त्यानंतरचे अकराव्या दिवसापासूनचे विसाव्या दिवसापर्यंतचे दिवस कमी अवघड होते. तरीही मी स्वतःला सांगत होतो की, मला धावायला आवडत नाही. परंतु, आता मला धावण्याचा बिलकूल तिरस्कार वाटत नव्हता. जीवनात अगदी पहिल्यांदाच मी रोज धावण्याची सवय लावून घेत होतो. ही गोष्ट त्यानंतर तितकीशी भयावह वाटेनाशी झाली. मी कारमधून जात असताना मला नेहमीच धावण्याचा सराव करणारे लोक दिसत, त्या वेळी मला त्याची धास्ती वाटत असे, पण आता माझ्या मनात धावण्याविषयी अशी धास्ती नव्हती. काही दिवस रोज धावल्यानंतर, सकाळी लवकर उठून धावायला जाणं ही गोष्ट माझ्यासाठी नित्याची झाली. ती सर्वसामान्य वाटू लागली. मी माझ्या बांधिलकीशी चिकटून राहिलो आणि मग धावायला जाण्याची गोष्ट अधिकाधिक सोपी होत गेली.

२१ ते ३० दिवस

एकविसाव्या दिवसापासून तिसाव्या दिवसापर्यंत मला धावण्यात मजा वाटू लागली. मला धावण्याविषयी आधी काय वाटत होतं ते मी हळूहळू

विसरून गेलो. धावणं ही आता माझी सवय झाल्यामुळे मी फारसा जाणीवपूर्वक विचार किंवा प्रयत्न न करता धावत होतो. मी उठत होतो. माझे धावण्याचे शूज घालत होतो (होय, तोपर्यंत मी धावण्याचे शूज घेतले होते.) आणि रोज काही मैल धावत होतो. आता मानसिक द्वंद्व संपलं होतं. सकारात्मक, पुष्टिदायक विधानांची पुनरावृत्ती किंवा खरं तर जप करून अगर मी धावत असताना वैयक्तिक व व्यावसायिक विकासाचे ऑडिओ ऐकून मी त्याच्यावर विजय मिळवला होता. मी धावू शकत नाही, या मला मर्यादा घालणाऱ्या माझ्या विचारावर फक्त ३० दिवसांत मी संपूर्ण विजय प्राप्त केला. त्यानंतर मी कधीही कल्पनासुद्धा केली नव्हती अशी व्यक्ती मी झालो होतो. मी चक्क धावपटू झालो होतो. यामुळे माझ्या मनात माझ्या क्षमतांविषयी आत्मविश्वास निर्माण झाला. माझ्यावर मर्यादा घालणारे माझे इतर विश्वासही मी फक्त ३० दिवसांत बदलू शकेन आणि अर्थपूर्ण सवयी लावून घेऊ शकेन, असा ठाम विश्वास माझ्या मनात निर्माण झाला.

कथेचा उर्वरित भाग : 'स्वातंत्र्याकडे नेणारे ५२ मैल'

मॅरेथॉनच्या माझ्या योजनेचा पाठपुरावा करायला मी सुरुवात केल्यानंतर फक्त चारच आठवड्यांत मी रोज धावण्याचं अंतर हळूहळू थोडं-थोडं वाढवत नेलं. अशा प्रकारे मी ५० मैल धावलो होतो. त्यात एका दिवशी सहा मैल धावण्याचा समावेश होता. मी हे यश साजरं करण्यासाठी जॉनला बोलावलं. माझी ही यशोगाथा ऐकून तोही रोमहर्षित झाला होता. परंतु, तो आपल्या मित्रानं मिळवलेल्या यशावर त्याला संतुष्ट राहायला लावून आणखी लौकिक मिळवण्यापासून त्याला थांबवणाऱ्या मित्रांपैकी नव्हता. त्याने तसं कधीच केलं नसतं. त्यामुळे त्याने माझ्या समोर नवीन आव्हान ठेवलं. तो म्हणाला, ''हॅल, तू अल्ट्रा मॅरेथॉन का धावत नाहीस? जर तू २६ मैलांच्या स्पर्धेत भाग घेणारच आहेस तर तू ५२ मैलांच्या स्पर्धेतही नक्कीच धावू शकशील.'' हे तत्त्वज्ञान मला फक्त जॉनच सुचवू शकला असता.

''हं, ही तशी छान कल्पना आहे, पण मला थोडा विचार करू दे,'' मी त्याला म्हटलं.

या वेळी मी विचार करणार आहे असं जॉनला म्हटलं होतं, त्यात निश्चितपणे अर्थ होता. आधीप्रमाणे त्यामागे टाळाटाळीचा हेतू नव्हता. मला खरोखरच त्यावर विचार करायचा होता. मला आणखी पुढे नेण्याच्या आणि ५२ मैल धावण्यापर्यंत माझी क्षमता ताणण्याच्या विचारानं माझं कुतूहल चाळवलं गेलं होतं. एका महिन्यात मी ५० मैलांचं अंतर पार करू शकलो होतो, त्यात सलग सहा मैल धावण्यापर्यंत मी पोहोचलो होतो. याचा अर्थ, मी आधी मला

घालून घेतलेल्या मर्यादा पार तोडून-मोडून टाकल्या होत्या. कदाचित जॉनचं म्हणणं बरोबरच असावं. जर मी स्वतःला २६ मैल धावण्यासाठी प्रशिक्षित करू शकत होतो, तर कदाचित मी ५२ मैलही धावू शकलो असतो. ॲटलांटिक सिटी मॅरेथॉनमध्ये धावण्यासाठी माझ्याकडे अद्याप सहा महिन्यांचा अवधी होता. मग माझं धावण्याचं उद्दिष्ट आणखी थोडं वाढवलं असतं तर काय बिघडणार होतं? मी ५२ मैलांचा विचार करायला हवा होता. म्हणून मी तसा विचार केला. माझ्या सोबत या स्पर्धेत सहभागी होण्यासाठी माझ्या एका मित्राला आणि दोन धाडसी प्रशिक्षणार्थी ग्राहकांना पटवून देण्यातही मी यशस्वी झालो.

सहा महिन्यांनंतर मी ४७५ मैल धावलो होतो. त्यात तीन वेळा सलग २० मैलांचं अंतर मी पार केलं होतं. माझ्या एका मैत्रिणीला आणि माझ्या दोन आवडत्या प्रशिक्षणार्थी ग्राहकांना भेटून मी त्यांना माझ्या सोबत धावण्यास तयार केलं होतं. जेम्स हिल आणि फेवियन व्हॅलेन्शिया अशी या प्रशिक्षणार्थींची नावं होती आणि ॲलिशिया ॲडेरर हे माझ्या जुन्या मैत्रिणीचं नाव होतं. आता आम्ही चौघं जण मिळून ५२ मैल धावण्याचा एकत्रित प्रयत्न करणार होतो. जॉननं तर त्याचा जोरदार पाठिंबा दर्शवला होता. आता फक्त एकच व्यूहरचनात्मक आव्हान होतं. ॲटलांटिक सिटी मॅरेथॉनचं अंतर हे २६.२ मैलांचं होतं आणि अल्ट्रा मॅरेथॉनच्या धावपटूंसाठी ते तयार करण्यात आलं नव्हतं. म्हणून आम्ही त्यात सुधारणा केल्या.

आम्ही पहाटे साडेतीन वाजताच भेटलो. सकाळी आठ वाजता अधिकृतपणे मॅरेथॉन सुरू होणार होती. आम्हाला आठच्या आत पहिलं २६ मैलांचं अंतर धावून पूर्ण करायचं होतं आणि आमच्या शर्यतीचा उर्वरित अर्धा भाग नियमित, अधिकृत मॅरेथॉनमधून आठपासून पूर्ण करायचा होता. तो क्षण रोमहर्षक होता. आमच्या चौघांच्याही अंगातील ऊर्जेत उत्साह, भीती, धुंदी आणि अविश्वास या भावनांचं मिश्रण होतं. आम्ही खरोखरच हे करू शकलो असतो का?

ऑक्टोबरच्या गोठवणाऱ्या थंडगार हवेत, प्रखर चंद्रप्रकाशात आम्हाला आमच्या श्वासाचीही जाणीव होत होती. आमच्या मार्गावर व्यवस्थित प्रकाश होता. मग आम्ही धावण्यास सुरुवात केली. एका वेळी एक पाऊल पुढे टाकणं अशा प्रकारे एकापुढे एक पावलं टाकत आम्ही निघालो होतो. त्या दिवसाच्या यशाची आमची तीच गुरुकिल्ली होती, यावर आम्हा सगळ्यांचंच एकमत होतं. आम्ही तसेच पुढे चालत राहिलो. जोपर्यंत आम्ही एकापुढे एक पाऊल टाकणं थांबवत नव्हतो, तोपर्यंत आम्ही पुढे जात राहिलो होतो आणि असं करत राहिल्यामुळे अखेरीस आमच्या मुक्कामाच्या ठिकाणी आम्ही पोहोचलोच असतो.

त्यानंतर सहा तास पाच मिनिटांनी आम्ही पहिल्या २६ मैलांचं अंतर पूर्ण केलं होतं. सामुदायिक पाठिंबा आणि आमच्या गटाचं एकत्रित काम करण्याचं उत्तरदायित्व यामुळेच हे शक्य झालं होतं. आम्हा सर्वांसाठीच तो एक निर्णायक क्षण

होता. आम्ही २६ मैल पार केले होते म्हणून नव्हे, तर त्यानंतर आम्हाला धावायच्या असलेल्या आणखी २६ मैलांसाठी आमच्याकडे मनोधैर्य असण्याची आवश्यकता होती म्हणून तो निर्णायक क्षण होता.

आमच्या शरीरातील रोम न् रोम उत्साहानं भरून गेला होता. त्यामुळे आमच्या मनातील वेदना, थकवा आणि मानसिक थकवा या सगळ्या गोष्टी कुठल्या कुठे पळून गेल्या होत्या. आमच्या त्या वेळच्या शारीरिक आणि मानसिक अवस्थेचा विचार केल्यानंतर आम्ही नुकतंच जे केलं होतं ते आणखी एकदा आम्ही करू शकू का, याची आम्हाला खात्री नव्हती, हे खरं आहे, पण तरीही आम्ही तसेच पुढे जात राहिलो होतो.

आम्ही धावण्यास सुरुवात केल्यापासून एकूण १५.५ तासांनी जेम्स, फेवियन, ॲलिशिया आणि मी ५२ मैलांची शर्यत एकत्रितपणे पूर्ण केली होती. एका वेळी एकच पाऊल टाकायचं आणि एका पावलापुढे दुसरं पाऊल ठेवायचं असं ठरवून आम्ही धावलो होतो, उड्या मारल्या होत्या, चाललो होतो, लंगडलो होतो आणि अक्षरशः अंतिम रेषा पार करताना आम्ही रांगलोही होतो.

त्या रेषेच्या पलीकडे स्वातंत्र्य होतं. ते स्वातंत्र्य आमच्यापासून कोणीही हिरावून घेऊ शकलं नसतं. आम्ही स्वतःच आमच्यावर घालून घेतलेल्या मर्यादांपासून आम्हाला सुटका मिळणार होती. आमच्या प्रशिक्षणाच्या माध्यमातून आमच्या मनात असा विश्वास निर्माण झाला होता की, सलग ५२ मैल धावणं शक्य होतं. पण तरीही आमच्यापैकी कोणालाही अगदी मनोमन हे शक्य आहे असं वाटत नव्हतं. त्यामुळे त्याविषयी खात्री वाटणं तर सोडूनच द्या. व्यक्ती म्हणून आम्ही सगळेच जण आपापल्या मनातील भीतींशी, स्वतःविषयीच्या शंकेशी आणि आपणच आपल्यावर घातलेल्या मर्यादांशी झगडत होतो. परंतु, ज्या क्षणी आम्ही ती अंतिम रेषा पार केली, त्या क्षणी आमच्या भीतींपासून, स्वतःविषयीच्या शंकेपासून आणि स्वतःच स्वतःवर घातलेल्या मर्यादांपासून आम्ही मुक्त झालो होतो. आम्ही स्वतःला त्या सगळ्यांपासून मुक्त होण्याची भेट दिली होती.

त्या क्षणी माझ्या लक्षात आलं की, स्वातंत्र्याची ही भेट फक्त काही निवडक लोकांपुरती राखीव नव्हती, तर ती आपल्यापैकी प्रत्येकासाठी उपलब्ध होती. ज्या क्षणी आपल्या निवांत, सुखासीन अवस्थेतून बाहेर पडून आपण आव्हानं स्वीकारण्याची निवड करतो, स्वतःवर वाढ किंवा विकास करून घेण्याची जबरदस्ती करतो, आपली क्षमता विस्तारण्यास आणि आपण जे कोणी असतो व भूतकाळात जे काही केलेलं असतं त्याच्यावर मात करून पुढे जाण्यास स्वतःला भाग पाडतो, त्या वेळी तो क्षण आपल्याला उपलब्ध होतो. तेच खरं स्वातंत्र्य असतं.

खरं स्वातंत्र्य मिळवण्यास तुम्ही तयार आहात का?

तुम्ही स्वतःच स्वतःवर लादलेल्या मर्यादांवर मात करून आपल्या जीवनात हव्या असलेल्या गोष्टी तुम्ही विचारही केला नसेल इतक्या अधिक झपाट्यानं कशा मिळवाव्यात याविषयी आपण पुढच्या प्रकरणात पाहणार आहोत. ते खरं स्वातंत्र्य असतं. आपण कसं असावं, काय करावं याविषयीचं आणि आपण स्वतःसाठी कशाची निर्मिती करायची ठरवलं आहे त्याची निर्मिती करण्याविषयीचं ते स्वातंत्र्य असतं. एस.ए.व्ही.ई.आर.एस.मुळे जीवन बदलवून टाकणाऱ्या सहा दैनंदिन सवयी एकत्रितपणे काम करतात. या सवयींचं आचरण करणारे बहुतेक लोक अगदी पहिल्या दिवसापासूनच त्यांच्या प्रेमात पडत असले तरी, सलग ३० दिवस हे आचरण केल्यामुळे तुम्हाला ते करण्याची आयुष्यभराची सवय जडते. ३० दिवस असं आचरण करण्यासाठी तुम्ही ठाम बांधिलकी पत्करण्याची गरज असते. ते ३० दिवस पार पडल्यानंतर त्यांच्या पलीकडच्या बाजूला आपल्या जीवनात प्रत्येक इच्छित गोष्टीची निर्मिती करण्यास सक्षम असलेले तुम्ही असता. याहून आणखी रोमहर्षित करणारी अशी कोणती गोष्ट असू शकेल?

१०

पहाटेचा चमत्कार : ३० दिवसांचा जीवनाचा कायापालट करणारा प्रवास

'सगळ्यात महत्त्वपूर्ण क्षेत्रांमधील दैनंदिन, सातत्यपूर्ण सुधारणा म्हणजेच असामान्य जीवन होय.'

–रॉबिन शर्मा

'तुमच्या सुखासीन निश्चिंततेच्या, निवांत प्रदेशाच्या (कम्फर्ट झोनच्या) अखेरीला जीवनाची सुरुवात होते.

–नील डोनाल्ड वॉल्श

आता थोड्या वेळेपुरत्या काही शंका-कुशंकांचा विचार करू या. पहाटेच्या चमत्काराच्या आचरणांमुळे खरोखरच ३० दिवसांत तुमच्या जीवनाचा कायापालट होतो? छे, मला तसं वाटत नाही. कुठलीही गोष्ट इतक्या झटपट तुमच्या जीवनाच्या गुणवत्तेवर परिणाम करू शकते? वगैरे. असो, तर मी पूर्णपणे कोलमडून गेलो होतो. उद्‌ध्वस्त झालो होतो. नैराश्यग्रस्त होतो आणि पार गळून गेलो होतो. अशा अवस्थेत या आचरणांनी माझ्यासाठी काय केलं त्याचा विचार करा. जगभरातील लाखो लोकांना असाच अनुभव आला आहे. ते अगदी तुमच्या-माझ्यासारखेच सर्वसामान्य लोक आहेत. अद्वितीय होण्याची शक्ती आपल्या आतच आहे, हे त्यांना समजलं आहे.

किथ मिनिकची गोष्ट आठवते का? त्याचा मुलगा जन्मल्यानंतर तीन तासांतच मरण पावला होता. त्यानंतर किथ वर्षभर नैराश्याच्या तावडीत सापडला होता. त्याच्या करिअरविषयी त्याच्या मनात असंतोष होता. त्यानंतर पहाटेच्या चमत्काराच्या आचरणांच्या अगदी पहिल्याच दिवशी त्याच्या मनोरचनेत पूर्ण बदल घडून आला. त्याने सांगितलं की, 'मी घड्याळाचा गजर लावला आणि सकाळी उठून एस.ए.व्ही.ई.आर.एस. करण्यास सुरुवात केली. मला तत्काळ माझ्या मनोरचनेत, शरीरशास्त्रात आणि मानसिक आरोग्यात बदल झाल्याचा अनुभव आला. मी ज्या ठिकाणी होतो तिथे मी का होतो, त्याविषयीची जबाबदारी मी स्वीकारली. माझ्या नित्यक्रमाची अंमलबजावणी करणं, तो तसाच सुरू ठेवणं आणि त्याचा विकास करणं हे माझ्या यशाचे मुख्य घटक आहेत. यशाचा मार्ग शोधणाऱ्या, अडथळे, प्रतिकूलता मोडण्याचा मार्ग शोधणाऱ्या, नैराश्यावर मात करण्यासाठी झगडणाऱ्या किंवा एस.ए.व्ही.ई.आर.एस. चौकटीच्या वाचनाला आणि अंमलबजावणीला जीवनात समाविष्ट करण्याचे प्रयत्न करणाऱ्या कोणालाही मी प्रोत्साहन देतो.'

किथची जीवनकहाणी हे तुमच्यासाठी गोष्टी कशा बदलत जातात आणि दहा वर्षांनंतरही तुम्ही कशा प्रकारे अधिकाधिक विकसित होऊन सुधारत जाता हे दाखवणारं खरोखरच्या जीवनातील उदाहरण आहे.

आधीच्या प्रकरणात तुम्ही कोणतीही सवय ३० दिवसांत यशस्वीपणे जडवून घेण्याची आणि तिला तशीच टिकवून ठेवण्याची एक साधी, परिणामकारक तीन पायऱ्यांची व्यूहरचना शिकला आहात. आता सकाळच्या चमत्काराच्या आचरणात थेटपणे आपण सकाळच्या चमत्काराच्या ३० दिवसांच्या जीवन बदलवून टाकणाऱ्या प्रवासाची भर टाकणार आहोत. त्यामुळे तुमच्या जीवनात अतिशय सुरळीतपणे स्थित्यंतर घडून आल्यासारखं तुम्हाला वाटेल.

या पुस्तकाच्या आधीच्या आवृत्त्यांमध्ये मी याला 'जीवनाचा कायापालट घडवून आणणारं ३० दिवसांचं आव्हान', असं म्हटलं आहे. मात्र, या नवीन आवृत्तीचं लेखन करताना माझ्या असं लक्षात आलं की, आपल्यापैकी बहुतेकांसमोर

आधीपासूनच नको इतकी आव्हानं आहेत आणि पहाटेचा चमत्कार हा खरोखरच तुमच्या जाणिवेत उत्थान घडवून आणणारा आणि तुमच्या उत्तम स्वरूपाची निर्मिती करणारा एक प्रवास आहे. या प्रकरणात तुमच्या सकाळच्या चमत्काराच्या जीवनभराच्या प्रवासातील पहिल्या ३० दिवसांचा आराखडा देण्यात आला आहे.

एस.ए.व्ही.ई.आर.एस.शिवाय तुमच्या जीवनावर, यशावर, तुम्हाला कोण होण्याची इच्छा आहे आणि कुठे जाण्याची इच्छा आहे, त्यावर अत्यंत लक्षणीय परिणाम करणाऱ्या इतर सवयीही तुम्ही शोधू शकाल. त्यानंतर तुमच्या जीवनाच्या दिशेत संपूर्ण परिवर्तन घडवून आणणाऱ्या सवयी तयार करण्यासाठी तुम्ही पुढच्या ३० दिवसांचा उपयोग करू शकाल. तुमच्या जीवनाच्या दिशेत बदल करून तुमच्या जीवनाच्या गुणवत्तेत तुम्ही तत्काळ परिवर्तन घडवून आणाल आणि अखेरीस, तुम्ही अडचणींना कशा प्रकारे तोंड देता त्या पद्धतीतही तुम्ही परिवर्तन घडवून आणाल.

बक्षिसांचा विचार करा

तुम्ही जीवनाचा कायापालट घडवून आणणाऱ्या ३० दिवसांच्या प्रवासाची बांधिलकी पत्करता, त्या वेळी जीवनाच्या प्रत्येक क्षेत्रातील तुमच्या क्षमतेची पूर्तता करण्याच्या पायाच्या उभारणीची बांधिलकीही तुम्ही पत्करता. तुम्ही स्पष्टतेच्या (सर्वाधिक महत्त्वाच्या गोष्टीवर लक्ष केंद्रित करून तुम्ही निर्माण करत असलेली शक्ती), शिस्तीच्या (तुमच्या बांधिलकी पार पाडण्याच्या महत्त्वपूर्ण क्षमता) आणि वैयक्तिक विकासाच्या (कदाचित तुमचं यश ठरवणारा एकमेव सर्वाधिक महत्त्वाचा घटक) नव्यानंच सापडलेल्या पुढच्या पातळ्यांवरून प्रत्येक दिवसाची सुरुवात करू लागता. तुमच्या पहाटेच्या चमत्काराच्या आचरणांसाठी पहाटे उठणं आणि पुढचे ३० दिवस तुमच्या एस.ए.व्ही.ई.आर.एस.ची अंमलबजावणी करणं, या गोष्टी तुम्ही करता. त्यामुळे आतासाठी आणि तुमच्या उर्वरित जीवनासाठी आवश्यक असलेल्या सुधारणा करणं व त्या टिकवून ठेवणं, याकरिता तुम्ही ज्या प्रकारची व्यक्ती होणं गरजेचं असतं त्या प्रकारची व्यक्ती तुम्ही होता.

पहाटेच्या चमत्काराच्या ज्या आचरणांमुळे तुम्ही रोमहर्षित (आणि बहुधा थोडेसे भयभीतही) झालेले असता, त्या आचरणांना जीवनभराच्या सवयी म्हणून स्वीकारतानाही तुम्ही त्यांच्यामध्ये काही वेळा संपूर्ण परिवर्तन करता. तुम्हाला नेहमीच हव्या असलेल्या जीवनाची निर्मिती करण्यासाठी तुम्ही ज्या प्रकारची व्यक्ती होणं आवश्यक असतं, त्या प्रकारची व्यक्ती होण्यासाठी या सवयी तुम्ही पुढेही तशाच सुरू ठेवण्याची गरज असते. अगदी पहिल्या ३० दिवसांतही तुमच्या मनोरचनेत आणि तुमच्या भावनांच्या जाणिवेत प्रचंड सुधारणा झाल्याचा अनुभव तुम्हाला येईल.

एस.ए.व्ही.ई.आर.एस.चा रोज सराव केल्यामुळे तुम्हाला ध्यान, सकारात्मक पुष्टिदायक विधानांची पुनरुक्ती, नजरेसमोर कल्पनाचित्र आणणं, वाचन आणि लेखन या सहा आचरणांच्या माध्यमातून शारीरिक, बौद्धिक, भावनिक आणि आध्यात्मिक प्रकारचे संयुक्त लाभ झाल्याचा अनुभव येईल. तुम्हाला जीवनातील तणाव कमी झाल्यासारखं, अधिक एकाग्रता मिळाल्यासारखं, अधिक आनंद प्राप्त झाल्यासारखं आणि अधिक उत्साही झाल्यासारखं वाटलं तर चकित होऊ नका

आपल्याला ३० दिवसांपर्यंत या सगळ्या आचरणांचा सराव करता येईल का, अशी शंका तुमच्या मनात येत असेल तर काळजी करू नका. तुम्हाला असं वाटणं अगदी साहजिक आहे. पहाटे उठणं तुमच्या जिवावर येत असेल तर असं वाटणं अगदीच सहजशक्य आहे. एक गोष्ट लक्षात ठेवा, आपल्याला सर्वांनाच 'रिअरव्ह्यू मिरर' लक्षणाचा त्रास होतो. म्हणून तुम्ही सरावाला सुरुवात करण्यास काहीसं बिचकणं किंवा त्या विचारानं हैराण होणं, उदास होणं अगदीच साहजिक आहे. आपल्याला सगळ्यांनाच रिअरव्ह्यू मिरर सिंड्रोमचा त्रास होतो हे लक्षात घ्या. म्हणून तुम्ही थोडेसे बिचकता किंवा उदास, चिंताग्रस्त होता. याचा अर्थ आता तुम्ही बांधिलकी पत्करण्यास सज्ज झालेले असता, अन्यथा तुम्ही उदास, चिंताग्रस्त झाला नसतात.

तुमच्या जीवनातील परिस्थितीत 'नंतर' सुधारणा होणार असते. पण फक्त 'नंतरच' ती होणार असते, हे लक्षात ठेवा. ज्या वेळी ती सुधारणा करण्यासाठी तुम्ही ज्या प्रकारची व्यक्ती होण्याची आवश्यकता असते, त्या प्रकारची व्यक्ती झाल्यानंतरच ती सुधारणा घडून येते. तुमच्या जीवनातील पुढचे ३० दिवस असेच असतात. ती एक नवीन सुरुवात असते. त्या वेळी तुम्ही नवीन प्रकारचे- 'तुम्ही' होता. तुमचं नवीन स्वरूप निर्माण होतं.

३० दिवसांत जीवनाचा कायापालट घडवणाऱ्या 'पहाटेचा चमत्कार' प्रवासाच्या तीन पायऱ्या

पायरी क्र. १ : ३० दिवसांत जीवनाचा कायापालट घडवून आणणाऱ्या पहाटेच्या चमत्काराच्या सरावाच्या प्रवासाचं किट मिळवा.

मिरॅकल मॉर्निंग डॉटकॉम /रिसोर्सेस (Miracle Morning.com/ resources)ला भेट द्या. तिथे तुम्हाला मिरॅकल मॉर्निंग ३० डे जर्नी लाइफ ट्रान्सफॉर्मेशन किटचा मोफत अर्ज मिळेल. तो डाउनलोड करा. प्रिंट करा आणि भरा. त्याच्यातून तुम्हाला व्यायाम, सकारात्मक पुष्टिदायक विधानं, दैनंदिन चेकलिस्ट, मागोवा घेण्याकरिता शीट्स आणि ३० दिवसांत जीवनाचा कायापालट घडवून आणणाऱ्या पहाटेच्या

चमत्काराच्या आचरणांना शक्य तितकी सोपी करण्यासाठी आवश्यक असलेल्या इतर सगळ्या गोष्टी मिळतील. तुमच्या जीवनातील कोणत्या क्षेत्रांमध्ये तुम्हाला सुधारणा करण्याची गरज आहे, ते शोधण्याचे प्रयत्न करण्याकरिता तुम्हाला त्यांची मदत होईल. तुम्ही कोणत्या अडथळ्यांवर मात करण्याची गरज आहे त्याचाही विचार करा. ते करण्यासाठी तुम्ही कोणत्या कृती करणार आहात ते स्पष्ट करा. त्यानंतर पहाटेच्या चमत्काराच्या दैनंदिन सरावाच्या तुमच्या कृतींमुळे तुम्हाला तुमचे इच्छित फलित मिळवण्यास मदत होईल. सन २००८या महामंदीत माझ्या उत्पन्नात दुपटीनं वाढ करण्यासाठी मी ज्याप्रमाणे एस.ए.व्ही.ई.आर.एस.चा वापर केला होता, तसाच तुम्हीही तुमच्या उद्दिष्टपूर्तीसाठी त्यांचा वापर करू शकाल. आयुष्यातील इतर कोणत्याही महत्त्वपूर्ण गोष्टीप्रमाणेच ३० दिवसांच्या कायापालट घडवून आणणाऱ्या प्रवासाची सुरुवात करण्यासाठी तुम्हाला थोडीफार तयारी करावी लागेल. म्हणून तुमच्या लाइफ ट्रान्सफॉर्मिंग किटमधील सुरुवातीचे स्वाध्याय तुम्ही केले पाहिजेत. त्याकरिता तुम्हाला ३० ते ६० मिनिटांहून अधिक वेळ लागणार नाही. तुम्ही अगदी तुमच्याकडे असलेल्या वेळातही तुमच्या पहाटेच्या चमत्काराच्या पहिल्या सरावाला बसवू शकाल.

पायरी क्र. २ : तुमच्या पहाटेच्या चमत्काराच्या पहिल्या सरावाला उद्यापासूनच सुरुवात करण्यासाठी वेळापत्रक आखा

तुमच्या पहाटेच्या चमत्काराच्या पहिल्या सरावाची सुरुवात उद्यापासूनच करण्याची बांधिलकी पत्करून तसं वेळापत्रक आखा. (होय, तुमच्या दुसऱ्या दिवशीच्या वेळापत्रकात तसं लिहून ठेवा.) तसंच तुम्ही ते सराव कुठे करणार आहात, ती जागाही निश्चित करा. एक गोष्ट लक्षात ठेवा, तुम्ही शयनकक्षात ते करू नयेत, असं मी तुम्हाला सुचवत आहे. त्यामुळे पुन्हा एकदा अंथरुणात शिरण्याचा मोह तुम्हाला होणार नाही. मी रोज माझ्या घरातील प्रत्येक जण गाढ झोपेत असताना माझ्या लिव्हिंग रूममधील कोचावर बसून पहाटेच्या चमत्काराचा सराव करतो. हवा चांगली असताना बाहेर, निसर्गाच्या सान्निध्यात हा सराव आपण करत असल्याचं काही लोक सांगतात. तुम्हाला ज्या ठिकाणी अतिशय निवांतपणा जाणवत असेल त्या ठिकाणी हा सराव करा, परंतु त्याच वेळी, तुमच्या सरावात अडथळा येणार नाही अशाच जागेची निवड करण्याची दक्षताही घ्या. अखेरीस, एक गोष्ट लक्षात ठेवा की, ही गोष्ट परिपूर्णता प्राप्त करण्याविषयीची नाही, ती प्रगती करून घेण्याविषयीची

आहे. अगदी सुरुवातीपासूनच तुम्ही सगळ्याच एस.ए.व्ही.ई.आर. एस.चा सराव केलाच पाहिजे असंही नाही. मी आधी उल्लेख केला आहे त्याप्रमाणे, तुम्ही लेखनानं सुरुवात करू शकता आणि तुमच्या फास्ट स्टार्ट किटची पानं भरून टाकण्यास सुरुवात करू शकता किंवा वाचनावर लक्ष केंद्रित करू शकता आणि यानंतरच्या अतिशय नवीन असलेल्या दोन प्रकरणांच्या साहाय्यानं सुरुवात करू शकता. तुम्ही वैयक्तिक विकासाच्या साहाय्यानं तुमच्या दिवसाची सुरुवात करणं ही गोष्ट सगळ्यात महत्त्वाची आहे. मग तुम्ही फक्त एका एस.ए.व्ही. ई.आर.एसनं त्याची सुरुवात करा, सगळ्याच एस.ए.व्ही.ई.आर. एस.नी त्याची सुरुवात करा किंवा त्यांपैकी कितीही एस.ए.व्ही.ई.आर. एस.च्या सरावानं दिवसाची सुरुवात करा. त्यांची संख्या किती आहे, त्यामुळे काहीही फरक पडत नाही.

पायरी क्र. ३ : गजर लावा आणि घड्याळ खोलीत दूरवर ठेवा

माझे पहिले मार्गदर्शक जेफ सूवी असं म्हणत असत की, 'इथेच तुमच्या सिद्धान्ताची किंवा बांधिलकीची व्यवहार्य चाचणी घेतली जाते.' पहाटे लवकर उठण्याचा निर्धार करा (तुम्ही नेहमी उठता त्याहून ३० ते ६० मिनिटं आधी उठण्याचा) आणि उठल्याबरोबर अगदी पहिल्यांदा पहाटेच्या चमत्काराचा सराव करा. तुमचं घड्याळ तुम्ही खोलीत दूरवर ठेवलंच पाहिजे असा काटेकोर नियम नाही. परंतु, मी आधी सांगितलेली एक गोष्ट तुम्ही लक्षात ठेवली पाहिजे. ती म्हणजे घड्याळ आपल्यापासून दूरवर ठेवल्यामुळे तुम्हाला गजर बंद करण्यासाठी अंथरुणातून उठून तिथर्यंत जावंच लागतं. उठून उभं राहिल्यामुळे झोपमोड होणं आणि जागं होणं अधिक सोपं जातं. आपल्या शेजारीच ठेवलेल्या घड्याळापर्यंत हात नेऊन गजर बंद करणं ही गोष्ट उठून जाऊन गजर बंद करण्याच्या तुलनेत खूपच सोपी असते.

याशिवाय, एक ऐच्छिक पायरीही आहे. तिला आपण पायरी क्र. ४ म्हणू या. : मोफत मिळणारं मिरॅकल मॉर्निंग रुटिन ॲप (Miracle Morning Routine App) डाउनलोड करा. तुम्हाला ॲप वापरायला आवडत नसेल तर, तुम्ही ही पायरी वगळू शकता. परंतु, जर तुम्हाला ॲप वापरायला आवडत असेल तर हे ॲप तुमच्या रोजच्या प्रगतीचा आढावा घेण्यास आणि तुमच्या एस.ए.व्ही. ई.आर.एस.ची तपासणी करण्यास तुम्हाला सक्षम करतं. त्यामुळे तुमच्या मनात आणखी जबाबदारीच्या जाणिवेची भर पडते. अतिरिक्त संसाधनांमध्ये तुमच्या

गरजेशी सुसंगत असलेले टायमर, सकारात्मक पुष्टिदायक विधानं तयार करणारी साधनं, अंगभूत नोंदवही आणि ऐच्छिक मार्गदर्शनपर एस.ए.व्ही.ई.आर.एस. आदी संसाधनांचा समावेश होतो. त्यामुळे तुम्ही फक्त 'प्ले'चं बटण दाबून आणि त्यानंतर आलेल्या सूचनांचं एका पाठोपाठ पालन करूनही पहाटेच्या सरावाची आचरणं पार पाडू शकता. तुम्हाला ॲपचा वापर करायला आवडत असेल तर तुम्हाला यश मिळवण्याकरिता तयार करण्यास मदत करणारं हे महान मोफत संसाधन आहे.

तुमच्या जीवनाचा कायापालट घडवण्यास तुम्ही तयार आहात का?

एक ते दहा या आकड्यांचा समावेश असलेल्या मोजपट्टीवर आपल्या यशाच्या आणि सुखाच्या पातळ्या मोजण्याच्या संदर्भात चर्चा करताना आपण असं म्हटलं होतं की, आपल्या सर्वांकडेच आपलं उत्तम स्वरूप प्राप्त करून घेण्याची आणि दहाव्या पातळीवरच्या आयुष्याचा अनुभव घेण्याची अंगभूत तळमळ, प्रेरणा आणि इच्छा असते. त्या दिशेनं पहिलं पाऊल उचलणं हे तुमच्या दृष्टीनं कसं असेल? तुमच्या वैयक्तिक किंवा व्यावसायिक जीवनातील यशाच्या व सुखाच्या पुढच्या पातळ्या काय असतील? त्या पातळ्यांपर्यंत पोहोचण्यासाठी तुम्ही कोणत्या क्षमतांचा किंवा सवयींचा विकास करण्याची गरज असेल?

तुमचा भूतकाळ काहीही असो, तुम्ही वर्तमानकाळात जे काही करता त्यात बदल करून तुमचं भविष्य तुम्ही बदलू शकता. तुमच्या विचारांत, शब्दांत आणि कृतींमध्ये लक्षणीय सुधारणा करण्यासाठी स्वतःला फक्त ३० दिवसांचा वेळ द्या. तुम्ही ते ३० दिवस स्वतःला भेट म्हणून दिले असतील. अशा प्रकारे रोज सकाळी सराव करून तुमच्या जाणिवेला तुम्ही उन्नत कराल.

क्षणभर थांबा.

एक श्वास घ्या.

तुम्ही जे शिकत आहात ते जगण्यास सुरुवात करण्याची ही वेळ आहे.

या पुस्तकात सातत्यानं मी असं म्हटलं आहे की, तुम्ही जे शिकता त्याचं तुम्ही कृतीत रूपांतर केलं तर वाचन हे वैयक्तिक कायापालटाचं अविश्वसनीयरीत्या अमूल्य साधन आहे. तुम्ही आधीच सुरुवात केली नसेल तर, आता तुमच्या पहाटेच्या चमत्काराच्या दैनंदिन सरावाला सुरुवात करण्याची वेळ आली आहे.

तुम्हाला उत्कृष्ट झोप मिळावी आणि आंतरिक मुक्तीच्या अवस्थेपर्यंत तुमची जाणीव उन्नत व्हावी याकरिता पुढे देण्यात आलेल्या दोन प्रकरणांतील माहितीचा तुम्हाला उपयोग होईल.

पण एकदा पहाटेच्या चमत्काराच्या सरावाला तुम्ही सुरुवात केली की, त्यांचा उत्तम वापर करता येईल. तुमच्या एस.ए.व्ही.ई.आर.एस.मधील आर (रीडिंग म्हणजेच वाचन) या घटकाच्या वेळी तुम्ही ही प्रकरणं आत्मसात करावीत असं मी तुम्हाला सुचवेन.

सुरुवात करण्यासाठी देण्यात आलेल्या पायऱ्या पुन्हा वाचाव्यात असं तुम्हाला वाटलं तर, कोणत्याही वेळी मागे जा आणि प्रकरण १०चा आढावा घ्या. तुमच्या बाबतीत हा चमत्कार कसा घडणार आहे किंवा घडत आहे, हे ऐकण्यास मी अत्यंत उत्सुक आहे आणि तुमची होणारी वाढ, विकास व तुम्हाला मिळणाऱ्या अंतर्दृष्टी यांच्याविषयीही मी अत्यंत रोमहर्षित झालो आहे.

११

संध्याकाळचा चमत्कार

समाधानानं झोपण्याची आणि अधिक चांगली झोप मिळवण्याची व्यूहरचना

'तुम्ही रोज ठरलेल्या वेळी झोपत असाल आणि ठरलेल्या वेळीच उठत असाल तर त्यामुळे तुमच्या झोपेची गुणवत्ता तर सुधारतेच, पण काही जणांना तर फारशा झोपेची गरजही भासत नाही.'

–डॉ. मायकेल ब्रुस, क्लिनिकल मानसोपचारतज्ज्ञ आणि निद्रा औषधतज्ज्ञ

'तुझ्यासाठी स्वर्गातील देवदूत अत्यंत सुंदर, गोड स्वप्नं घेऊन येवो. तुला दीर्घ आणि समाधानी झोप लागो. माझ्या मित्रा, शुभरात्री!'

–अज्ञात

मी संध्याकाळी कोणती आचरणं करतो, काय विधी पार पाडतो याविषयी अनेक वर्षांपासून लोक मला विचारत होते आणि माझ्याकडे असा कोणताही विधी किंवा आचरण नाही, असं सांगताना मला अनेक वर्षं किंचितसा शरमिंदेपणा जाणवत होता. माझं उत्तर नेहमीच निराशाजनक, अपेक्षाभंग करणारं असल्यासारखं वाटणारं होतं. आपल्या दिवसाची सुरुवात आपण कशी करतो हे जितकं महत्त्वाचं असतं, तितकंच दिवसाची अखेर आपण कशी करतो तेही महत्त्वाचं असतं, हे माझ्या लक्षात येईपर्यंत असं होत होतं. या प्रकरणात तुमच्या संध्याकाळच्या चमत्कारांची आचरणं किंवा विधी देण्यात आले आहेत. त्यांचे पुढील लाभ लक्षात घेऊन ते दिले आहेत :

- झोपी जाण्यातील आणि/ किंवा गाढ झोपण्यातील अडचणींवर मात करणं.
- शांत आणि आरामशीर भावनेनं तुम्हाला अंथरुणावर पडता यावं यासाठी तणावपूर्ण विचार आणि भावना सोडून देणं.
- सकाळी उठल्यावर अधिक ताजंतवानं झाल्यासारखं आणि शरीरात अधिक ऊर्जा संचारल्यासारखं वाटावं यासाठी तुमची अंतर्गत आणि बाह्य वातावरणं तयार करणं.
- झोपेत असताना मनात कृतज्ञतेची आणि शांततेची भावना असणं.

दिवसाअखेरीला तुम्ही तणावाशी झगडत असाल आणि तुम्हाला झोप लागण्यात आणि झोप चाळवली नं जाता गाढ झोप लागण्यात अडचणी येत असतील तर हे प्रकरण खास तुमच्यासाठीच आहे. ज्या कोणी तीव्र निद्रानाशाला तोंड देऊन त्यावर मात केली असेल आणि झोपेपासून वंचित राहण्याच्या लांबलचक काळावरही मात केली असेल, त्यांना निद्रानाशाच्या आणि झोप नसतानाच्या काळात शारीरिकदृष्ट्या, मानसिकदृष्ट्या आणि भावनिकदृष्ट्या किती ससेहोलपट झाल्यासारखी वाटत असेल ते मी समजू शकतो. म्हणूनच लोकांना दिवसाअखेरीला खूपच छान वाटावं आणि त्यांना चांगली झोप यावी यासाठी त्यांना मदत करण्याची बांधिलकी मी स्वीकारली आहे.

पाचव्या प्रकरणात मी नमूद केलं आहे त्याप्रमाणे, सकाळच्या वेळची आपली मानसिक आणि भावनिक अवस्था ही आपण गाढ झोपी जाताना ज्या प्रकारच्या मानसिक व भावनिक अवस्थेत विचार किंवा चिंतन करत असतो, त्या अवस्थेवर अवलंबून असते. झोपी जाण्यापूर्वी तुम्ही कशावर लक्ष केंद्रित करता त्यामुळे तुम्हाला फक्त डुलकी येणंच अवघड होत नाही, तर तुम्ही झोपेत असतानाही तुमच्या अर्धबोध मनावर त्याचं ओझं राहतं आणि तुम्हाला कोणत्या अवस्थेत

जाग येते त्यावर त्याचा परिणाम होतो. म्हणून तुम्ही दिवसाअखेरीला तणावपूर्ण विचारांत असाल तर त्यामुळे रात्रीची चांगली झोप येण्याच्या तुमच्या क्षमतेवर विपरीत परिणाम होतो आणि तुम्ही तणावग्रस्त अवस्थेतच जागे होता. त्या वेळी तुम्हाला झोप पूर्ण झाल्यासारखं वाटत नाही. आपल्याला पुरेशी विश्रांती मिळाली आहे, असं तुम्हाला वाटत नाही.

त्याऐवजी तणावपूर्ण विचार सोडून देऊन तुमच्या शरीराला आणि मनाला शांत करणारा संध्याकाळचा दिनक्रम तुम्ही तयार केला, तुम्ही ज्या गोष्टींविषयी कृतज्ञ असता त्यावर लक्ष केंद्रित केलं तर तुम्ही शांततापूर्ण, कृतज्ञतापूर्ण आणि आनंदी अवस्थेत गाढ झोपी जाण्याची खूपच मोठी शक्यता असते आणि नंतर सकाळीही तुम्ही तशाच शांत, समाधानी अवस्थेत जागे होता. हा दृष्टिकोन मनात बाळगला की मग आपला दिवस आपण कसा संपवतो ही गोष्ट खूपच अर्थपूर्ण ठरते. असं करून आपल्या शरीराला आणि मनाला पुनरुज्जीवित करणारी झोप मिळण्यासाठी आपण रोज आपल्या शरीराची आणि मनाची तयारी केली की मग दुसऱ्या दिवशी आपण उत्तम अवस्थेत उठतो आणि त्याच उत्कृष्ट मनःस्थितीत दुसऱ्या दिवसाची सुरुवात करतो.

'मला मरायचं आहे'

सन २०१९च्या नोव्हेंबरपासून ते सन २०२०च्या मेपर्यंत मी रात्री जास्तीतजास्त दोन ते चार तासच झोपत होतो. अत्यल्प तासांची झोप मिळालेल्या अगदी एखाद्या रात्रीचा अनुभव तुम्हाला आठवत असेल तर ही गोष्ट मानसिक, भावनिक आणि शारीरिक हिताच्या दृष्टीनं किती घातक आहे ते तुम्हाला माहीत असेल. तब्बल सहा महिने पुरेशी झोप न मिळाल्यामुळे मला जबरदस्त दुःख होत होतं. मला भयानक भास होऊ लागले. लोक मला ठार मारण्याचा प्रयत्न करत आहेत असं मला वाटू लागलं. माझ्या मनात प्रचंड निराशा दाटली होती. कमकुवत करणाऱ्या चिंताग्रस्ततेनं मला घेरून टाकलं होतं. त्यामुळे माझ्या मनात अगदी आत्महत्येचे विचारही येत होते.

रोज रात्री या कुशीवरून त्या कुशीवर वळत, आढ्याकडे पाहत मी जागा राहत होतो. जगातील सगळ्यात विचित्र वेडगळ गोष्टी माझ्या मनात येत होत्या. मन नको इतक्या झपाट्यानं चित्रविचित्र विचार करत होतं. माझ्या वैयक्तिक जीवनातील समस्यांनी मला घेरलं होतं. मला पुन्हा कर्करोग होईल की काय, अशी भीती मला भेडसावत होती आणि तिच्यातूनच चिंताग्रस्ततेचं सगळं वादळ निर्माण झालं होतं. माझं हृदयही माझ्या मनाबरोबर तसंच सुसाट धावत सुटलं होतं. माझ्या धमन्यांमधून कॉर्टिसोलचा पूर वाहत होता. त्यामुळे मी टक्क जागा राहत होतो आणि त्याबरोबरच शारीरिकदृष्ट्या आणि मानसिकदृष्ट्याही पार थकून, खचून जात होतो.

मला दिवसभर बरं नसल्यासारखं वाटत होतं. मी नाखूश होतो. मला दुःख होत होतं आणि माझा बहुतेक वेळ मी अंधाऱ्या जागी घालवत होतो.

झोपेच्या उणिवेमुळे माझ्या मनातील नैराश्याला खतपाणी घातलं जात होतं आणि माझी चिंताग्रस्तता आणखी वाढत चालली होती. त्यामुळे पुन्हा माझ्या डोळ्यांवर आलेली थोडीफार झापडही उडत होती. मी या दुष्टचक्रात पूर्णपणे अडकलो होतो. त्याच्यातून सुटका करून घेण्यासाठी मी एक गोष्ट करेपर्यंत मला त्याच्यातून बाहेर पडणं शक्य झालं नव्हतं. अर्सुला झोपायला आल्यावर माझी तंद्री भंग पावू नये म्हणून गेले दोन महिने मी आमच्या पाहुण्यांच्या खोलीत एकटाच झोपत होतो. पण एके रात्री मी तिला अतिशय तळमळीनं एक टेक्स्ट मेसेज पाठवला.

> 'स्वीटहार्ट, मला तुला काळजीत टाकायचं नाही. पण मला प्रामाणिकपणे तुला एक गोष्ट सांगायची आहे. मला मरायचं आहे. मी हे सगळं आणखी सहन करू शकत नाही आणि मला काय करावं तेही सुचत नाही.'

त्यानंतर काही तासांनी अर्सुला उठली आणि तिने मी पाठवलेला मजकूर वाचला. त्यानंतर ती पाहुण्यांच्या खोलीत आली. तिने मला मिठी मारली आणि तिचं माझ्यावर प्रेम असल्याचं सांगितलं. ती निराश मनःस्थितीत होती आणि त्याबरोबरच तिच्या मनात करुणा आणि समरसता दाटलेली होती. अगदी स्पष्ट शब्दांत सांगायचं झालं तर आमचं वैवाहिक जीवन हे गेल्या काही वर्षांत कसंबसं तग धरून होतं आणि गेल्या सहा महिन्यांत तर आम्ही जवळजवळ विभक्त होण्याच्या मार्गावर आलो होतो. आम्हा दोघांनाही त्याचा त्रास होत होता आणि अपार दुःखही जाणवत होतं. परंतु त्याला फक्त मीच एकटा जबाबदार होतो. जवळजवळ सहा महिने माझी चांगली झोप झाली नव्हती. त्यामुळे मी एक वेगळीच व्यक्ती झालो होतो. अर्सुलानं ज्या सकारात्मक, आनंदी, उत्साही पुरुषाशी विवाह केला होता, तो पुरुष मी त्या वेळी नव्हतो. मी चिंताग्रस्त, भयभीत, निराश होतो. मी आजूबाजूला असणं ही गोष्ट फारशी सुखावह नव्हती. तिने माझ्यावर जितकं प्रेम केलं होतं, त्यानुसार तिला जितकं शक्य होतं तितकं तिने सोसलं होतं. पण नंतर मी आशा सोडून दिल्याचं पाहिल्यानंतर तिनेही आशा सोडून दिली होती.

माझ्या झोपेत सुधारणा करण्यासाठी मी पुन्हा एकदा संशोधन आणि प्रयोग करण्यास सुरुवात केली. त्याकरिता मी विविध व्यूहरचना शोधू लागलो. सन २००८ मध्ये ज्याप्रमाणे नैराश्यातून आणि दुःखातून एस.ए.व्ही.ई.आर.एस. समोर आली होती, त्याप्रमाणेच आता माझ्या झोपेच्या दुःस्वप्नावरची उपाययोजना समोर आली. कालौघात काही सुधारणा करून बघत, चुकतमाकत मी संध्याकाळच्या चमत्काराच्या आचरणांना विकसित केलं.

जवळजवळ त्याच दरम्यान, मी मिरॅकल मॉर्निंग कम्युनिटी फेसबुक ग्रुपमधून स्क्रोल करत होतो. त्या वेळी ब्रायन मार्शलच्या एका पोस्टनं माझं लक्ष वेधून घेतलं. ब्रायन हा पहाटेच्या चमत्काराच्या आचरणांचा अतिशय सातत्यानं सराव करणाऱ्या जगातील लोकांपैकी एक होता. त्याने तोपर्यंत २,२०० दिवशी पहाटेच्या चमत्कारांच्या आचरणांचा सराव केला होता. त्याने एक दिवसही चुकवला नव्हता आणि प्रत्येक दिवस मोजण्यात खंडही पाडला नव्हता. ब्रायनच्या मते, पहाटेच्या चमत्काराच्या आचरणांच्या विक्रमी सातत्यामागे त्याच्या संध्याकाळच्या नित्यक्रमाचा सिंहाचा वाटा होता. त्या नित्यक्रमामुळेच त्याला पहाटेची आचरणं पार पाडण्यात सातत्य राखता आलं होतं. त्याने त्याच्या या नित्यक्रमांना आर.ई.एस. टी.ई.आर.एस. (रेस्टर्स) असं म्हटलं होतं. रात्रीची झोप आणि झोपेची वेळ उत्कृष्ट असण्यासाठी त्याने या रेस्टर्सचा शोध लावला होता. ब्रायनची त्या दिवसाची पोस्ट अशी होती :

> 'मी अलीकडेच 'टीएमएम'चे २६० सलग दिवस पूर्ण केले. कधीही सुट्टी घेतली नाही. कधीही त्यांना कमी केलं नाही. एकही दिवस चुकवला नाही. माझं जीवन खूपच आनंदी, उपभोगण्यायोग्य आणि अधिक अर्थपूर्ण जीवनात रूपांतरित झालं. मला अतिशय सक्रिय, उत्साही आणि अगदी पूर्णपणे तेजस्वी झाल्यासारखं वाटतं. मी उत्साहानं सळसळत असल्यासारखं वाटतं. माझ्या जीवनचक्रामागे मी ठामपणे उभा आहे. आता माझ्या मनात जीवनाच्या हेतूविषयी आणि दिशेविषयी आश्चर्यकारक स्पष्टता आहे. रोज मी आधीच्या दिवसाच्या तुलनेत अधिक चांगल्या अवस्थेत उठतो, कारण रोज मी अत्यंत विश्वासूपणे माझी एस.ए.व्ही.ई.आर.एस. पूर्ण करतो. मात्र, माझ्या संध्याकाळच्या नित्यक्रमांमुळेच माझी पहाटेच्या चमत्काराची आचरणं अखंडितपणे सुरू आहेत. माझे हे संध्याकाळचे नित्यक्रमही मी अनेक दिवसांपासून पार पाडत आहे. मी त्यांना आर.ई.एस.टी.ई.आर. एस. म्हणजेच रेस्टर्स म्हणतो.'

रीडिंग, एक्सरसाइझ, शॉवर, टॅली, एम्पॉवर, रिलॅक्स आणि स्लीप यांची म्हणजेच वाचन, व्यायाम, शॉवर घेणं, हिशेब किंवा नोंद करणं, सक्षम होणं, निवांत होणं आणि झोपणं यांकरिता अनुक्रमे वापरण्यात आलेली ही लघुरूपं आहेत. संध्याकाळी पार पाडण्याच्या या साध्या, क्रियाशील पायऱ्या असून त्यामुळे उत्तम झोपेसाठी शरीराची आणि मनाची तयारी करून घेतली जाते. तसंच संध्याकाळच्या चमत्काराच्या आचरणांची रचना करण्यास मला त्यांच्यातूनच प्रेरणाही मिळाली. त्यानंतर मी त्यांच्यात रात्रीच्या उत्तम झोपेसाठी आवश्यक असलेल्या माझ्या शारीरिक, मानसिक आणि भावनिक अवस्थेकरिता मला अत्यंत लाभदायक वाटलेल्या काही

अतिरिक्त पायऱ्यांची भर घातली. अशा प्रकारे संध्याकाळच्या चमत्काराच्या माझ्या आचरणांची निर्मिती झाली. त्यात शॉवर घेण्यासारख्या ब्रायनच्या नित्यक्रमांच्या आचरणांचा समावेशही होताच. मी आधीपासूनच रात्री झोपण्याच्या आधी शॉवर घेत होतो. त्यामुळे माझे संध्याकाळचे नित्यक्रम लिहून काढताना त्यात त्या आचरणाचा समावेश करण्याची गरज मला वाटली नाही.

मी तयार केलेल्या नित्यक्रमांच्या आद्याक्षरांतून स्लम्बर्स (एस.एल.यू.एम.बी. ई.आर.एस.) असा शब्द तयार होतो. (हो, हो, मला माहीत आहे की, यात बरेच नित्यक्रम आहेत.) स्लम्बर या इंग्रजी शब्दाचा अर्थ झोपणं असा आहे. तुम्हाला अधिक चांगली झोप येण्यास मदत करणं हे या नित्यक्रमाचं अंतिम उद्दिष्ट आहे. त्यामुळे या नित्यक्रमांच्या आद्याक्षरांनी तयार होणारा हा शब्द उचित वाटतो. मी तुम्हाला प्रत्येक पायरीची माहिती देईन आणि त्यानंतर तुम्ही त्यांचा जसाच्या तसा किंवा तुमची स्वतःची संध्याकाळची आचरणं तयार करण्यासाठी कसा वापर करू शकता त्याविषयीचे माझे विचारही मांडेन.

एस.एल.यू.एम.बी.ई.आर.एस.

झोपण्याच्या आधी काही तासांपासून माझ्या संध्याकाळच्या चमत्काराच्या आचरणांची सुरुवात होते. या आचरणांमुळे तीव्र निद्रानाशाचा माझा त्रास नाहीसा झाला. झोप बिलकूल न येण्यापासून ते शांतपणे झोप लागण्यापर्यंतचा हा प्रवास होता. त्यामुळे मी सकाळी शांतपणे उठत होतो. मला ताजंतवानं झाल्यासारखं आणि पुनरुज्जीवित झाल्यासारखं वाटत होतं. माझ्या सध्याच्या संध्याकाळच्या चमत्कारांचा सारांश पुढील पायऱ्यांमधून देता येईल :

- झोपण्याच्या आधी तीन ते चार तास जेवण करा. त्यानंतर काहीही खाऊ नका.
- तणावपूर्ण विचारांना आणि भावनांना सोडून द्या.
- गरज असेल तर झोपेला साहाय्यकारी ठरणाऱ्या नैसर्गिक साहाय्यकांचा वापर करा.
- तुमच्या दुसऱ्या दिवसाचा आराखडा तयार करा.
- निळ्या प्रकाशाचा बिलकूल वापर करू नका. त्याच्यावर चक्क बहिष्कार टाका.
- झोपण्याच्या वेळच्या सकारात्मक पुष्टिदायक विधानांचा वापर करून समाधानी अवस्थेत प्रवेश करा.

- तुम्हाला बरं वाटेल अशा पुस्तकाचं वाचन करा.
- एखाद्या लहान बाळासारखे झोपी जा.

या सगळ्या गोष्टी फारसं काही सांगतात असं पहिल्या दृष्टिक्षेपात वाटत नाही. या पायऱ्या अत्यंत सोप्या आहेत आणि त्या फारसे प्रयत्न करावे न लागता आपोआपच घडण्याचीच अधिक शक्यता असते. यांपैकी प्रत्येक पायरी अत्यंत लाभदायक असली तरी एस.ए.व्ही.ई.आर.एस.प्रमाणेच ज्या वेळी या सगळ्या पायऱ्यांना एकत्र केलं जातं, त्या वेळी रोज रात्री झोपण्यापूर्वी तुमच्या मनात येत असलेल्या भावनांचा त्या पूर्णपणे कायापालट करून टाकतात. तुम्हाला चांगली झोप कशी लागेल ते त्या पाहतात. आता आपण प्रत्येक पायरीचा धांडोळा घेऊ या आणि तिचा विस्तार करू या.

झोपण्यापूर्वी ३ ते ४ तास काहीही खाऊ नका

आठव्या प्रकरणात उल्लेख करण्यात आला आहे त्याप्रमाणे अन्नाचं पचन करणं ही आपल्या शरीरात असलेल्या ऊर्जेचा भरपूर व्यय करणारी प्रक्रिया आहे. (भरपूर जेवल्यानंतर तुम्हाला थकवा आल्यासारखं कसं वाटतं याचा फक्त विचार करा.) जेवल्यानंतर काहीसा थकवा आल्यासारखं, जेवण जड झाल्यासारखं वाटणं स्वाभाविक असतं. म्हणूनच कदाचित झोपण्याच्या आधी जेवून लगेच झोपी जावं असं आपल्याला वाटू शकतं. ही एक चांगली व्यूहरचना असल्यासारखंही वाटू शकतं. परंतु, ही फसवी गोष्ट असते, कारण जेवून लगेच झोपणं ही गोष्ट हानिकारक असते. त्यामुळे तुमच्या शरीराला रात्रीच्या वेळीही काम करावंच लागतं. म्हणून तुम्हाला उत्तम झोप लागण्यासाठी आणि सकाळी तुम्हाला कसं वाटावं यासाठीही तुम्ही कोणत्या वेळी जेवता, किती जेवता आणि कोणतं अन्न खाता या गोष्टी महत्त्वाच्या असतात.

तुमच्या पचनसंस्थेच्या मार्गातून अन्न पूर्णपणे पचून चोथा बाहेर पडण्यासाठी २४ ते ७२ तासांच्या दरम्यानचा कालावधी लागत असला तरी इथे आपण अन्नाला तुमच्या पोटातून लहान आतड्यापर्यंत पोहोचण्यासाठी लागत असलेल्या वेळेचा विचार करत आहोत. हा वेळ तीन ते चार तासांचा असतो. पचन प्रक्रियेच्या या टप्प्यात बहुतांश जड भाग पुढे ढकलला जातो आणि मग तुम्ही झोपलेले असताना तुमचं शरीर विश्रांती घेऊ शकतं. दुरुस्त्या करू शकतं आणि तुम्हाला पुनरुज्जीवित करू शकतं.

जेवणाच्या पचनासाठी लागत असलेला कालावधी हा तुम्ही खाल्लेल्या अन्नाचं प्रमाण आणि प्रकार यांसारख्या चल घटकांवर अवलंबून असतो. उदाहरणार्थ,

तंतुमय पदार्थांचं कमी प्रमाण असलेल्या अन्नाच्या तुलनेत या पदार्थांचं उच्च प्रमाण असलेलं अन्न पचवणं अधिक सोपं आणि अधिक जलद असतं. उच्च तंतुमय पदार्थयुक्त अन्न पचवण्यासाठी दोन ते तीन तासांचा कालावधी पुरेसा असतो. बहुतांश फळं, भाज्या, सुका मेवा, शेंगा आणि कोंड्यासह असलेल्या धान्यापासून तयार करण्यात आलेले पदार्थ यांचा उच्च तंतुमय पदार्थांमध्ये समावेश होतो. मात्र, मांस, ब्रेड, पास्ता, चिप्स, साखरेचं उच्च प्रमाण असलेले पदार्थ आणि अर्थातच भरपूर प्रमाणात केलेलं जेवण यांमुळे अन्न पचनास अधिक काळ लागतो. त्याकरिता चार तास किंवा त्याहूनही अधिक काळ लागू शकतो.

म्हणूनच झोपण्याच्या तीन ते चार तास आधी तुम्ही रात्रीचं जेवण करावं असं मी तुम्हाला सुचवतो. उदाहरणार्थ, तुम्ही रात्री १० वाजता झोपत असाल तर तुम्ही सहा ते साडेसहाच्या दरम्यान जेवण करावं असं मी तुम्हाला सुचवेन. जर तुमच्या वेळापत्रकामुळे किंवा तुमच्या हातात नसलेल्या काही गोष्टींमुळे तुम्हाला झोपण्याच्या थोडाच वेळ आधी जेवण करणं भाग पडत असेल तर मी त्या वेळी तुम्ही शक्य तितक्या कमी प्रमाणात जेवलं पाहिजे, असं सुचवेन. हे शक्य तितकं कमी प्रमाण म्हणजे तुमच्या मूठभर अन्नाहूनही कमी प्रमाणातील अन्न इतकं असलं पाहिजे. त्यातही तुम्ही आरोग्यपूर्ण आहाराची निवड करावी आणि असे पदार्थ हे उच्च तंतुमय पदार्थ असावेत.

तुम्ही जर सध्या पूर्वीपासूनच झोपण्याच्या सुमारास रात्रीचं जेवण करत असाल किंवा रात्री उशिरा काही खात असाल तर हे बंद करण्यासाठी तुम्हाला जाणीवपूर्वक प्रयत्न करावे लागतील आणि तशी बांधिलकी पत्करावी लागेल हे लक्षात घ्या. ही गोष्ट तुमच्या दृष्टीनं अधिक सोपी व्हावी म्हणून तुम्ही आपली जेवणाची वेळ हळूहळू अधिकाधिक अलीकडे आणण्याचा प्रयत्न करावा, असं मी तुम्हाला सुचवेन. त्यामुळे तुमचं शरीर आणि मन हळूहळू नवीन परिस्थितीशी व्यवस्थितपणे जुळवून घेऊ शकेल. दुसऱ्या शब्दांत, जर सध्या तुम्ही झोपण्याच्या एक तास आधी जेवत असाल तर झोपण्याच्या दीड तास आधी जेवण्याचा प्रयत्न करा. हे आठवडाभर करा. त्यानंतर झोपण्याच्या आधी दोन तास जेवू लागा. त्यानंतर अडीच तास आणि मग तीन तास, अशा प्रकारे ही वेळ अधिकाधिक अलीकडे नेण्याचा प्रयत्न करा. तुमच्या ३० दिवसांच्या प्रवासात या बदलाचा एक भाग म्हणून समावेश करा. काही आठवड्यांतच ही गोष्ट तुमच्या दृष्टीनं स्वाभाविक, आपोआप घडणारी आणि सोपी होऊन जाईल.

तुम्ही एक तर झोपण्याच्या आधी जेवून, ज्या वेळी तुमच्या शरीरानं विश्रांती घेणं अपेक्षित असतं, त्या वेळी त्याच्यावर अन्न पचवण्याच्या कामाचं ओझं टाकू शकता किंवा लवकर जेवण संपवण्याचे जाणीवपूर्वक प्रयत्न सुरू करू शकता आणि तुम्ही झोपलेले असताना तुमच्या शरीराला विश्रांती घेण्याची, झालेली हानी, इजा

किंवा झीज भरून काढण्याची, तुम्हाला पुनरुज्जीवित करण्याची संधी देऊ शकता. सकाळी उठल्यावर स्वतःला ताजंतवानं वाटावं याची तजवीज करू शकता.

तणावपूर्ण विचार आणि भावना सोडून द्या

तुम्ही झोपायला जाता, त्या वेळी तुमच्या हाताबाहेरच्या अनेक विचारांच्या आवर्तनात गुरफटलेले असता असं तुम्हाला जाणवतं का? ज्या गोष्टींविषयी तुम्ही त्या क्षणी काहीही करू शकत नाही, त्या गोष्टी तुमच्या मनात तशाच घोंगावत राहतात का? तुमच्या मनात सातत्यानं त्याविषयीचं विचारचक्र सुरू असतं का?

कदाचित, तुमचे विचार अलीकडेच घडून गेलेल्या एखाद्या गोष्टीकडे किंवा दुसऱ्या दिवशी करायच्या कामांकडे वळलेले असतील. कदाचित, तुमच्या सगळ्या अपूर्ण प्रकल्पांचे विचार तुमच्या मनात घोळत असतील. तुमची आर्थिक परिस्थिती, आरोग्याच्या समस्या, वैयक्तिक किंवा व्यावसायिक संबंधांमध्ये तुम्हाला अनुभव येत असलेले संघर्ष, एखाद्या प्रिय व्यक्तीचं दुःख, जगातील एखादी किंवा काही परिस्थिती, जगाची स्थिती, अर्थकारण किंवा ज्या गोष्टींवर तुमचं काहीही नियंत्रण नाही त्यांपैकी कोणतीही गोष्ट यांपैकी कुठल्याही गोष्टीचे विचार तुम्ही अंथरुणावर पडल्यानंतर तुम्हाला सतावत असतील. ज्या वेळी आपल्या नियंत्रणाबाहेरच्या गोष्टींची आपण चिंता करू लागतो, त्या वेळी साहजिकच आपल्याला असाहाय्यता जाणवू लागते आणि त्यामुळे आपल्याला झोपमोड करणाऱ्या तणावाचा आणि चिंतेचा अनुभव येतो.

हेच दुसऱ्या शब्दांत मांडायचं झालं तर, ज्या वेळी काही गोष्टी आपल्या नियंत्रणाच्या बाहेर असतात त्या वेळी आपल्याला असुरक्षितता जाणवते आणि सुरक्षितपणाची भावना ही आपली सर्वाधिक मूलभूत मानसिक गरज असते. ज्या गोष्टीविषयी आपल्याला सुरक्षितता जाणवत नाही, त्या वेळी आपली मज्जासंस्था त्या गोष्टीशी संघर्ष करण्यात किंवा तिच्यापासून पलायन करण्यात गुंतते. आपल्या सुरक्षिततेला कोणत्या ना कोणत्या प्रकारे धोका निर्माण झाल्यासारखं वाटतं त्या वेळी आपल्याला निवांत, आरामशीर अवस्थेत राहून शांतपणे गाढ झोपी जाणं जवळजवळ अशक्यच असतं. आपल्याला तत्काळ एखाद्या प्रकारच्या संकटाला तोंड द्यावं लागत नाही, तोपर्यंत आपण जाणीवपूर्वक सुरक्षित भावना मनात ठेवण्याची निवड करू शकतो, ही त्यातल्या त्यात चांगली गोष्ट आहे. झोपी जात असताना आपण खरोखरच सुरक्षित आहोत हे मान्य करणं आणि त्याला पुष्टी देणं एवढ्याच गोष्टींमुळे आपण मानसिकदृष्ट्या सुरक्षित अवस्थेत प्रवेश करू शकतो.

वर सांगितलेल्या सगळ्या गोष्टींविषयी विचार करण्यात आणि/ किंवा त्यांची काळजी, चिंता करण्यात बहुतांश रात्री घालवण्याची सवय मला जडली होती.

अखेरीस, माझ्या मनात अगदी स्पष्टपणे साक्षात्कार म्हणता यावी अशा प्रकारची जाणीव निर्माण झाली. माझ्या लक्षात आलं की : 'शांततेनं, सुखाची झोप घेण्यासाठी माझ्या मनाची आणि शरीराची तयारी करून घेणं हे झोपी जातानाचं माझं एकमेव उद्दिष्ट असलं पाहिजे.' बस्स! हे फक्त इतकंच होतं. ते त्याहून अधिक काहीही नव्हतं. म्हणून आपले सगळे विचार आणि कृती या याच एकमेव उद्दिष्टाशी सुसंगत असल्या पाहिजेत.

मी जिला 'सुखाची' झोप म्हणतो, त्या झोपेचा काय अर्थ आहे ते आता पहिल्यांदा मी स्पष्ट करतो. संपूर्ण शांततेच्या आणि गाढ कृतज्ञतेच्या भावनेची जाणीव करून घेणं म्हणजे 'सुखाची झोप' अशी मी व्याख्या करतो. याचा अर्थ असा आहे की, ज्या वेळी मी उशीवर डोकं ठेवतो, त्या वेळी त्या दिवशी काय घडलं होतं त्यावर मी विचार करत बसत नाही किंवा पुनःपुन्हा ते प्रसंग डोळ्यांसमोर येऊही देत नाही. फक्त जर त्या प्रसंगांमुळे किंवा गोष्टींमुळे माझ्या मनातील शांततेच्या आणि कृतज्ञतेच्या भावनेला आधार मिळणार असेल तरच मी त्या गोष्टींचा किंवा प्रसंगांचा त्या वेळी विचार करतो. तुम्ही गाढ झोपी जात असताना, तुमच्या चेहऱ्यावर स्मित आणणाऱ्या दिवसभरातील एखाद्या गोष्टीचा किंवा प्रसंगाचा आढावा घेण्यात, त्यावर विचार करण्यात काहीही वावगं नाही. परंतु मनातल्या मनात तणावपूर्ण प्रसंगांची उजळणी करणं टाळा. त्या दिवशी काय वाईट घडलं त्याचा सारखा विचार करत राहणं किंवा भविष्यात एखादी चिंता निर्माण होईल का, यावर विचार करणं टाळा, कारण अशा विचारांच्या संरचना या विश्रांती मिळवून देणारी आणि पुनरुज्जीवित करणारी झोप मिळवण्याच्या तुमच्या क्षमतेवर घातक परिणाम करतात.

ही जाणीव मनात निर्माण झाल्यानंतर मी असं ठरवलं की, रात्री झोपण्याची वेळ झाल्यानंतर माझ्या मनातील विचार सुरू करणारं बटण मी तत्काळ बंद केलं पाहिजे. माझ्या मनात तणाव निर्माण करणाऱ्या गोष्टी मी एक तर थांबवल्या पाहिजेत किंवा मला सुखाची झोप घेण्यास मदत करणाऱ्या उत्पादकता, शांतता, कृतज्ञता, आनंद किंवा सुख यांविषयीच्या विचारांनी त्या निरुपयोगी विचारांना दूर केलं पाहिजे, हे माझ्या लक्षात आलं. तणावपूर्ण विचारांना व भावनांना मान्य करणं, त्यांना स्वीकारणं आणि दूर सारणं यासाठी पुढे दिलेल्या तीन पायऱ्यांच्या, कष्टरहित प्रक्रियेची मी अंमलबजावणी केली.

तुम्हाला काय वाटतं आणि त्यामागचं कारण काय आहे त्याला मान्यता देणं ही तणावपूर्ण भावना दूर करण्यातील पहिली पायरी आहे. झोपण्याच्या आधी स्वतःला तणावग्रस्त भावनिक अवस्थेत राहू देणं आणि तुमच्या नियंत्रणाबाहेर असलेल्या कोणत्याही गोष्टीवर लक्ष केंद्रित करणं ही गोष्ट कोणत्याही दृष्टीनं उत्पादक स्वरूपाची नाही. तुम्ही गाढ झोपण्याची तयारी करत असताना ती तुमच्या मनातून शांततेची भावना नष्ट करून टाकते. मात्र, वेदनादायी भावनेकडे दुर्लक्ष करणं, तिला

दडपून टाकणं ही गोष्टही तितकीच अनुत्पादक आहे. कारण तिच्यामुळे सहसा मनाच्या पृष्ठभागाखाली टिकून राहिलेल्या भावनेचं निर्मूलन होत नाही.

तणावग्रस्ततेच्या भावनेला खऱ्या अर्थानं दूर करण्यासाठी तुम्ही तिला तुमच्या अबोध मनातून सबोध मनाकडे आणलंच पाहिजे. त्यामुळे तुम्ही तिला मान्य करू शकाल. त्यानंतर तिच्यावर प्रक्रिया करून तुम्ही तिला सोडून देऊ शकाल. हे अगदी नेमकेपणानं करण्यासाठी तुम्ही वापरावयाच्या सकारात्मक पुष्टिदायक विधानाला मी इथे देत आहे. तुम्हाला नेमकं काय वाटत आहे आणि त्यामागचं कारण काय आहे, ते ओळखल्यानंतर आणि ते मान्य केल्यानंतर संथपणे खोलवर श्वास घेऊन सुरुवात करा.

मला ________________(तुमच्या अंतर्गत गोंधळामागचं तुम्हाला समजलेलं कारण लिहा.) विषयी ________________ (भीती, चिंता, राग, तणाव, दुःख, नैराश्य किंवा झोप येऊ न देणारी इतर कोणतीही भावना) वाटतं/ वाटतो किंवा भावना जाणवत आहे.

पुढे मी याची काही उदाहरणं दिली आहेत :

- माझ्या आर्थिक परिस्थितीविषयी मला चिंता वाटते. (किंवा चिंतेची भावना जाणवत आहे.)
- आज माझ्या जोडीदारानं मला ज्या प्रकारे वागवलं, त्यामुळे मला राग आला आहे. (किंवा रागाची भावना जाणवत आहे.)
- माझ्या आरोग्यविषयक समस्यांविषयी मला दुःख वाटतं. (किंवा दुःखाची भावना जाणवत आहे.)

तुम्ही मान्य करण्यास आणि तुमच्या भावनांना नाव देण्यास सुरुवात केली की, संथ, खोलवर, दीर्घ श्वास घ्या आणि मनाला व तुमच्या मज्जासंस्थेला शांत करा. तुमच्या खरोखरच्या भावनांमध्ये राहण्यासाठी एखाद्या मिनिटाचा किंवा तत्सम वेळ घ्या. तोपर्यंत संयम बाळगा. स्वीकारार्हतेच्या आणि कोणत्याही प्रकारचा निष्कर्ष काढण्याच्या किंवा दोष न देण्याच्या स्थितीत राहून तुम्हाला जाणवत असलेल्या कोणत्याही भावनांना मान्य करा. तुमच्या भावनांना किंवा तुम्हाला स्वतःला चांगलं किंवा वाईट असं नाव ठेवण्याची काहीच गरज नाही. फक्त प्रत्येक संथ श्वास घेत तुमचं मन शांत करत असताना तुम्हाला काय वाटतं आणि ती भावना तुमच्या मनात कुठून येत आहे, त्याचं निरीक्षण करा.

झोपण्याच्या वेळच्या तुमच्या प्राथमिक उद्दिष्टाला लक्षात ठेवणं ही दुसरी पायरी आहे. तुमच्या शरीराला व मनाला सुखाच्या झोपेसाठी तयार करणं आणि तुमच्या मनात ज्या काही भावना असतील त्यांच्याकडे शांततेनं पाहणं हे तुमचं उद्दिष्ट आहे. तुमच्या मनातील भावना जरी अप्रसन्न करणाऱ्या असल्या तरी त्यांना विरोध केल्यामुळे फक्त तुमच्या अंतर्गत गोंधळात वाढ होईल, कारण वास्तवाला विरोध केल्यामुळे भावनिक दुःख टिकून राहतं. तुम्हाला ज्या प्रकारे भावना जाणवते त्या प्रकारे आपल्याला ती जाणवणं चुकीचं असल्याचं समजून, स्वतःला चुकीचं ठरवलं जातं, त्यामुळेही तुम्ही भावनिकदृष्ट्या दुःखात राहता. आपल्याला जी भावना जाणवते तिला विरोध केल्यामुळे आपल्याला वाईट वाटतंच; शिवाय, आपल्याला वाईट वाटत असल्याचंही आपल्याला वाईट वाटतं. त्याऐवजी आपल्याला ज्या प्रकारे भावनांची जाणीव होत आहे त्या प्रकारे ती होणं ही गोष्ट अगदी उचित आहे याची स्वतःला आठवण करून द्या. पण ही गोष्ट अगदी आताच-म्हणजे झोपी जातानाच करा. त्या भावनांमध्ये अडकून पडण्याची, त्यांचा विचार करण्याची ही वेळ नाही. अनावश्यक तणावात राहण्याचीही ही वेळ नाही. पुढील सकारात्मक पुष्टिदायक विधान पाहा :

'मला ज्या प्रकारची भावना जाणवत आहे, तसं वाटून घेण्याचा मला पूर्ण हक्क आहे. पण तरीही ही वेळ तणावग्रस्त अवस्थेत राहण्याची नाही. सध्या सुखानं झोपण्यासाठी माझ्या मनाची आणि शरीराची तयारी करून घेणं हेच माझं एकमेव उद्दिष्ट आहे. म्हणून माझे विचार आणि भावना यांना माझ्या उद्दिष्टाशी मी सुसंगत करत आहे.'

स्वतःवरच कृपा करा. शांत व्हा. तुमच्या मनात ज्या भावना असतील त्यांच्या बरोबर शांतपणे राहा. ती झोपण्याची वेळ आहे. त्या वेळी रात्रीच्या उत्तम झोपेसाठी तुमच्या मनाची आणि शरीराची तयारी करून घेणं हे तुमचं प्राथमिक उद्दिष्ट आहे हे लक्षात ठेवा.

तणावग्रस्त विचारांना सोडून देण्यास स्वतःलाच परवानगी देणं आणि चांगल्या मनःस्थितीत, मनात चांगल्या भावना असताना गाढ झोपी जाणं ही तिसरी आणि अंतिम पायरी आहे. तुमच्या मनातील तणावपूर्ण विचार सोडून देण्यासाठी फक्त तुम्हीच स्वतःला परवानगी देऊ शकता आणि मनात चांगुलपणाची व कृतज्ञतेची भावना आणून गाढ झोपी जाऊ शकता. पुढील सकारात्मक, पुष्टिदायक विधानांचा वापर करून पाहा :

'कोणताही तणावपूर्ण विचार आणि भावना सोडून देण्यासाठी मी स्वतःला परवानगी देत आहे. त्याऐवजी मी शांत राहण्याची आणि ज्या गोष्टीविषयी माझ्या मनात कृतज्ञता आहे तिच्यावर लक्ष एकवटण्याची निवड करत आहे. त्यामुळे मला सुखी, समाधानी वाटेल. मी गाढ झोपी जात आहे.'

तुमच्या तणावग्रस्त विचारांना सोडून देण्याची आणि मनात चांगल्या भावना ठेवून गाढ झोपी जाण्याची परवानगी तुम्ही अगदी अलीकडे स्वतःला दिली नसेल तर पहिल्यांदा असं करणं ही वेगळी, अनोळखी गोष्ट असल्यासारखं वाटेल. जर गाढ झोपी जाण्याचा प्रयत्न करताना समाधानी किंवा सुखी असल्याची भावना मनात असणं ही कल्पना प्रत्यक्षात उतरवणं अशक्य आहे असं वाटत असेल तर ही गोष्ट तुम्ही करत नसल्यामुळेच तुम्हाला तसं वाटत आहे हे समजून घ्या. पण तुम्ही ते अगदी पूर्णपणे करू शकताच. एक गोष्ट लक्षात ठेवा. तुम्हाला जे वाटतं त्याचा संबंध तुमच्या हातात नसलेल्या गोष्टींच्या संदर्भात काय घडत आहे त्याच्याशी नसतो, तर तुम्हाला काय वाटावं हे ठरवणाऱ्या तुमच्या अंतर्यामी घडत असलेल्या घडामोडींशी असतो, हे लक्षात ठेवा. तणावग्रस्त विचारांना सोडून देण्याची सवय होईपर्यंत त्या कृतीला चिकटून राहा.

गरज असेल तर नैसर्गिक निद्रा साहाय्यकांचा वापर करा.

तुम्हाला गाढ झोपी जाण्यासाठी किंवा अधिक काळ गाढ झोपेतच राहण्यासाठी संघर्ष करावा लागत असेल तर गंभीर निद्रानाशाच्या सहा महिन्यांच्या वेदनादायक कालावधीवर मात करण्यासाठी मी वापरलेल्या निद्रापूरक गोष्टींची माहिती मी देत आहे. मी तसं केलं नाही तर तो निष्काळजीपणा ठरेल.

मी नैसर्गिक उपाययोजना शोधण्यासाठी गूगलवर सर्च केलं. मी अनेक प्रकारच्या निद्रापूरक गोष्टींवर प्रयोग करण्यास सुरुवात केली. त्या गोष्टींच्या प्रत्येक घटकाचा बारकाईनं विचार केला. ज्या पूरक गोष्टींमध्ये कृत्रिम गोष्टींचा वापर करण्यात आलेला नव्हता, त्यांचा मी शोध घेत होतो. शक्य तितक्या वनस्पती-आधारित आणि सेंद्रिय गोष्टींचा वापर असलेल्या गोष्टींना मी शोधत होतो. अखेरीस मी डॉ. मायकेल ब्रुस यांच्या तज्ज्ञतापूर्ण सल्ल्याचा वापर करण्याचा विचार करून त्यांना फोन केला. मायकेल हे क्लिनिकल मानसोपचारतज्ज्ञ होते आणि निद्राविषयक औषधांचेही तज्ज्ञ होते. त्यांना झोपेचे डॉक्टर म्हणूनच ओळखलं जात होतं. त्यांनी माझा आहार, औषधं, सप्लिमेंट्स यांविषयी अनेक प्रश्न विचारले. त्यानंतर त्यांनी मला काही सूचना केल्या. मी लगेच त्यांच्याकडून समजलेली प्रत्येक गोष्ट आचरणात आणण्यास सुरुवात केली.

काही आठवड्यांतच रोज रात्री सरासरी दोन ते चार तासांची असह्य झोप घेण्यापासून मी सहा ते सात तासांची अधिक आरोग्यपूर्ण झोप घेण्यापर्यंत पोहोचलो. आता मी सकाळी उठल्यानंतर मला खूपच छान वाटत होतं. झोपेच्या विविध सप्लिमेंटचा शोध घेतल्यानंतर आणि त्यांचा वापर करून पाहिल्यानंतर अखेरीस मला उपयुक्त ठरलेला पुढील आचरणविधी मी तयार केला.

झोपण्यापूर्वी ९० मिनिटं.....

- ४५० ग्रॅम व्हॅलेरियन रूट (तगरीचं मूळ, मी वापरत असलेला ब्रँड : हर्बल रूट्स, ॲमेझॉन डॉटकॉमवर (Amazon.com) उपलब्ध).
- ३०० मिलिग्रॅम मॅग्रेशिअम ग्लायसिनेट (मी वापरत असलेला ब्रँड : ऑर्‌गॅनिफी. टीप : ऑर्‌गॅनिफी हा माझ्या एका पॉडकास्टचा प्रायोजक आहे, त्यामुळे तुम्हाला organifi.com/tmmवर २० टक्क्यांची सूट मिळू शकेल.)

झोपण्यापूर्वी ४५ मिनिटं.....

- सीबीएन नाइट कॅप्स (मी वापरत असलेला ब्रँड : क्युअर्ड न्युट्रिशन, हासुद्धा माझ्या एका पॉडकास्टचा प्रायोजक आहे. त्यामुळे तुम्हाला www.curednutrition.com/tmmवर २० टक्क्यांची सवलत मिळू शकेल.)

झोपण्यापूर्वी ३० मिनिटं.....

- ३ मिलिग्रॅम मेलॅटोनिन (मी वापरत असलेला ब्रँड : हर्‌बॅटोनिन, तो ॲमेझॉन डॉटकॉमवर उपलब्ध आहे.)

गेल्या दोन वर्षांहून अधिक काळापासून माझ्या संध्याकाळच्या चमत्काराच्या आचरणांकरिता मी ही सप्लिमेंट्स वापरण्यास सुरुवात केली आहे. तेव्हापासून रोज रात्री मला सरासरी सात तासांची गुणवत्तापूर्ण झोप मिळत आहे. माझ्या ज्या मित्रांना झोप न येण्याचा किंवा निद्रानाशाचा त्रास होता, त्यांनाही मी ती भेट म्हणून दिली. मी ज्या ज्या लोकांना ती दिली त्या जवळजवळ सर्वांनाच चांगली झोप येऊ लागली. मात्र, प्रत्येक शरीर अद्वितीय असतं, त्यामुळे या अगदी नैसर्गिक औषधी वनस्पती असल्या आणि सप्लिमेंट्स असली तरी एखादा आजार असलेल्या एखाद्या व्यक्तीच्या शरीराच्या दृष्टीनं असुरक्षित असू शकतात. अशा लोकांच्या बाबतीत त्यांचे दुष्परिणाम

दिसू शकतात. मी काही महिने अश्वगंधा घेतल्यानंतर मला तिची ॲलर्जी असल्याचं मला आढळलं. मला अनुभव येत असलेल्या चिंताग्रस्ततेत आणि निद्रानाशात अश्वगंधामुळे भर पडत असल्याचं मला दिसून आलं होतं. म्हणून तुमच्या विश्वासू डॉक्टरशी सल्लामसलत करूनच तुम्ही कोणत्याही सप्लिमेंटचा वापर करा.

याशिवाय, मी इथे आणखी एक गोष्ट स्पष्ट करू इच्छितो. फक्त सप्लिमेंट घेतल्यामुळे माझा निद्रानाशाचा आजार बरा झाला नाही. माझ्या उपचारांचा तो फक्त एक भाग होता. मी अगदी झोपण्यापूर्वीच जेवत राहिलो असतो किंवा झोपताना तसेच तणावपूर्ण विचार करत राहिलो असतो तर सप्लिमेंटचा फारसा उपयोग झाला असता असं मला वाटत नाही.

कदाचित तुम्हाला निद्रापूरक साहाय्यक गोष्टींची गरजही भासणार नाही. परंतु, जर त्यांची गरज असली आणि तुम्हाला ती मिळाली तर अशी नैसर्गिक सप्लिमेंट्स ही जीवनरक्षक असल्याचं तुमच्या लक्षात येईल.

तुमच्या दुसऱ्या दिवसाचा आराखडा तयार करा

झोपण्यापूर्वी तुम्हाला उद्या ज्या गोष्टी करायच्या आहेत त्या सगळ्या तुम्ही डोक्यातून काढून टाकल्या आहेत याची खात्री करून घ्या. त्याकरिता तुम्ही डिजीटल कॅलेंडर वापरा किंवा तुमच्या रोजनिशीत, वहीत अगर प्लॅनरवर दुसऱ्या दिवशीची कामं लिहून ठेवा. तुमच्या फावल्या वेळेसह तुमच्या तासा-तासाच्या वेळेचा आराखडा तयार करून ठेवा. झोपण्याआधी हे करण्याऐवजी तुम्ही त्या दिवसाची सगळी कामं संपल्यानंतर लगेच अखेरचं काम म्हणून हे काम करू शकता. त्यामुळे झोपण्याआधी तुम्हाला फक्त आराखडा तयार करण्यासाठीसुद्धा दुसऱ्या दिवशीच्या कामांचा विचार करावा लागणार नाही. एकदा तुम्ही दुसऱ्या दिवशीच्या कामाचं असं वेळापत्रक तयार केलं की तुमचं मन मोकळं होईल. तणाव कमी होईल. 'आंत्रप्रनेरिअल लीप' या पुस्तकात जिनो विकमननं यावर भाष्य केलं आहे. तो लिहितो :

> 'रोज रात्री झोपण्याच्या आधी माझ्याकडच्या लीगल पॅडवर माझ्या दुसऱ्या दिवसाच्या कामकाजाचा आराखडा आणि खरं म्हणजे संपूर्ण वेळापत्रक मी तयार करतो. हातानं लिहिण्याच्या ताकदीवर माझा विश्वास असल्यामुळे मी लीगल पॅडचा वापर करतो. दुसऱ्या दिवशी जे काही करण्याची आवश्यकता असते, ती प्रत्येक गोष्ट मी वेळेनिशी लिहून ठेवतो. मला करावे लागणारे फोन, घ्याव्या लागणाऱ्या किंवा जावं लागणाऱ्या बैठका, पूर्ण करावेच लागणारे प्रकल्प या सगळ्या गोष्टींची मी नोंद करून ठेवतो. हे सगळं मी क्रमवार नोंदवतो. त्यामुळे माझ्या पुढच्या दिवसाचं संपूर्ण वेळापत्रक आदल्या रात्रीच तयार असतं.'

- तुम्हीही असंच दुसऱ्या दिवशीच्या संपूर्ण कामाचं नियोजन करून ठेवलं, वेळापत्रक आखून ठेवलं तर तुम्हालाही अधिक शांत, गाढ झोप लागेल. दुसऱ्या दिवशी तुम्ही जागे व्हाल, त्यावेळी तुमच्या मनात अनेक कल्पना असतील. तुम्ही अधिक सर्जनशील असाल. तुमच्या समस्यांवरची उत्तरं तुम्हाला सापडलेली असतील. तसंच तुमच्या मनात दुसऱ्या दिवशी कोणते प्रकल्प हाती घेतले पाहिजेत याची स्पष्ट कल्पना असेल. हे सगळं असंच घडेल कारण रात्री तुम्ही झोपलेले असताना तुमच्या अर्धबोध मनानं त्यावर काम केलं असेल.

वैयक्तिकरित्या माझं वेळापत्रक तयार करण्यासाठी मी फँटास्टिकल (Fantastical) – हे ॲप– हे डिजीटल कॅलेंडर वापरतो. ते गूगल कॅलेंडरसारखंच आहे. मी त्याकरिता डिजिटल कॅलेंडरला प्राधान्य देतो, कारण माझ्या बहुतांश दैनंदिन कामकाजाची रोज पुनरावृत्ती होत राहते. उदा., सकाळच्या चमत्कारांची आचरणं/ एस.ए.व्ही. ई.आर.एस., (पहाटे ४ ते ५), लेखन (पहाटे ५ ते ६), सर्वोच्च प्राधान्याची कामं (सकाळी ६ ते ७), कौटुंबिक वेळ आणि स्मूदी (सकाळी ७ ते ८), माझ्या दिवसभराच्या कामाची तयारी (सकाळी ८ ते९), ईमेल (सकाळी ९ ते १०), इत्यादी. आधीपासूनच माझ्याकडच्या वेळाची व्यवस्थित आखणी झालेलीच असते. त्यामुळे मी झोपायला जातो त्या वेळी आधीच माझं दुसऱ्या दिवशीचं वेळापत्रक तयार झालेलं असतं. त्यामुळे माझ्या वेळापत्रकाचा वेगळा विचार करण्याची गरज मला फारशी पडत नाही. कागदावर असो किंवा डिजिटली असो, पण तुमचं वेळापत्रक लिहून ठेवल्यामुळे पुढच्या दिवसातील सगळ्या महत्त्वाच्या कामांसाठी तुम्ही पुरेसा वेळ राखून ठेवला आहे, याविषयी तुमची खात्री पटते. ज्या वेळी दुसऱ्या दिवसाच्या जबाबदाऱ्या तुम्ही लिहून ठेवलेल्या असतात, त्या वेळी तुम्हाला उठल्यानंतर त्या दिवशी काय काय करण्याची गरज आहे त्याचा नव्यानं विचार करण्याची गरज भासत नाही. तुम्ही शांतपणे झोपण्याच्या तुमच्या उद्दिष्टावर लक्ष केंद्रित करू शकता.

निळ्या प्रकाशावर बहिष्कार घाला

तुम्हाला रात्री गाढ झोपी जाण्यात अडचण येत असेल तर, त्याकरिता तुम्ही वापरत असलेल्या इलेक्ट्रॉनिक उपकरणांना दोष दिला पाहिजे. सेलफोन, टॅब्लेट, संगणक, टेलिव्हिजन या सगळ्या उपकरणांमधून निळ्या प्रकाशाचं उत्सर्जन होतं. निळ्या प्रकाशाला उच्च–ऊर्जा दृश्य (हाय एनर्जी व्हिजिबल) प्रकाश असं म्हटलं जातं. निळ्या प्रकाशात ऊर्जेचं अधिक उच्च प्रमाण असतं आणि तो अवधान आणि सजगता यांना प्रोत्साहन देतो. तुमच्या शरीरातील मेलॅटोनिनच्या निर्मितीला तो मर्यादा घालतो. मेलॅटोनिन हा हार्मोन तुमच्या झोपेला उत्तेजन देतो. म्हणून अगदी

झोपण्याच्या वेळेपर्यंत स्मार्टफोन किंवा टीव्ही पाहत राहण्याची तुम्हाला सवय असेल तर तुमच्या झोपेच्या गुणवत्तेवर त्याचा विपरीत परिणाम झाल्याशिवाय राहणार नाही.

झोपण्याच्या आधी निळ्या प्रकाशाच्या संपर्कात राहणं आपण पूर्णपणे कसं बंद करू शकतो किंवा निदान कमीतकमी तरी कसं ठेवू शकतो? तुमच्या या प्रश्नाचं उत्तर देण्याकरिता तुम्हाला पुढे काही टिपा दिल्या आहेत :

- **झोपण्यापूर्वी किमान अर्धा ते एक तास इलेक्ट्रॉनिक्स उपकरणांकडे पाहणं टाळा** : झोपण्याआधी किमान दोन ते तीन तास इलेक्ट्रॉनिक्स माध्यमं किंवा उपकरणं यांचा वापर टाळणं ही गोष्ट आदर्श असली तरी झोपण्यापूर्वी अर्धा ते एक तास इतका वेळ त्यांच्यापासून दूर राहून सुरुवात करा. तुम्हाला हे करण्याकरिता मदत करण्यासाठी तुमच्या फोनमध्ये रिमाइंडर लावून ठेवा. त्यामुळे फोनकडे पाहणं तुम्ही टाळू शकाल. (यातला उपरोध मला माहीत आहे.)
- **तुमच्या शयनकक्षात शक्य तितका अंधार ठेवा** : झोपण्यापूर्वी ३० मिनिटं दिवे मंद करा. तुम्ही लाल प्रकाशाच्या दिव्यांचा वापर करू शकता, कारण लाल प्रकाशाच्या लहरी दैनंदिन अंतर्जात कालबद्धतांवर (सर्‌कॅडिअन ऱ्हिदमवर) फारसा विपरीत परिणाम करत नाहीत आणि मेलॅटोनिनला दडपून टाकत नाहीत. माझ्या पलंगाशेजारी मी लाल रंगाचा दिवाच वापरतो.
- **गजर लावून तुमचा फोन खोलीत दूरवर ठेवा** : उठण्याच्या पाच पायऱ्यांच्या स्नूझप्रतिरोधक व्यूहरचनेचा एक भाग म्हणून आपण आधीच या टिपचा विचार केला आहे. परंतु इथे पुन्हा एकदा तिचा विचार करणं आवश्यक आहे असं मला वाटतं. निळा प्रकाश उत्सर्जित करण्याखेरीज तुमच्या फोनमधील गोष्टींमुळे ज्या वेळी तुम्हाला शांतपणे झोपण्याची आवश्यकता असते त्या वेळी तुम्ही सजग राहण्यासाठी, दक्ष राहण्यासाठी अधिक उत्तेजित होता. गाढ झोपी जाण्याचा प्रयत्न करताना मोबाइलच्या मोहापासून दूर राहण्यात तुम्हाला अडचण येत असेल तर मोबाइल खोलीत दूरवर कुठेतरी ठेवून द्या किंवा तो अगदी तुमच्या न्हाणीघरात ठेवा. अशा प्रकारे झोपताना सवयीनं नकळत तुम्ही तो हातात घेऊ शकणार नाही. तुमचं गजराचं घड्याळ सहज हाताला लागणार नाही इतकं दूर ठेवल्यामुळे तुम्हाला गजर बंद करण्यासाठी पहाटे किंवा सकाळी अंथरुणातून उठावंच लागतं. त्यामुळे तुम्हाला जागं राहण्यास मदत होईल.

झोपण्याच्या वेळच्या सकारात्मक पुष्टिदायक विधानांच्या साहाय्यानं सुखी, समाधानी अवस्थेत प्रवेश करा

तुमच्या मनात शांत, सक्षमता निर्माण करणारे विचार आणि भावना असतात त्या वेळी तणावग्रस्त करणाऱ्या विचारांच्या आणि भावनांच्या जागी त्यांना प्रस्थापित करून तणावपूर्ण विचार व भावना सोडून देणं अधिक सोपं होतं. झोपण्याच्या वेळी शांततापूर्ण विचारसरणी बाळगण्यासाठी मी पुढील सकारात्मक पुष्टिदायक विधानांचा वापर करतो. संथपणे श्वास घेत असताना आणि सावकाशपणे निद्राधीन होत असताना मी मनात हेच विचार घोळवत राहतो. प्रत्येक सकारात्मक विधान वाचल्यानंतर तुम्ही काही क्षण थांबावं, असं मी तुम्हाला सुचवेन. प्रत्येक विधान वाचा, खोल श्वास घ्या, शक्यतो डोळे मिटा आणि तुम्ही ज्या गोष्टीला पुष्टी देत असता, त्या गोष्टीची जाणीव करून घेण्याचा प्रयत्न करा.

त्या दिवशी घडलेल्या सगळ्या गोष्टींचा स्वीकार करण्यासाठी मुळातच पहिल्यांदा त्या गोष्टींविषयीचा विरोध सोडून द्या. त्यानंतर मनात पूर्ण शांतता बाळगा आणि पुढे दिलेलं सकारात्मक, पुष्टिदायक विधान म्हणा :

‘ही वेळ काळजी करण्याची किंवा माझ्या समस्या सोडवण्याची नाही. विश्रांतिदायक व ताजंतवानं करणाऱ्या झोपेसाठी माझं मन आणि शरीर शांत करणं हेच माझं सध्याचं एकमेव उद्दिष्ट आहे.’

त्या क्षणाच्या परिपूर्णतेत पूर्णपणे राहण्यासाठी मनातल्या मनात पुढील सकारात्मक विधान म्हणा :

‘हा क्षण परिपूर्ण आहे. मी सुरक्षित आहे आणि माझ्या पलंगावर मी आरामात झोपलो/ झोपले आहे.. मला काळजी करण्याचं काहीच कारण नाही.’

कृतज्ञता व्यक्त करण्यासाठी, तिला अनुभवण्यासाठी आणि आत्मसात करण्यासाठी पुढील सकारात्मक विधान म्हणा :

‘मी ________करिता कृतज्ञ आहे.’ किंवा
‘हे देवा,________करिता मी तुझे आभार मानतो /मानते.’

तुम्हाला झोपण्यापूर्वी तणावपूर्ण विचार करण्याची सवय असेल तर तुम्हाला अतिशय जाणीवपूर्वक त्या विचारांना शांततापूर्ण, कृतज्ञ विचारांमध्ये बदलण्याची बांधिलकी पत्करावी लागेल, हे ओळखा. आपली विचार करण्याची नैसर्गिक प्रवृत्ती ही सवयीची असते आणि बहुतांश वेळा ती अबोधपणे निर्माण झालेली असते. म्हणून तुमच्या अर्धबोध मनाकडून नवीन विचारांना विरोध होण्याची शक्यता असते. त्याला जुन्या अंगवळणी पडलेल्या विचारांकडेच वळण्याची इच्छा असते. अर्थातच, ही गोष्ट सर्वसामान्य आणि अपेक्षित आहे. तुमच्या विचारांवर नियंत्रण ठेवण्यासाठी आणि तुम्हाला उत्तम प्रकारे उपयुक्त असलेल्या विचारांची निवड करण्यासाठी सकारात्मक पुष्टिदायक विधानं लिहून ठेवणं आणि त्यांचा वापर करणं ही सगळ्यात साधी आणि सगळ्यात परिणामकारक पद्धत आहे.

मी झोपताना जी सकारात्मक, पुष्टिदायक विधानं वापरतो, त्या माझ्या वैयक्तिक विधानांचं अधिक तपशीलवार स्वरूप पुढे दिलं आहे. हे पुस्तक लिहिण्याचा विचारही करण्याच्या बऱ्याच आधीपासून मी ती तयार केली आहेत. मी त्यांचं प्रिंट काढून ते माझ्या पलंगाशेजारच्या टेबलावर ठेवून दिलं आहे. रोज रात्री अगदी झोपी जाण्यापूर्वी मी ती वाचतो. असं केल्यामुळे सुखानं, समाधानानं झोपण्यासाठी माझ्या मनाला आणि शरीराला सैलावणं हे माझं प्राथमिक उद्दिष्ट असल्याची आठवण होण्यास मला मदत होते. अर्थातच, या पुस्तकासाठी त्यांचाही विस्तार करण्यात आला आहे आणि ती अद्ययावत करण्यात आली आहेत.

संध्याकाळच्या चमत्काराची झोपण्यापूर्वीची सकारात्मक, पुष्टिदायक विधानं

रोज रात्री सुखानं झोपता यावं यासाठी माझ्या शरीराला आणि मनाला तयार करण्याकरिता वाचावयाच्या झोपण्यापूर्वीच्या सकारात्मक पुष्टिदायक विधानांचं रोज झोपण्यापूर्वी वाचन करण्याची बांधिलकी मी पत्करली आहे. सकाळी उठताना प्रसन्न, ताज्यातवान्या अवस्थेत आणि उत्साहपूर्ण मनःस्थितीत उठता यावं हा सक्षमता प्रदान करणारा हेतूही मी बाळगतो.

पहिलं विधान : उद्यासाठी मला तयार करण्याकरिता आवश्यक असलेली सर्व कामं मी पूर्ण केली आहेत. त्यात माझ्या पहाटेच्या चमत्कारासाठी आवश्यक असलेल्या सगळ्या गोष्टी (वही, नोंदवही, व्यायामाचा पोशाख, पाणी इ.) तयार ठेवण्याचाही समावेश आहे. माझ्या घड्याळाचा गजर बंद करण्यासाठी मला पलंगावरून उठावंच लागेल इतक्या दूरवर मी गजराचं घड्याळ ठेवलं आहे, कारण अशा वेळी अंथरुणातून उठल्यानंतर शरीराची हालचाल झाल्यामुळे मला जागं होणं अधिक सोपं जातं.

दुसरं विधान : मी रात्री.....वाजता झोपायला जाणार आहे आणि पहाटे ....वाजता उठणार आहे. त्यामुळे मला सुमारे....तासांची झोप मिळेल. ती भरपूर आहे, कारण उठल्यानंतर मला कसं वाटेल यावर मी आता ठरवलेल्या उद्दिष्टाचा परिणाम होणार आहे हे मला माहीत आहे. त्यामुळे मला गाढ झोप लागण्यास किती वेळ लागला त्याचा माझ्या उठण्यावर काहीही परिणाम होणार नाही. मी उठेन त्या वेळी मी प्रसन्न, उत्साही असेन. त्या वेळी मी कल्पना करू शकत असलेल्या अत्यंत असामान्य जीवनाची निर्मिती करण्याची स्फूर्ती माझ्या मनात निर्माण झाली असेल, कारण मी आणि मला प्रिय असलेले लोक याहून कमी प्रतीचं जीवन जगण्यास पात्र नाहीत.

तिसरं विधान : माझ्या पहाटेच्या चमत्काराच्या आचरणांसाठी उद्या वेळेवर उठण्याची बांधिलकी मी पत्करत आहे. कारण

ही आचरणं करून माझ्या जीवनात मला हवी असलेली प्रत्येक गोष्ट निर्माण करण्यासाठी मी ज्या प्रकारची व्यक्ती होणं आवश्यक असेल, अशा प्रकारची व्यक्ती मी होत आहे. सकारात्मक अपेक्षा आणि उत्साह यांनी भरलेली सकाळ असेल असा अंदाज मी बांधत आहे, कारण एस.ए.व्ही.ई.आर.एस.च्या साहाय्यानं दिवसाची सुरुवात केल्यामुळे मला मिळणाऱ्या लाभांची मला पूर्णपणे जाणीव आहे. त्यामुळे मी उद्या सकाळी अत्यंत उत्स्फूर्ततेनं आणि उत्साहानं सळसळत्या ऊर्जेसह अंथरुणातून उत्साहानं बाहेर पडेन.

चौथं विधान : समाधानानं, सुखानं झोपण्यासाठी माझ्या शरीराला आणि मनाला तयार करणं हेच माझं सध्याचं एकमेव उद्दिष्ट आहे. म्हणून सगळे तणावपूर्ण विचार सोडून देण्यास मी परवानगी देत आहे. ही वेळ विचार करण्याची आणि माझ्या समस्या सोडवण्याची किंवा त्या सोडवण्याचा प्रयत्न करण्याचीही नाही. हा क्षण अगदी परिपूर्ण आहे. मी सुरक्षित आहे. माझ्या अंथरुणावर मी आरामात झोपलो आहे. मला काळजी करण्यासारखं काहीच नाही. मला कशाचा विचार करायचा असलाच, तर मला कृतज्ञता वाटत असलेल्या एखाद्या गोष्टीकडे मी लक्ष वळवेन आणि माझ्या मनात कृतज्ञतेच्या शांततेची जाणीव करवून घेईन. त्यामुळे सुखाची झोप मिळवून देणाऱ्या शांततापूर्ण मानसिक आणि भावनिक अवस्थेत मी राहू शकेन.

झोपतानाच्या वेळी म्हणावयाची ही सकारात्मक पुष्टिदायक विधानं रोज सकाळी प्रभावीपणे उठण्यासाठी किती उपयुक्त आहेत, याविषयी मला मिरॅकल मॉर्निंग कम्युनिटीच्या सदस्यांनी टाकलेल्या पोस्ट वरचेवर पाहायला मिळतात. मिरॅकल मॉर्निंग कम्युनिटीच्या एका सदस्यानं असं सांगितलं होतं की, त्याने सलग ४८ दिवस रोज रात्री झोपण्याच्या आधी ही सकारात्मक पुष्टिदायक विधानं वाचली. त्याने कुठल्याही दिवशीची एकही सकाळ चुकवली नाही. त्यानंतर एके रात्री झोपताना तो ही विधानं वाचायला विसरला, त्या वेळी त्याच्या घड्याळाचा गजर झाल्यानंतर तो उठलाच नाही. तो चक्क त्यानंतर पूर्ण एक दिवस-रात्र झोपला आणि त्यानंतरच्या दुसऱ्या दिवशी सकाळीच उठला.

तुम्हाला रोज रात्री कोणत्या विधानांचा पुनरुच्चार करायचा आहे हे लक्षात राहावं म्हणून तुमच्या पलंगाच्या शेजारी ठेवण्यासाठी तुम्हाला या सकारात्मक विधानांची प्रत प्रिंट करून घ्यायची असेल तर तुम्ही MiracleMorning.com/resourcesवरून ती डाउनलोड करून घेऊ शकाल.

तुम्हाला चांगलं वाटावं अशा प्रकारचं पुस्तक वाचा

मी आधीच सांगितलं आहे त्याप्रमाणे, वाचन ही ज्ञान संपादित करण्याची, माहिती मिळवण्याची, तुमची दिवसभराची किंवा या संदर्भात रात्रभराची मनःस्थिती तयार करण्याची अत्यंत जलद गतीची आणि खात्रीशीर पद्धत आहे. झोपी जाण्यापूर्वी सकारात्मक विचार करण्याचं महत्त्वही मी आधीच सांगितलं आहे. असो, आता मी काय सांगणार आहे ते ओळखा बरं! वाचनाचा आपल्याला यासाठीच उपयोग होतो. तुमच्या चेहऱ्यावर स्मित आणणारी कोणतीही कादंबरी उचला. आनंदी राहण्याविषयी भाष्य करणारं किंवा तुम्हाला ज्यामुळे चांगलं वाटून तुमचं मन शांत होईल असा मजकूर असलेलं कोणतंही पुस्तक वाचा.

वैयक्तिकरित्या बोलायचं झालं तर, मी अंथरुणात शिरतो त्या वेळी माझा फोन एअरप्लेन मोडवर ठेवतो. माझं व्हाइट नॉइज मशीन सुरू करतो आणि माझ्या नाइटस्टँडच्या ड्रॉवरमध्ये मी ठेवलेल्या पुस्तकांमधून एक पुस्तक बाहेर काढतो. झोपण्यापूर्वी १० ते २० मिनिटं वाचन केल्यामुळे डोळे मिटून झोपण्याच्या आधी माझ्या मनात सकारात्मक अवस्था निर्माण होते. आपण काय वाचावं, हे ठरवण्यासाठी मी दोन अतिविशिष्ट निकष लावतो.

- शांत झोपेसाठी माझ्या मनाची तयारी करून घेण्यात त्या पुस्तकाचं योगदान असलं पाहिजे. म्हणजेच त्या पुस्तकामुळे मला चांगलं वाटलं पाहिजे. माझ्या मनात कृतज्ञता आणि शांतता अगर कृतज्ञता किंवा शांतता निर्माण झालीच पाहिजे.
- सहसा नेहमीच ते पुस्तक मी आधी वाचलेलं असतं आणि त्यात पुनर्वाचन करण्याची गरज असलेल्या भागांना मी अधोरेखित केलेलं असतं. त्यामुळे एखादी नवीन गोष्ट शिकण्याचा किंवा समजून घेण्याचा प्रयत्न करण्यात माझी ऊर्जा मला खर्ची घालावी लागत नाही.

अर्थातच, तुम्ही आधी वाचलेल्या पुस्तकांचीच तुम्ही या वाचनासाठी पुनर्निवड केली पाहिजे असं नाही. फक्त पुनर्वाचन केल्यामुळे तुम्हाला कमीतकमी मानसिक ऊर्जा खर्ची घालावी लागते इतकंच! माझ्या सकाळच्या चमत्काराच्या सरावांच्या वेळी मी वाचलेल्या पुस्तकांहून ही गोष्ट खूपच वेगळी आहे. सकाळच्या

वाचनासाठी मी नेहमीच नवीन पुस्तकाची किंवा एखाद्या नवीन गोष्टीची निवड करतो. त्यामुळे माझ्या जीवनातील विशिष्ट क्षेत्रात मला हवे असलेले विशिष्ट परिणाम कसे मिळवावेत किंवा त्या क्षेत्रात सुधारणा कशा करून घ्याव्यात याविषयी मला समजतं. त्याकरिता भरपूर मानसिक ऊर्जेची आणि ताकदीची गरज असते.

वाचनानंतर मी कशाविषयी कृतज्ञ आहे त्याचा विचार करत, ध्यान करत किंवा एखाद्या मंत्राचं उच्चारण करत झोपी जाण्यास मी प्राधान्य देतो.

लहान बाळासारखे झोपा

ही अखेरची पायरी ही खूपच तात्त्विक व आध्यात्मिक स्वरूपाची आहे, पण ती तितकीच व्यवहार्यही आहे. तुम्ही या जगात आलात त्या वेळी तुमची जाणीव अगदी विशुद्ध होती. तिच्यावर कशाचाही कसलाही परिणाम झालेला नव्हता. तुमच्या मनात इतर लोकांनी निर्माण केलेल्या किंवा अगदी घुसवलेल्या काळज्या, पश्चात्ताप, मतं, निष्कर्ष, निर्णय, मूल्यमापनं, अपेक्षा, असुरक्षितता, भीती किंवा कोणत्याही प्रकारच्या श्रद्धा यंत्रणा, मतप्रणाली नव्हत्या. त्यामुळे तुम्ही कसा विचार करावा, तुम्हाला कसं वाटावं आणि तुम्ही कसं वागावं हे तुम्हाला इतर लोकांनी सांगून तुमच्यावर या सगळ्या गोष्टी लादलेल्या नव्हत्या. तुम्हाला अपयशाची भीती वाटत नव्हती. तुमच्या मनात समस्यांविषयीचे तणाव नव्हते किंवा इतर लोक तुमच्याविषयी काय विचार करतील याची काळजी तुम्हाला वाटत नव्हती. समाजानं तयार केलेल्या निकषांनी, अटींनी, मानांकनांनी आणि नियमांनी तुमचं मन तयार झालेलं नव्हतं. तुमच्या मनात इतरांविषयी किंवा अगदी स्वतःविषयीही कोणतंही नकारात्मक मूल्यमापन नव्हतं. त्यामुळे तुम्हाला भूतकाळाचं चर्वितचर्वण करत किंवा भविष्याची चिंता करत रात्र-रात्रभर जागत राहण्याची गरज नव्हती.

आनंद, हर्षोल्लास ही तुमच्या अस्तित्वाची विनासायास आपोआप निर्माण झालेली अवस्था होती. फक्त भुकेच्या वेदना किंवा झोपेचा अभाव यांसारख्या शारीरिक अस्वस्थतांमुळे तुमची ही अवस्था विचलित होत होती. तुमचं पोट भरलं किंवा तुम्ही डुलकी काढली की लगेच तुम्ही पुन्हा स्मित करत होतात, खिदळत होतात आणि सगळ्या गोष्टींचं निरीक्षण करत होतात. बाळांना, अर्भकांना 'आनंदाचं गाठोडं' म्हणतात त्यामागे हेच कारण आहे. त्यांचा आनंद नैसर्गिक असतो. ती त्यांची अंगभूत अवस्था असते.

परंतु, तुम्ही जसजसे मोठे होत जाता, तशी प्रत्येक गोष्ट बदलत जाते. बाह्य आचार-विचारविषयक यंत्रणांमुळे, अंतर्गत स्वातंत्र्याची आणि अंगभूत आनंदीपणाची तुमची नैसर्गिक अवस्था हळूहळू नष्ट होऊ लागते. मोठे झाल्यानंतर आपल्या पालकांकडून आणि समाजाकडून मोठ्या प्रमाणात आपल्या मनावर असं बिंबवलं

जातं की, आपल्या अंतर्गत असलेल्या गोष्टींतून नव्हे तर, बाह्य गोष्टींमधून आनंद आणि हर्ष या गोष्टी आपल्याला प्राप्त होतात. एखादं खेळणं, एखादा खाद्यपदार्थ, प्रशंसा, कौतुक, यश यांमधून आपल्याला आनंदाची प्राप्ती होते असं आपल्याला सांगितलं जातं. मात्र, यांपैकी कुठलीही गोष्ट प्रत्यक्षात आपल्याला खराखुरा, शाश्वत आनंद आणि आनंदीपणा मिळवून देत नाही. या बाह्य प्रेरणांमधून अल्पजीवी उच्च भावनिक अवस्था आणि प्रसन्नतेच्या स्थिती निर्माण होतात. त्या लवकरच शमतात आणि त्या वेळी तशाच प्रकारच्या इतर अवस्थेची किंवा स्थितीची निर्मिती करणाऱ्या प्रेरणेची गरज निर्माण होते.

तुमच्या अंतर्गत स्वातंत्र्याच्या अंगभूत अवस्थेकडे परत जाण्याची हीच वेळ असते आणि झोपण्याच्या वेळी, तुमच्या मानसिक व भावनिक हितावर नियंत्रण मिळवून त्याची सुरुवात करण्याची अचूक संधी तुम्हाला मिळते. तुम्हाला रात्री जागून भूतकाळावर चिंतन करत बसण्याची किंवा भविष्यकाळाची काळजी करत राहण्याची मुळीच गरज नसते. अर्थातच, तुमची तशी इच्छा असेल तर तुम्ही ते करू शकता. परंतु काय करावं हे तुमच्यावर अवलंबून असतं.

तुम्हाला आठवतं का, मला गंभीर निद्रानाशातून, गंभीर चिंतेतून, झोपेच्या अभावातून बाहेर काढणारा साक्षात्कार आणि त्याच्यातून लहान अर्भकाप्रमाणे झोपण्याचा मी घेतलेला निर्णय हा पुढीलप्रमाणे होता : सुखानं झोपण्यासाठी माझ्या मनाची आणि शरीराची तयारी करून घेणं हेच झोपण्याच्या वेळचं माझं एकमेव उद्दिष्ट आहे. बस्स. माझं फक्त हेच एकमेव उद्दिष्ट आहे, इतर कोणतंही नाही.

सरावातून हे कसं दिसून येतं? एस.एल.यू.एम.बी.ई.आर.एस.मध्ये तयार करण्यात आलेल्या प्रत्येक पायरीची मी अंमलबजावणी करतो. मला कशाविषयी कृतज्ञता वाटते यावर विचार करण्यात आणि कृतज्ञतेच्या भावनेत रमण्यात मी काही मिनिटांचा काळ व्यतीत करतो. वैयक्तिकरीत्या विचार करता, देवाविषयी कृतज्ञता व्यक्त करणं मला साहाय्यकारी आहे, असं वाटतं. त्या वेळी मी पुढे दिलेल्या विचारासारखे विचार करून कृतज्ञता व्यक्त करतो : 'देवा, तू मला अर्सुलासारखी पत्नी दिलीस, त्याबद्दल मी तुझा आभारी आहे. माझ्या जीवनात ती आहे ही तू माझ्यावर केलेली मोठीच कृपा आहे.' अर्सुलाचा विचार करत मी संथ आणि दीर्घ, खोल श्वसन करतो. नंतर मी कृतज्ञतेच्या सर्वसमावेशक अवस्थेत चिंतन करत राहतो. त्यानंतर माझ्या जीवनातील ज्या इतर गोष्टींविषयी माझ्या मनात कृतज्ञता आहे त्या इतर गोष्टींकडे मी वळतो. माझी मुलं, माझं आरोग्य, माझं घर, माझा आरामदायक, निवांत पलंग इ. अनेक गोष्टींविषयी मी देवाची करुणा भाकतो.

इतर वेळी जर माझा सर्वांगीण दिवस एकूणच चांगला गेला असेल तर मी त्या दिवसाच्या घटना मनात घोळवतो आणि त्याबद्दल देवाचे आभार मानतो. माझ्या

मुलाबरोबर मला खेळता आलेला बोर्ड गेम, माझ्या मुलीशी झालेलं माझं अर्थपूर्ण संभाषण, मी कामात केलेली प्रगती, आमच्या कुटुंबासाठी माझ्या पत्नीनं तयार केलेलं जेवण या सगळ्या गोष्टींकरिता मी देवाचे आभार मानतो. माझ्या मनात त्या सगळ्यांविषयी कृतज्ञता दाटून येते.

सहसा, हा नित्यक्रम माझ्यासाठी अंगाईगीताचं काम करतो आणि मी झोपेच्या अधीन होतो. परंतु, काही वेळा असं होत नाही. मग मी श्वासावर आणि मी कोणत्या गोष्टींकरिता कृतज्ञ आहे त्यांवर लक्ष केंद्रित करतो. त्याच वेळी मी मन शांत करणाऱ्या सकारात्मक विधानांचं मनात उच्चारण करत राहतो. झोपेच्या अधीन होईपर्यंत मी हे करतो आणि मनात कृतज्ञतेची व शांततेची भावना ठेवून झोपी जातो.

तुम्ही कोणत्या गोष्टींविषयी कृतज्ञ आहात त्यावर लक्ष केंद्रित करून झोपण्यापूर्वी तुम्ही समाधानाच्या शांततामय अवस्थेत प्रवेश करू शकता. अशा वेळी तुमच्या अर्धबोध मनाला तुम्ही रात्रीच्या वेळच्या आनंदी विचारांची भेट देता. सुरुवातीला या पद्धतींचा सराव करणं सोपं वाटेलच असं नाही. आपल्याला हा सराव सोपा वाटेल अशी अपेक्षाही तुम्ही ठेवू नका. तुम्हाला जाणीवपूर्वक लक्ष केंद्रित करण्याची आणि आपण कशाविषयी कृतज्ञ आहोत याचा विचार करण्याची सवय नसेल तर, तुम्हाला ही गोष्ट सुरुवातीला अनोळखी आणि अवास्तव वाटू शकेल. शिवाय, आपल्या विचारांच्या संरचना या प्रामुख्यानं अबोध आणि सवयीच्या असतात. त्यामुळे आपल्या विचारांना उन्नत करण्यासाठी जाणीवपूर्वक प्रयत्न करण्याची आणि वेळ देण्याची गरज असते. झोपण्याच्या वेळी सकारात्मक, पुष्टिदायक विधानांचा मनात सातत्यानं पुनरुच्चार करत राहिल्यामुळे आपण कशावर लक्ष एकाग्र केलं पाहिजे याची तुम्हाला आठवण होते आणि त्याचा नक्कीच उपयोग होतो. वैयक्तिकरीत्या बोलायचं झालं तर, कालौघात सकारात्मक विचार करणं आणि पूर्ण विश्रांती मिळवून देणारी झोप मिळण्यासाठी माझी तयारी करून घेणं ही गोष्ट माझ्या दृष्टीनं अधिक सोपी होत गेली. अखेरीस ती आपोआपच अंगवळणी पडून गेली. आधी मी तणावपूर्ण विचारांत बुडून जात जागा राहत होतो, पण आता माझ्या लक्षातही येण्याच्या आधीच रोज रात्री मी मनात गाढ कृतज्ञतेच्या आणि शांततेच्या भावना बाळगत शांतपणे झोपी जाऊ लागलो. अशा प्रकारे मी गाढ झोपी तर जात होतोच, पण त्याशिवाय सकाळीही मी अशाच सुंदर मानसिक अवस्थेत जागा होत होतो!

झोप ही आपण आपल्या शरीराला आणि मनाला देत असलेली अत्यंत लाभदायक भेट आहे आणि एस.एल.यू.एम.बी.ई.आर.एस.च्या साहाय्यानं त्या भेटीतून खूप काही मिळवण्यासाठी तुमची अतिशय परिपूर्ण तयारी होते.

संध्याकाळच्या चमत्काराच्या तुमच्या स्वतःच्या आचरणांना तयार करणं

एस.ए.व्ही.ई.आर.एस.प्रमाणेच तुमच्या संध्याकाळच्या चमत्काराच्या आचरणांतही तुम्ही तडजोड करू शकता, तुमच्या दैनंदिन वेळापत्रकानुसार आणि प्राधान्यांनुसार तुम्ही त्यांच्यात बदल करू शकता. हे पुस्तक तुमच्या सकाळच्या चमत्काराच्या आचरणांच्या सरावाची रचना करण्याकरिता लिहिण्यात आलं आहे, त्याप्रमाणेच हे प्रकरण तुमच्या संध्याकाळच्या चमत्काराच्या आचरणांच्या सरावांची रचना करण्याकरिताही लिहिण्यात आलं आहे. एस.एस.यू.एम.बी.ई.आर.एस.मध्ये रूपरेषा देण्यात आलेल्या प्रत्येक पायरीची तुम्ही अंमलबजावणी करू शकता. तिचा प्रत्यक्षात वापर करू शकता. तुमच्या मनात कोणती पायरी रुंजी घालत आहे ते पाहा आणि तिची निवड करा किंवा शून्यातून सुरुवात करून आपल्या स्वतःच्या आचरणांची किंवा विधींची उभारणी करा. तुम्ही कोणत्या आचरणांची निवड करता हे महत्त्वाचं नाही, तर तुमच्या मनाला आणि शरीराला आरामशीर अवस्थेत, निवांतपणात नेणाऱ्या कोणत्याही प्रकारच्या संध्याकाळच्या विधींची तुम्ही अंमलबजावणी करू लागता हे महत्त्वाचं आहे. त्यामुळे तुम्हाला रात्रीची शांत झोप लागत असेल आणि तुम्ही सकाळी विश्रांती घेतलेल्या उत्फुल्ल अवस्थेत जागे होत असाल तर ती गोष्ट सगळ्यात महत्त्वाची आहे.

ही गोष्ट साधी, सुटसुटीत ठेवण्यासाठी निश्चितपणे आणखीही काही सांगण्याची गरज आहे. उदाहरणार्थ, तुम्ही फक्त झोपण्याच्या काही तास आधी जेवण्याची आणि गाढ झोपी जाण्याच्या आधी तुम्हाला कशाविषयी कृतज्ञता वाटते त्या गोष्टी आठवण्याची, त्यांच्याबद्दल देवाचे आभार मानण्याची निवड करू शकाल. सगळ्या गोष्टी मनातून दूर करून, शांतपणे झोपी जाण्यासाठी एवढंही पुरेसं ठरेल. हे करण्याकरिता तुम्हाला मदत करण्यासाठी इथे काही आवश्यक टिपा देत आहे. संध्याकाळच्या चमत्कारांच्या तुमच्या आचरणांना निश्चित करताना तुम्हाला त्यांची मदत होईल :

- मनातील तणावपूर्ण विचार आणि भावना सोडून द्या. त्यामुळे शांत आणि निवांत अवस्थेत तुम्ही अंथरुणावर पडाल.
- अधिक ताज्यातवान्या भावनेनं आणि ऊर्जाभारित, उत्साही मनानं जागे होण्यासाठी तुमच्या अंतर्गत आणि बाह्य वातावरणांची रचना करा.
- कृतज्ञतेच्या आणि शांततेच्या भावनांमधून झोपेच्या अधीन व्हा.

इतर व्यूहरचनांमध्ये, आयमास्क (डोळ्यांवर ठेवायचे मास्क) आणि इअरप्लग यांचा वापर करून अनुक्रमे प्रकाशामुळे किंवा आवाजामुळे झोपेत व्यत्यय येण्याच्या

शक्यता दूर करण्याचा समावेश होतो. काही लोकांसाठी व्हाइट किंवा ब्राउन नॉइजचा वापरही उपयुक्त ठरतो. वैयक्तिकरीत्या बोलायचं झालं तर मी इअरप्लग आणि व्हाइट नॉइज ॲप या दोन्ही गोष्टींचा वापर करतो. माझा फोन एअरप्लेन मोडवर असताना व्हाइट नॉइज ॲप खोलीभर काम करतं. यामुळे झोप चाळवणाऱ्या कोणत्याही अनपेक्षित आवाजांना दूर ठेवण्यास मदत होते.

संध्याकाळच्या चमत्कारांच्या आचरणांविषयीचे अंतिम विचार

तुमच्याकडे आता तुमच्या संध्याकाळच्या चमत्कारांच्या आदर्श आचरणांविषयीच्या पायाभूत गोष्टी आहेत. तुमच्या सकाळच्या चमत्कारांच्या आचरणांना संध्याकाळच्या चमत्कारांची आचरणं पूरक आहेत. नवीन नित्यक्रम तसाच सुरू ठेवण्यासाठी पहिल्यांदा तुम्हाला ती करण्याची बांधिलकी पत्करावी लागेल. त्यानंतर लवकरच ती आपोआपच विनासायास होऊ लागतील. (सहसा नेहमीच काही आठवड्यांतच हे घडतं.) म्हणून या प्रक्रियेवर विश्वास ठेवा आणि तुम्हाला ज्या लाभांचा अनुभव येत आहे ते लक्षणीय व महत्त्वाचे आहेत हे लक्षात घ्या. त्यानंतर तुम्ही जसजशी ही आचरणं करत जाल, तसतशी ती अधिकाधिक सोपी होत जातील.

तुम्ही दिवसाची सुरुवात कशी करता, हे जितकं महत्त्वाचं असतं तितकंच दिवसाची सांगता कशी करता तेही महत्त्वाचं असतं हे लक्षात ठेवा. तुमच्या पहाटेच्या चमत्काराच्या आचरणांमुळे तुम्हाला उत्तम मानसिक, भावनिक, शारीरिक आणि आध्यात्मिक अवस्थेतून दिवसाची सुरुवात करता येते, त्याप्रमाणेच संध्याकाळच्या चमत्काराच्या आचरणांमुळे तुम्हाला कृतज्ञतेच्या आणि शांततेच्या मनःस्थितीत राहून दिवसाची सांगता करता येते आणि झोपेच्या स्वाधीन होता येतं. ही झोप सुखाची असते आणि तुम्ही चांगल्या प्रसन्न मनःस्थितीत जागे होता.

मी स्वानुभवावरून तुम्हाला हे सांगू शकतो की, तुमचे तणावपूर्ण विचार घालवण्यासाठी आणि रात्रीची चांगली झोप मिळवण्यासाठी तुम्हाला आता कितीही संघर्ष करावा लागला तरी काहीही हरकत नाही. त्याचा विचार करू नका, कारण रात्रीच्या चमत्काराच्या आचरणांनी जसा माझा कायापालट केला, तसाच ती तुमचाही कायापालट करतील. शांततेच्या आणि कृतज्ञतेच्या भावना मनात ठेवून गाढ झोपी जाण्यास तुम्हीही पात्र आहात. मात्र, ही भेट फक्त तुम्हीच तुम्हाला देऊ शकता. आज रात्रीपासूनच एस.एल.यू.एम.बी.ई.आर.एस.च्या सरावाला सुरुवात करा. त्यानंतर तुम्ही विश्रांती मिळालेल्या, प्रसन्न, ताज्यातवान्या अवस्थेत जागे व्हाल आणि मग तुमच्या सकाळच्या किंवा पहाटेच्या चमत्काराच्या आचरणांना उत्साहात सुरुवात कराल. त्यामुळे तुम्ही ज्यांच्यावर प्रेम करता, ज्यांचं तुम्ही नेतृत्व करता त्यांच्यासाठी आणि स्वतःसाठीही तुम्ही रोजच उत्तम मनःस्थितीत राहाल.

१२

आयुष्याचा चमत्कार

अंतर्गत स्वातंत्र्याकडे नेणारा तुमचा मार्ग

'तुमची इच्छा असेल तर, जीवनाचा तिरस्कार करण्याची आणि जगावर रागावण्याची लाखो कारणं तुम्हाला सापडतील किंवा तुम्हाला हवं असेल, तुमची इच्छा असेल तर तुम्हाला जीवनावर प्रेम करण्याची आणि आनंदी राहण्याचीही लाखो कारणं सापडतील. सुज्ञपणानं निवड करा.'

–कॅरी वॉल्श

'तुम्हाला जीवनाकडून खरोखरच काय हवं असतं याचा तुम्ही शोध घेतला तर तुम्हाला असं आढळेल की, तुम्हाला जीवनाकडून फक्त उत्साह, आनंद आणि प्रेम यांचा आस्वाद घेण्याची इच्छा असते. जर तुम्हाला या गोष्टी लाभल्या तर मग बाहेर काय चाललंय त्याची कोणाला पर्वा आहे? असा विचार तुम्ही नेहमीच करत राहाल. तुम्ही नेहमीच आनंदी मनःस्थितीत असलात, तुम्हाला नेहमीच वर्तमान क्षणातील अनुभवाविषयी रोमहर्षकता वाटत राहिली तर मग तो अनुभव काहीही असला तरी त्यामुळे कसलाच फरक पडणार नाही.'

–मायकेल सिंगर

क्षणभरासाठी असा विचार करा की, मी जादूनं अचानकच तुमच्या समोर हजर झालो. असं समजा की, मी एक जिनी म्हणून अगदी आताच्या आता तुमच्या समोर आलो आहे. असं चित्र डोळ्यांसमोर आणा की : मी तुमच्या समोर हवेत तरंगत आहे. मी मांडी घातली आहे आणि हवेत तसाच तरंगत राहिलो आहे. (सध्यापुरतं माझ्या या कल्पनेशी चिकटून राहा. मला माहीत आहे की, ही तशी विचित्र कल्पना आहे.) आता मी तुमची कोणती एक इच्छा पूर्ण करावी ते मला सांगा, परंतु ती एखादी विशिष्ट प्रकारची कल्पना असली पाहिजे.

मी तुम्हाला एखादा आकर्षक राजवाडा किंवा पैशांचा ढिगारा वगैरेंसारख्या गोष्टी देणार नाही. मी तुम्हाला अधिक तरुण करू शकणार नाही किंवा तुमचं रंग-रूप, शरीराची ठेवण बदलू शकणार नाही. तुमच्या भोवतालच्या कोणत्याही व्यक्तीला मी अधिक चांगली किंवा तुम्हाला अधिक आवडण्याजोगी करू शकणार नाही. (माफ करा, मला माहीत आहे की, कदाचित या गोष्टीच तुमच्या दृष्टीनं अधिक महत्त्वाच्या व प्रभावी असू शकतील, परंतु तसं करणं माझ्या आवाक्याबाहेरचं आहे.) शिवाय, मी तुमच्या आणखी हजार इच्छांची पूर्तताही करू शकणार नाही.

तुमच्या आजूबाजूच्या परिस्थिती कितीही बिकट असल्या किंवा तुमच्या भोवतालच्या व्यक्ती कितीही विचित्र किंवा जुळवून घेणं अवघड असलेल्या असल्या तरी तुमच्या जीवनाच्या प्रत्येक क्षणाचा अनुभव कसा घ्यावा याची निवड करण्याची अमर्याद क्षमता मी तुम्हाला बहाल करू शकतो. मी फक्त एवढी एकच गोष्ट तुम्हाला देऊ शकतो. दुसऱ्या शब्दांत सांगायचं झालं तर, प्रत्येक क्षणातील तुमच्या ऐच्छिक, मानसिक आणि भावनिक अवस्थेची निवड तुम्ही करू शकता. त्याद्वारे भीती, तणाव आणि काळजी व चिंता यांपासून मुक्त होऊन रोजचा दिवस जगणं आणि सकाळीही त्याच अवस्थेत जागं होणं, तुमच्या जीवनावर खरोखरचं प्रेम करणं, समाधानाच्या, शांततेच्या अवस्थेत राहणं या गोष्टींची तुम्ही निवड करू शकाल. तुम्ही आतापर्यंत कधीही नव्हतात, इतक्या आत्यंतिक आनंदाच्या अवस्थेत राहू शकाल. तुमच्या जीवनाच्या उर्वरित काळात तुम्हाला पृथ्वीवरच स्वर्गसुखाची अनुभूती घेता येईल, असंही तुम्ही याला म्हणू शकाल. तुम्ही कशाची इच्छा कराल? तुमच्या जीवनातील प्रत्येक क्षणाची अनुभूती कशा प्रकारे घेण्याची निवड तुम्ही कराल?

यातली समस्या अशी आहे की, आपलं मानसिक आणि भावनिक सुख हे बाह्य शक्तींकडून ठरवलं जातं, यावर विश्वास ठेवण्यास आपण शिकलेले असतो. यावरच विश्वास ठेवणारी आपली मानसिक जडणघडण तयार झालेली असते. ज्या वेळी चांगल्या गोष्टी घडतात, त्या वेळी आपल्याला चांगलं वाटतं आणि ज्या वेळी वाईट गोष्टी घडतात, त्या वेळी आपल्याला वाईट वाटतं यावर आपला विश्वास असतो. परंतु, हा विश्वास चुकीचा आहे. आपल्याला कसं वाटावं हे ठरवण्याची मुभा आपणच परिस्थितींना, घडामोडींना आणि इतर लोकांना देतो आणि अखेरीस,

जीवनाचा आपल्याला कसा अनुभव यावा, हे ठरवण्याची परवानगीही आपण त्या गोष्टींना देतो. जीवनाचा चमत्कार आपल्याला नवीन, खूपच सक्षम असा आदर्श नमुना देतो. त्यानुसार काहीही झालं तरी हरकत नाही. मला कसं वाटावं या संदर्भात मी केलेल्या निवडीनुसारच, मला त्याविषयी जे वाटायचं असेल ते वाटेल अशी आपली मानसिक व भावनिक अवस्था असते. बाह्य गोष्टी आपल्या या अवस्थांवर परिणाम करू शकत नाहीत.

तुमच्या मानसिक आणि भावनिक अवस्थेवर कसं नियंत्रण मिळवावं हे शिकणं ही यावरची उपाययोजना आहे. त्यामुळे जीवनातील प्रत्येक क्षणाची अनुभूती कशी घ्यावी याची आपण सक्रियपणे निवड करू शकतो. सर्वोत्कृष्ट भावनिक परिणाम मिळवून देणाऱ्या ध्यानावर विवेचन करताना तुम्हाला आधीच या संकल्पनेची ओळख करून देण्यात आली आहे. माझ्या स्वतःच्या जाणिवेला उन्नत करण्यावर लक्ष केंद्रित करून मी पहाटेच्या चमत्काराच्या आचरणांचा सराव करण्यास सुरुवात केल्यानंतर सुमारे दहा वर्षांनंतर जीवनाचा चमत्कार ही संकल्पना विकसित झाली. या दोहोंमधील मूलभूत फरक आणि त्या दोन्ही गोष्टी कशा परस्परपूरक आहेत हे समजून घेण्यासाठी असा विचार करा की, पहाटेच्या चमत्काराची आचरणं ही वैयक्तिक विकासाकरिता पार पाडायची आहेत, तर जीवनाचा चमत्कार हा वैयक्तिक समाधानाच्या परिपूर्तीचा नमुना आहे. तुमच्या जीवनासाठी तुम्हाला हव्या असलेल्या परिस्थिती आणि क्षमता निर्माण करण्याची तुमची गरज पूर्ण करण्यासाठी पहाटेच्या चमत्काराची आचरणं तुम्हाला सक्षम करतात. या आचरणांमुळे तुमची ही गरज पूर्ण करणारी मनोरचना, सवयी आणि क्षमता तुम्ही विकसित करू शकता. जीवनाचा चमत्कार याहून भिन्न आहे. तो तुमच्या भोवतालच्या परिस्थिती काहीही, कशाही असल्या तरी तुम्हाला प्रामाणिकपणे आनंदी राहून जीवनाचा उपभोग घेता यावा याकरिता तुमच्या जाणिवेच्या उत्कृष्ट अवस्थांचा अनुभव घेण्याच्या तुमच्या क्षमतेला मुक्त करतो.

जीवनाचा चमत्कार हा तुमच्या अंतर्गत स्वातंत्र्याकडे किंवा आंतरिक मुक्तीकडे जाणारा मार्ग आहे आणि आंतरिक मुक्ती ही जाणिवेची मूलभूत अवस्था आहे. या अवस्थेमुळे तुम्हाला प्रत्येक क्षणाचा कसा अन्वयार्थ लावावा आणि त्याची अनुभूती कशी घ्यावी, याची निवड करण्यास तुम्ही मुक्त असता. आपल्या परिस्थिती कशाही असल्या तरी जाणिवेची ही अवस्था प्रत्येकासाठी उपलब्ध असते आणि ती अंगभूत असते. जाणिवेच्या या अवस्थेचे दरवाजे आपल्यासाठी उघडण्याकरिता आधी आपला एक मूलभूत विश्वास बदलण्याची आवश्यकता असते. आपल्याला जे वाटत असतं त्याला बाह्य शक्ती कारणीभूत आहेत, त्यांच्यामुळे आपल्याला तसा अनुभव किंवा अनुभूती येत आहे यावर चुकीच्या पद्धतीनं विश्वास ठेवणं बंद करण्याची गरज असते. ज्या गोष्टी आपण बदलू शकत नाही, त्यांच्या बरोबर शांततेनं जुळवून घेण्यास शिकावं लागतं. तसंच आपल्या हाताबाहेर असलेल्या जीवनाच्या पैलूंमुळे

अस्वस्थ होणंही थांबवावं लागतं. ज्या वेळी आपण या सगळ्या गोष्टी करतो, फक्त त्याच वेळी जाणिवेच्या या अवस्थेचे दरवाजे आपल्यासाठी आपोआप खुले होतात.

प्रत्येक क्षणी तुमच्या आदर्श मानसिक आणि भावनिक अवस्थेची जाणीवपूर्वक निवड करण्यास तुम्ही सक्षम झाला आहात अशी कल्पना करा. तुम्हाला जीवनात कशालाही तोंड द्यावं लागत असलं तरी तुम्ही पूर्णपणे शांत आणि अविचल आहात असं समजा. तुम्हाला कसं वाटावं हे ठरवण्यास तुम्हाला सक्षम करणारी सर्वश्रेष्ठ शक्ती तुमच्याकडे आहे याचा तुम्हाला शोध लागला आहे अशी कल्पना करा. तुम्हाला प्रामाणिकपणे शांत अवस्थेत राहता येत आहे, तुम्ही तोपर्यंत सामोरे गेलेल्या कोणत्याही प्रकारच्या परिस्थितीहून अत्यंत अवघड, बिकट परिस्थितीतही तुम्ही अतिशय आनंदातच राहत आहात, अशी कल्पना करून पाहा. जीवनाचा चमत्कार तुम्हाला हे करण्यास सक्षम करतो.

दुसऱ्या शब्दांत, जीवनाचा चमत्कार तुमच्या भोवतालच्या परिस्थितींमध्ये बदल घडवून आणत नाही, तर तुमच्या परिस्थितींची अनुभूती तुम्ही कशी घ्यावी, या संदर्भात तो तुमचा संपूर्ण कायापालट घडवून आणतो. ती तुमच्या जाणिवेला उन्नत, विकसित करण्याची आणि नंतर तिला आंतरिक मुक्तीच्या अवस्थेत कायमस्वरूपी ठेवण्याची प्रक्रिया आहे. त्यामुळे आपण कसा विचार करावा आणि हर एक क्षणी आपल्याला कसं वाटावं याची निवड करण्यास तुम्ही मुक्त असता. या प्रकरणाच्या सुरुवातीला कॅरी वॉल्शचं विधान देण्यात आलं आहे. त्यात स्पष्टपणे असं म्हटलं गेलं आहे की : 'तुमची इच्छा असेल तर जीवनाचा तिरस्कार करण्याची आणि जगावर रागावण्याची लाखो कारणं तुम्ही शोधू शकता किंवा तुमची इच्छा असेल तर जीवनावर प्रेम करण्याची आणि आनंदी राहण्याचीही लाखो कारणं तुम्ही शोधू शकता. ही निवड सुज्ञपणे करा.'

आंतरिक मुक्तीतील प्राथमिक अडथळा : अंतर्गत क्षोभ

असा विचार करा की, दोन वेगवेगळ्या व्यक्ती जवळजवळ सारख्याच परिस्थितींमध्ये आहेत किंवा सारख्याच शोकांतिकांना तोंड देत आहेत. एक व्यक्ती दुःखी आहे आणि सातत्यानं दुःख भोगत आहे. आपलं आयुष्य किती वाईट आहे याविषयी ती सतत तक्रार करत आहे. त्याच वेळी दुसरी व्यक्ती पूर्णपणे शांत आहे. प्रामाणिकपणे आनंदी आहे आणि आपण जिवंत आहोत, हीच आपल्यावर ईश्वरानं केलेली केवढी मोठी कृपा आहे असं समजून ती त्याविषयी सातत्यानं कृतज्ञता व्यक्त करत आहे. तिच्या मनात सतत कृतज्ञतेची भावना दाटून आलेली असते. हे कसं शक्य होतं? आपल्याला सगळ्यांनाच अधिक आनंदी, अधिक शांत आणि अधिक समाधानी अशी, परिपूर्ण जीवनं जगण्याची इच्छा असते. दुर्दैवानं, आपल्यापैकी बहुतेक जण

स्वतःला आनंदी राहू देत नाहीत आणि शाश्वत शांततेच्या व परिपूर्तीच्या भावनेची अनुभूतीही स्वतःला घेऊ देत नाहीत. यामागे एकच कारण असतं. बाह्य शक्तींकडे आपल्याला कसं वाटावं हे ठरवण्याची शक्ती आहे, ही गोष्ट आपण नकळतपणे मान्य केलेली असते. या बाह्य शक्तींमध्ये इतर लोक, घटना-घडामोडी, परिस्थिती आणि आपला भूतकाळ आदी गोष्टींचा समावेश असतो.

परिणामी, आपल्यापैकी बहुतेक जण तणाव, भीती, चिंता, राग, अपराधीपणा, शरमिंदेपणा, अस्वस्थता, तिरस्कार आणि भावनिक दुःखाची इतर स्वरूपं यांसारख्या कमी उत्कृष्ट किंवा उप-इष्टतम मानसिक आणि भावनिक अवस्था आयुष्यभर सहन करत जगतात. त्यामुळे शांतता, प्रेम, सुख, कृतज्ञता, आत्मविश्वास, आनंदीपणा आणि अगदी परमानंद यांसारख्या आपल्याला नेहमीच उपलब्ध असलेल्या अवस्था आपण गमावून बसतो.

प्रत्येक क्षणाची अनुभूती कशी घ्यावी याची जाणीवपूर्वक निवड करण्याच्या आपल्या अंगभूत क्षमतेची जोपासना कशी करावी हे आपल्याला कोणीही कधीच शिकवलेलं नसतं, त्यामुळेच आपण सातत्यानं दुःख भोगत राहतो. ज्या वेळी जीवन बिकट किंवा क्लेशदायक झालेलं असतं किंवा ज्या वेळी आपण मात करणं अशक्य असल्यासारख्या वाटणाऱ्या आव्हानांना तोंड देत असतो आणि निराश झालेले असतो, अशा प्रतिकूल काळाला ही गोष्ट प्रामुख्यानं लागू पडते.

आपल्या जाणिवेला अंतर्गत स्वातंत्र्याच्या किंवा आंतरिक मुक्तीच्या अवस्थेपर्यंत उन्नत करण्यासाठी आपल्याला तसं करण्यापासून रोखणारा कोणताही अडथळा ओळखून आपण त्याच्यावर मात केलीच पाहिजे. आपण तणावग्रस्त किंवा नाखूश अगर दुःखी का आहोत, हे सांगताना आपल्याकडे कधीही न संपणाऱ्या कारणांची लांबलचक यादी असते. आपली आर्थिक परिस्थिती, आपल्या जीवनातील भूतकालीन जबरदस्त मानसिक आघात किंवा शारीरिक दुखापती, इतर लोकांच्या कृती किंवा आपल्याला आतूनच जाणवणाऱ्या तणावाच्या किंवा दुःखाच्या भावनेला कारणीभूत असल्याचा दोष आपण ज्या बिकट परिस्थितीला देतो ती कोणतीही परिस्थिती या सगळ्यांना एकत्रितपणे आपण एकच अंतर्गत अडथळा असं म्हणू शकतो. हा अडथळा आपल्याला आंतरिक मुक्तीच्या अवस्थेत जगण्यापासून रोखतो.

आता हा अंतर्गत अडथळा म्हणजे काय असतं? तो आंतरिक क्षोभ असतो.

भीती, शरमिंदेपणा, अपराधीपणा, पश्चात्ताप, राग किंवा असाहाय्यता यांसारख्या कमी प्रतीच्या मानसिक आणि भावनिक अवस्थांच्या स्वरूपात आपल्याला या आंतरिक क्षोभाचा अनुभव येतो. आंतरिक मुक्तीच्या अवस्थेतच आपण जन्माला आलो असलो आणि ती आपल्याला उपलब्ध असली तरी प्रेम, सुख, शांतता, आनंद, स्पष्टता, आत्मविश्वास आणि इतर सकारात्मक मानसिक व

भावनिक अवस्थांचा अनुभव घेण्यापासून नेहमीच हा आंतरिक क्षोभ आपल्याला रोखतो. ज्या वेळी तुम्हाला काही प्रमाणात अंतर्गत क्षोभाला सहन करावं लागतं, त्या वेळी तुम्ही अंगभूत, आंतरिक मुक्तीच्या अवस्थेची अनुभूती घेण्यापासून स्वतःला प्रतिबंध करता. तुम्हाला आंतरिक क्षोभ आणि आंतरिक मुक्ती या दोन्ही अवस्थांची एकाच वेळी अनुभूती घेता येत नाही. म्हणून तुम्हाला नेहमीच या दोहोंपैकी एका अवस्थेची निवड करावीच लागते.

आंतरिक मुक्तीच्या अवस्थेतील जीवनाची अनुभूती घेण्यासाठी तुम्ही अंतर्गत क्षोभाच्या अडथळ्यावर मात करण्याची गरज असते. कोणताही अडथळा ओलांडण्यासाठी तुम्हाला त्या अडथळ्यांमागची कारणं ओळखावीच लागतात. आपल्याला सर्वोत्कृष्टहून कमी प्रतीच्या मानसिक आणि भावनिक अवस्थांना का तोंड द्यावं लागत आहे, याविषयी आपल्या मनात स्पष्टता नसेल तर आपल्याला आपल्या क्षोभामागच्या मूळ कारणाचं निर्मूलन करून त्या अडथळ्यावर मात करता येत नाही.

अंतर्गत क्षोभाची कारणं

अंतर्गत क्षोभाची व्यापक आणि क्षोभाच्या अगदी मुळाशी असलेली म्हणजेच मूलभूत अशी दोन्ही प्रकारची कारणं असतात. आपलं मानसिक आणि भावनिक स्वास्थ्य ठरवण्यास बाह्य शक्तींना मुभा देणं हे व्यापक कारण असतं. ज्या गोष्टींविषयी आपल्या मनात अस्वस्थता असते, त्या गोष्टींमुळे आपण अस्वस्थ होत आहोत असा आपण स्वाभाविकपणे (आणि चुकीच्या पद्धतीनं) विचार करतो. वरवर पाहता, ही गोष्ट अगदी तर्कनिष्ठ असल्यासारखी वाटते, परंतु ती खरी नसते.

ज्या वेळी आपल्याला संतापजनक गोष्ट किंवा मोठी शोकांतिका यांसारख्या कोणत्याही प्रकारच्या प्रतिकूलतेला तोंड द्यावं लागतं, त्या वेळी आपण स्वाभाविकपणेच वास्तवाला विरोध करतो आणि सगळ्या गोष्टी याहून भिन्न असत्या तर किती बरं झालं असतं असा विचार करतो. परंतु त्या वेळी त्या गोष्टी नव्हेत, तर आपण वास्तवाला करत असलेला विरोध हेच आपल्या भावनिक दुःखाचं कारण आहे याची आपल्याला जाणीव नसते. आपण जितक्या तीव्रतेनं वास्तवाला विरोध करतो आणि ज्या गोष्टींवर आपलं कसलंच नियंत्रण नसतं त्या वेगळ्या असत्या तर बरं झालं असतं, अशी इच्छाही जितक्या तीव्रतेनं व्यक्त करतो ती तीव्रताच आपल्यासाठी आपण किती भावनिक दुःखाची निर्मिती करत आहोत ते निश्चित करते. आपल्याला होणारं भावनिक दुःख हे तितक्याच तीव्रतेचं असतं.

'वास्तवाला आपण बेसावधपणे, नकळत केलेला विरोध आणि त्याच्यातून आपल्या हातात नसलेल्या गोष्टी वेगळ्या असत्या, तर किती बरं झालं असतं, अशी इच्छा करणं हेच सर्व अंतर्गत क्षोभांच्या आणि भावनिक दुःखाच्या मुळाशी असलेलं कारण असतं.'

आपण वास्तवाला विरोध केल्यामुळे गोष्टी बदलत नाहीत ही यातली अधिक वाईट गोष्ट असते. फक्त असं केल्यामुळे आपल्याच मनात तणाव, भीती, संताप, अस्वस्थता आणि इतर प्रकारच्या भावनिक दुःखांची निर्मिती करून त्यांना टिकवून धरणाऱ्या अनावश्यक भावना निर्माण होतात. त्यामुळे शांततेत राहून जीवनाचा उपभोग घेण्याचं आपलं स्वातंत्र्य आपल्याकडून हिरावून घेतलं जातं.

आंतरिक मुक्तीकडे नेणारा मार्ग

जीवनाचा चमत्कार हा कालातीत संकल्पनेवर आधारित आहे, परंतु बहुतेक लोकांच्या नजरेतून ही संकल्पना सुटलेली असते. प्रत्येक क्षणाची अनुभूती आपण कशी घ्यावी याची निवड करण्याच्या आंतरिक मुक्तीसह आपण जन्मलेले असतो. आपल्या जाणिवेला आंतरिक मुक्तीपर्यंत सक्रियपणे उन्नत करून तिला सातत्यानं त्याच अवस्थेत ठेवून या क्षमतेची जोपासना केली जाते.

आंतरिक मुक्ती ही नवीन संकल्पना नाही आणि आंतरिक मुक्ती मिळवणं हे फक्त ऋषिमुनींचं आणि तत्त्वज्ञांचंच उद्दिष्ट नाही. खरोखरच्या मुक्त जीवनाचा अनुभव घेणं ही ज्या कोणाची महत्त्वाकांक्षा असेल त्या प्रत्येकाचं हे उद्दिष्ट आहे. सन १९४१मध्ये 'ऑटोबायोग्राफी ऑफ अ योगी' या अभिजात आध्यात्मिक पुस्तकाचे लेखक परमहंस योगानंद यांनी असं लिहिलं होतं की : 'आंतरिक मुक्ती ही ज्ञानाच्या मार्गदर्शनांतर्गत सगळ्या गोष्टी करण्याची क्षमता आहे.' याशिवाय, 'आंतरिक मुक्ती हे सर्वाधिक मूल्यवान स्वातंत्र्य आहे,' अशा शब्दांत दीपक चोप्रांनी त्याचं समर्थन केलं आहे. एकविसाव्या शतकात 'द अनटिथर्ड सोल अँड लिव्हिंग अनटिथर्ड' या मायकेल सिंगर यांच्या पुस्तकातून लाखो लोकांना आंतरिक मुक्तीच्या संकल्पनेची ओळख झाली आहे. या पुस्तकात सिंगर यांनी असं म्हटलं आहे की : 'फक्त तुम्हीच तुमची आंतरिक मुक्ती एक तर तुमच्यापासून दूर नेऊ शकता किंवा ती स्वतःला देऊ शकता. दुसरं कोणीही असं काही करू शकत नाही. इतरांनी काहीही केलं तरी जोपर्यंत तुम्ही ते तुमच्या दृष्टीनं महत्त्वाचं आहे असं ठरवत नाही, तोपर्यंत त्याला काहीही महत्त्व नसतं.'

भावना अल्पजीवी आणि निसटून जाणाऱ्या असतात, तर जाणिवेच्या अवस्था या जीवनाची अनुभूती घेण्याच्या पद्धतीच्या मुळाशी असतात. आंतरिक मुक्ती ही

जाणिवेची मूलभूत अवस्था आहे. जीवनाच्या सर्व पैलूंचा शांततेनं स्वीकार करण्यावर ती आधारित असते. असं केल्यामुळे कोणत्याही बाह्य शक्तीला तुमच्या मानसिक किंवा भावनिक अवस्था निश्चित करण्याची, त्यांना ठरवण्याची मुभा मिळत नाही. जर असं असेल तर तुमच्या जीवनातील कोणत्याही क्षणाची– म्हणजेच, तुम्ही जिवंत असतानाच्या कोणत्याही क्षणाची कशी अनुभूती घ्यावी याची निवड करण्याची संधी तुमच्याकडेच असते.

आपल्याला आंतरिक मुक्ती उपलब्ध आहे याविषयी बहुतेक लोकांना अत्यल्प जाणीव असते. त्यांची अंतर्गत अवस्था ही त्यांच्या बाह्य वातावरणांच्या दयेवर अवलंबून असते. जर ते कामावर जाण्यासाठी उशिरा उठले, त्यांच्या जोडीदाराबरोबर त्यांचं भांडण झालं किंवा एखाद्या ग्राहकानं त्यांना संतप्तपणे पाठवलेला ईमेल त्यांना मिळाला तर त्यांचा संपूर्ण दिवस खराब जातो. त्यांचं विमान चुकलं तर ते अस्वस्थ होतात आणि त्यावर अनेक तास क्षुब्धपणे विचार करत राहतात.

आपल्या अंगभूत आंतरिक मुक्तीकडे जाण्याची अमर्याद मुभा आपल्याला आहे ही गोष्ट आपल्यापैकी बहुतेकांच्या लक्षात कधीच येत नाही. त्यामुळेच ते विविध प्रमाणातील अंतर्गत क्षोभामुळे दुःख, भावनिक क्लेश, अस्थैर्य इ. गोष्टी भोगत राहतात. आपल्या परिस्थिती कितीही बिकट असल्या तरी ही मुक्ती मिळवून देणारी अवस्था आपल्या सर्वांसाठी उपलब्ध असते, असं आजतागायत अनेकांनी दाखवून दिलं आहे. असं दाखवून देणाऱ्या लोकांची असंख्य उदाहरणं इतिहासात सापडतात.

व्हिक्टर फ्रँकल या प्रख्यात मानसोपचारतज्ज्ञाचा आणि लेखकाचा विचार करा. 'मॅन्स सर्च फॉर मीनिंग' या त्याच्या पुस्तकात फ्रँकलनं असं वर्णन केलं आहे की, सन १९४२मध्ये त्याला आणि त्याच्या कुटुंबाला थेरेझिएनस्टाट येथील छळ छावणीत पाठवण्यात आलं होतं. तिथे त्याच्या वडलांचा मृत्यू झाला. त्यानंतर सन १९४४मध्ये त्याला आणि त्याच्या तोपर्यंत जीवित असलेल्या कुटुंबीयांना ऑशविझला नेण्यात आलं. तिथे त्याच्या आईची आणि भावाची हत्या करण्यात आली. आणखी एका छळछावणीत त्याच्या पत्नीचाही मृत्यू झाला. उपासमार, झोप न मिळणं आणि मानसिक छळ या सगळ्या बिकट आणि अत्यंत कठोर परिस्थितीतही तो तसाच तग धरून राहिला.

फ्रँकलनं जो अनुभव घेतला होता तो अतिशय भीषण होता, याविषयी कोणाचंही दुमत होणार नाही. आपण आतापर्यंत घेतलेल्या कोणत्याही भयानक अनुभवांच्या तुलनेतही तो अत्यंत भयानक होता, हेही कोणीच अमान्य करणार नाही. परंतु तरीही, त्याच्या बाह्य परिस्थिती कशाही असल्या तरी मानसोपचारतज्ज्ञ म्हणून आपला अभ्यास करताना त्याला जीवनाचा अर्थ शोधता आला. त्याने हे कसं केलं होतं? त्याच्या बाह्य स्वातंत्र्याला इतर लोकांनी प्रतिबंध केला असला तरी त्याच्या अंगभूत आंतरिक मुक्तीवर तो लक्ष केंद्रित करू शकत होता हे त्याने

ओळखलं होतं. मृत्यूच्या तांडवात आणि विनाशाच्या थयथयाटात जीवनाचा अनुभव कसा घ्यावा याची निवड तो करू शकत होता हे त्याला समजलं होतं.

फ्रँकलनं लिहिलं आहे की : 'व्यक्तीकडून हर एक गोष्ट काढून घेता येते, पण एक गोष्ट त्याच्याकडून कधीही हिरावून घेता येत नाही. मानवी स्वातंत्र्यातील अखेरची गोष्ट –कोणत्याही परिस्थितींमध्ये आपला दृष्टिकोन कसा असला पाहिजे याची निवड करण्याचं स्वातंत्र्य.'

दुसऱ्या शब्दांत, तुमच्या परिस्थितींमध्ये बदल घडवून आंतरिक स्वातंत्र्याचा साक्षात्कार होत नाही, तर तुमच्या जाणिवेला उन्नत करून तो होतो. त्यामुळे तुमच्या परिस्थितींचा अनुभव किंवा अनुभूती कशी घ्यावी, याची निवड करण्यास तुम्ही मोकळे आहात. तुमचं जीवन आधी किती अवघड होतं, सध्या किती अवघड आहे आणि भविष्यात किती अवघड असेल याने काहीही फरक पडत नाही. प्रत्येक क्षणाची अनुभूती कशी घ्यावी याची निवड करण्याचं स्वातंत्र्य नेहमीच तुमच्याकडे असतं.

मुळातच प्रामाणिकपणे आनंदी राहून आपल्याला मिळालेल्या जीवनाचा आनंद उपभोगण्याचं स्वातंत्र्य घेऊनच व्यक्ती जन्माला आलेल्या असतात, असं तर नसेल ना? मिळवण्याजोगी कोणतीही गोष्ट नसण्याची शक्यता आहे. जीवनातच खऱ्याखुऱ्या अमर्याद, शाश्वत आनंदाचा पुरवठा होत असण्याचीही शक्यता आहे. परंतु, आपण नकळतपणे, अबोधपणे समाजाच्या आदर्शांना चिकटून राहतो आणि आपल्याला जीवन जे जे देऊ करतं त्या गोष्टींचा अनुभव घेण्यापासून स्वतःला वंचित ठेवतो, प्रतिबंध करतो, ही आपली सामुदायिक समस्या आहे.

आनंदीपणा ही निवड आहे

मी १९ वर्षांचा असताना माझे मार्गदर्शक जेस्से लेविन यांनी आपल्या आनंदाची संपूर्ण जबाबदारी घेण्याची पद्धत मला शिकवली. माझ्या भावनिक अवस्थेकरिता इतर कोणालाही किंवा कशालाही मी कधीच दोष देऊ नये, असंही त्यांनी मला शिकवलं. माझ्या जीवनावर त्या धड्याचा कितपत परिणाम झाला आहे त्याचं संपूर्ण आकलन मला झालेलं नसलं तरी, त्यामुळे प्रत्येक आगामी क्षणाची अनुभूती कशा प्रकारे घ्यावी याची निवड करण्याच्या माझ्या क्षमतेचा संपूर्ण कायापालट झाला असावा. माझ्या समोर पसरलेल्या अकल्पित प्रतिकूलतांना तोंड देण्यासाठी माझी तयारी करून घेण्याकरिता याचा नक्कीच मूल्यवान असा परिणाम झाला असावा.

जेस्सेंनी मला असं शिकवलं होतं की, 'आनंदीपणा ही निवड आहे. आपण आनंदी राहावं की राहू नये याची निवड सर्वस्वी आपल्याच हातात असते.' या विधानाला तुम्ही कसा प्रतिसाद द्याल, ते मला माहीत नाही. परंतु, मी पहिल्यांदाच ते ऐकलं होतं त्या वेळी मी त्याला फारसं महत्त्व दिलं नव्हतं. त्या वेळचं माझं

आदर्श तत्त्व असं होतं : 'ज्या वेळी जीवनात सारं काही सुरळीतपणे सुरू असतं त्या वेळी मला आनंद होतो. ज्या वेळी सारं काही सुरळीतपणे सुरू नसतं, त्या वेळी मला आनंद होत नाही.' हे अगदीच सर्वसामान्य, सर्वमान्य उत्तर आहे.

त्यानंतर त्यांनी मला असं स्पष्ट करून सांगितलं की : 'कोणत्याही क्षणी आपण दोन रूपकात्मक पानांपैकी एकावर लक्ष केंद्रित करू शकतो. एका पानावर आपल्या मनात वाईट भावना निर्माण करणाऱ्या सगळ्या गोष्टी असतात. आपल्या समस्या, भीती, पश्चात्ताप, शारीरिक वेदना किंवा क्लेश, आधी भोगलेले जबरदस्त मानसिक आघात आणि शारीरिक दुखापती, आपल्याला न आवडणारे लोक, इत्यादींचा यात समावेश होतो. ही यादी न संपणारी आहे. दुसऱ्या पानावर अशाच प्रकारे आपल्या मनात चांगल्या भावना निर्माण करणाऱ्या म्हणजेच आपल्याला चांगलं वाटू देणाऱ्या गोष्टींचा समावेश असतो. त्यांच्यापैकी बहुतांश गोष्टींना आपण गृहीत धरलेलं असतं. आपल्या डोक्यावरचं छप्पर, आपण प्रेम करत असलेल्या व्यक्ती, आपण खात असलेलं अन्न, देवाशी असलेला आपला संबंध, निसर्ग इ. ही यादीही न संपणारी आहे.

प्रचंड दुःख, क्लेश किंवा शोकांतिका यांचा सामना करणाऱ्या लोकांपासून ते आपण ज्या व्यक्तींना आपल्याहून अधिक चांगलं, सुखकारक, सोपं जीवन जगत असलेल्या व्यक्ती समजतो अशा सगळ्या लोकांपर्यंतच्या सर्वांचा विचार केला तर पृथ्वीवरच्या प्रत्येक व्यक्तीला ही दोन्ही पानं उपलब्ध असतात. आपण लक्ष एकवटण्यासाठी यांपैकी कोणत्या पानाची जाणीवपूर्वक निवड करणार आहोत हे समजून घेणं महत्त्वाचं असतं. आपल्याला कोणत्याही क्षणी कसं वाटतं त्यावर या निवडीचा सर्वाधिक लक्षणीय परिणाम होतो.

म्हणूनच आधुनिक समाजात काही लोक 'अत्यंत यशस्वी' असल्याचं मानलं जातं. ते लक्षाधीश, कोट्यधीश, असतात अत्यंत प्रसिद्ध वगैरे असतात. त्यांना हवं असलेलं सारं काही त्यांच्याकडे असल्याचं मानलं जातं. पण तरीही ते स्पष्टपणे दुःखी असल्याचं दिसतं. मात्र त्याच वेळी विकसनशील देशांमधील काही खेडूत दारिद्र्यरेषेखाली राहत असले तरी त्यांना मिळालेल्या अत्यंत खडतर जीवनातही ते सतत स्मित करत असल्याचं आणि वरचेवर अगदी खळाळून हसत असल्याचं दिसतं. त्यांच्याकडे असलेल्या प्रत्येक गोष्टीविषयी त्यांच्या मनात कृतज्ञता असते.

आपल्या जीवनाविषयी सातत्यानं तक्रार करत असलेली एखादी व्यक्ती कदाचित तुम्हाला माहीत असेल. शिवाय, 'मी नकारात्मक विचार करणारा / करणारी नाही. मी फक्त वास्तववादी आहे. जे सत्य आहे तेच बोलत आहे,' असं म्हणून आपल्या बोलण्याचं ते समर्थनही करत असतील.

ते म्हणतात तसं खरंच असतं का? आपल्या जीवनातील चांगल्या गोष्टींचं चिंतन करून त्यांचा आनंद साजरा करण्याऐवजी सतत आपल्यातील आणि आपल्या

जीवनातील गोष्टींबद्दल तक्रारीचा सूर लावत राहणं ही खरोख़रच वास्तववादी गोष्ट असते का? दोन्ही पानांवरच्या गोष्टी तितक्याच खऱ्या, तितक्याच वास्तव असतात, पण विचार एकवटण्यासाठी कोणत्या विचारांचं पान निवडावं हे आपल्यावर अवलंबून असतं. बहुतांश वेळा त्या वेळी आपल्याला कसं वाटतं ते या निवडीवरूनच ठरतं.

म्हणून जेस्सेंचं म्हणणं बहुतेक बरोबरच होतं. आनंदीपणा ही निवड करण्याची गोष्ट आहे. जीवनाच्या कोणत्या पानावर लक्ष आणि विचार एकवटण्याची निवड आपण करतो त्यावरच आपण आनंदी असू की नाही, हे बहुतेक वेळा अवलंबून असतं.

दारूच्या नशेत असलेल्या कार चालकानं माझ्या कारला समोरून धडक दिली आणि त्या वेळी झालेल्या भीषण अपघातामुळे मी कोमात गेलो होतो, हे मी आधी सांगितलंच आहे. त्यावेळी मी वीस वर्षांचा होतो. मी कोमातून बाहेर पडलो. त्या वेळी मी अतिशय जाणीवपूर्वक असा निर्णय घेतला की, मी अतिशय आनंदात राहीन आणि त्या वेळी मी अत्यंत बिकट अवस्थेतून जात असलो तरी माझ्याकडे जे काही होतं त्याच्याशी मी नेहमीच कृतज्ञ राहीन. त्यापूर्वी जेमतेम १८ महिने आधी जेस्सेंनी मला शिकवलेल्या धड्यांना याचं श्रेय दिलं पाहिजे. त्यांनी मला सक्षमता निर्माण करणारी जी आदर्श तत्त्वं शिकवली होती, त्यांचा मी अंगीकार केला होता. मी तंतोतंत तेच केलं होतं. माझ्या परिस्थिती जशा होत्या, तसाच त्यांचा मी स्वीकार केला होता. ज्या गोष्टी बदलणं मला शक्य नव्हतं, त्यांच्याशी शांतपणे जुळवून घेतलं होतं. त्यानंतर माझ्या जीवनात ज्या ज्या गोष्टींविषयी मी कृतज्ञता बाळगण्याची आवश्यकता होती, त्या सगळ्या गोष्टी असलेल्या पानावर माझी ऊर्जा आणि लक्ष मी एकवटलं होतं. त्याच वेळी माझ्या इच्छित फलिताची निर्मिती करण्यासाठी माझ्या आवाक्यातील प्रत्येक गोष्ट मी सक्रियपणे करत होतो. माझ्या प्रतिकूलतांवर मात करणं शक्य नसल्यासारखं दिसत असलं तरी त्या परिस्थितीतही माझ्या प्रत्येक क्षणाचा आनंद मी उपभोगत होतो.

स्वानुभवावरून मला हे माहीत आहे की, जीवन हे अत्यंत गंभीरपणे आणि अनपेक्षितपणेही अवघड होऊ शकतं. मला हेही माहीत आहे की, आपल्याला कसं वाटत होतं त्याकरिता आपल्या बाह्य शक्तींवर दोषारोप करण्यात आपला वेळ दवडल्याबद्दल एके दिवशी सिंहावलोकन करताना आपल्याला पश्चात्ताप वाटेल. आपण आनंदी राहण्याची निवड न केल्याबद्दल आपल्याला दुःख होईल. तुम्ही कधीही जितके सर्वाधिक आनंदी राहू शकला असतात, तितके आनंदी होण्यासाठी आवश्यक असलेलं सारं काही तुमच्याकडे आहे. ते सारं काही म्हणजे तुमचं जीवन आहे. तुमच्याकडे जीवन आहे, हीच आनंद व्यक्त करण्याची गोष्ट आहे. एक तर तुम्ही त्या जीवनाचा उपभोग घ्या किंवा घेऊ नका. परंतु, आपण एक गोष्ट लक्षात ठेवलीच पाहिजे, ती म्हणजे आपल्या अंतर्गत क्षोभाचा दोष बाह्य परिस्थितीला देणं याचा अर्थ जीवनात आनंदी राहण्यापासून आणि जीवनाचा उपभोग घेण्यापासून स्वतःला वंचित करणं असा आहे.

जीवनाच्या ज्या विविध पैलूंवर, जीवनातील ज्या विविध गोष्टींवर तुमचं नियंत्रण नाही, त्यांना स्वीकारण्यासाठी तुम्ही तीन साध्या पायऱ्यांचा उपयोग कसा करून घेऊ शकता ते आता पाहू या. तुम्ही जे बदलू शकत नाही त्याच्याशी जुळवून घेऊन शांतपणे राहण्यासाठी, तुम्हाला आनंदी राहता येण्याची मुभा देण्यात आली आहे. तसंच तुम्हाला जगण्यासाठी जीवन देण्याची कृपा करण्यात आली आहे. हे जीवन आनंदानं जगण्यासाठी या पायऱ्यांचा उपयोग होतो.

जीवनाच्या चमत्काराच्या मूलभूत गोष्टी

पहाटेच्या चमत्कारासाठी पार पाडावयाच्या एस.ए.व्ही.ई.आर.एस. या आचरणांप्रमाणेच जीवनाचा चमत्कारही एका साध्या, लक्षात ठेवण्याजोग्या मूलभूत सूत्राच्या साहाय्यानं लक्षात ठेवता येतो आणि त्याचा वापर करून त्याची अंमलबजावणीही करता येते. ही गोष्ट हेतुपुरस्सर करावी लागते. आपल्या स्मृती जतन करण्याची, माहिती पुन्हा आठवण्याची आणि तिची अंमलबजावणी करण्याची साधनं म्हणून (एस.ए.व्ही.ई.आर.एस.सारख्या) स्मृतिसाहाय्यक व स्मृतिसंवर्धक साधनांचा वापर करणं हे अत्यंत प्रभावशाली तत्त्व ठरत असल्याचं सिद्ध झालं आहे. जी गोष्ट लक्षात ठेवणं अधिक सोपं असतं, ती साठवणंही अधिक सोपं असतं. त्यामुळे आपण तिची अंमलबजावणी करण्याची शक्यताही साहजिकच वाढते.

पुढे देण्यात आलेलं सूत्र साधं असलं तरी, कोणत्याही महत्त्वाच्या गोष्टीप्रमाणेच तुमच्या जाणिवेला उन्नत करण्यासाठी आणि तिला त्याच अवस्थेत राखण्यासाठी सातत्यपूर्ण सरावाची आवश्यकता असते. त्यामुळे ती आपोआप घडणारी प्रक्रिया होते आणि जवळजवळ विनासायास घडू लागते. तुमच्या पहाटेच्या चमत्काराच्या दैनंदिन आचरणांच्या सरावात या पायऱ्यांचाही समावेश करावा, अशी मी तुम्हाला शिफारस करतो. त्यामुळे जीवनाच्या चमत्काराचा आदर्श नमुना तुमच्या अर्धबोध मनात सखोल रुजेल. यापुढे हे कसं करावं हे आपण पाहणार आहोत. बहुतांश लोकांना या आचरणांमुळे प्रत्येक क्षणाची अनुभूती घेण्याच्या आपल्या जाणिवेत तत्काळ कायापालट झाल्याचं जाणवतं, ही यातली चांगली गोष्ट आहे. आधी भावनिक दुःखाचा व अस्थैर्याचा स्रोत असलेल्या परिस्थितींमध्येही शांतपणे राहण्याच्या क्षमतेवर आणि तुमच्या आनंदीपणावर काही आठवड्यांत किंवा खरं तर काही दिवसांतच त्याचा अगदी नाट्यमय म्हणावा असा परिणाम होतो. किरकोळ दैनंदिन गोष्टींच्या (उदा., वाहतुकीत अडकलेले असताना किंवा दुसऱ्या व्यक्तीशी भांडण होत असताना) बाबतीतही त्याचा सराव करून तुम्ही मोठ्या गोष्टींकरिता (आर्थिक अरिष्टं, शारीरिक व्याधी किंवा समस्या, प्रिय व्यक्तीचा मृत्यू किंवा विरह किंवा प्रेमसंबंध संपुष्टात येणं यांसारख्या गोष्टी सहन करण्याकरिता) आवश्यक असलेल्या कौशल्यांची उभारणी करू शकता.

अ) जीवन जसं आहे तसंच्या तसं त्याला स्वीकारा : जीवनात आपल्याला न आवडणाऱ्या गोष्टी घडतात. आपल्याला उशीर होत असताना नेमक्या त्याच वेळी आपण एकापाठोपाठ वाहतुकीत अडकत जातो. आपलं मूल शाळेच्या अभ्यासात गटांगळ्या खात असतं. आपला जोडीदार आपल्याला भडकवणाऱ्या गोष्टी करतो किंवा करते. आपला ग्राहक त्याने दिलेली ऑर्डर रद्द करतो. आपल्याला नोकरीतून काढून टाकलं जातं. आपल्याला गंभीर आजार झाल्याचं निदान होतं. आपली एखादी प्रिय व्यक्ती अनपेक्षितपणे मरण पावते. अशा वेळी अस्वस्थ होणं आणि या वस्तुस्थिती वेगळ्याच असत्या तर किती बरं झालं असतं, असं वाटून त्यांना नाकारण्याचा प्रयत्न करणं हा मानवी स्वभाव आहे. परंतु, आपण नाकारल्यामुळे वस्तुस्थितीतील कोणतीही गोष्ट बिलकूल बदलत नाही. त्यामुळे फक्त आपल्याला दुःख होतं आणि आपल्या समोरच्या समस्येला विधायक प्रतिसाद देणं आपल्याला शक्य होत नाही. वास्तव नाकारणं हे आपल्या भावनिक दुःखाचं कारण असल्याचं एकदा आपल्याला समजलं की, जीवन जसं आहे अगदी तंतोतंत तसंच त्याला कसं स्वीकारावं हे शिकणं आणि शांततेनं त्याच्याशी जुळवून घेणं ही त्यावरची उपाययोजना आहे, हे आपल्या लक्षात येतं.

ब) प्रत्येक क्षणाविषयी कृतज्ञता बाळगा : कृतज्ञता हे वैश्विक स्वरूपाचं भिंग आहे. त्याच्यातून आपण अक्षरशः आपल्या जीवनातील कोणत्याही क्षणाचा अन्वयार्थ लावून त्या क्षणाची अनुभूती घेऊ शकतो. अशा क्षणांमध्ये अत्यंत बिकट, अप्रसन्न आणि क्लेशदायक क्षणांसह सगळ्या क्षणांचा समावेश होतो. आपल्या जीवनातील अनुकूल गोष्टींविषयी कृतज्ञता बाळगणं ही गोष्ट सोपी, नैसर्गिक आणि अत्यंत लाभदायक असते. मात्र, तरीही ज्या वेळी आपल्याला प्रतिकूलतेचा, संकटाचा सामना करावा लागतो, त्या वेळी आपण मनापासून कृतज्ञता कशी बाळगावी हे शिकणं तर त्याहूनही अधिक लाभदायक असतं. आपल्या प्रतिकूलतांविषयीही कृतज्ञता बाळगणं ही गोष्ट विसंगत असल्यासारखी वाटू शकेल. पण त्यासाठी असा विचार करा की, प्रत्येक प्रतिकूलतेतून आपल्याला शिकण्याची, वाढण्याची आणि अधिक चांगली व्यक्ती होण्याची संधी मिळते. ज्या वेळी आपण पहिल्यांदाच अवघड परिस्थितीला किंवा संकटाला तोंड देतो त्या वेळी आपण जसे असतो त्याहून नंतरच्या संकटांच्या किंवा प्रतिकूलतांच्या वेळी अधिकाधिक सुधारत गेलेले आणि चांगले झालेले असतो. आपल्याला विकासाच्या सर्वांत मोठ्या संधी मिळवून देणाऱ्या आपल्या जीवनातील प्रतिकूलता या आपल्या जीवनातील अत्यंत अवघड किंवा क्लेशदायक वेळा असतात.

क) तुमच्या जाणिवेच्या उत्कृष्ट अवस्थेची निवड करा : भावना या नेहमीच अल्पजीवी आणि झपाट्यानं नाहीशा होणाऱ्या असल्या तरी, त्यांच्या तळाशी जाणिवांच्या पातळ्या असतात आणि तुमच्या जीवनाच्या प्रत्येक क्षणाचा अनुभव घेण्याचे सातत्यपूर्ण मार्ग असतात. वाहतुकीत कोणीतरी झटकन चुकीच्या पद्धतीनं तुम्हाला मागे टाकून पुढे जातो, त्या वेळी तुमच्या मनात क्षणार्धात रागाची भावना चमकून जाते. पण आपल्याला कशावर लक्ष केंद्रित करायचं आहे आणि जाणिवेच्या कोणत्या अवस्थेत राहायचं आहे, त्याचा विचार करून तुम्ही पुढच्याच क्षणी स्वतःच्या भावनेवर नियंत्रण मिळवू शकता. त्यानंतर आपण समरसतेच्या अवस्थेत राहायचं असं तुम्ही ठरवता. कदाचित, ती व्यक्ती दुखापत झालेल्या तिच्या मुलाला भेटण्यासाठी झपाट्यानं रुग्णालयात निघालेली असते. कदाचित, त्याला नुकतंच त्याच्या नोकरीवरून काढून टाकलेलं असतं. किंवा कदाचित, त्याने तुम्हाला पाहिलेलंच नसतं आणि त्यामुळे त्याची चूक होते. कारणं काहीही असली तरी जे घडलेलं असतं ते तुम्ही बदलू शकत नाही. तुम्ही फक्त त्या क्षणाचा अनुभव कसा घ्यावा याची निवड करू शकता.

प्रत्येक पायरीचे फायदे आणि तोटे समजून घेण्याच्या अधिक सखोल गोष्टीकडे आता वळू या.

पायरी अ : जीवन जसं आहे तसंच्या तसं त्याला स्वीकारा

आपल्याला अनपेक्षितपणे एखाद्या आव्हानाला किंवा, बिकट संकटाला अगर गंभीर प्रतिकूलतेला तोंड द्यावं लागत असेल आणि आपण अस्वस्थ झालो असू. अशा वेळी वस्तुस्थिती वेगळी असती तर बरं झालं असतं, असा विचार आपण करतो. या वेळी आपल्या समोर दोन महत्त्वपूर्ण निवडी असतात :

- आपण नकळतपणे वास्तवाला नाकारत राहणं तसंच पुढेही सुरू ठेवू शकतो. आपल्या हातात नसलेल्या गोष्टी वेगळ्या असत्या तर बरं झालं असतं अशी इच्छा आपल्या मनात असते. अशा वेळी आपण सातत्यपूर्ण अंतर्गत क्षोभाचा, भावनिक दुःखाचा आणि अस्थैर्याचा अनुभव घेऊ शकतो.
- जीवन जसं आहे तसंच्या तसं त्याचा आपण जाणीवपूर्वक म्हणजेच सबोधपणे स्वीकार करू शकतो. आपण जे बदलू शकत नाही, त्या गोष्टीशी शांतपणे जुळवून घेऊन आपण जे बदलू शकतो त्यावर लक्ष एकवटून आणि आपल्या उत्कृष्ट मानसिक आणि भावनिक अवस्था

ओळखून आपण हे करू शकतो. त्यामुळे आपल्या जीवनाच्या प्रत्येक क्षणाला आपण कसं अनुभवावं त्याची आपण निवड करू शकतो.

एकोणीस वर्षांचा असताना मी थेट विक्री विभागात काम करून करिअरची सुरुवात केली होती. तिथे माझ्या मार्गदर्शकाकडून मी आणखी एक धडा शिकलो. तो म्हणजे विक्रीचा व्यवसाय ही जीवनाची लघू प्रतिकृती असते. फक्त त्यात संकटं आणि प्रतिकूलता व्यापक प्रमाणात असतात. दुसऱ्या शब्दांत, त्यांनी असं स्पष्ट केलं होतं की, विक्रेता म्हणून मला जवळजवळ रोजच वेगवेगळ्या आव्हानांचा अनुभव येईल. त्यात अपयश, नकार, निराशा इ.चा समावेश असेल. बहुतांश लोकांना त्यांचा अनुभव अधूनमधून येतो.

अशा प्रतिकूलतांमध्ये माझ्या मानसिक आणि भावनिक अवस्थांचं प्रभावी व्यवस्थापन करण्यासाठी त्यांनी मला आणखी एक प्रभावी व्यूहरचना शिकवली होती. मी अगदी आजतागायत तिचा उपयोग करत आहे. '५ मिनिटांचा नियम' असं तिचं नाव आहे. हा नियम असं सांगतो की, एखादी किरकोळ गोष्ट असो वा मोठी शोकांतिका असो, पण ज्या वेळी आपल्याला न आवडणारी एखादी गोष्ट घडते, त्या वेळी अल्पावधीकरिता अस्वस्थ होणं हे ठीक असतं. मात्र, एखादी गोष्ट घडल्यानंतर तिच्यावर खूपच दीर्घ काळापर्यंत चिंतन करत राहण्यात, ती घडलीच नसती तर किती बरं झालं असतं असा विचार करत बसण्यात काहीच अर्थ नसतो. तिच्याविषयी बराच काळ वाईट वाटून घेत बसण्यातही काहीच हशील नसतं.

त्यांनी मला अक्षरशः पाच मिनिटांचा टायमर लावायला सांगितलं. कुरकुर करणं, नाराजीनं बोलणं, तक्रार करणं, रडणं, भावनांच्या उद्रेकाला वाट करून देणं, स्वतःविषयी वाईट वाटून घेणं, आपलीच कणव करणं यातल्या ज्या ज्या गोष्टी करायच्या असतील किंवा सगळ्याच गोष्टी करायच्या असतील तरी मी फक्त त्या पाच मिनिटांतच त्या केल्या पाहिजेत, असं त्यांनी मला सांगितलं. आपल्या मनात निर्माण होणारी जी काही भावनिक प्रतिक्रिया असेल तिला कुरवाळत बसण्यासाठी माझ्याकडे फक्त पाच मिनिटांचाच कालावधी असल्याचं त्यांनी मला सांगितलं होतं. पाच मिनिटं पूर्ण झाली रे झाली की, जे घडलं असेल (किंवा अपेक्षित असलेलं जे घडलंच नसेल) त्याचा जाणीवपूर्वक स्वीकार केलाच पाहिजे असं त्यांनी मला शिकवलं. त्यानंतर ताबडतोब मी पुढची हालचाल केली पाहिजे असं त्यांनी मला सांगितलं होतं. टायमरचा गजर सुरू झाला की, त्या वेळी तीन अत्यंत परिणामकारक शब्द उच्चारण्यासही त्यांनी मला शिकवलं होतं. 'कान्ट चेंज धिस' ('मी हे बदलू शकत नाही.') असे ते शब्द होते. वस्तुस्थितीला विरोध करत राहण्यात आणि भूतकाळात काही वेगळंच घडलं असतं तर किती बरं झालं असतं, असा विचार करत बसण्यात काहीच अर्थ नाही याची स्वतःला आठवण करून देण्यासाठी ते

शब्द उच्चारायचे होते. त्यांनी असं स्पष्ट केलं होतं की, जीवन जसं होतं तसंच्या तसं तंतोतंत त्याला स्वीकारणं आणि तत्काळ माझ्या हातात असलेल्या गोष्टीवर माझी १०० टक्के ऊर्जा आणि अवधान एकवटणं ही मी करावयाची तर्कनिष्ठ निवड होती.

ज्या वेळी मी हा पाच मिनिटांचा नियम शिकलो, त्या वेळी मी त्याची चेष्टा केली होती. मी असा विचार केला होता की, 'हं...ठीक आहे. पण फक्त टायमर लावला म्हणून पाच मिनिटांत मी एखाद्या गोष्टीवर विचार करणं कसं काय सोडून देईन? तसं करता येणार नाही.' परंतु तरीही मनात कुठेतरी ही गोष्ट मनापासून करून पाहायची असंही मी ठरवून ठेवलं होतं. मी तसा निर्धारच केला होता म्हणा ना! काहीही झालं तरी तसा प्रयत्न करून बघितल्यामुळे माझं असं काय नुकसान होणार होतं?

त्यानंतर काही दिवसांनी मला एक वाईट अनुभव आला. मी कटकोच्या प्रेझेंटेशनसाठी एका महिलेकडे जाणार होतो. त्यासाठी मी कारनं तब्बल ४५ मिनिटांचा प्रवास करून तिच्या घरी पोहोचलो. पण त्या वेळी घरात कोणीच नव्हतं. दरवाजावर फक्त एक चिठ्ठी चिकटवलेली होती. 'सॉरी, आम्हाला कोणत्याही प्रकारचे चाकू नको आहेत.' बस्स! तेवढंच. माझा माझ्या डोळ्यांवर विश्वासच बसत नव्हता. तिने निदान एक फोन करून आमची भेट रद्द झाल्याचं कळवण्याचं सौजन्य तरी दाखवायला हवं होतं. तिच्यामुळे माझा वेळ वाया गेला होता आणि तिच्या घरापर्यंत कारनं गेल्यावर मला तिथे काय दिसलं होतं? तर फक्त एक चिठ्ठी!

मी कारजवळ आलो. सेल फोन बाहेर काढून त्यावर पाच मिनिटांचा टायमर लावला. मला तिथपर्यंत यायला लावायचं आणि मग एक चिठ्ठी डकवून ठेवून भेट रद्द झाल्याचं कळवायचं ही गोष्ट किती अवमानकारक होती, असे विचार माझ्या मनात पिंगा घालू लागले. या सगळ्यात माझा जो वेळ वाया गेला होता, तेवढ्या वेळात मी दुसऱ्या एखाद्या व्यक्तीची भेट घेतली असती तर मला किती उत्पन्न मिळालं असतं त्याचा विचार माझ्या मनात आला आणि मला किती उत्पन्न गमवावं लागलं होतं याचा विचार केल्यावर माझ्या मनाला चुटपुट लागून राहिली. माझी उद्दिष्टं मी पूर्ण करू शकणार नाही की काय, याची मला काळजी वाटली. याविषयी मला कोणाकडे तक्रार करता येईल याचा मी विचार केला आणि ही कथा शक्य तितकी प्रभावी आणि नाट्यमय वाटावी यासाठी तिची मांडणी कशी करता येईल, मला काय बोलावं लागेल याचाही विचार केला. कदाचित, तुम्हालाही तुमच्या जीवनातील असाच एखादा प्रसंग आठवला असेल ना?

अचानकच फोनच्या गजरानं मी दचकलो आणि माझ्या विचारांच्या तंद्रीतून बाहेर पडलो. मी तिथून मागे वळलो आणि तिथे कोणीही नसलं तरी मोठ्यानं ओरडलो, 'मी अजूनही संतप्त आणि नाराज आहे.' निदान अस्वस्थतेतून आणि नाराजीतून बाहेर पडण्यासाठी पाच मिनिटं पुरेशी नसतात या माझ्या मूल्यमापनाचं मी समर्थन करू शकलो याचं पुसटसं समाधान मला वाटलं.

त्यानंतरचे पुढचे काही आठवडेही मला हा ५ मिनिटांचा नियम वापरावाच लागला. पण नंतर त्याचा मोठाच परिणाम होऊ लागला याचं मला आश्चर्य वाटलं. पाच मिनिटांनंतर गजर झाला की, मी दीर्घ श्वास घेऊन म्हणू लागलो, 'मी हे बदलू शकत नाही.' जे आधीच घडून गेलं आहे ते मी बदलू शकत नाही याची या शब्दांनी मला साध्या आणि प्रभावशाली पद्धतीनं आठवण होत होती. ती गोष्ट पाच मिनिटांपूर्वी, पाच दिवसांपूर्वी किंवा अगदी पाच दशकांपूर्वी जरी घडली असली तरी मी तिला बदलू शकत नव्हतो, हे वास्तव होतं. त्यामुळे जीवन जसं होतं अगदी तंतोतंत तसंच्या तसं त्याला स्वीकारणं आणि आयुष्यात पुढे जाणं एवढीच काय ती माझ्याकडे असलेली निवड होती. ज्या ज्या वेळी मला अस्वस्थपणा जाणवत होता, त्या वेळी मी फोन उचलून लगेच पाच मिनिटांचा टायमर लावत होतो. त्यानंतर ही गोष्ट आपोआप घडू लागली आणि तिचे परिणामही शंभर टक्के मिळत होते. माझ्या असं लक्षात आलं होतं की, तेव्हाही पाच मिनिटांपेक्षा अधिक काळापर्यंत मी अस्वस्थ असत होतो, पण तरीही जे घडून गेलं होतं ते स्वीकारण्यासाठी आणि शांत होण्यासाठी लागणारा काळ अधिकाधिक प्रमाणात कमी होत चालला होता.

त्यानंतर एक अत्यंत अनपेक्षित गोष्ट घडली. मी पाच मिनिटांचा नियम वापरण्यास सुरुवात केल्यानंतर दोन आठवड्यांनी माझ्या विकसित होत चाललेल्या विक्री व्यवसायातील करिअरला जबरदस्त तडाखा बसला. ती रविवारची रात्र होती. त्या आठवड्याचं उद्दिष्ट पूर्ण करायचंच, असा निर्धार करून मी सकाळी उठलो. दुसऱ्या दिवशीच्या ऑर्डर पूर्ण करायच्या होत्या आणि मला जितक्या ऑर्डरची गरज होती, त्याहून २,००० डॉलरच्या ऑर्डर कमी होत्या. रोज १,००० डॉलरची विक्री होणं ही महत्त्वाची गोष्ट होती. म्हणून रविवारी २,००० डॉलरची विक्री होण्याची मला गरज होती. पण तसं झालं नव्हतं. पण तरीही मला दुपारी दोन भेटी निश्चित करता आल्या. पहिल्या व्यक्तीनं काहीही खरेदी केलं नसलं तरी दुसऱ्या व्यक्तीनं २,३०० डॉलरहून अधिक किमतीची ऑर्डर दिली होती. त्यामुळे त्या आठवड्याचं माझं उद्दिष्ट व्यवस्थितपणे पूर्ण झालं होतं. मी जेस्सेंना फोन केला आणि अतिशय उत्साहानं ती बातमी सांगितली. त्यांनी मला असं सांगितलं की, माझं उद्दिष्ट तर मी पूर्ण केलंच होतं, पण त्याशिवाय, या ऑर्डरमुळे मी त्या आठवड्यातील पहिल्या क्रमांकाचा विक्रेता झालो होतो. माझं मनोधैर्य कमालीचं उंचावलं.

त्यानंतरच्या तासाभरात त्या आठवड्याच्या बुधवारच्या संध्याकाळच्या टीमच्या बैठकीत त्या आठवड्याचा सर्वोत्कृष्ट विक्रेता म्हणून जेस्से माझं नाव जाहीर करतील, त्या वेळी काय होईल, याविषयीच्या मनोराज्यात मी गढून गेलो होतो. कमिशनपोटी मला मिळणारा पैसा मी कसा खर्च करणार होतो, याचा मी विचार करू लागलो. त्यानंतर रात्री नऊच्या सुमारास माझा फोन खणाणू लागला. तो खूप मोठी ऑर्डर दिलेल्या त्या महिलेचा फोन होता. चाकू-सुऱ्यांवर ती इतका

पैसा खर्च करत असल्याचं पाहून तिचा नवरा चिडला होता. त्यामुळे तिला ती ऑर्डर रद्द करायची होती. मी एकदम नाराज झालो. मी गयावया केल्या. तिला मी १५ दिवसांच्या चाचणीची आठवण करून दिली. शिवाय, तिला ते चाकू किती आवडले होते त्याचीही मी तिला आठवण करून दिली. पण तिच्या मनाची पूर्ण तयारी झाली होती. तिने ठामपणे नकार दिला. 'अरेरे, असं कसं काय घडू शकतं?' मी हाच विचार करत राहिलो. काही तासांपूर्वीच मला मिळालेल्या या मोठ्या ऑर्डरचं यश मी मनातल्या मनात साजरं करत होतो. माझी उद्दिष्टं पूर्ण करून त्या आठवड्याचा सर्वोत्कृष्ट विक्रेता म्हणून माझा सत्कार होत असल्याची स्वप्नं पाहत होतो. पण आता त्या सगळ्याचा विचका झाला होता. शिवाय, त्याबरोबर मी आधीच मनातल्या मनात खर्च करून टाकलेलं ते सगळं कमिशन आता प्रत्यक्षातही माझ्या हातून गेलं होतं. मी अतिशय निराश झालो आणि मग फोन हातात घेतला. त्यानंतर अंतःप्रेरणेनंच मी पाच मिनिटांचा टायमर लावला.

एकेक सेकंदानं वेळ पुढे सरकू लागल्यावर साहजिकच मी वास्तवाला नाकारण्यास सुरुवात केली. ती ऑर्डर रद्द करू शकते यावर मी विश्वास ठेवू शकत नव्हतो. माझ्या मनात विचार येऊ लागले : तिचा नवरा किती मूर्ख होता! त्यानेही माझं प्रेझेंटेशन बघायला हवं होतं. त्यालाही तिच्याइतक्याच कटकोच्या चाकू-सुऱ्या आवडल्या असत्या.

मी अगदी हतबल झालो होतो. असं घडलंच नसतं तर किती बरं झालं असतं, असं मला वाटू लागलं. पण ते घडलं तर होतं आणि मी ते बदलू शकत नव्हतो. मग आता मी काय करायला हवं होतं? आता वास्तवाला विरोध करणं थांबवणं आणि ज्यावर मी नियंत्रण ठेवू शकत होतो, त्यावर लक्ष एकवटणं एवढी एकच गोष्ट माझ्या हातात होती. तीच मला करावी लागणारी तर्कनिष्ठ निवड होती. तिने ती ऑर्डर रद्द केली होती आणि माझं त्या आठवड्याचं उद्दिष्ट पूर्ण झालं नव्हतं ही गोष्ट स्वीकारण्याखेरीज माझ्याकडे अन्य पर्याय नव्हता. दुसऱ्या दिवशी उठल्यावर आणखी अधिक अपॉइंटमेंटसाठी फोन करण्याचं वेळापत्रक आखणं गरजेचं होतं.

मी खोल श्वास घेतला आणि उच्छ्वास सोडताना मोठ्यानं म्हणालो, 'मी हे बदलू शकत नाही.' मला मनावरचा तणाव निवळत चालल्यासारखं वाटलं. त्या मुळे मी सेल फोन उचलला आणि माझ्या पाच मिनिटांच्या टायमरकडे पाहिलं. त्या वेळी अद्याप चार मिनिटं आणि बत्तीस सेकंदांचा कालावधी बाकी होता. मग पुढची साडेचार मिनिटं त्याच तणावग्रस्त अवस्थेत राहण्यात काय अर्थ होता, असा विचार मी केला. मी नुकतंच माझं वास्तव स्वीकारलं होतं. जी गोष्ट मी बदलू शकत नव्हतो, तिच्याशी जुळवून घेतलं होतं आणि आता मी पुढे जाण्यास तयारही झालो होतो. मी टायमर बंद केला. सुटकेचा निःश्वास सोडला. मला मनात ऊर्जा उसळून आल्याचं जाणवलं. याचा अर्थ, मी माझ्या आंतरिक अवस्थेच्या नियंत्रणाखाली

आहे हे माझ्या लक्षात आलं. माझ्याकडे सर्वश्रेष्ठ शक्ती असल्यासारखं मला वाटलं. आता माझ्या जीवनात काहीही घडलं असतं तरी ते स्वीकारण्याची, त्याला विरोध न करता त्याच्याशी शांतपणे जुळवून घेण्याची क्षमता माझ्याकडे होती हे मला जाणवलं. माझी निवड स्पष्ट होती. ५ मिनिटांच्या नियमाची अंमलबजावणी करू लागल्यापासून फक्त काही आठवड्यांतच माझ्या विचारांत बदल झाला होता. सुरुवातीला मला विचार थांबवण्यासाठी पाच मिनिटांचा वेळ पुरेसा नाही असं वाटत होतं, पण त्या वेळी इतका अधिक काळ अस्वस्थ अवस्थेत राहण्याची गरज नाही असं मला वाटत होतं.

आता मागे वळून पाहता माझ्या असं लक्षात येतं की, वास्तवाला विरोध करणं हेच भावनिक दुःखाचं मूलभूत कारण आहे याची ज्या क्षणी मला जाणीव झाली, त्याच क्षणी माझी जाणीव उन्नत झाली होती. विरोध सोडून देऊन त्या जागी स्वीकारार्हतेला स्थापन करण्याची ही क्षमता आपल्या सर्वांकडेच असते. असं केल्यामुळे वास्तवाला विरोध करून भावनिक क्षोभ निर्माण करणं आपण रोखतो आणि आपल्या नियंत्रणाच्या बाहेर असलेल्या गोष्टींना आपण बदलू शकलो असतो, तर बरं झालं असतं, असा विचार करणंही थांबवतो. संबंधित गोष्ट किंवा घटना अगदी पाचच मिनिटांपूर्वी घडली असली काय, किंवा ती पाच वर्षांपूर्वी किंवा अगदी पाच दशकांपूर्वीही घडली असली काय, ती घडून गेलेली असते आणि भूतकाळात परत जाऊन तिच्यात बदल करणं आपल्या आवाक्याबाहेरचं असतं. तिच्यामुळे अस्वस्थ होणं किंवा तिला स्वीकारून पुढे जाणं, या दोन पर्यायांपैकी एका पर्यायाची निवड करणं एवढीच गोष्ट आपल्या हातात असते.

तुमच्या भावनांची जाणीव करून घेण्यासाठी तुम्हाला वेळ देणं आणि नंतर तुम्हाला स्वीकारार्हतेपर्यंत नेणं हे पाच मिनिटांच्या नियमाचं उद्दिष्ट असतं. तुम्ही जर एखादी गोष्ट बदलू शकत नसाल तर तिचा स्वीकार करणं आणि तुम्ही जे बदलू शकत नाही, त्याच्याशी शांतपणे जुळवून घेणं हीच सगळ्यात प्रभावी निवड असते, याची आठवण 'मी हे बदलू शकत नाही,' या मंत्राचा उच्चार करून तुम्ही स्वतःला करून देता. या दोन साधनांना एकत्र केल्यामुळे ज्या गोष्टींना तुम्ही बदलू शकत नाही, त्यांचा दीर्घ काळापर्यंत विचार करत राहणं टाळता येतं. ज्या गोष्टी खरोखरच बदलू शकत नाहीत त्यांच्यामध्ये दीर्घ काळ रेंगाळत न राहता, तुमच्या सगळ्या भावनांची अनुभूती घेण्यास तुम्हाला थोडा अवकाश मिळवून दिला जातो. इथे एक गोष्ट स्पष्ट केली पाहिजे. ती म्हणजे भूतकाळ, इतर लोक किंवा जागतिक समस्या यांसारख्या तुमच्या तत्काळ नियंत्रणाच्या बाहेर असलेल्या आणि ज्या गोष्टी तुम्ही खरोखरच बदलू शकत नाही, फक्त त्यांच्याकरिताच हा नियम वापरला जातो. प्रार्थनेत असं म्हटलं जातं की : 'हे परमेश्वरा, मला ज्या गोष्टी बदलणं शक्य नाही त्यांना स्वीकारण्यासाठी मला प्रसन्न शांततेचा लाभ होऊ दे. ज्या गोष्टी मी बदलू

शकतो त्या बदलण्याचं धाडस मला दे आणि या दोहोंमधला फरक जाणून घेण्याची बुद्धी दे.' हे जवळजवळ तसंच आहे.

जीवनाला ते जसं आहे तसंच्या तसं स्वीकारणं याचा अर्थ जीवन अधिक चांगलं करण्याचा प्रयत्न सोडून देऊन परिस्थितीसमोर शरणागती पत्करणं असा नाही. ही गोष्ट बरोबर त्याच्या विरुद्ध आहे. ज्या वेळी आपण एखाद्या गोष्टीच्या संदर्भात अस्वस्थ असतो, त्या वेळी आपली विचारसरणी स्पष्ट नसते. त्यामुळे आपण परिणामकारक निवडी करण्याच्या मानसिक अवस्थेत नसतो. मात्र, ज्या वेळी आपण शांत असतो, त्या वेळी आपले विचार स्पष्ट असतात आणि आपण जाणिवेच्या उत्कृष्ट अवस्थेची निवड करू शकतो. त्यानंतर आपण सारासार विचार करून निर्णय घेऊ शकतो. त्यांच्यामुळे आपण क्रियाशील वर्तनं करू शकतो. ज्या वेळी तुम्ही आयुष्य जसं असतं तसं त्याला सातत्यानं स्वीकारू लागता, त्या वेळी तुमच्या नियंत्रणात असलेल्या गोष्टी बदलण्यावर लक्ष केंद्रित करण्यास तुम्ही मोकळे असता. 'मी हे बदलू शकत नाही,' या मुद्द्याचा तुम्हाला जितक्या झटपट अर्थ समजेल, तितक्या लवकर तुम्हाला आंतरिक मुक्तीचा लाभ होईल.

स्वीकारार्हता ही आंतरिक स्वातंत्र्याचा दरवाजा उघडण्याची चावी आहे. 'मी हे बदलू शकत नाही,' हे शब्द म्हणजे भावनिक बेडी काढून फेकण्याची चावी आहे. वास्तवाला विरोध करून त्याचा परिणाम म्हणून आपणच निर्माण केलेल्या आणि शाश्वत केलेल्या भावनिक दुःखामुळे आपणच आपल्याला या बेड्या घातलेल्या असतात. ज्या वेळी तुम्ही हे शब्द उच्चारण्याची निवड जाणीवपूर्वक करता आणि तुम्हाला त्यांचा खरोखरचा अर्थ समजतो, त्या क्षणी तुम्ही वास्तवाला विरोध करणं थांबवून, जीवन जसं असतं तसं त्याच्याशी शांतपणे जुळवून घेण्यास स्वतःला शिकवता.

हा पाच मिनिटांचा नियम आणि 'मी हे बदलू शकत नाही,' हा मंत्र मी गेल्या वीसहून अधिक वर्षांपासून अनेक जणांना शिकवत आहे आणि अनेकांना हा नियम अत्यंत प्रभावी वाटला आहे. त्यांना त्याचा प्रभाव इतका जाणवला आहे की, काही जणांनी 'कान्ट चेंज धिस' ('मी हे बदलू शकत नाही,') या मंत्राचा टॅटू काढून घेतला आहे. आपल्याला पुन्हा कधीही अनारोग्यपूर्ण व अनावश्यक भावनिक दुःखाचा अनुभव घ्यावा लागू नये, याची आठवण करून देण्यासाठी त्यांनी हा टॅटू काढून घेतला आहे. आता त्यांना हे समजलं आहे की, त्यांच्याकडे नेहमीच जीवन जसं आहे तसं त्याला स्वीकारण्याची शक्ती होती आणि आहे. यातूनच त्यांना शांततेत राहण्याच्या आंतरिक मुक्तीकडे जाता येईल.

पायरी ब – प्रत्येक क्षणाविषयी कृतज्ञता बाळगा

तुमच्या जीवनातील सगळ्यात उत्तम क्षण कोणता होता ते मला सांगा, असं मी तुम्हाला विचारलं तर, तुम्ही त्यावर काय उत्तर द्याल? मला वाटतं की, तुम्ही बहुधा

आपल्या स्मृतींचा धांडोळा घेण्याकरिता काही सेकंद घ्याल. तुम्ही खूप आठवून पाहाल. तुम्हाला अनेक असामान्य प्रसंगांची आणि यशस्वी कामगिरींची आठवण होईल. त्यात तुमच्या पहिल्या मुलाचा जन्म, तुमच्या विवाहाचा दिवस, तुम्ही साध्य केलेलं महत्त्वाचं उद्दिष्ट किंवा तुमच्या जीवनातील एखाद्या गोष्टीचा पहिलावहिला अनुभव या गोष्टींचा समावेश होऊ शकेल. त्या प्रसंगांच्या, घटनांच्या किंवा घडामोडींच्या दरम्यान तुमच्या मनात निर्माण झालेल्या सकारात्मक भावना आणि त्या प्रसंगाची अर्थपूर्णता यांचं एकत्रीकरण करून तुमच्या जीवनातील सर्वाधिक महत्त्वाचा क्षण तुम्ही सांगू शकाल. त्या क्षणात तुमच्या मनात त्या अनुभवामुळे निश्चितपणे अतिशय तीव्रतेनं निर्माण झालेली कृतज्ञतेची भावना दाटलेली असेल. इतकंच नव्हे तर कदाचित तुम्ही मागे वळून पाहाल त्या वेळी तुमच्या जीवनातील तो उत्तम क्षण आता भूतकाळात जमा झाला असून यापुढे पुन्हा कधीही तुम्हाला त्याचा अनुभव घेणं शक्य होणार नाही, या विचारानं तुमच्या मनात काहीशी विषादाची भावनाही निर्माण होईल.

पण क्षणभर थांबा. तुमच्या जीवनातील तो उत्तम क्षण जर बाह्य परिस्थितींवर किंवा एकाच वेळी घडणाऱ्या घटनेवर अवलंबून नसेल तर? प्रत्यक्षात ती गोष्ट ही तुमच्या बाबतीत घडून गेलेली गोष्ट असण्यापेक्षाही तुम्ही जाणीवपूर्वक निवड करण्याची गोष्ट असेल तर? आपल्या जीवनातील क्षण हे आपण त्यांची किती उत्कटतेनं आणि कृतज्ञतेनं अनुभूती घेतो त्यावर अवलंबून असतात का? म्हणजेच तितकीच किंवा त्याहून अधिक तीव्र उत्कटता आणि कृतज्ञता पुन्हा निर्माण करून आपण उत्तम क्षणांचा अनुभव पुन्हा घेऊ शकतो का? म्हणून तुमच्या जीवनातील कोणत्याही क्षणाची अनुभूती तुमच्या जीवनातील उत्तम क्षण म्हणून तुम्ही घेऊ शकता का?

आमच्या घराच्या मागच्या अंगणात माझ्या दहा वर्षांच्या मुलाबरोबर मी कालच व्हिफल बॉल खेळत होतो. आम्ही खेळत असताना माझ्या मनात प्रचंड कृतज्ञतेचा विचार निर्माण झाला. त्याच वेळी मला वाटलं की, 'बहुधा हाच माझ्या जीवनातील सर्वोत्तम क्षण असावा.' ...आणि खरोखरच तो तसाच होता. आज सकाळी माझ्या सकाळच्या चमत्कारांच्या आचरणांचा सराव करत असताना मी कोणकोणत्या गोष्टींविषयी कृतज्ञ आहे याविषयी मी लिहिलं. त्या वेळी खरोखरच प्रामाणिकपणे मी मनापासून कृतज्ञतेच्या भावनेत बुडून गेलो होतो. त्याच भावनेतून मी ध्यानही केलं. त्यानंतर माझ्या मनात विचार आला की, 'हाच क्षण माझ्या जीवनातील सर्वोत्तम क्षण असावा,' आणि खरोखरच तोच क्षण माझ्या जीवनातील सर्वोत्तम क्षण होता.

याचा अर्थ सर्वोत्तम क्षण ठरवताना अशा उत्तम क्षणांची परस्परांशी स्पर्धा करून, त्यांची तुलना करून तो क्षण ठरवण्याची गरज नसते. तुमच्या जीवनातील

सर्वोत्तम क्षण हा स्वतंत्रपणे अस्तित्वात असतो. त्याची पुनरावृत्ती होऊ शकते आणि तुम्हाला हवं असेल तर असे सर्वोत्तम क्षण तुम्ही पुनःपुन्हा अनुभवू शकता. त्यासाठी फक्त प्रत्येक क्षणात पूर्ण सजगतेनं उपस्थित असणं, त्याची सजगतेनं अनुभूती घेणं आणि त्या क्षणाविषयी मनात गाढ कृतज्ञता बाळगणं हीच गोष्ट महत्त्वाची असते. तुम्ही कशाचा अनुभव घेता त्याने काहीही फरक पडत नाही.

स्वीकृती ही आंतरिक मुक्तीचा दरवाजा उघडणारी चावी असेल तर कृतज्ञता हा शाश्वत आनंदाच्या दरवाजाकडे नेणारा मार्ग असतो. तुम्हाला फक्त त्या मार्गावरून रोजच्या रोज चालत राहावं लागतं. त्याच्यावरून चालणं याचा अर्थ तुम्हाला कशाविषयी कृतज्ञता वाटते त्यावर लक्ष केंद्रित करणं आणि ती गोष्ट तुमच्या मज्जासंस्थेत चपखल बसवून टाकणं असा आहे. आदर्श विचारानुसार, सकाळी उठल्यानंतर ही गोष्ट पहिल्यांदा केली पाहिजे आणि रात्री गाढ झोपी जाण्याकरिता करावयाच्या आचरणांमध्ये ती शेवटी केली पाहिजे. याशिवाय, पहाटेपासून रात्रीपर्यंतच्या वेळात तुम्हाला शक्य होईल तितक्या वेळा तुम्ही ती केली पाहिजे. आपण कशाविषयी कृतज्ञ आहोत यावर आपण लक्ष केंद्रित करत राहतो त्या वेळी आपल्या मनात चांगली भावना निर्माण होते. आपल्याला चांगलं वाटू लागतं. आपण आनंदीपणाची आणि सुखाची जाणीव निर्माण करतो. तुम्ही असंही म्हणू शकता की, तुम्ही जितक्या प्रमाणात कृतज्ञतेच्या भावनेवर जाणीवपूर्वक लक्ष केंद्रित करता आणि तिची अनुभूती घेता, तितक्या प्रमाणात तुम्हाला जीवनाविषयी कसं वाटावं ते निश्चित होतं. प्रत्यक्षात, ही गोष्ट तुमच्या लेखनाच्या काळात करणं शक्य असतं. त्या वेळी तुम्ही ज्या गोष्टींविषयी कृतज्ञ असाल त्या गोष्टींबद्दल तुम्ही लिहू शकता. तसंच भावनिक सर्वोत्कृष्टता ध्यानाचा वापर करून सहेतुक केलेल्या ध्यानात किंवा शांततेतही कृतज्ञतेची भावना बाळगता येते. अशा प्रकारे तुमच्या मज्जासंस्थेत तुम्ही कृतज्ञतेची सखोल भावना ठामपणे बसवू शकता आणि तिची अनुभूती घेऊ शकता. त्यामुळे कृतज्ञता ही तुमच्या जाणिवेची आपोआप निर्माण होणारी अवस्था होते.

तुम्ही तक्रार करण्यात किती वेळ घालवता आणि कृतज्ञता बाळगण्यात किती वेळ घालवता याचा विचार करा. खरोखरच एक क्षणभर वाचन थांबवा आणि या दोन्ही गोष्टींवर तुम्ही घालवत असलेल्या वेळाच्या प्रमाणाचा विचार करा. जीवनातील प्रत्येक क्षणाविषयी, क्षणोक्षणी जीवनदान देत असलेल्या प्रत्येक श्वासाविषयी मनापासून सखोल कृतज्ञतेची भावना बाळगण्यात तुमचा दिवसातील किती वेळ जातो? तुमच्या प्रिय व्यक्तींविषयी, तुमच्या सुरक्षिततेविषयी, तुमच्या डोक्यावरच्या छपराविषयी, तुम्हाला झोपायला मिळत असलेल्या आरामशीर पलंगाविषयी, तुम्हाला ऊर्जा आणि जीवनाची शाश्वती मिळवून देणाऱ्या अन्नाविषयी कृतज्ञता व्यक्त करण्यात तुम्ही किती वेळ व्यतीत करता? त्याउलट तुमच्या दिवसाचा

किती वेळ अस्वस्थपणाची भावना मनात खेळवण्यात किंवा भविष्याविषयी चिंता करण्यात जातो? तुम्हाला न आवडणाऱ्या गोष्टींविषयी, व्यक्तींविषयी तक्रार करण्यात तुमचा किती वेळ जातो? कृतज्ञता बाळगणं आणि तक्रारी करत राहणं या गोष्टी कधीही एकत्र नांदू शकत नाहीत, हे लक्षात ठेवा. कोणत्याही क्षणी तुम्हाला उत्तम प्रकारे उपयुक्त ठरणाऱ्या गोष्टींपैकी एकाच गोष्टीची तुम्ही निवड करू शकता.

आयुष्य जसं आहे तसं त्याला स्वीकारण्यासाठी पाच मिनिटांच्या नियमाचा आणि 'मी हे बदलू शकत नाही,' या मंत्राचा उपयोग करा. त्यानंतर तुम्हाला आंतरिक मुक्तीची अवस्था जोपासता येईल. तिच्यामुळे तुम्हाला उत्तम प्रकारे मदत करणाऱ्या जाणिवेच्या पुढच्या स्थितीची निवड करण्यापर्यंत तुम्ही पोहोचाल. भावनांमध्ये आणि जाणिवेच्या अवस्थेत अशा दोन्ही स्वरूपांत कृतज्ञता अस्तित्वात असते. आपण एखाद्या गोष्टीची प्रशंसा करतो त्या वेळी आपल्या मनात ही भावनाच असते आणि आपण प्रत्येक गोष्टीची प्रशंसा करतो, त्या वेळी ती आपली साकार झालेली जाणिवेची अवस्था असते.

शब्दशः प्रत्येक गोष्टीविषयी कृतज्ञता बाळगणं शक्य असतं का?

काही क्षण वेदनादायी असले तरीही प्रत्येक क्षणाविषयी कृतज्ञता बाळगणं शक्य असतं का?

कितीही खडतर अनुभव असला तरी प्रत्येक अनुभवाविषयी कृतज्ञता बाळगणं शक्य असतं का?

कितीही अन्याय्य असली तरी प्रत्येक प्रतिकूलतेविषयी, संकटाविषयी कृतज्ञता बाळगणं शक्य असतं का?

पार्किन्सन्समुळे आपल्या सातत्यानं ढासळत चाललेल्या तब्येतीचा विचार करता, या आजारासह जगणं किती अवघड आणि जवळजवळ असह्य होत चाललं आहे, याविषयी मायकेल जे. फॉक्स याने अलीकडेच दिलेल्या एका मुलाखतीत सांगितलं होतं. त्याने म्हटलं होतं, 'लोकांकरिता ही गोष्ट किती कठीण असते आणि माझ्या दृष्टीनंही ती किती कठीण आहे ते माझ्या लक्षात आलं. परंतु, माझ्याकडे असलेल्या विशिष्ट कौशल्यसंचामुळे मला ही परिस्थिती हाताळणं शक्य होत आहे. मनात कृतज्ञता बाळगली तर त्यामुळे सर्वोत्कृष्टता शाश्वत होते, हे मला जाणवलं आहे. कृतज्ञता बाळगण्याजोगी एखादी गोष्ट तुम्हाला आढळली तर तुम्हाला जिच्याकडे पाहून पुढे जात राहता येईल, अशी एखादी गोष्ट सापडते. त्यानंतर तुम्ही पुढे जात राहता, जगत राहता.'

ज्या वेळी आपल्या जीवनात अत्यंत बिकट किंवा क्लेशदायक वेळा येतात, त्याच वेळी आपल्याला शिकण्याच्या, वाढण्याच्या आणि विकसित होण्याच्या अतिशय मोठ्या संधी मिळतात. प्रत्यक्ष घटना किंवा प्रसंग घडलेल्या वेळी न समजलेल्या अनेक गोष्टी, त्या प्रसंगाकडे किंवा घटनेकडे पश्चातबुद्धीनं पाहिल्यानंतर

अगदी नेमकेपणानं व स्पष्टपणे समजतात, असं नेहमीच म्हटलं जातं. आपल्या जीवनातील अवघड परिस्थितींचं, खडतर प्रसंगांचं सिंहावलोकन केल्यावर त्यांच्यातून आपण शिकलेल्या धड्यांविषयी किंवा त्यांच्यामुळे झालेल्या आपल्या विकासाविषयी आपल्या मनात बहुतेक वेळा कृतज्ञता निर्माण होते. आपल्यापैकी बहुतेकांना असा अनुभव आलेला असतो. म्हणूनच, ते प्रसंग किंवा घटना प्रत्यक्ष वर्तमानात घडत असताना तरी आपण त्यांच्याविषयी दुःख करत, यातनामय अवस्थेत का राहावं? आणि आपल्याला तोंड द्यावं लागत असलेल्या आव्हानांमधून मिळणारे लाभ लांबणीवर का टाकावेत? थोडक्यात, आपण अशा परिस्थिती, असे अनुभव अनुभवत असतानाच प्रत्येक क्षणी त्यांच्याविषयी कृतज्ञ का राहू नये?

कृतज्ञता ही क्षणभंगुर 'भावना' असू शकते, मात्र तरीही एखाद्या सकारात्मक घटना-घडामोडीमुळे किंवा जीवनाच्या एखाद्या पैलूमुळे ती कायापालट घडवणारी असू शकते. परंतु ज्या वेळी कृतज्ञता ही आपल्या जाणिवेची अवस्था होते, त्या वेळी ती म्हणजे आपल्या जीवनातील आपण निवडलेल्या प्रत्येक क्षणाचा अनुभव घेण्याचं भिंग असते. ज्या वेळी माझ्या जीवनातील आणखी एका अकल्पित संकटाला मला तोंड द्यावं लागलं, त्या वेळी या दोन्ही प्रकारच्या कृतज्ञतांमधील फरक किती महत्त्वाचा आणि ठळक असतो ते माझ्या लक्षात आलं.

मी ३७ वर्षांचा असताना एके दिवशी मध्यरात्री मला श्वास घेण्यास त्रास होऊ लागला. माझं डावं फुफ्फुस द्रवानं भरलं. माझं हृदय आणि मूत्रपिंडं काम करेनाशी झाली. आम्ही वेगवेगळ्या रुग्णालयांत तपासण्या केल्या. रात्री उशिराचे ई.आर. झाले. माझ्या फुफ्फुसांतून सात वेळा पाणी काढण्यात आलं. डॉक्टरांच्या मनात अनेक प्रकारचे संभ्रम होते. त्यांच्यात कित्येक बाबतींत मतभेद होते. अखेरीस मी एमडी अँडर्सन कॅन्सर सेंटरमध्ये गेलो. तिथे मला अत्यंत दुर्मीळ आणि अत्यंत आक्रमकतेनं फैलाव होणारा ॲक्युट लिम्फोब्लास्टिक ल्युकेमिया हा (रक्ताच्या कर्करोगाचा एक प्रकार) कर्करोग झाल्याचं निदान झालं. या गंभीर आजारातून वाचण्याचं प्रमाण फक्त २० ते ३० टक्के इतकंच होतं. मी जेमतेम काही आठवडेच जगेन, असं निदान करण्यात आलं होतं. मी विवाहित होतो. मला पत्नी, सात वर्षांची मुलगी आणि चार वर्षांचा मुलगा होता. त्यामुळेच मला मृत्यू येण्याच्या शक्यता ७० ते ८० टक्के असल्याचं मला सांगण्यात आलं होतं ही अतिशय भयावह आणि हृदय विदीर्ण करणारी गोष्ट होती.

मी खूप खोलवर विचार केला. मी शिकलेल्या जीवनविषयक धड्यांची उजळणी केली. आधीच्या काळात संकटावर किंवा अवघड परिस्थितींवर मात करण्यासाठी वापरलेल्या सगळ्या गोष्टी मनात आणल्या. त्या सगळ्या गोष्टींची कित्येक वेळा उजळणी केली. मी अर्सुलाला सांगितलं की, कर्करोगावर मात करणाऱ्या २० ते ३० टक्के लोकांमध्ये मी निश्चितपणे असणार होतो. त्या मार्गावरून

पुढे जाताना माझ्यावरच्या उपचारातून हेच फलित मला मिळेल यावर मी ठामपणे पूर्ण विश्वास ठेवणार होतो. जीवन जसं होतं अगदी तंतोतंत तसंच त्याला स्वीकारायचं, हे मी मनोमन अगदी पक्कं ठरवून टाकलं होतं. मी त्याच्याशी शांतपणे जुळवून घेण्याचा निर्णय घेतला होता. त्यामुळे मला प्रामाणिकपणे कृतज्ञता बाळगण्याकरिता आणि सकारात्मक व सक्रिय अशी मनोरचना राखण्याकरिता आवश्यक असलेला अवकाश मिळाला असता.

त्याच वेळी मी माझ्याविषयी तक्रार करणं किंवा वाईट वाटून घेणं नाकारलं होतं. तसेच मी तोपर्यंत कधीही नव्हतो इतका कृतज्ञ राहून तसा दृढ भाव मनात बाळगण्याचीही मी जाणीवपूर्वक निवड केली होती. मी प्रत्येक क्षणी मनापासून कृतज्ञ राहण्याची निवड करू शकत होतो हे माझ्या लक्षात आलं. या क्षणांमध्ये बिकट आणि क्लेशदायक क्षणांचाही समावेश होता. हे घडत असतानाचं प्रत्यक्ष चित्रीकरण करण्यात आलं. 'मिरॅकल मॉर्निंग' या अनुबोधपटात ते दाखवण्यात आलं आहे. त्यात मी अनियंत्रितपणे माझ्या डोळ्यांच्या हालचाली करत असल्याचं दिसेल. एका परिचारिकेनं माझ्या पाठीच्या कण्यातील ज्ञानतंतूत चुकून केमोचं इंजेक्शन दिल्यामुळे मला सलग ११ दिवस जीवघेण्या यातना सोसाव्या लागल्या. कारण त्यामुळे अक्षरशः डोकं फुटतंय की काय, असं वाटण्याजोग्या असह्य वेदना मला होत होत्या. त्या काळात माझं डोकं प्रचंड प्रमाणात सातत्यानं दुखत राहिलं होतं. मला असह्य वेदना होत असतानासुद्धा मी कॅमेऱ्याकडे पाहून म्हटलं होतं की, 'या सगळ्या कष्टप्रद यातनांमध्येही माझ्या सर्वांगीण बाह्य रूपात काहीही फरक झालेला नाही, त्याबद्दल मी अतिशय कृतज्ञ आहे. कारण जीवन जितकं अधिक बिकट असतं, तितक्या त्याच्यापासून शिकण्याच्या, वाढण्याच्या आणि विकास करून घेण्याच्या संधी अधिक असतात. त्या खडतर कालखंडातून गेल्यावरच आपण त्याआधी कधीही नव्हतो, इतके अधिक चांगले होतो. असं झालं की बाह्य जगतात जाऊन इतरांनाही ते सांगितलं पाहिजे. आपण जे शिकलो आहोत आणि जे झालो आहोत त्याच्यातील फरकाचा लाभ इतरांना मिळवून दिला पाहिजे.' संकटाच्या दरम्यान, आपण जाणीवपूर्वक कृतज्ञ राहण्याची निवड करतो त्या वेळी त्या संकटाच्या प्रतिकूलतेचा आपल्यावरचा प्रभाव नाहीसा होतो.

माझ्या जीवनातील अत्यंत बिकट काळ मी सहन करत होतो. अतिशय विषारी आणि त्याच वेळी जीवनरक्षक अशा केमोथेरपीला तब्बल ६५० तास मी सहन केलं होतं. त्याबरोबरच मला असंख्य सर्वंकष नियमांचं पालनही करावं लागत होतं. आता मी बरा झालो आहे आणि दीर्घकालीन जीवनप्रवासाचा अनुभव घेत आहे. कर्करोगापासून सुटका करून घेऊन निरोगी जीवन जगण्याचा प्रयत्न करत आहे. अखेरीस, कितीही अविश्वसनीय, असह्य यातना आणि कष्ट भोगावे लागले असले तरी त्यामुळे मला वाढीची, विकास करून घेण्याची अत्यंत महान संधी

मिळाल्याचंच या अनुभवातून सिद्ध झालं. एक पती, पिता आणि माणूस म्हणून माझा विकास झाला होता. मी अनेक मूल्यवान धडे शिकलो असलो तरी मी एका धड्याचा आवर्जुन उल्लेख करेन. तो असा आहे :

'कृतज्ञतेमुळे आपली दुःखातून, यातनांमधून सुटका होते. आपल्याला त्यांच्यापासून मुक्ती मिळते.'

म्हणून प्रत्येक क्षणी आपण कशासाठी कृतज्ञ आहोत यावर लक्ष केंद्रित केल्यामुळे आपल्याला सकारात्मक मानसिक आणि भावनिक अवस्था प्राप्त होतात. ज्या वेळी आपण संघर्ष करत असतो आणि जीवन बिकट झालेलं असतं त्या वेळी कृतज्ञतेच्या अवस्थेत राहिल्यामुळे आपल्या मानसिक आणि भावनिक कल्याणावर अधिक चांगला परिणाम होतो. कृतज्ञता हे सार्वत्रिक, वैश्विक भिंग आहे. त्याच्यातून पाहून आपल्या जीवनाच्या प्रत्येक क्षणाचा आपण अन्वयार्थ लावू शकतो आणि त्याची अनुभूती घेऊ शकतो. त्यात अत्यंत बिकट, अप्रसन्न आणि वेदनादायी क्षणांचाही समावेश असतो.

पायरी क : तुमच्या जाणिवेच्या उत्कृष्ट स्थितीची निवड करा

भावनिक स्थिती क्षणभंगुर असल्या तरी जाणिवेच्या स्थिती सखोल रुजलेल्या, सातत्यपूर्ण असतात. आपल्या भावनांमध्ये बदल झाले तरी त्या टिकून असतात. भावनांमधील बदलांचा त्यांच्यावर काहीही परिणाम होत नाही. उदाहरणार्थ, शांतता (अर्थातच, तिला आंतरिक शांतता असं म्हटलं जातं) ही जाणिवेची एक स्थिती आहे. तुम्ही उन्नत झाला असाल आणि तुमच्या जाणिवेला शांततेच्या अवस्थेत राहण्यास तयार केलं असेल तर काही त्रस्तता निर्माण करणाऱ्या घटना-घडामोडींमुळे तुम्ही अस्वस्थ झालात तरी तुमच्या जाणिवेच्या स्थितीत बदल होत नाही. तुम्हाला कदाचित त्या वेळीही नैराश्य, संताप किंवा दुःख यांसारख्या आव्हानात्मक भावनांचा अनुभव येऊ शकेल, परंतु त्या अल्पजीवी असतात, कारण शोकांतिका, प्रतिकूलता आणि अनिश्चितता यांच्या दरम्यानही आपल्या शांततेच्या अवस्थेकडे झटपट परत येण्यास तुम्ही सक्षम असता.

त्याचप्रमाणे तुमच्या मनात जाणिवेची आपोआप तयार होणारी पातळी म्हणून आपोआपच कृतज्ञता निर्माण होत असेल तर जीवनातील अत्यंत बिकट प्रसंगांना तोंड देतानाही तुमच्याकडे असलेल्या सगळ्या गोष्टींविषयी स्वाभाविकपणेच तुमच्या मनात कृतज्ञता निर्माण होईल. दुसरीकडे, जर तुम्ही भीतीची अवस्था आत्मसात केली असेल तर कोणत्याही त्रस्ततापूर्ण घटना, प्रसंग किंवा घडामोड यांचा भीतिग्रस्त अवस्थेतूनच अनुभव घ्याल. त्यामुळे त्या घटनेमुळे किंवा प्रसंगामुळे तुमच्या मनात निर्माण झालेल्या अंतर्गत कोलाहलात, गोंधळात वाढ होईल. आपल्याला ज्या

गोष्टींची भीती वाटते, त्यांना आपण स्वाभाविकपणेच विरोध करतो. वास्तवाला आपण करत असलेला विरोध हाच आपल्या भावनिक दुःखाचा आणि अस्थैर्याचा स्रोत असतो.

कृतज्ञतेच्या भावनांमध्ये न्हाऊन निघत असताना तुम्हाला त्यानंतरच्या क्षणात कशाची अनुभूती घ्यायची आहे त्याची निवड करण्यास तुम्ही मुक्त असता. तुम्हाला कदाचित प्रेम, शांतता, खेळकरपणा, आत्मविश्वास यांचा अनुभव घेण्याची इच्छा असू शकेल किंवा कदाचित तुम्हाला जर आपल्याला दुःख केलं पाहिजे असं वाटलं अगर आपल्याला त्रस्त करणाऱ्या एखाद्या गोष्टीवर प्रक्रिया करण्याची गरज भासली तर, तुम्हाला शोकाची किंवा संतापाची गरज भासू शकेल. यातला मूलभूत फरक असा आहे की, बाह्य शक्तींना तुमच्यावर हुकमत गाजवू देऊन तुम्हाला कसं वाटावं हे ठरवण्याची त्यांना मुभा देण्याऐवजी तुम्ही स्वतः तुमच्या उत्कृष्ट अवस्थेची जाणीवपूर्वक, विचारपूर्वक निवड करता.

अर्थातच, जीवनाच्या चमत्काराला कदाचित तुम्ही परिपूर्णपणे आत्मसात करू शकणार नाही. परंतु, इथे परिपूर्ण होणं हे तुमचं उद्दिष्ट नाही, तर प्रगती करून घेणं हेच तुमचं उद्दिष्ट आहे. ज्याप्रमाणे व्यायाम करून तुम्ही उत्तम शारीरिक अवस्था मिळवण्याचा पाठपुरावा करता आणि त्याकरिता कदाचित तुम्हाला काही महिन्यांचा कालावधीही लागतो, त्याप्रमाणेच तुम्हाला जाणिवेच्या ज्या अवस्थेत आपण असावं असं वाटतं, तिथपर्यंत पोहोचण्यासाठीही तुम्हाला अनेक महिने रोजच्या रोज सराव करावा लागेल. रोज तुमच्या पहाटेच्या चमत्काराच्या आचरणांच्या सरावाची अंमलबजावणी करून आणि जीवनाच्या चमत्काराच्या प्राथमिक, मूलभूत गोष्टींचा त्यांच्यामध्ये अंतर्भाव करून तुमची उत्कृष्ट अवस्था निवडण्याच्या क्षमतेचा आणि प्रत्येक दिवस आनंदात व कृतज्ञतेत किंवा त्यांच्यापैकी ज्या अवस्थेची तुम्ही निवड कराल त्या अवस्थेत पार पाडण्याच्या क्षमतेचा तुम्ही विकास करू शकाल. एक सतत सुरू असलेला खेळ म्हणून तुम्ही या सगळ्याचा विचार करू शकता. या खेळात माझी 'बक्षिसं' (जाणिवेच्या उन्नत अवस्था) निवडण्याची संधी मला मिळते आणि त्यानंतर रोज मी एकेका इंचानं ती बक्षिसं मिळवण्याच्या जवळ सरकत राहतो.

ज्या वेळी मला जाणिवेच्या अवस्था यशस्वीपणे आत्मसात करता येतात, त्या वेळी मला आपण जिंकत असल्यासारखं वाटतं. त्या वेळी आपण कृपादृष्टीच्या साहाय्यानं सहजपणे प्रभावीपणे मार्ग काढत चाललो आहोत असं आपल्याला वाटतं. अनेक वर्षं या साधनांचा सराव केल्यामुळे, माझ्या नियंत्रणाबाहेर असलेली कोणतीही गोष्ट घडली तरी मी शांतच असतो आणि कोणतीही आव्हानं समोर आली तरी मला मिळालेल्या प्रत्येक क्षणाविषयी माझ्या मनात अगदी गाढ कृतज्ञता असते.

ज्या वेळी मी संघर्ष करतो, त्या दिवसांत किंवा त्या क्षणांमध्ये मी जाणिवेच्या कनिष्ठ पातळ्यांवर घसरतो. त्या वेळी मला मानसिक व भावनिक क्षोभाचा अनुभव

येतो. त्या वेळी आपण फक्त खेळाची एखादी फेरी हरलो आहोत असं मला वाटतं. त्यानंतर दुसऱ्या दिवशी खेळाच्या नवीन फेरीत खेळण्यासाठी मी जागा होतो आणि नव्यानं सुरुवात करतो.

ज्या वेळी एक खेळ म्हणून तुमच्या जाणिवेला उन्नत करण्याकडे तुम्ही पाहता, त्या वेळी तुम्ही काही वेळा निश्चितपणे संघर्ष करता. विशेषतः ज्या वेळी तुम्ही खेळायला शिकत असता त्या वेळी असं होतं. पण तुम्ही हरू शकत नाही. तुम्ही काही फेऱ्या हरलात तरी जोपर्यंत तुम्ही खेळत राहता, तोपर्यंत तुम्ही सातत्यानं शिकत, वाढत राहता आणि दर वेळी तुम्ही खेळता त्या वेळी आधीच्या फेरीच्या तुलनेत अधिक चांगले झालेले असता.

रोज पुनरावृत्ती करून तुमच्या जाणिवेच्या उत्कृष्ट अवस्थांना तुम्ही निश्चित करता. त्यामुळे त्या तुमच्या जाणिवेच्या आपोआप तयार होणाऱ्या आणि आपोआप समोर येणाऱ्या अवस्था होतात. प्रचंड, सर्वसमावेशक स्वरूपाची आंतरिक शांतता, प्रेम आणि कृतज्ञता, तसंच अढळ आत्मविश्वास, प्रेरणा आणि तुमच्या जीवनाच्या प्रत्येक क्षणावर एकवटलेलं अवधान यांचा अनुभव घेणं हे तुमचं अंतिम उद्दिष्ट असतं.

जीवनाच्या चमत्काराला आत्मसात करण्यासाठी आपली पहाटेच्या चमत्काराची आचरणं तुम्ही रोज करावीत, यासाठी मी तुम्हाला प्रोत्साहित करत आहे. तुमच्या जाणिवेला उन्नत करण्यासाठी तुमच्याकडे आधीपासूनच एक चौकट (एस.ए.व्ही.ई.आर.एस.) आहे. असं केल्यामुळे जीवन जसं आहे तसं त्याला स्वीकारून तुम्ही त्याच्याशी जुळवून घेऊन शांततेनं राहू शकाल. आपण जिवंत असल्याबद्दल प्रत्येक क्षणाविषयी प्रामाणिकपणे सच्ची कृतज्ञता बाळगा आणि तुमच्या रोजच्या दिवसासाठी तुमच्या जाणिवेच्या उत्कृष्ट अवस्थेची जाणीवपूर्वक निवड करा. या सहाही आचरणांपैकी (एस.ए.व्ही.ई.आर.एस.) प्रत्येक आचरण अद्वितीयपणे जीवनाच्या चमत्काराचं एकत्रीकरण करण्याचा सराव म्हणून काम करत असल्यामुळे (उदाहरणार्थ, जाणिवेच्या उत्कृष्ट अवस्थेत असताना ध्यान करणं किंवा तुम्हाला जी गोष्ट स्वीकारण्याची इच्छा असते तिच्याविषयी लेखन करणं आणि शांतपणे ती स्वीकारणं) तुमच्यासाठी मला हे सगळं शक्य तितकं सोपं ठेवण्याची इच्छा आहे. सकारात्मक पुष्टिदायक विधानं या फक्त एकाच सरावावर मला लक्ष केंद्रित करायचं आहे. मला जी विधानं सर्वाधिक प्रभावी वाटतात त्यांचा मी त्यांच्यात समावेश केला आहे.

सकारात्मक पुष्टिदायक विधानांचा मी तुलनेत लहान संच तयार केला आहे. तो एका छापील पानात बसतो. या विधानांमध्ये या प्रकरणातील सर्व महत्त्वाच्या धड्यांचा समावेश आहे. त्यामुळे ती तुमच्या लक्षात राहतील आणि तुम्ही रोज ती म्हणू शकाल. अशा प्रकारे तुमच्या जीवनाचा चमत्कार जगण्यास तुम्ही सुरुवात करू

शकाल. शिवाय मिरॅकल मॉर्निंग डॉट कॉम /रिसोर्सेस (Miracle Morning.com/ resources) वर जाऊन तुम्ही ती डाउनलोड करू शकता. त्यांचं प्रिंट काढून तुम्ही ती रोज वाचू शकता.

जीवनाच्या चमत्काराची सकारात्मक पुष्टिदायक विधानं

माझ्या जाणिवेला आंतरिक मुक्तीच्या स्थितीपर्यंत उन्नत करण्यास आणि त्या स्थितीत राहण्याकरिता तयार करण्यास मी बांधील आहे. त्यामुळे माझ्या जीवनातील प्रत्येक क्षणाचा मला कसा अनुभव घेता येईल त्याची निवड मी करू शकेन. मला हे जीवन देऊन माझ्यावर अतीव कृपा करण्यात आली आहे. मला मनापासून शांततेत आणि आनंदात राहण्याची इच्छा आहे आणि त्याकरिता मी पात्रही आहे. हे करण्यासाठी जीवनाच्या चमत्काराच्या अ, ब, क – अंतर्गत दिलेल्या गोष्टींना मी आचरणात आणेन.

अ. जीवन जसं आहे तसं त्याला स्वीकारा

आता मला याची जाणीव आहे की, भावनिक दुःख किंवा अंतर्गत क्षोभ हा मी स्वतःच निर्माण करतो आणि वास्तवाला मी करत असलेल्या विरोधामुळे तो टिकून राहतो. माझ्या नियंत्रणाबाहेर असलेल्या गोष्टींवर लक्ष केंद्रित करणं आणि त्यांहून वास्तव भिन्न असतं तर किती बरं झालं असतं असा विचार करणं, यांमुळे हा क्षोभ निर्माण होतो, हे मला माहीत आहे. माझं जीवन जसं आहे तसा मी त्याचा स्वीकार करत आहे आणि माझ्या नियंत्रणाबाहेर असलेल्या सगळ्या गोष्टींशी जुळवून घेऊन शांततेनं राहण्याची निवड करत आहे. माझ्या जीवनात जे काही घडत आहे त्याच्यावर मी नेहमीच नियंत्रण ठेवू शकत नसलो तरी माझ्या जीवनातील प्रत्येक क्षणाचा मी कसा अनुभव घ्यावा त्याची निवड करण्यास मी नेहमीच मुक्त आहे.

मी नकळत करत असलेल्या विरोधावर मात करण्यासाठी आणि जीवन जसं आहे अगदी तंतोतंत तसंच त्याला स्वीकारण्यासाठी मदत करण्याकरिता मी '५ मिनिटांच्या नियमा'ला लागू करेन. (त्याकरिता मी टायमर लावेन आणि माझ्या मनात नैसर्गिकपणे येणाऱ्या कोणत्याही भावनांची जाणीव करून घेण्यासाठी मला फक्त

५ मिनिटांचाच वेळ देईन.) त्यानंतर ज्या वेळी गजर वाजायचा थांबेल, त्या वेळी 'मी हे बदलू शकत नाही,' इतकंच मी म्हणेन. जे काही घडलं आहे ते मी भूतकाळात मागे जाऊन बदलू शकत नाही. त्यामुळे मी जे बदलू शकत नाही ते स्वीकारणं आणि त्याच्याशी शांतपणे जुळवून घेणं एवढीच माझ्याकडे असलेली तर्कनिष्ठ निवड असेल. असं करून मला आंतरिक मुक्तीचा अनुभव घेणं शक्य होईल. एक गोष्ट लक्षात घ्या, स्वीकारार्हता ही आंतरिक मुक्तीचा दरवाजा उघडणारी चावी आहे.

अखेरीस, मी हेही लक्षात ठेवेन की, एखाद्या गोष्टीशी जुळवून घेऊन शांततेनं राहणं याचा अर्थ मला त्याविषयी आनंद वाटलाच पाहिजे असं नाही. परंतु, शांतता ही जाणिवेची खूपच अधिक प्रभावशाली अवस्था आहे आणि कोणत्याही अल्पजीवी भावनेच्या तुलनेत अधिक शाश्वतही आहे. भावनिकदृष्ट्या विचार करता, शांतता ही उदासीन असते आणि त्या अवस्थेतून मी आनंदी, कृतज्ञ राहण्याची किंवा मला उपयुक्त असलेल्या इतर कोणत्याही अवस्थेची निवड करू शकतो.

ब. प्रत्येक क्षणाविषयी मनात कृतज्ञता बाळगा

आपण एकदा वास्तव जसं आहे तसं त्याला स्वीकारण्याची निवड केली आणि त्याद्वारे नेहमीच आंतरिक मुक्तीच्या अवस्थेत उपलब्ध असलेल्या शांततेचा अनुभव घेण्याची स्वतःला मुभा दिली की, प्रत्येक क्षणात प्रामाणिकपणे कृतज्ञ राहण्याची निवड करून फक्त स्वीकारार्हतेच्या पलीकडे जाण्यास आपण बांधील असतो.

कृतज्ञता हे कठीण क्षणांसह जीवनातील प्रत्येक क्षणाचा अनुभव घेण्याचं आणि त्याची मजा लुटण्याची निवड करण्याचं भिंग आहे हे मी समजू शकतो. अगदी ज्या वेळी मी बिकट काळातून जात असेन, त्या वेळीही त्या काळाला तोंड देऊन, सकारात्मक मनोरचनेतून प्रतिकूलतेवर किंवा एखाद्या संकटावर मात करण्यातून शिकता येणाऱ्या धड्यांमुळे आणि माझ्या होणाऱ्या वाढीमुळे मी त्या प्रत्येक क्षणाविषयी कृतज्ञ राहण्याचीच निवड करेन. या संकटांमुळे, या प्रतिकूलतांमुळे, या बिकट काळांमुळेच मी अधिक चांगला आणि अधिक सक्षम व्यक्ती होईन.

प्रत्येक क्षण हा अंगभूत परिपूर्णतेच्या अवस्थेत अस्तित्वात असतो हे मला माहीत आहे. तसंच मी प्रत्येक क्षणाचा अनुभव कसा घ्यावा याची निवड करणं माझ्या हाती आहे, हेही मी जाणून आहे. वर्तमान क्षण हेच माझं जीवन आहे याची मला जाणीव आहे, म्हणून प्रत्येक क्षणाविषयी मनापासून अतीव कृतज्ञता बाळगूनच जगण्याची निवड मी करत आहे. कृतज्ञता हा आनंदीपणाकडे जाणारा मार्ग आहे, हे मी लक्षात ठेवेन.

क. जाणिवेच्या उत्कृष्ट अवस्थेची निवड करा

माझ्या भावना या नेहमीच उत्स्फूर्त आणि अल्पजीवी असतात, तर जाणिवेच्या अवस्था या जीवनाची अनुभूती, अनुभव घेण्याचे मूलगामी मार्ग असतात. अपराधीपणा, शरमिंदेपणा, भीती किंवा राग यांसारख्या नकारात्मक अवस्थांमुळे मला अनावश्यक दुःख भोगावं लागतं आणि प्रेम, आनंदीपणा, शांतता, कृतज्ञता आणि सुख यांसारख्या अवस्था गमवाव्या लागतात.

आंतरिक मुक्तीच्या नैसर्गिक अवस्थेची मी निवड करू शकतो, कारण त्यामुळे मी ज्या गोष्टी बदलू शकत नाही, त्यांचा शांततेनं स्वीकार करून त्यांच्या सोबत शांतपणे राहण्यास मी सक्षम होतो. असं केल्यानं मी जिवंत असलेल्या प्रत्येक क्षणाची अनुभूती मी कशी घ्यावी याची निवड मी करू शकतो. काहीही झालं आणि अगदी माझ्या परिस्थिती बिकट किंवा क्लेशदायक असल्या तरी मी शांततेनं आणि कृतज्ञतेनं राहण्याची निवड करेन. त्यामुळे जगण्यासाठी मला देण्यात आलेल्या या एका जीवनाचा मी पुरेपूर आनंद घेऊ शकेन. हा माझ्या जीवनाचा चमत्कार आहे.

तुमच्या जाणिवेला उन्नत करणं ही एकाच वेळी प्रयत्न करून प्राप्त करून घेता येणारी घटना नाही. ती सातत्यपूर्ण प्रक्रिया आहे आणि सुसंगत सवयी लावून घेऊन तिला अंगवळणी पाडता येतं. सातत्यपूर्ण व्यायामाद्वारे ज्याप्रमाणे शारीरिक ताकदीत वाढ करता येते, तसंच हेही आहे. या सकारात्मक, पुष्टिदायक विधानांच्या वाचनानं तुमच्या ३० दिवसांच्या प्रवासाची सुरुवात तुम्ही करावी, असं मी तुम्हाला सुचवत आहे आणि त्यासाठी प्रोत्साहनही देत आहे. त्यानंतर तुमच्या जाणिवेला सवय लागून त्या अवस्थेत राहणं तुमच्या अंगवळणी पडेपर्यंत हा सराव सुरू ठेवा. त्यामुळे आंतरिक मुक्ती ही तुमची अंगवळणी पडलेली अवस्था असेल.

तुमच्या पहाटेच्या चमत्काराच्या आचरणांच्या वेळी ही सकारात्मक पुष्टिदायक विधानं तुम्ही पाठ केल्याप्रमाणे पुनःपुन्हा म्हणत राहिलात तर त्यामुळे जाणिवेच्या उत्तम अवस्थेतून दिवसाची सुरुवात करण्यास तुम्हाला मदत होईल. तुमच्या संध्याकाळच्या चमत्काराच्या आचरणांच्या वेळीही ती पुन्हा वाचणं उपयुक्त आहे, असंही तुम्हाला वाटू शकेल. जीवन जसं आहे तसं त्याला स्वीकारण्याची आणि प्रत्येक क्षणात कृतज्ञतेनं जगण्याची क्षमता तुमच्याकडे आहे याची तुम्हाला आठवण व्हावी म्हणून हे पुनर्वाचन उपयुक्त ठरू शकेल. गाढ झोपी जाण्याची तयारी करत असताना तुमच्या जाणिवेच्या सर्वोत्कृष्ट अवस्थेची निवड करण्यासही ते उपयुक्त ठरेल.

आपल्या जाणिवेला कसं उन्नत करावं याचा अभ्यास सुरू ठेवण्यासाठी मी इथे तुम्हाला काही पुस्तकांची नावं सुचवत आहे. ती माझी आवडती पुस्तकं आहेत आणि मला ती अत्यंत उपयुक्त वाटली आहेत. वाचायच्या पुस्तकांच्या यादीत तुम्ही त्यांची नोंद करू शकता. माझ्या पहाटेच्या चमत्काराच्या आचरणांच्या दरम्यान सुरुवातीला ही पुस्तकं मी वाचत होतो. त्यानंतर रात्री झोपण्यापूर्वी पुन्हा वाचण्यासाठी त्या पुस्तकांच्या पानांवर मी काही मजकूर अधोरेखित करून ठेवत होतो. मला शांत, गाढ झोप लागण्यासाठी या पुस्तकांचा उपयोग झाला. ती पुस्तकं आणि त्यांचे लेखक यांची नावं पुढे दिली आहेत :

- द अनटिथर्ड सोल अँड लिव्हिंग अनटिथर्ड : मायकेल सिंगर
- लव्हिंग व्हॉट इज : बायरन केटी
- पीस इज एव्हरी स्टेप : थिच न्हाट हान
- द इनर वर्क : मॅथ्यु मायकेलेटी आणि ॲशली कॉट्रेल
- अवेअरनेस : अँथनी डी मेलो

जीवनाच्या चमत्काराविषयीचे अंतिम विचार

जीवनाचा चमत्कार आपल्या सर्वांकरिता उपलब्ध असतो, परंतु जे लोक जीवन जसं आहे, तंतोतंत तसा त्याचा स्वीकार करून जगतात, प्रत्येक क्षणाविषयी मनात कृतज्ञता बाळगतात आणि जाणिवेच्या उत्कृष्ट अवस्थेची जाणीवपूर्वक निवड करतात त्यांच्याकडून तो प्रत्यक्षात आणला जातो.

परिस्थिती किती अवघड आणि क्लेशदायक असू शकतात, ते मला स्वानुभवावरून चांगलंच माहीत आहे. मला हेही माहीत आहे की, आपण प्रत्येक क्षणाचा अन्वयार्थ लावण्याची आणि त्याची अनुभूती घेण्याची निवड करू शकतो.

आपल्या जीवनातील अत्यंत बिकट परिस्थितीला तोंड देत असतानाही आपण अतिशय शांत राहू शकतो आणि इतकंच नव्हे तर पूर्वी कधीही आपण जितके आनंदी आणि कृतज्ञ नव्हतो, तितक्या अत्यंत आनंदी आणि कृतज्ञ अवस्थेत राहू शकतो. आपण आताच शांतता बाळगून कृतज्ञतेनं राहिलो नाही, तर भविष्यात आपण अशा प्रकारे राहू शकू असा विचार आपल्याला कसा काय करता येईल?

आयुष्यानं तुमच्या समोर काय वाढून ठेवलं आहे, ते फारसं महत्त्वाचं नसतं. तुम्ही जिवंत असलेल्या प्रत्येक क्षणाचा अनुभव कसा घ्यावा याची निवड तुम्हीच करू शकता. तुम्ही शांततेनं राहण्याची निवड करू शकता. तुम्ही मनात कृतज्ञता बाळगून जिवंत राहण्याची निवड करू शकता. तुम्ही आनंदी राहण्याची निवड करू शकता. तुम्हाला जीवनात जगण्यासाठी दिलेल्या प्रत्येक क्षणाची मजा लुटण्याची निवड तुम्ही करू शकता. तुम्ही चमत्कार असलेलं हे जीवन - हा जीवनाचा चमत्कार जगण्याची निवड करू शकता.

निष्कर्ष

आपल्याला हव्या त्या प्रकारची व्यक्ती होण्यासाठी तुम्ही आज ज्या प्रकारची व्यक्ती आहात, त्या तुमच्या स्वरूपाचा त्याग करण्यास आजपासूनच प्रारंभ करा

'रोज सकाळी उठल्यानंतर असा विचार करा की, 'मी आज उठू शकलो, ही केवढी तरी भाग्याची गोष्ट आहे. मी जिवंत आहे हे माझं सुदैव आहे. माझ्याकडे मूल्यवान असं मानवी जीवन आहे. मी ते वाया घालवणार नाही. माझा विकास करून घेण्यासाठी माझ्या सर्व शक्तिनिशी मी प्रयत्न करणार आहे. माझं अंतःकरण इतरांसाठी खुलं करण्यासाठी माझ्या शक्तीचा मी उपयोग करणार आहे. माझ्यामुळे मी इतरांचा शक्य तितका लाभ करून देणार आहे.'

–दलाई लामा

'गोष्टी बदलत नाहीत. आपण बदलतो.'

–हेन्री डेव्हीड थोरो

तुम्ही सध्या जिथे असता, तो तुम्ही आधी जिथे होतात, त्याचा परिणाम असतो. मात्र, अखेरीस तुम्ही कुठे पोहोचाल ही गोष्ट तुम्ही अगदी आताच्या क्षणापासून कोण होण्याची निवड करता, त्यावर अवलंबून असते.

ही तुमची वेळ आहे. आनंदीपणा, निरोगी आरोग्य, संपत्ती, यश आणि प्रेम या तुम्हाला खरोखरच हव्या असलेल्या गोष्टी मिळवण्याचे प्रयत्न तत्काळ करा. वेळ वाया दवडू नका. याच गोष्टी तुम्हाला नंतरच्या काळातही खरोखरच हव्या असतात आणि तुम्ही त्यासाठी पात्रही असता. केविन ब्रेसी हे माझे मार्गदर्शक नेहमीच कळकळीनं असं म्हणतात की, 'आपण कधीतरी खूप मोठे होऊ याची वाट बघत

बसू नका.' तुम्हाला जीवनात सुधारणा करायची असेल, तर तुम्हाला पहिल्यांदा स्वतःमध्ये सुधारणा करावी लागेल. तुमच्या पहाटेच्या चमत्काराच्या आचरणांच्या ३० दिवसांच्या प्रवासाची बांधिलकी पत्करा आणि ते सुरू करा. त्यानंतर तुम्ही स्वतःला जीवनात हवी असलेली प्रत्येक गोष्ट निर्माण करण्यासाठी आणि इतरांनाही तसंच करण्यासाठी मदत करण्याकरिता तुम्हाला ज्या प्रकारची व्यक्ती होण्याची इच्छा आहे, त्या प्रकारची व्यक्ती व्हाल.

आपण सर्व जण मिळून एकत्रितपणे मानवतेच्या जाणिवेला उन्नत करत आहोत

पहाटेच्या चमत्काराच्या आचरणांचा सराव करण्यास मी पहिल्यांदा सुरुवात केली त्या वेळी तो एक स्वार्थी पाठपुरावा होता. माझी आर्थिक परिस्थिती अगदीच डबघाईला आली होती. त्या पातळीवर माझा संघर्ष सुरू होता आणि मला आर्थिक अरिष्टातून बाहेर पडण्याची उपाययोजना हवी होती. त्या वेळी मी इतर कोणाचाही विचार करत नव्हतो.

मात्र, कालौघात आणि विशेषतः पालक झाल्यानंतर माझ्या लक्षात आलं होतं की, माझ्यासाठी मी पहाटेच्या चमत्काराच्या आचरणांचा सराव करणं जितकं महत्त्वाचं होतं, तितकंच मी ते इतरांसाठीही करणं महत्त्वाचं होतं.

रोज एस.ए.व्ही.ई.आर.एस.चा सराव करून दिवसाची सुरुवात केल्यामुळे मी अधिक चांगला पिता, अधिक चांगला पती आणि सर्वच दृष्टींनी अधिक चांगला माणूस होण्यास सक्षम होत होतो. त्यामुळे मी प्रत्येक गोष्ट अधिक शांतपणे, प्रेमळपणे आणि हेतुपुरस्सर करत होतो. उदाहरणार्थ, माझ्या अत्यंत महत्त्वाच्या अशा प्रत्येक नातेसंबंधाच्या संदर्भात मी सकारात्मक पुष्टिदायक विधानं म्हणत होतो. त्यात माझ्या 'सुपर विलक्षण, गमतीशीर डॅड'चाही समावेश होता. त्यांच्यामुळे माझ्या मुलांबरोबर मी कसं वागलं पाहिजे, याची मला आठवण होत होती. 'अर्सुलाच्या स्वप्नांतील पती' याविषयीची सकारात्मक पुष्टिदायक विधानंही मी रोज घोकत होतो. त्यामुळे माझ्या पत्नीबरोबर मी कसं वागलं पाहिजे याची मला आठवण होत होती. त्या गोष्टींची बांधिलकी मी पत्करत होतो. इतर लोकांबरोबर मी कसं उत्तम प्रकारे वागलं पाहिजे याविषयीची आठवण करून देणारी सकारात्मक पुष्टिदायक विधानंही मी तयार केली होती आणि त्यांनाही मी घोकत होतो.

म्हणून, तुमच्या पहाटेच्या चमत्काराच्या प्रवासाला सुरुवात करून तुमच्या दैनंदिन जीवनात तुम्ही एस.ए.व्ही.ई.आर.एस.चा समावेश करता, त्या वेळी तुम्ही हे सगळं लक्षात ठेवलं पाहिजे, असं मी तुम्हाला सांगत आहे. तुम्ही ज्यांच्यावर प्रेम करता, तुम्ही ज्यांचं नेतृत्व करता त्यांचा समावेश तुमच्या पहाटेच्या चमत्काराच्या

आचरणात तुम्ही केला पाहिजे. तुम्ही अधिक चांगले होत असताना त्याचा इतरांवर काय परिणाम होईल याचा विचार करा. व्यापक दृष्टीनं विचार करायचा झाला तर, जगभरातील लाखो लोक हे करत असतील तर त्यामुळे जगावर होणाऱ्या व्यापक परिणामाचा विचार करा.

पहाटेच्या चमत्काराची मोहीम ही मानवतेच्या जाणिवेत उत्थान घडवून आणण्यासाठी, तिला उन्नत करण्यासाठी हाती घेण्यात आली आहे. एका वेळी एक सकाळ आणि एक व्यक्ती, याप्रमाणे अनेकांनी केलेल्या प्रयत्नांनी हा सर्वांगीण चमत्कार घडून येईल. रोज पहाटे असं करणारी ती एक व्यक्ती म्हणजे तुम्ही असाल. तुमच्या स्वतःच्या जाणिवेला उन्नत करून तुमच्यावर आणि इतरांवर परिणाम करणाऱ्या तुमच्या विचारांविषयी, शब्दांविषयी आणि कृतींविषयी तुम्ही अधिक जागरूक व्हाल. तुम्ही अधिक सहेतुकपणे हे सारं कराल आणि मग मानवतेच्या जाणिवेला शब्दशः उन्नत कराल.

रोज सकाळी उठून आणि आपल्या क्षमतेच्या परिपूर्ततेसाठी वेळ देऊन स्वतःची आणि इतरांची काळजी घेतल्याबद्दल मी तुमचा आभारी आहे.

खूप प्रेम आणि कृतज्ञता,

हॅल

विशेष निमंत्रण

(तुम्हाला याआधी ते मिळालं नसेल तर.)

हे पुस्तक वाचल्यानंतर, पहाटेच्या चमत्काराचा सराव करणाऱ्या समविचारी लोकांशी तुम्हाला संपर्क साधायचा असेल आणि त्यांच्याकडून पाठिंबा किंवा आधार मिळवायचा असेल तर मी तुम्हाला मिरॅकल मॉर्निंग कम्युनिटीमध्ये (Miracle Morning Community) सहभागी होण्यासाठी निमंत्रित करत आहे. तुम्ही या कम्युनिटीतील लोकांना प्रश्न विचारू शकता किंवा फक्त त्यांचं निरीक्षण करून त्यांचा सराव ते कसा करत आहेत ते पाहून शिकू शकता.

मी, माझे पालक आणि माझे मित्र यांचा फेसबुक ग्रुप म्हणून या समुदायाची सुरुवात झाली होती. परंतु, नंतर जगभरातील सुमारे शंभरहून अधिक देशांमधील ३,००,००० सदस्यांचा तो ऑनलाइन समुदाय झाला. या समुदायात तुम्ही केव्हाही मोफत सहभागी होऊ शकता. तिथे तुम्हाला पहाटेच्या चमत्काराचा प्रवास नुकताच सुरू केलेले अनेक लोक सापडतील. तसेच अनेक वर्षं त्याचा सराव करत असलेले लोकही सापडतील. असे लोक तुमच्या यशाला गती देण्यासाठी तुम्हाला आनंदानं सल्ला, पाठबळ देतील आणि मार्गदर्शन करतील.

'द मिरॅकल मॉर्निंग' या पुस्तकाचा लेखक म्हणून मला एक खास जागा निर्माण करायची होती. त्यामागची माझी कल्पना अशी होती की : तिथे आपल्याला सगळ्यांना एकमेकांच्या संपर्कात राहता यावं. प्रश्न विचारता यावेत. उत्तम आचरणं एकमेकांना सांगता यावीत. एकमेकांना पाठबळ देता यावं. पुस्तकावर चर्चा करता यावी. व्हिडिओ पोस्ट करता याव्यात. जबाबदार भागीदार शोधता यावा आणि अगदी स्मूदीच्या पाककृती व व्यायामाचे नित्यक्रमही शोधता यावेत. मिरॅकल मॉर्निंग कम्युनिटी हा अत्यंत सकारात्मक, व्यग्र आणि आधार देणारा ऑनलाइन समुदाय होईल अशी कल्पनाही मी कधी केली नव्हती, पण प्रत्यक्षात ती तशी झाली आहे!

पहाटेच्या चमत्काराचा सराव करणाऱ्या इतरांशी संपर्क साधण्याची, त्यांच्याशी जोडले जाण्याची सुरुवात तुम्ही करू शकता. त्याकरिता फक्त Miracle Morning Community.comला भेट द्या आणि तिच्यात सहभागी होण्याची इच्छा असल्याची विनंती करा. मी नियमितपणे (म्हणजे जवळजवळ रोजच) सगळ्या गोष्टी तपासतो. नियमितपणे माहिती पोस्ट करतो आणि प्रतिक्रियांमध्ये सहभागी होतो. तुम्हीही मला लवकरच तिथे भेटाल अशी अपेक्षा करतो.

मिरॅकल मॉर्निंग कम्युनिटीची संसाधनं : (मिरॅकल मॉर्निंग कम्युनिटी रिसोर्सेस) : ॲप आणि अनुबोधपट

याशिवाय, आणखी दोन अतिरिक्त संसाधनंही आहेत आणि ती दोन्ही मोफत आहेत. तुमच्या पहाटेच्या चमत्काराच्या प्रवासाची सुरुवात करताना तुम्हाला त्यांची मदत होऊ शकेल. मिरॅकल मॉर्निंग रुटिन ॲप (Miracle Morning Routine app) आणि 'द मिरॅकल मॉर्निंग' हा चित्रपट ही ती संसाधनं आहेत. तुमच्या पहाटेच्या चमत्काराच्या आचरणांचा मागोवा घेण्यासाठी आणि तुमच्या आचरणांमध्ये सातत्य ठेवून तुम्हाला ती आचरणं करण्यास जबाबदार बनवण्यासाठी तयार करण्यात आलेलं मोबाइल ॲप हे मिरॅकल मॉर्निंग कम्युनिटीच्या सदस्यांनी विनंती केलेलं सगळ्यात महत्त्वाचं संसाधन होय. लेखनाच्या प्रेरणेसह अंगभूत नोंदवही, सकारात्मक, पुष्टिदायक विधानं निर्माण करणारं साधन, आपल्या वेळेशी सुसंगत असे टायमर आणि तुम्हाला एस.ए.व्ही.ई.आर.एस.(ध्यान, सकारात्मक पुष्टिदायक विधानं, मनःचक्षूंसमोर किंवा नजरेसमोर कल्पनाचित्र आणणं, व्यायाम, वाचन आणि लेखन) मधून पुढे नेणारे ऐच्छिक मार्गदर्शनपर श्राव्य ट्रॅक तुम्हाला तिथे उपलब्ध होतील. तुम्ही फक्त 'प्ले'चं बटण दाबून आणि तिथे मिळणाऱ्या सूचनांचं पालन करून पहाटेच्या चमत्काराची तुमची आचरणं पूर्ण करू शकाल. हे ॲप Miracle Morning.com/app वर आय फोन आणि अँड्रॉइड या दोहोंसाठी उपलब्ध आहे.

सहाहून अधिक वर्षं चित्रीकरण करण्यात आलेला The Miracle Morning हा अनुबोधपट हा प्रेरणादायक, फीचर फिल्मच्या लांबीचा आहे. तो या पुस्तकाहूनही अधिक माहिती देणारा आहे आणि एका वेळी एका सकाळी सराव करून लोकांच्या जीवनाचा कसा कायापालट होत आहे, हे तुम्हाला त्याच्या माध्यमातून प्रत्यक्षपणे दाखवून देण्यात आलं आहे. या अनुबोधपटाच्या माध्यमातून तुम्ही जगभरातील प्रख्यात लेखक, डॉक्टर, शास्त्रज्ञ, उद्योजक आणि व्यावसायिक खेळाडू यांच्या घरांमध्ये पोहोचाल. हे अत्यंत उत्पादक लोक त्यांचा दिवस कशा प्रकारे सुरू करतात हे तुम्हाला पाहता येईल. हा अनुबोधपट तुम्हाला माझ्या जीवनातील एका अत्यंत कठीण काळातही नेईल. या चित्रपटाचं दोन वर्षांचं चित्रीकरण झाल्यानंतर अचानकच मला दुर्मीळ प्रकारचा कर्करोग झाल्याचं निदान झालं होतं. माझ्या जगण्याच्या शक्यता फक्त ३० टक्के असल्याचंही डॉक्टरांनी स्पष्ट केलं होतं. माझी मनोरचना आणि कर्करोगावर मात करण्यासाठी मी स्वीकारलेला सर्वसमावेशक दृष्टिकोन टिपण्यासाठी आमचा दिग्दर्शक कॅमेरा फिरवत होता. यामुळे आणखी कोणाला तरी कर्करोगावर किंवा इतर आजारांवर मात करण्यास प्रेरणा मिळू शकेल, अशी यामागची अपेक्षा होती. त्याचं दीर्घ ट्रेलर तुम्ही पाहू शकाल आणि Miracle Morning.com/movie वर तुम्हाला संपूर्ण अनुबोधपट उपलब्ध होईल.

आतापर्यंत या ॲपला ५पैकी ४.९ स्टार मिळाले असून अनुबोधपटाला ५.० स्टारपैकी ४.६ रेटिंग मिळालं आहे. त्यामुळे ही मोफत साधनं इतरांना जितकी उपयुक्त ठरली, तितकीच ती तुम्हालाही ठरतील अशी मला आशा आहे.

मिरॅकल मॉर्निंग कम्युनिटीमध्ये तुमचं स्वागत आहे!

मिरॅकल मॉर्निंग ॲप मिळवा!

तुमच्या सकाळच्या नित्यक्रमाचा साथीदार

The Miracle Morning app हे या पुस्तकात तुम्ही जे जे शिकला आहात, त्या सगळ्याची अंमलबजावणी करण्यासाठी तुम्हाला साहाय्य करणारं संसाधन आहे.

Miracle Morning.com/app वर जाऊन हे ॲप डाउनलोड करा.

Download on the App Store

GET IT ON Google Play

अनुबोधपट मोफत पाहा

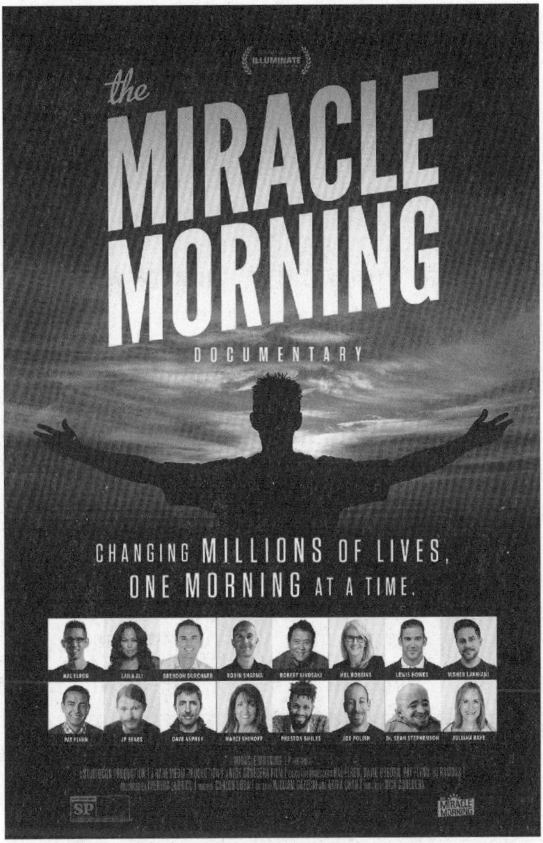

Changing Millions of Lives One Morning at a Time

Watch this life-changing film that brings the book to life and shows you how to join the millions of people who are transforming their lives, one morning at a time.

Watch now at MiracleMorning.com/Movie

ऋणनिर्देश

किमान अखेरचे दोन परिच्छेद तरी वाचा. (ते तुमच्यासाठीच लिहिले आहेत.)

पुस्तक लेखनातील हा बहुधा अत्यंत आव्हानात्मक भाग असतो. लोकांशी कृतज्ञता बाळगण्यात मी कमी पडत आहे असं मुळीच नाही, खरं तर याच्या बरोबर विरुद्ध परिस्थिती आहे. माझ्या जीवनावर लक्षणीय परिणाम करणाऱ्या अनेक व्यक्ती आहेत आणि या पुस्तकाच्या पुढच्या काही पानांमधून त्या सगळ्यांचे आभार मानणं निव्वळ अशक्य आहे, असं मला वाटतं. खरं म्हणजे असं करायचं झालं तर मला या पुस्तकातील सगळीच्या सगळी पानं त्यासाठी वापरावी लागतील. मग 'The Miracle Morning : Acknowledgement' असं या पुस्तकाच्या पुढच्या भागाचं शीर्षक असेल. असं पुस्तक फारसे लोक खरेदी करतील की नाही ते मला माहीत नाही, पण ते लिहिताना मला नक्कीच मजा येईल.

पहिल्यांदा मला साडेनऊ महिने पोटात बाळगलेल्या असामान्य स्त्रीचे मी अतिशय मनापासून, अगदी अंतःकरणापासून आभार मानतो. तिनेच मला हा आयुष्याच्या चमत्काराची भेट दिली आहे. ती अर्थातच माझी आई आहे. ज्युली विल्सन हे तिचं नाव आहे. मॉम, माझं तुझ्यावर खूप, खूप प्रेम आहे. मला गरज असलेल्या वेळी नेहमीच माझ्यावर विश्वास ठेवल्याबद्दल आणि आवश्यकतेनुसार मला शिस्त लावल्याबद्दल मी तुझ्याविषयी अत्यंत कृतज्ञ आहे. (खरं म्हणजे मला अजूनही तुझ्या विश्वासाची आणि शिस्तीची गरज आहे.) तू मला वरचेवर भेटायला यावंस असं मला वाटतं.

मार्क एल्रॉड हे माझ्या वडलांचं नाव आहे. डॅड, तुम्ही माझे सगळ्यात जिवलग मित्र आहात. मी आज जो कोणी आहे तो तुमच्यामुळेच आहे. माझ्या संपूर्ण जीवनभर तुम्ही माझ्या पाठीशी खंबीरपणे उभे आहात. तुम्ही माझ्या मनावर कित्येक मूल्यं बिंबवली आणि मला चांगले गुण जोपासायला लावले. आता तीच मूल्यं आणि तेच गुण मी माझ्या मुलांच्या मनावर बिंबवत आहे हे माहीत असल्यामुळे तर त्याबद्दल मी तुमचा अधिकच ऋणी आहे. माझं तुमच्यावर प्रेम आहे डॅड!

हेली, तू कायमच उत्तम बहीण आहेस. तू कधीही वाद घातला नाहीस. कुठलीही स्पर्धा केली नाहीस. तू फक्त उत्तम बहीणच नाहीस, तर माझी जिवलग मैत्रीणही आहे. तू विश्वासू, आधार देणारी, दयाळू आणि माझ्यासारखीच खेळकर स्वभावाची आहेस. तू माझी बहीण आहेस, त्याबद्दल मी खूप खूप कृतज्ञ आहे. तुझ्यापेक्षा आणखी चांगली बहीण मला मिळूच शकली नसती.

आमची चिमुकली बहीण आणि आमची देवदूत अमेरी आमच्याकडे स्वर्गातून पाहत आहे. अमेरी, मला तुझी खूपच आठवण येते. आम्हा सगळ्यांकडे तू स्वर्गातून लक्ष ठेवून आहेस, त्याबद्दल मी तुझे मनापासून आभार मानतो.

माझी पत्नी आणि जीवनभराची सहचारिणी अर्सुला, तू माझ्यासाठी किती परिपूर्ण सहचारिणी आहेस हे पाहून मी अजूनही वरचेवर चकित होतो. आपली आयुष्यं एकत्र आली आहेत, आपण एकत्र राहत आहोत याहून अधिक कृतज्ञता वाटण्याजोग्या आयुष्याची निर्मिती मी करूच शकलो नसतो. शिवाय, आपण ज्या सुंदर मुलांना जन्म दिला आहे, त्याबद्दल तर मी काय बोलू! मला सोफिया आणि हॅल्सटन यांची सुरेख भेट दिल्याबद्दल मी तुझे आभार मानतो. आपल्या कुटुंबाची धुरा तू वाहतेस. त्याला सांभाळून घेतेस. जर तू कुटुंबाला अशीच दिशा देत राहिलीस तर आपलं कुटुंब जीवनभर प्रेमात आणि आनंदात न्हाऊन निघेल हे मला माहीत आहे.

सोफिया (उर्फ सॉफिनेटर) या माझ्या मुलीचा मी आभारी आहे. बाळा, मी तुझ्यावर खूप म्हणजे खूपच प्रेम करतो. आपली मुलगी कशी असावी याविषयी माझ्या ज्या ज्या इच्छा, अपेक्षा होत्या त्या सगळ्या तुझ्या रूपानं पूर्ण झाल्या आहेत. रोजच माझ्या जीवनात तू आणत असलेल्या सुखाविषयी आणि आनंदाविषयी मी पुरेशा शब्दांत कृतज्ञता व्यक्त करूच शकत नाही. तू दयाळू, बुद्धिमान, सर्जनशील आणि गमती-जमती करणारी आहेस. मला तुझा डॅड होण्याचं सुदैव लाभलं आहे, त्याबद्दल मी अतिशय कृतज्ञ आहे.

हॅल्स्टन (उर्फ हॅल्स्टिनो) हा माझा मुलगा अत्यंत दयाळू, अतिशय प्रेमळ आणि मला भेटलेल्या आतापर्यंतच्या सगळ्या व्यक्तींमध्ये अतिशय उदार अंतःकरणाचा आहे. हॅल, तू दोन वर्षांचा झाल्यापासून बोलू लागलास. तू नेहमीच इतर लोकांच्या भल्याचा विचार करतोस. मी जीवनभर जी मूल्यं शिकण्यासाठी जीवाचं रान केलं, ती सगळी मूल्यं उपजतच घेऊन तू जन्मला आहेस असं मी नेहमीच म्हणतो. माझ्या बाळा, माझं तुझ्यावर खूपच प्रेम आहे.

माझे काका, काकू, चुलतभाऊ, चुलतबहिणी आणि आजी-आजोबा, यांनी मला भरपूर प्रेम दिलं आहे. त्याबद्दल मी त्यांचा मनापासून आभारी आहे. तुमच्याबरोबर घालवलेल्या काही दिवसांच्या अतिशय छान स्मृती माझ्या मनात अद्याप ताज्या आहेत. माझं तुमच्यावर खूप प्रेम आहे.

मारेक, मारिला, स्टीव्ह, लिंडा, अॅडम आणि अॅनिया या माझ्या सासरच्या मंडळींचा मी मनापासून आभारी आहे. तुमच्या कुटुंबाचा एक भाग झाल्याबद्दल माझ्या मनात कृतज्ञता आहे.

'द मिरॅकल मॉर्निंग'ची मुख्य कार्यकारी अधिकारी टिफनी हॅमंड ही तर माझ्या कुटुंबातीलच सदस्य आहे. टिफ, तू आजतागायत मला भेटलेल्या व्यक्तींमधील एक अत्यंत दयाळू, अतिशय निष्ठावान, निःस्वार्थी, सतत तडजोड करणारी आणि कष्टाळू व्यक्ती आहेस. यार्ड हाउसमध्ये योगायोगानं झालेल्या एका भेटीचं रूपांतर जवळजवळ एक दशकभर एकत्रित काम करण्यात होईल असं कोणाला वाटलं असतं? माझ्या जीवनात, माझ्या कौटुंबिक जीवनात आणि आपल्या सामुदायिक मिरॅकल मॉर्निंग मिशनमध्ये तू दिलेल्या योगदानाबद्दल तुझे मनापासून आभार. इतर कोणीही जसं मदतीसाठी धावून येणार नाही अशा अनेक प्रकारे तू माझ्यासाठी धावून येतेस. माझं तुझ्यावर खूप प्रेम आहे, टिफ!

ब्रियाना ग्रीनस्पॅन तू तर माझ्यासाठी देवदूतच आहेस. तू अत्यंत निष्ठावान वकील आहेसच, पण अगदी सुरुवातीपासूनच 'मिरॅकल मॉर्निंग'ची पाठीराखीही आहेस. शिवाय, तू माझी अतिशय जिवलग मैत्रीणही आहेस. कर्करोगाशी लढा देण्याच्या माझ्या प्रवासात सन २०१२पासून तू मला आधार देत आलीस. मी ज्यांना 'मिरॅकल मॉर्निंग मूव्हमेंट मेकर' म्हणतो, त्यांच्यापैकी तूही एक आहेस. तू नेहमी माझ्या कुटुंबाला आधार दिला आहेस आणि अजूनही देत आहेस. शिवाय, मला गरज असताना (आणि आपल्याला दोघांनाही माहीत आहे की, मला नेहमीच सल्ल्याची गरज असते.) तू मला अतिशय उत्तम सल्ला देतेस. तू माझ्या जीवनातील एक अतिशय महत्त्वाची व्यक्ती आहेस. अगदी अलीकडेच 'द मिरॅकल मॉर्निंग इन स्कूल्स' हा कार्यक्रम विकसित करण्यासाठी तू मला मदत केलीस. मी फक्त ज्या पद्धतींचं स्वप्न पाहिलं होतं, त्या पद्धतींनी तू शिक्षकांच्या आणि विद्यार्थ्यांच्या जीवनावरही प्रचंड प्रभाव टाकत आहेस. ब्राय, माझं तुझ्यावर किती प्रेम आहे आणि मी तुझं किती कौतुक करतो ते शब्दांत व्यक्त करता येणार नाही.

ऑनरी कॉर्डर (हिला आम्ही 'बुक व्हिस्परर' म्हणून ओळखतो.) इतक्या सगळ्या वर्षांत तू केलेल्या मदतीबद्दल मी पुरेशा प्रमाणात तुझे आभार मानू शकणार नाही. पुस्तकांच्या मालिकांच्या माध्यमातून असंख्य लोकांपर्यंत पहाटेच्या चमत्काराला पोहोचवण्याकरिता तू मला अत्यंत महत्त्वाची मदत केलीस. तू मला भेटलीस याबद्दल मी स्वतःला भाग्यवान समजतो. पुस्तकं कशी लिहावीत, प्रकाशित करावीत आणि त्यातून कसे पैसे मिळवावेत हे अनेक लोकांना शिकवणारी तू जगातील एक अतिशय उत्तम व्यक्ती आहेस. 'मिरॅकल मॉर्निंग मिशन'मध्ये तू इतकं योगदान दिलं आहेस की, कर्करोगाचं निदान झाल्यानंतर मला मदत करण्यासाठी तू कशी आपण होऊन आली होतीस, ते आठवून मी वैयक्तिकरीत्या तुझ्याशी अत्यंत

कृतज्ञ आहे. तू दिलेलं प्रेम, आधार आणि मैत्रीबद्दल ऑनरी, मी तुझा अत्यंत आभारी आहे. माझं तुझ्यावर प्रेम आहे आणि मी कायमच तुझा ऋणी आहे.

'मिरॅकल मॉर्निंग मिशन'मध्ये आपलं भरपूर योगदान दिल्याबद्दल आणि 'मिरॅकल मॉर्निंग कम्युनिटी'ला आपण अधिकाधिक चांगल्या पद्धतीनं कशी मदत करू शकू याचा सातत्यानं विचार करत असल्याबद्दल जॉश इडनबर्ग, मी तुझे आभार मानतो. दीर्घ काळापासून प्रलंबित राहिलेल्या मिरॅकल मॉर्निंग ॲपची अखेरीस निर्मिती करण्यासाठी माझी परवानगी मिळवण्यासाठी तू जंग जंग पछाडलंस. मी ते करावं यासाठी मला सातत्यानं प्रोत्साहित करत राहिलास. त्याबद्दल मी तुझा मनापासून आभारी आहे. सध्या रोजच्या रोज हजारो लोकांचं नीतिधैर्य उंचावण्यासाठी त्याची मदत होत आहे. जॉश, तू जितका बुद्धिमान आणि सर्जनशील आहेस, तितकाच दयाळू आणि उदार आहेस. मला तुझ्याविषयी अतिशय कृतज्ञता वाटते. मानवी जाणीव उन्नत करण्यासाठी तुझ्या बरोबर काम करणं शक्य झालं हा मी माझा सन्मान समजतो आणि त्याबद्दल मी तुझा ऋणी आहे.

स्टिफनी ब्लॅकबर्डचाही मी आभारी आहे. मिरॅकल मॉर्निंग कम्युनिटीला तू ठाम पाठिंबा दिलास आणि त्या समुदायाला असामान्य समुदाय केलंस. तू अतिशय निष्ठावान आहेस आणि सेवा करण्यात नेहमीच अतिशय तत्पर आहेस. खूप, खूप आभार. माझं तुझ्यावर प्रेम आहे स्टेफ!

व्हेरोनिका विएल्मा आणि झॅक आयश्चर यांनी मिरॅकल मॉर्निंग मिशनमध्ये कमालीचं मूल्यवान योगदान दिलं. तुमच्या प्रयत्नांमुळेच आतापर्यंत शक्य झालं नव्हतं, इतक्या लोकांवर आता आपण प्रभाव टाकत आहोत. आमच्या टीमसाठी आणि आमच्या कम्युनिटीसाठी तुम्ही तत्परतेनं धावून येता. मी तुमचे पुरेसे आभार मानूच शकत नाही.

सेलेस्टी फाईनचेही मी आभार मानतो. तू देवदूत आहेस की जिनी आहेस की आणखी कोणी आहेस, ते मला माहीत नाही. पण तू सातत्यानं माझ्या जीवनात चमत्कार घडवत आली आहेस. काही वेळा मी इतकं मोठं उद्दिष्ट किंवा स्वप्न लिहून काढलं होतं की, ते मी पूर्ण करू शकेन की नाही तेही मला माहीत नव्हतं. परंतु, अचानकच माझं स्वप्न साकार करण्यासाठी आवश्यक असलेली साधनसामग्री घेऊन तू आलीस. तू ते अतिशय प्रेमानं, माझं खरं स्वारस्य कशात आहे ते लक्षात घेऊन पूर्ण केलंस. सेलेस्टी, मला तुझं खूपच कौतुक वाटतं.

स्कॉट हॉफमननं 'द मिरॅकल मॉर्निंग'वर आणि माझ्यावर विश्वास ठेवला. आम्ही दोघे मिळून अनेक जीवनांवर सकारात्मक प्रभाव टाकू, असा माझ्या मनात ठाम विश्वास आहे.

ग्लेन येफेथ हा बेनबेलाचा सीईओ आहे आणि माझ्या या पुस्तकाचा मुख्य संपादक आहे. ग्लेन, तुझ्या बरोबर काम करून या मसुद्यात सुधारणा करणं हे

अतिशय आनंददायक काम होतं. मी हे पुस्तक जितकं चांगल्या प्रकारे लिहिलं होतं, त्याहून आणि माझ्या कल्पनेहूनही हे पुस्तक अधिक चांगलं झालं आहे. मी तुझा आभारी आहे.

'मिरॅकल मॉर्निंग'च्या प्रत्येक सहलेखकाचा मी आभारी आहे. या पुस्तकांच्या मालिकेत त्यांनी आपल्या प्रेमाचं आणि बुद्धीचं योगदान दिलं आहे. आपल्याला शक्य असेल तितक्या लोकांना आपण अशीच मदत करत राहू या.

एमिली क्लिन, एलिझाबेथ प्रॅट, एलेनी पोफेट आणि जुली स्ट्रॉस ही माझी बुद्धिमान संपादकांची टीम आहे. वाचकांच्या मनात रुंजी घालू शकतील अशा प्रकारे माझ्या कल्पना मांडण्यास तुम्ही मला साहाय्य केल्याबद्दल मी तुमचा आभारी आहे. तुमच्यामुळेच या पुस्तकातील कल्पना अधिकच स्पष्ट झाल्या आहेत. त्याकरिता तुम्ही आपल्या अद्वितीय बुद्धिमत्तेचं आणि दृष्टिकोनांचं योगदान दिलं.

दिनो मारिनोचा मी आभारी आहे. ऑनरीनं त्याच्याशी माझी ओळख करून दिल्यापासून दिनो, तू असामान्य दयाळूपणे वागलास आणि मला पाठिंबा देत आलास. त्याकरिता ग्राफिक डिझाइनमधील तुझ्या बुद्धिमत्तेचा तू वापर केलास आणि 'मिरॅकल मॉर्निंग'ला अधिकच नेत्रदीपक केलंस. त्यामुळे अधिकाधिक लोकांना त्याच्या लाभांची अनुभूती घेता आली. तू दिलेलं योगदान अमूल्य आणि अमाप आहे.

माझ्या जिवलग मित्रांचा मी मनापासून आभारी आहे. ते माझं प्रभावाचं वर्तुळ आहे. तुमच्यापैकी कोणीही जीवनात असणं यासारखी भाग्याची दुसरी गोष्ट नाही. मी तुम्हा सर्वांच्या सान्निध्यात आलो, याबद्दल मी तुम्हा सर्वांचा आभारी आहे. आपण सर्वांनी एकत्रितपणे खूपच छान वेळ व्यतीत केला आहे. पण त्याहीपेक्षा महत्त्वाची गोष्ट म्हणजे मी जो कोणी होतो, त्याहून मी अधिक चांगलं व्हावं यासाठी तुम्ही सतत प्रयत्न करत राहिलात. आपण सरासरी पाच लोकांसोबत जीवनातील अधिक वेळ घालवतो हे खरं असेल तर मला काळजी करण्याचं काहीच कारण नाही. कारण, मला तुम्हा सर्वांची आयुष्यभराची मैत्री मिळाली आहे. जेरेमी काटेन, मॅट रेकोर, जॉन रोमन, जॉन बर्गहॉफ, जेस्से लेविन, ब्रॅड विमर्ट, जेरेमी 'ब्रोथा जेम्स' रिसिग, जॉन रुहलिन, जस्टिन डोनाल्ड, डेव्हीड ऑस्बोर्न आणि माईक मॅक्कार्थी – तुम्हा सर्वांवर माझं प्रेम आहे. त्याशिवाय, माझ्या अनेक मित्रांचा मला इथे उल्लेख करता आलेला नाही, त्या सर्वांचाच मी आभारी आहे. त्या सर्वांना मी इतकंच सांगू इच्छितो की, माझं तुमच्यावर प्रेम नसल्यामुळे मी तुमचा उल्लेख केलेला नाही असं मुळीच नाही, फक्त हे लिहीत असताना तुमचे उल्लेख करणं मी विसरून गेलो होतो.

कटको आणि व्हेक्टर येथील माझ्या व्यापक कुटुंबाचा मी आभारी आहे. माझ्या जीवनात तुम्ही दिलेल्या अविश्वसनीय योगदानाबद्दल मी कोणत्याही शब्दांत तुमचे पुरेसे आभार मानू शकणार नाही. तुम्ही मला संधी दिली नसती तर मी आज

जो कोणी आहे, त्यांपैकी बराचसा मी होऊ शकलो नसतो. शिवाय, मी या पुस्तकात जे काही लिहिलं आहे तेही मला शक्य झालं नसतं.

माझी बुद्धिमान मैत्रीण आणि बुकमामाडॉटकॉम (BookMama.com)ची निर्माती लिंडा सिव्हर्स्टेन हिचा मी आभारी आहे. लिंडा, तू अतिशय बुद्धिमान आहेस. कोणत्याही लेखकाच्या पुस्तकाच्या कल्पनेला उत्तम विक्रीच्या उत्कृष्ट पुस्तकात रूपांतरित करण्याच्या नैसर्गिक देणग्या तुला लाभल्या आहेत. या पुस्तकासाठीही तुझ्याकडच्या या देणग्यांचं योगदान दिल्याबद्दल मी तुझे आभार मानतो.

पहाटेच्या चमत्काराच्या माझ्या पहिल्या आचरणाच्या आधी मी केविन ब्रेसीच्या चर्चासत्राला गेलो होतो. त्याच्या शब्दांनी मला 'मी पहाटे उठू शकत नाही,' या स्वतःलाच मर्यादा घालणाऱ्या माझ्या मनातील खात्रीवर मात करण्याची प्रेरणा दिली. केविन ब्रेसी, ज्या वेळी मी जवळजवळ सगळे प्रयत्न सोडून देण्याच्या मनःस्थितीत होतो, नेमक्या त्याच वेळी मला तुझ्या शब्दांची आठवण झाली. तू म्हणाला होतास, 'तुम्हाला तुमचं जीवन वेगळ्या प्रकारचं असावं असं वाटत असेल तर तुम्हाला पहिल्यांदा एखादी गोष्ट वेगळ्या प्रकारे करावीच लागेल.' तू नसतास तर हे पुस्तक लिहिणं तर सोडूनच दे, पण मी पहाटे ५ वाजता उठण्याचा प्रयत्नसुद्धा कधीच केला नसता.

जेम्स मॅलिनचॅकला मी पहिल्यांदाच 'द मिरॅकल मॉर्निंग'विषयी सांगितल्यानंतर तो एकदम अतिशय उत्साहित झाला. यातून काय शक्य झालं असतं याविषयी जेम्स तूच माझ्या दृष्टिकोनाला व्यापक केलंस. तू म्हणालास, 'हॅल, ही गोष्ट किती मोठी होऊ शकते आणि होणार आहे, हे बहुतेक तुझ्या लक्षातच आलेलं नाही. किती लोकांवर त्याचा प्रभाव पडू शकतो, हेही तुला जाणवलेलं नाही.' तू वैयक्तिकरीत्या मला प्रेरणा दिलीस आणि हजारो लेखक, वक्ते आणि मार्गदर्शक यांना आपल्या संदेशावर विश्वास ठेवण्यास प्रोत्साहन दिलंस. त्यांना याकडे एक मोठी आणि अनेक लोकांवर प्रभाव टाकणारी गोष्ट म्हणून पाहायला लावलंस. तू हे माझ्यासाठी केलंस. मी कोणत्या शब्दांत तुझे आभार मानू शकेन?

जे. ब्रॅड ब्रिटनचेही मी आभार मानतो. तू मला एक अत्यंत मूल्यवान धडा शिकवलास. त्याच्या आधारावर मी जगण्यास सुरुवात केली आहे आणि जे कोणी तो ऐकण्याची तयारी दाखवतात त्यांनाही मी तो सांगत आहे. 'सोपी नव्हे, तर उचित गोष्ट करा,' हा तो धडा आहे. तू हे फक्त शिकवतच नाहीस, तर तू तो जगतोसही. तू माझ्यासाठी केलंस त्याप्रमाणे नेहमीच इतर लोकांमधील उत्तम गोष्टी बाहेर काढल्याबद्दल तुझे पुन्हा एकदा आभार.

सन २०१२मध्ये या मालिकेतील सुरुवातीच्या पुस्तकाचं प्रकाशन झालं होतं. त्या वेळी मला पाठिंबा दिलेल्या सर्वांचा मी ऋणी आहे. तुम्हा सर्वांच्या निःस्वार्थीपणामुळे आणि 'द मिरॅकल मॉर्निंग'मधून तुम्हाला मिळालेले लाभ

इतरांपर्यंत पोहोचवण्याच्या बांधिलकीमुळे मी अक्षरशः निःशब्द झालो आहे. पहिल्यांदा, मी मिरॅकल मॉर्निंग लाँच टीमचे आभार मानतो. या पुस्तकाच्या प्रसिद्धीसाठी तुमच्याबरोबर काम करणं ही केवढी मोठी गोष्ट होती! मी कायमच तुमच्या ऋणात असेन आणि तुमच्याशी कृतज्ञ राहीन. काईल स्मिथ, आयझॅक स्टेगमन, गेरी अझिंजर, मार्क एनसाईन, कोलीन इलियट लिंडर, दशामा, मार्क हार्टले, डेव पावडर्स, जॉन बर्गऑफस जॉन रोमन, जेरेमी केटन, रायन व्हायटन, ब्रियाना ग्रीनस्पॅन, रॉबर्ट गोन्झालेझ, कॅरी स्मोलेन्स्की, रायन कॅसे, पीटर वूड आणि ग्रेग स्ट्राईन तुम्हा सर्वांचेच आभार.

अखेरीस मी तुमचे आणि आमच्या वैश्विक सामुदायिक मानवी कुटुंबातील प्रत्येक सदस्याचे आभार मानतो. अनेक लोक आपल्यामध्ये असलेल्या फरकांना चिकटून राहत असले तरी मला मनापासून असं वाटतं की, आपल्यामध्ये जितके फरक आहेत त्याहून खूपच अधिक साधर्म्यं आहेत. आपल्यामध्ये अनेक सामाईक गोष्टी आहेत. माझ्या कुटुंबाचा एक भाग म्हणून मी तुमच्या कल्पनेपेक्षाही तुमच्यावर अधिक प्रेम करतो आणि तुमचं कौतुक करतो.

असो, आता वाचन थांबवून कृती करण्याची, सुंदर जीवनाची निर्मिती करण्याची वेळ आली आहे. कधीही थांबू नका, साचल्यासारखे एकाच जागी थिजून जाऊ नका. तुम्ही ज्या प्रकारचं जीवन जगण्यास पात्र आहात त्याची निर्मिती करा आणि इतरांनाही तसंच करण्यासाठी मदत करा.

संदर्भसूची

प्रकरण १

कोलिन्स निक. 'अर्ली रायजर्स गेट अहेड ऑफ द गेम,' टेलिग्राफ. सप्टेंबर १५, २०११. www.telegraph.co.uk/news/health/news/8763618/ early-risers-get-ahead-of-the-game.htmlवर ऑनलाइन उपलब्ध.

एल इस्सा, एरिन. '२०१७ अमेरिकन हाउसहोल्ड क्रेडिट कार्ड डेट सर्व्हे.' नर्ड वॉलेट. www.nerdwallet.com/blog/average-credit-card-debt-household वर ऑनलाइन उपलब्ध.

लुबिन, गस आणि जिलेट राचेल. '२१ सक्सेफुल पीपल हू वेक अप इन्क्रेडिबली अर्ली.' बिझनेस इनसायडर. एप्रिल २७, २०१६. www.businessinsider.com/Successful-People-Who-Wake Up-really-early-2016-4#twitter-and-square-ceo-jack-dorsey-wakes-up-before-dawn-

रँडलर, क्रिस्टोफर. 'प्रोॲक्टिव्ह पीपल आर मॉर्निंग पीपल.' जर्नल ऑफ ॲप्लाइड सोशल सायकॉलॉजी ३९, क्र.१२ (डिसेंबर ९, २००९) : २७८७–२७९७. onlinelibrary.wiley.com/doi/10.1111/j.1559-1816.2009.00549.x/abstractवर ऑनलाइन उपलब्ध.

रॉ शेरी, 'इज फॅट द न्यू नॉर्मल?' वेबएमडी.जून २०१०. www.webmd.com/diet/obesity/features/is-fat-the-new-normal#1वर ऑनलाइन उपलब्ध.

स्मिथ मायकेल. 'एपीएसएस : अर्ली रायजर्स टेंड टू स्कोअर हायर ग्रेड्स.' मेडपेज टुडू. जून १०, २००८. www.medpagetoday.com/meetingcoverage/apss/9772 वर ऑनलाइन उपलब्ध.

'स्टेट ऑफ द ग्लोबल वर्कप्लेस.' गॉलअप. (२०१७). news.gallup.com/reports/220313/state-global-workpace-2017/aspx#formheader

'सर्व्हे फाइंड्स निअर्ली थ्री–क्वार्टर्स (७२%) ऑफ अमेरिकन्स फील लोनली.'

अमेरिकन ऑस्टिओपथिक असोसिएशन प्रेस रिलीज. ऑक्टोबर २०१६. www.prnewswire.com/news-releases/survey-finds-nearly-three-quarters-72-of-americans-feel-lomely-300342742/htmlवर ऑनलाइन उपलब्ध.

व्हाईटमन, ऑनर. 'पुअर स्लीप हॅबिट्स इन्क्रीज वेट गेन फॉर ॲडल्ट्स विथ जेनेटिक ओबेसिटी रिस्क.'

मेडिकल न्यूज टूडे. मार्च ३, २०१७. www.medicalnewstoday.com. articles/316186.php वर ऑनलाइन उपलब्ध.

प्रकरण २

'अमेरिकन्स आर टायर्ड मोस्ट ऑफ द वीक.' `yJih. www.statista.com/chart/3534/anericans-are-tired-most-of-the-weekवर ऑनलाइन उपलब्ध.

'कॅन्सर फॅक्ट्स अँड फिगर्स २०१७.' अमेरिकन कॅन्सर सोसायटी. www.cancer.org/content/dam/cancer-org/research/cancer-facts and statistics/annual-cancer-facts- and-figures/2017/cancer-facts-and-figures/2017.pdfवर ऑनलाइन उपलब्ध.

कार, थेरेसा. 'टू मेनी मेड्स? अमेरिकाज लव्ह अफेअर विथ प्रिस्क्रिप्शन मेडिकेशन.' कंझ्युमर रिपोर्ट्स. ऑगस्ट ३, २०१७. www.consumerreports.org/prescription-drugs/too-many-meds-americas-love-affair-with-prescription-medication/#nationवर ऑनलाइन उपलब्ध.

जॅकोबी, सारा. 'हिअर्स व्हॉट द डायव्होर्स रेट ॲक्चुअली मिन्स.' रिफायनरी२९. फेब्रुवारी २, २०१७. www.refinery29.com/2017/01/137440/divorce-rate-in-america-statisticsवर ऑनलाइन उपलब्ध.

लामॅग्रा, मारिया. 'अमेरिकन्स नाऊ हॅव द हायेस्ट क्रेडिट कार्ड डेट इन यू.एस. हिस्ट्री.' मार्केटवॉच. ऑगस्ट ८, २०१७. https://www.marketwatch.com/story/us-households-will-soon-have-as-much-debt-as-they-had-in-2008-2017-04-03. वर ऑनलाइन उपलब्ध.

'मेडियन एज ऑफ द रेसिडेंट पॉप्युलेशन ऑफ द युनायटेड स्टेट्स फ्रॉम १९६० टू २०१६.' स्टॅटिस्टा. www.statista.com/statistics/241494/median-age-of-the-us-population वर ऑनलाइन उपलब्ध.

'रिपोर्ट : हाऊ सॅटिस्फाइड आर यू.एस. वर्कर्स विथ देअर सॅलरीज?' इनडीड

(ब्लॉग). जानेवारी २५, २०१८. blog.indeed.com/2018/01/25/salary-reportवर ऑनलाइन उपलब्ध.

प्रकरण ३

अब्राम्स, ॲबिगेल. 'डायव्होर्स रेट इन यूएस ड्रॉप्स टू निअर्ली ४० -ईयर लो.' टाइम. डिसेंबर ५, २०१६. time.com/4575495/divorce-rate-nearly-40-years-lowवर ऑनलाइन उपलब्ध.

'कॅन्सर फॅक्ट्स अँड फिगर्स २०१७.' अमेरिकन कॅन्सर सोसायटी. www.cancer.org/content/dam/cancer-org/research/cancer-facts and statistics/annual-cancer-facts- and-figures/2017/cancer-facts-and-figures/2017.pdf वर ऑनलाइन उपलब्ध.

एल्किन्स, कॅथलीन. 'हिअर्स हाऊ मच द ॲव्हरेज अमेरिकन फॅमिली हॅज सेव्हड फॉर रिटायरमेंट.' सीएनबीसी. सप्टेंबर १२, २०१६. www.cnbc.com/2016/09/12/heres-how-much-the-average-american-family-has-saved-for-retirement/htmlवर ऑनलाइन उपलब्ध.

कँटोर, एलिझाबेथ डी,. आणि इतर. 'ट्रेंड्स इन प्रिस्क्रिप्शन ड्रग यूज अमंग ॲडल्ट्स इन द युनायटेड स्टेट्स फ्रॉम १९९९-२०१२.' जामा ३१४, क्र. १७ (२०१५) : १८१८-१८३१. pubmed.ncbi.nlm.nih.gov/२६५२९१६०

मायकेल निया आणि इतर, 'ओबेसिटी : ओव्हरव्ह्यू ऑफ ॲन एपिडेमिक.' सायकिॲट्रिक क्लिनिक्स ऑफ नॉर्थ अमेरिका ३४. क्र. ४ (२०११) : ७१७-७३२. www.ncbi.nih.gov/pmc/articles/PMC3228640वर ऑनलाइन उपलब्ध.

पौश्चर, जॅकोब. 'वर्ल्डवाइड, पीपल डिव्हायडेड ऑन व्हेदर लाईफ टुडे इज बेटर दॅन इन द पास्ट.' प्यू रिसर्च सेंटर, ग्लोबल ॲटिट्युड्स अँड ट्रेंड्स. डिसेंबर ५, २०१७. www.pewglobal.org/2017/12/05/worldwide-people--divided-on-whether-life-today-is-better-than-in-the-past. वर ऑनलाइन उपलब्ध.

प्रकरण ४

बकलान, एरिन. 'इज द स्नूझ बटन बॅड फॉर यू?' सीएनएन. फेब्रुवारी ७, २०१४. edition.cnn.com/2014/02/06/health/upwave-snooze-button वर ऑनलाइन उपलब्ध.

डीगिलिओ, सारा. 'हाऊ व्हॉट यू इट अॅफेक्ट्स स्लीप.' एनबीसीन्यूज डॉटकॉम. ऑक्टोबर १९, २०१७. www.nbcnews.com/better/health/how-what-you-eat-affects-how-you-sleep-

ncna८०५२५६ वर ऑनलाइन उपलब्ध.

'इफेक्ट ऑफ शॉर्ट स्लीप ड्युरेशन ऑन डेली अॅक्टिव्हिटीज-युनायटेड स्टेट्स, २००५-२००८.' सेंटर्स फॉर डिसीज कंट्रोल वीकली ६०, क्र. ८ (मार्च ४, २०११) : २३९-२४२. www.cdc.gov/mmwr/preview/mmwrhtml/mm6008a3.htm वर ऑनलाइन उपलब्ध

लेगर, डॅमियन, बेक, फ्रून्स्वॉ, रिचर्ड, जीन बॅप्टिस्टे, सॉवेट, फॅबिएन, आणि फरौट, ब्राईस. 'द रिस्क्स ऑफ स्लिपिंग 'टू मच': सर्व्हे ऑफ अ नॅशनल रिप्रेझेन्टेटिव्ह सँपल ऑफ २४६७१ अॅडल्ट्स (आयएनपीईएस हेल्थ बॅरोमीटर).' प्लॉस वन ९. क्र.९ (२०१४) : इ १०६९५०. journals.plos.org/plosone/article?id=10.1371/journal.pone.0106950 वर ऑनलाइन उपलब्ध.

प्रकरण ५

अॅक्टेन, जे. आणि जुकेन्डुप, ए.ई. 'ऑप्टिमायझिंग फॅट ऑक्सिडेशन थ्रु एक्सरसाइझ अँड डाएट.' न्युट्रिशन २०, क्र. ७-८ (जुलै-ऑगस्ट २००४) : ७१६-७२७. www.ncbi.nlm.nih.gov/pubmed/15212756 वर ऑनलाइन उपलब्ध.

मार्शल, मल्लिका. 'द बिग बेनिफिट्स ऑफ प्लेन वॉटर.' हार्वर्ड हेल्थ ब्लॉग. मे २६, २०१६. www.health.harward.edu/blog/big-benefits-plain-water-201605269675 वर ऑनलाइन उपलब्ध.

प्रकरण ६

क्रेसवेल, जे. डेव्हीड, डचर, जॅनाईन एम., क्लिन, विल्यम एम.पी., हॅरिस, पीटर आर आणि लेविन, जॉन एम. 'सेल्फ-अॅफर्मेशन इम्प्रूव्हज प्रॉब्लेम-सॉल्व्हिंग अंडर स्ट्रेस.' प्लॉस वन (मे १,२०१३). journals.plos.org/plosone/article?id=10.1371/journal.pone.0062593 वर ऑनलाइन उपलब्ध.

केटलर, अलान्ना. 'सायंटिफिक स्टडीज शो हाऊ रायटिंग इन अ जर्नल कॅन अॅक्चुअली बेनिफिट युवर इमोशनल अँड फिजिकल वेल-बिइंग.' कलेक्टिव्ह इव्होल्युशन. जानेवारी २३, २०१७. www.collective-evolution.com/2017/01/23/

scientific-studies-show-how-writing-in-a-journal-can-actually-benefit-your-emotional-physical-well-being वर ऑनलाइन उपलब्ध.

लिंड्से, एमिली के., आणि क्रेसवेल, जे. डेव्हीड. 'हेल्पिंग द सेल्फ हेल्प अदर्स : सेल्फ ॲफर्मेशन इनक्रिजेस सेल्फ-कम्पॅशन अँड प्रो -सोशल बिहेविअर्स.' फ्रंटिअर्स इन सायकॉलॉजी ५ (२०१४) : ४२१. वर ऑनलाइन उपलब्ध. www.ncbi.nlm.nih.gov/pmc/articles/PMC 4026714 वर ऑनलाइन उपलब्ध.

'मेडिटेशन बेनिफिट्स.' अमेरिकन मेडिटेशन सोसायटी. americanmeditationsociety.org/meditation/benefits वर ऑनलाइन उपलब्ध.

ओप्पाँग, थॉमस. 'द क्रिएटिव्ह ब्रेन ऑन सायलेन्स (हाऊ सॉलिट्यूड इन्स्पायर्स क्रिएटिव्हिटी)' मीडियम. मार्च २, २०१८. medium.com/@alltopstartups/the-creative-brain-on-silence-how-soiltude-inspires-creativity-145f7fec907f वर ऑनलाइन उपलब्ध.

रंगनाथन, व्ही.के. सायमिओनाऊ, व्ही. लिऊ, जे.झेड., सहगल, व्ही., आणि यूए, जी.एच. 'फ्रॉम मेंटल पॉवर टू मसल पॉवर : गेनिंग स्ट्रेन्थ बाय युजिंग द माइंड.' न्यूरोसायकॉलॉजिया ४२, क्र. ७(२०१७) : ९४४-९५६. www.ncbi.nlm.nih.gov/pubmed/14998709 वर ऑनलाइन उपलब्ध

रेनॉल्ड्स, ग्रेचेन. 'योग मे बी गुड फॉर द ब्रेन.' न्यू यॉर्क टाइम्स. जून १,२०१६. well.blogs.nytimes.com/2016/06/01/yoga-may-be-good-for-the-brain

'ट्रान्सेन्डेन्टल मेडिटेशन : ऑप्रा अँड अदर सेलेब्ज हू एम्ब्रेस द प्रॅक्टिस.' हफिंग्टन पोस्ट. मार्च २६, २०१२. www.huffingtonpost.com/2012/03/26/transcendental-meditation-oprah-winfrey_n_1379001.html वर ऑनलाइन उपलब्ध.

प्रकरण ८

चान्स, झोए, गॉर्लिन, मार्गारिटा आणि धर रवी. 'व्हाय चूजिंग हेल्दी फूड्स इज हार्ड अँड हाऊ टू हेल्प : प्रेझेंटिंग द ४ 'पी'ज फ्रेमवर्क फॉर बिहेविअर चेंज.' कस्टमर नीड्स अँड सोल्युशन्स १ (सप्टेंबर १२, २०१४): २५३-२६२. link.springer.com/article/10.1007/s40547-014-0025-9 वर ऑनलाइन उपलब्ध.

'द बेस्ट डाएट : क्वालिटी काऊंट्स.' न्युट्रिशन सोर्स. हार्वर्ड टी.एच. चॅन स्कूल ऑफ पब्लिक हेल्थ. www.hsph.harward.edu/nutritionsource/healthy-weight/best-diet-quality-counts वर ऑनलाइन उपलब्ध.

प्रकरण ९

'हाऊ लाँग डझ इट टेक फॉर समथिंग टू बिकम अ हॅबिट?' एक्झामिन्ड एक्सिस्टन्स. examinedexistence.com/how-long-does-it-take-for-something-to-become-a-habit वर ऑनलाइन उपलब्ध.

लेखकाविषयी

हॅल एल्रॉड हे सर्वप्रथम एक कुटुंबवत्सल व्यक्ती आहेत. त्यांच्या १४ वर्षांच्या वैवाहिक जीवनात ते पत्नीशी एकनिष्ठ असलेले पती आहेत आणि आपल्या दोन मुलांवर कमालीचं प्रेम असलेले पिता आहेत. आपल्यापैकी प्रत्येकाकडे कोणत्याही संकटावर अगर प्रतिकूलतेवर मात करण्याची, आपल्या क्षमतेची पूर्तता करण्याची आणि आपल्याला हव्या असलेल्या जीवनाची निर्मिती करतानाच इतरांनाही त्यांना हव्या असलेल्या जीवनाची निर्मिती करण्यासाठी साहाय्य करण्याची क्षमता असते, याचा ते जिवंत पुरावा आहेत.

हॅल वीस वर्षांचे असताना एका मद्यधुंद कार चालकानं ताशी सुमारे ७० मैलांहून अधिक वेगानं कार चालवत हॅल यांच्या कारला समोरून धडक दिली. या अपघातात हॅल यांची ११ हाडं मोडली. त्यांच्या मेंदूला कायमस्वरूपी जबर दुखापत झाली. ते मरणासन्न अवस्थेत पोहोचले होते. उपचारांनंतर ते पुन्हा कधीही चालू शकणार नाहीत असं डॉक्टरांनी त्यांना सांगितलं होतं.

त्यानंतर ३७व्या वर्षी त्यांचं हृदय, फुप्फुसं आणि मूत्रपिंडं निकामी झाल्यामुळे ते जवळजवळ मृत्यूच्या दारातच पोहोचले होते. शिवाय, त्यांना एक अत्यंत दुर्मीळ प्रकारचा कर्करोग (ॲक्युट लिम्फोब्लास्टिक ल्युकोमिया) झाल्याचं निदानही झालं. या कर्करोगाचा प्रसार अतिशय आक्रमकपणानं आणि झपाट्यानं होतो. डॉक्टरांनी त्यांच्या वाचण्याच्या शक्यता फक्त २० ते ३० टक्के इतक्याच असल्याचं सांगितलं होतं. मात्र, हॅलनी पुन्हा एकदा अशक्यप्राय वाटत असलेल्या कर्करोगाच्या भीषण संकटावर मात केली.

मरणाच्या दारात पोहोचून परत येण्याच्या अनेक अनुभवांतून वाचल्यानंतर आणि आपल्या पुस्तकांच्या व व्याख्यानांच्या माध्यमातून लाखो लोकांच्या जीवनावर प्रभाव टाकल्यानंतर आता हॅल यांनी संपूर्ण मानवतेच्या जाणिवेला उन्नत करण्याची मोहीम हाती घेतली आहे. ते आंतरराष्ट्रीय स्तरावरचे नामवंत वक्ते, अचिव्ह युवर गोल्स या पॉडकास्टचे होस्ट, द मिरॅकल मॉर्निंग या माहितीपटाचे

कार्यकारी निर्माते आणि एक डझनाहून अधिक पुस्तकांचे लेखक आहेत. आतापर्यंत त्यांच्या पुस्तकांचे ३७ भाषांमध्ये अनुवाद झाले असून ३० लाखांहून अधिक प्रतींचा खप झाला आहे.

'द टुडे शो'मध्ये हॅलनी त्यांची कहाणी सांगितली आहे. 'सक्सेस' या नियतकालिकात ती प्रसिद्ध झाली आहे. तसंच Entrepreneur.com वर ती लिहिली गेली आहे.

अधिक माहितीसाठी किंवा तुमच्या कार्यक्रमात हॅलना व्याख्यान देण्यासाठी आमंत्रित करण्यासाठी HalElrod.comला भेट द्या.

अनुवादिका परिचय

मीना शेटे–संभू

मो. ९८८१०९८४२३

शिक्षण – एम.एस्सी. एम.फिल.(वनस्पतिशास्त्र), एम.जे.सी. (पत्रकारिता), एन.डी. (डॉक्टर ऑफ नॅचरोपथी) शाळा–महाविद्यालयात कबड्डीची राज्यस्तरीय खेळाडू. एम. फिल करत असताना कोल्हापूरच्या राजाराम महाविद्यालयात दोन वर्षे लीव्ह व्हेकन्सीवर बॉटनी (वनस्पतिशास्त्र) विषयाची सीनिअर लेक्चरर म्हणून काम. दैनिक सकाळ (कोल्हापूर व पुणे) मध्ये २० वर्षे पत्रकारिता. शोध पत्रकारितेसाठी विविध रोटरी क्लबकडून सत्कार, सूर्यदत्ता इन्स्टिट्यूटचा पुरस्कार, स्वराज्य मित्र मंडळाचा जिजामाता पुरस्कार. 'पत्रकारितेतील स्त्री- पुरुष समानता' विषयावरील युरोपमधील चर्चासत्रासाठी आंतरराष्ट्रीय पत्रकार संघाकडून निवड. तेथील कामगिरीमुळे आंतरराष्ट्रीय पत्रकार संघाकडून दिल्ली, बेंगळुरू येथे झालेल्या त्यापुढच्या आंतरराष्ट्रीय चर्चासत्रांसाठीही निवड.

शिवाजी विद्यापीठात चार वर्षे पत्रकारिता विषयाच्या मानद प्राध्यापिका म्हणून काम. पत्रकार संघाच्या शोधनिबंध स्पर्धांमध्ये पारितोषिके. आकाशवाणी, दूरदर्शनच्या कार्यक्रमांमध्ये सहभाग. सन २०१०पासून आजतागायत विविध प्रकाशन संस्थांच्या ११६ इंग्रजी आणि ६ हिंदी अशा एकूण १२२ पुस्तकांचा आणि १७ इंग्रजी पुस्तिकांचा मराठीत अनुवाद.

सुमारे १५१ पुस्तकांचे संपादन. स्वतंत्र १० पुस्तकांचे, तसेच ३ इंग्रजी ई पुस्तकांचे लेखन. 'वैद्य, हकीम आणि डॉक्टर' या अनुवादित पुस्तकाला नाशिकच्या सार्वजनिक वाचनालयाचा राज्यस्तरीय स्वातंत्र्यवीर वि. दा. सावरकर पुरस्कार. पत्रकारिता आणि अनुवाद क्षेत्रातील कामगिरीबद्दल केंद्र सरकारच्या नेहरू युवा केंद्राचा आणि पं. नंदकिशोर कल्चरल सोसायटीचा पुरस्कार.

गुरू (कै.) पं. डॉ. सुजाताताई नातू यांच्या पदन्यास संस्थेत कथक विषयाचे तीन वर्षे अध्यापन. ज्येष्ठ नेते अण्णा हजारे यांच्यासाठी लोकपाल विधेयकाचे मराठीत भाषांतर. 'वनराई'च्या दिवाळी अंकांसाठी व इतर अंकांसाठी आणि अन्य संस्थांसाठीही गेली १४ वर्षे अनेक लेखांचा अनुवाद.

नुकतीच १६ जानेवारी २०२४ रोजी सखी सह्याद्री या सह्याद्री वाहिनीवरील कार्यक्रमात 'पत्रकारिता व अनुवाद' यासंदर्भात मुलाखत प्रसारित. १९ मार्च २०२४ रोजी ई-प्रसारण या ५० लाखांहून अधिक व्ह्यूअर्स असलेल्या आंतरराष्ट्रीय चॅनेलवर प्रामुख्याने अनुवादासंदर्भात मुलाखत प्रसारित. पुस्तकांच्या अनुवादाचे काम सन २०१०पासून अद्याप सातत्याने सुरू.